Tạp chí Da Màu

Nguyễn Xuân Hoàng
Trong và Ngoài Văn Chương

*

Chuyên đề Nguyễn Xuân Hoàng
do tạp chí điện tử Da Màu thực hiện

Tạp chí Da Màu - 2014

Nguyễn Xuân Hoàng
Trong và Ngoài Văn Chương
Chuyên đề Nguyễn Xuân Hoàng
do tạp chí điện tử Da Màu thực hiện,2014

Bìa: họa sĩ Nguyễn Trọng Khôi
Trình bày: Uyên Nguyên

Mục Lục

Giới thiệu chuyên đề Nguyễn Xuân Hoàng

Chuyên đề
Nguyễn Xuân Hoàng

Hân hạnh giới thiệu cùng bạn đọc chuyên đề Nguyễn Xuân Hoàng, một nỗ lực của ban biên tập tạp chí Da Màu và các tác giả cộng tác, hầu hết là bạn thân thiết của nhà văn Nguyễn Xuân Hoàng, một người mà tên tuổi và đời sống có những gắn bó mật thiết với văn học miền Nam Việt Nam trước và văn học Hải ngoại sau 1975.

Vì chuyên đề được thực hiện trong thời gian nhà văn Nguyễn Xuân Hoàng đang ở giữa cuộc chiến đấu một mất một còn với căn bệnh hiểm nghèo *sarcoma cancer*, hoàn toàn có thể hiểu được nếu có không ít các tác phẩm trong chuyên đề nhắc đến sự kiện này cùng với những khích lệ ân cần và lời chúc tốt đẹp nhất đến ông. Văn chương là ngôn ngữ chọn lựa của tình cảm, và những chia xẻ, những biểu lộ tình cảm giữa bạn văn chương là điều đương nhiên và cần thiết. Tuy nhiên, chính là Nguyễn Xuân Hoàng, tiểu thuyết gia, giáo sư triết, tổng thư ký tòa soạn/chủ bút tạp chí Văn qua nhiều thời kỳ, tổng thư ký nhật báo Người Việt ở Hải ngoại, một gã vô tích sự, thích lang thang trên mây hay ở café Starbucks và tác phẩm, công trình của ông trong mắt của các nhà phê bình, và

Nguyễn Xuân Hoàng và gia đình tạp chí Da Màu
(Nguyễn Xuân Hoàng, Lê Đình Nhất Lang, Đặng Thơ Thơ, Lưu Diệu Vân,
Đỗ Lê Anh Đào, Phùng Nguyễn, Trịnh Y Thư, Lê An Thế)

trên hết, của độc giả mới là điểm nhắm của chuyên đề này.

Ngoài các phần biên khảo, bút ký, và sáng tác thơ văn, chuyên đề Nguyễn Xuân Hoàng còn trình bày một số hình ảnh, chân dung, và thủ bút của nhà văn Nguyễn Xuân Hoàng do bạn hữu của ông gởi đến. Đây là những kỷ vật quý giá, và chỉ có thể trở nên quý giá hơn cùng với thời gian.

Với những giới hạn nhất định về mặt thời gian cũng như nhân sự trong khi thực hiện chuyên đề, tạp chí Da Màu vẫn hy vọng gởi đến bạn đọc một chân dung tương đối trung thực của nhà văn Nguyễn Xuân Hoàng. Bức chân dung được làm nên bởi những tác phẩm gởi đến từ những người, không nhiều thì ít, đã tác động lên hoặc/và được tác động bởi tác phẩm, tư tưởng, hoặc tình cảm của nhà văn Nguyễn Xuân Hoàng.

Trân trọng,

Ban Biên Tập Da Màu

Phần I
Nguyễn Xuân Hoàng

Nhà văn Nguyễn Xuân Hoàng sinh ngày 7 tháng 7 năm 1937 tại Nha Trang (Khánh Hòa).

- Theo học trường trung học Võ Tánh (Nha Trang) và Petrus Ký (Sài Gòn).
- Tốt nghiệp Đại học Sư phạm Đà Lạt, khoa Triết (1958-1961)
- Giáo sư Triết tại các trường trung học Ngô Quyền ở Biên Hoà (1961-1962) và Pétrus Ký ở Sài Gòn (1962-1975).
- Tổng thư ký tòa soạn tạp chí Văn ở Sài Gòn (1972-1974).
- Năm 1984, rời Việt Nam – định cư ở Hoa Kỳ từ 1985
- Năm 1986-1997, tổng thư ký báo Người Việt Daily News (California).
- Năm 1989- 1994, kiêm tổng thư ký tạp chí Thế kỷ 21 (thuộc công ty Người Việt).
- Năm 1994 – 1996, thuộc ban biên tập tạp chí Văn Học.
- Tháng 9 năm 1996, chủ nhiệm kiêm chủ bút tạp chí Văn do Mai Thảo bàn giao Tổng thư ký báo Việt Mercury trực thuộc nhật báo San Jose Mercury News của Hoa Kỳ từ tháng 11 năm 1998 đến tháng 11 năm 2005.
- Chủ bút tuần báo Việt Tribune 2006 – 2010.
- Ngoài ra, ông cũng từng là giảng viên (lecturer) giảng dạy môn Văn học Việt Nam đương đại tại Đại học California-Berkeley.
- Tác phẩm đã xuất bản:
  Tập truyện ngắn:
  Mù sương (1966)
  Sinh nhật (1968)
  Truyện dài:
  Bụi và rác (1996)
  Khu rừng hực lửa (1972)
  Kẻ tà đạo (1973)

Người đi trên mây (1987)
Sa mạc (1989)
Các thể loại khác:
Ý nghĩ trên cỏ (tiểu luận, 1971)
Bất cứ lúc nào, bất cứ ở đâu (tùy bút, 1974)
Căn nhà ngói đỏ (tạp ghi, 1989)
Tác phẩm chưa xuất bản:
Lửa (truyện dài)
Ai cũng cần phải có một bà mẹ (tùy bút)
Sổ tay

Barbara

Nguyễn Xuân Hoàng

Rappelle – toi Barbara
Il pleuvait sans cesse sur Brest ce jour – là
Et tu marchais souriante
Epanouie ravie ruisselante
Sous la pluie...
Rappelle – toi Rappelle – toi
quand même ce jour – là
N'oublié pas
Un homme sous un porche s'abritait
Et il a crié ton nom
Barbara
...
Jacques Prévert (Paroles)

Khi chiếc xe màu xanh vừa phóng qua mặt đường làm bắn tung nước lên áo anh cùng với tiếng cười nhọn và khô, anh chợt có cảm tưởng hạnh phúc của chính mình cũng đã bị ướt ngoi như một người đi dưới cơn mưa tầm tã.

Em có còn nhớ tảng đá xanh dưới chân cầu bắc qua sông Potomac, nơi mình đã ngồi nhìn dòng nước chảy vào một chiều mùa hè, khi xe chúng ta bị hỏng ở bức tường

Cựu Chiến Binh Việt Nam trên đại lộ Constitution? Bây giờ chắc nơi đó con sông đã đóng băng và những chú chim, chẳng biết tên là gì, có lẽ đang đi nhởn nhơ trên mặt nước đã đông cứng? Có bao giờ, từ sở về mỗi chiều, em tấp vào con đường Hai Mươi Mốt, thả bộ qua sân cỏ, nơi các học sinh Mỹ chơi trò đá bóng, đến ngồi ở tảng đá kia nghe lại hơi thở điên cuồng của hai con người sau hơn mười năm trời mới gặp lại nhau?

Buổi sáng thức dậy, trước khi đi làm, em có phải lội tuyết ra sân, áo khoác, khăn quàng cổ, nón len, găng tay và một bình nước sôi đổ vào ổ khóa cửa xe đã bị đóng đá, cho máy nổ và chờ mọi thứ "tan ra", defrost. Những chiều trên "xa lộ vòng đai" từ Hoa Thịnh Đốn trở về, xe em có bị nghẽn ở đường vào ngã Backlick? Và Cánh Đồng Mùa Xuân, Springfield, thành phố của em, đã ngập chưa cái màu trắng lạnh lùng của ông thần Băng Giá?.

Hôm qua ở đầu dây điện thoại viễn liên, anh nghe tiếng em nói chuyện với các bạn đồng nghiệp, giọng nhẹ nhàng và trơn tru như một người dân bản xứ. Còn anh, cái thứ tiếng Mỹ "ăn đong", vừa nói vừa suy nghĩ, vừa ráp chữ, vừa tìm cách phát âm, giống như một người leo dốc với một cái bọc bự mang trên vai hì hà hì hục, mà chẳng giúp ai hiểu được mình nói gì. Nhưng cũng chẳng sao, anh đang sống giữa một cộng đồng Việt Nam, anh vẫn nói tiếng Việt y như hồi còn ở Sài gòn. Mặc dù căn nhà anh ở, một bên là gia đình Mỹ đen, một bên là dân Đại Hàn, phía trước là Mễ Tây Cơ, phía sau là Phi Luật Tân, anh vẫn cứ nói tiếng Việt như một người chưa hề ra khỏi đất nước. Có người bạn sống ở miền Đông Bắc trách anh sao chọn chi một chỗ ở như thế! Rồi con cái sẽ hư hết, sẽ học hành dốt nát, sẽ cao bồi du đãng, sẽ... Có thể tất cả những điều mà người bạn ấy nói đều đúng, nhưng... khi người ta đã mất quê hương thì nơi nào trên trái đất này còn có được

16

chút màu sắc, mùi vị, văn hóa dân tộc mà chẳng lôi cuốn người ta. Anh đâu phải là một người kén cá chọn canh. Phải không?

Một người Pháp hay một người Đức, nói chung là một người Âu Châu, khi đến Mỹ họ đã có ngay một mẫu số chung là màu da và màu tóc, là chiều cao và sức nặng, là vóc dáng và tổ tiên trước của họ. Họ chỉ còn có cái trở ngại duy nhứt là ngôn ngữ. Bức tường ấy tuy vậy mà cũng không phải là khó leo. Còn chúng ta, những người Á Châu da vàng mũi tẹt, chiều cao thì khiêm tốn, sức nặng thì nhẹ nhàng, tóc đen nhánh, mắt nâu buồn... Chúng ta xa lạ biết bao với người bản xứ. Chúng ta có cố gắng lắm cũng chỉ là một thứ dân thiểu số nói tiếng Mỹ. Chúng ta là những người Mỹ nói rất ít tiếng Mỹ. Rồi ra con cái chúng ta, và cả chúng ta nữa, sẽ là những công dân Mỹ, tất nhiên. Nhưng bao lâu nữa để chúng ta là một người Mỹ như Mỹ? Liệu trong ba bốn thế hệ sau, pha trộn nhiều đợt, chồng này vợ nọ, vợ đó chồng kia? Ba bốn thế hệ nữa, như giờ đây người Nhật hay người Trung Hoa, đã có người làm tới dân biểu, nghị sĩ, bộ trưởng, thống đốc, giáo sư, bác học... nhưng họ vẫn là người Á Châu trong mọi sinh hoạt riêng tư và công cộng. Trong phong tục họ muốn trở về nguồn. Trong phong thái họ muốn được đồng hóa với Mỹ. Tuy vậy không người Mỹ nào nói những người "thiểu số" kia là Mỹ, còn người đồng hương cũng chẳng ai gọi họ là người đồng hương. Phần chúng ta, lúc đó chúng ta sẽ giống dân tộc nào trong những sắc dân của đất nước hợp chủng này?

Ôi, sao anh nói chi với em những điều tầm ruồng như thế!

Anh biết là anh đang nhớ em, nhớ đôi mắt nâu cười cợt, nhớ chiếc cổ cao như người trong tranh Modigliani, nhớ những sợi tóc mai mềm. Những sợi vắn sợi dài, sợi nhớ sợi yêu, mà có lần em đã nói với anh rằng "lấy nhau chẳng đặng, thương hoài ngàn năm."

Giờ đây anh còn như nghe tiếng em nài nỉ anh giảm tốc độ khi xe bắt đầu vào xa lộ Hai Mươi Hai, chỗ rẽ của xa lộ Bốn Lẻ Năm.

Em có còn nhớ ngay tối hôm đó, khi chúng ta trở về Westminster, anh và em lại đến quán Nguyệt Cầm nghe tiếng hát khàn khàn giọng thổ của một người đàn bà mặc áo đen quyến rũ, và tiếng kèn não nuột của một người đàn ông trung niên. Ly cà phê đen của anh, ly sửa đậu nành của em, và sự tình của hai chúng ta! Ngọn đèn quá mờ không đủ sáng soi rõ khuôn mặt em, nhưng trí nhớ anh vẫn rực rỡ hình ảnh em. Ở đó, anh đã đốt liên tu hồ tận những điếu Pall Mall, và chôn vùi em trong một không gian ngập đầy thứ khói xám độc tố kia.

Hình như em đã khơi lại trong trí nhớ anh những ngày xưa Sàigòn, khi chúng ta vừa quen nhau. Lúc đó tình yêu ngọt ngào của chúng ta có cái gia vị đắng chua đậm đà của hơi lựu đạn cay. Đêm giới nghiêm đầu tiên của thành phố, chúng ta còn lái xe chạy trên đường Hiền Vương. Những quãng đường cấm đã bủa dây kẽm gai. Xe tuần tiểu đã vượt qua chúng mình khi hai đứa đang hôn nhau vội vàng cái hôn chia tay để sáng sớm hôm sau anh lại trở về đơn vị. Và những hàng me hai bên đường Gia Long đã làm chứng cho mối tình cuồng nhiệt của hai ta.

Không còn nữa, những bao cát làm ụ xây ở một góc ngã tư đường với những họng súng đen ngòm thò ra bốn phía. Cũng không còn nửa tiếng còi hụ khiếp hãi báo hiệu giờ giới nghiêm vào lúc nửa đêm. Chiếc xe hôm ấy đã ngừng ở một quán Snack Bar có tên là Ohio, thả em xuống góc đường Nguyễn Văn Giai – Phan Thanh Giản, và anh đã chạy bán sống chí chết trở về nhà, tốc độ của một chiếc xe

18

đưa chết người, và con đường vắng lạnh của chiến tranh sao đầy hình ảnh em.

Giờ đây, mười năm sau, gặp lại nhau giữa mùa đông trong thủ đô của một đất nước lớn nhất, giàu nhất, thanh bình nhất thế giới, chúng ta xa lạ biết là bao nhiêu?

Tại sao?

Khi chiếc xe vượt qua mặt anh, nước ở lề đường bắn tung lên, tiếng thoát ra cùng sức gió, anh đã nghĩ đến em. Đến em, với tiếng cười đổ vỡ. Đến em, với một mối tình không lối thoát. Đến em, với tất cả lo âu và sợ hãi.

Tại sao không phải là một người nào khác ngồi bên cạnh anh trong rạp chớp bóng Edwards ở South Coast Plaza? Những ngón tay chúng ta đan quyện vào nhau vì biết rằng chốc nữa đây phải rời xa. Có thể sẽ là mãi mãi. Sự im lặng đau đớn đã chế ngự chúng ta nặng nề đến nỗi mỗi đứa giành nhau nói những lời vô nghĩa. "Out of Africa", đó là một cuốn phim hay. Ở đoạn này em nói giống anh, ở đoạn kia em nói giống em. Và đoạn kết của cuốn phim là điều em ghét nhất. Em chê đạo diễn và chê cả người viết truyện phim. Anh thích khung cảnh hùng vĩ của núi rừng Phi Châu. Anh khoái âm nhạc và âm thanh của cuốn phim. Lúc đó em đã hỏi anh có còn nhớ cuốn phim L'Insoumis ngày anh nghỉ phép từ Ban Mê Thuột trở về. Và cả hai đã chui vào một rạp hát tồi tàn ở Chợ lớn? Tại sao nhân vật nữ, người luật sư lạnh lùng và lì lợm kia, có thể "phải lòng" người đàn ông đầy tội lỗi nọ ngay từ phút đầu gặp gỡ. Giữa ngã ba đường của một mối tình, hai người Pháp, một đàn ông, một đàn bà, yêu nhau trên đất Algérie và không ai biết sẽ phải quyết định như thế nào? Cũng như anh và em, hai người Việt trên đất Mỹ, chúng ta có biết quyết định gì đâu. Chúng ta như những chiếc lá trên mặt con sông vào mùa mưa lũ. "Thây kệ!"

Em bảo vậy! Nhưng đó đâu phải là cách suy nghĩ thật của em? Em, người của lề thói, của dư luận, của tường kín và cổng cao... Chúng ta yêu nhau hay không yêu nhau? Không ai trong chúng ta trả lời được một cách dứt dạt câu hỏi ngắn ngủi và tầm thường kia?

Em nói mười năm trời ấy đã ăn cắp hết của em tuổi trẻ và cả thời con gái. Mười năm trời ấy đã thổi đi mất của anh những bụi phấn thông vàng ảo tưởng mà một người đàn ông như anh không thể không có. Chúng ta đang đứng trên một bờ biển và đang bị những con sóng quên lãng táp mòn hòn đá ký ức còn tụ dưới hai bàn chân hiện tại. Cũng giống như những người lái xe trên xa lộ, chúng ta chỉ đi tới, đi tới mãi, với một tốc độ cao được qui định, "không thể nhanh, cũng không thể quay lại đột ngột khi thấy người quen chạy ngược chiều bên kia đường.

Ở Sàigòn hồi đó, em nhớ không, mỗi khi anh đến thăm em trong dịp về phép, anh đâu dám bước chân vào nhà em, mà cứ phải ngồi ở cái quán "cóc" bên kia đường, uống những ly cà phê đen và đốt liên tu những điếu thuốc Pall Mall ngọt ngào mùi nho khô. Và hình như đã có lúc em cho anh "ăn thịt thỏ" vì bố em hôm đó đã đổi ý định không đi trường đua Phú Thọ như em đã nói với anh. Và những trận mưa tàn bạo dội ướt cả cái quán cà phê vỉa hè khiến anh cứ phải nán chờ em trong cơn tức tối. Ly cà phê thì loãng tràn những giọt nước mưa từ tấm "bạt" nhà binh đổ xuống, nhưng ý nghĩ anh sao lúc nào cũng đậm đặc hình ảnh em. Cái quán cóc ấy, sau mười năm, trước ngày anh lên đường rời bỏ quê hương, vẫn còn như ngày nào, chỉ có hai điều thay đổi: người chủ đã vượt biên và quán cóc ngày một tàn tạ hơn thôi.

Em hỏi cuối tuần này anh đi chơi đâu? Xuống San Diego thăm Sea World hay lên San Francisco nhìn cầu Golden Gate một chuyến? Sòng bài Las Vegas nổi tiếng cũng nên đến đó coi chơi cho biết sự tình. Cám ơn em, chắc chắn thế nào rồi anh cũng sẽ đi nhưng lúc này thì chưa được. Mặc dù đất nước này nhiều nơi hùng vĩ, chỗ nào cũng đáng đi qua một lần trước khi nhắm mắt. Bởi vì những sáng tinh sương, khi cả thành phố còn ngái ngủ, anh đã phải đi bỏ báo cho tờ Times, những trưa làm công cho một ông chủ Việt Nam "xếp sòng" cắt cỏ. Em nói dưới đó nhiều thú vui, nhiều nơi giải trí, chắc là tuần nào anh cũng sẽ mất ngủ và mệt mỏi. Mất ngủ và mệt mỏi là cái chắc. Nhưng, không phải do nhảy nhót và hoang phí thời gian. Chính là sự không yên tĩnh của trái tim đã làm anh trở nên như thế. Em đừng giận nếu anh nói rằng không phải vì trung thành với em mà anh không tới đó, càng không phải vì lương bổng nhỏ nhoi mà anh xa lánh. Không, đó không phải là lý do. Anh không thích đến chỉ vì không thích đến. Thế thôi. Em nghĩ là anh quá bi quan chăng? Hay em sẽ nghĩ là anh mặc cảm về sự nghèo khó? Cách nào cũng được. Anh là người luôn luôn dị ứng với mọi thứ lố bịch.

Em có thể tin những gì anh nói không?

Em còn nhớ chăng ngày nào ở Sàigòn, anh chở em trên chiếc Lambretta màu bạc, lang thang trên những con đường đất đỏ trong làng đại học Thủ Đức? Có phải đó là con đường đẹp đẽ nhất trong những tháng ngày đẹp đẽ nhất của hai ta? Còn nỗi xót xa của chúng mình lúc đó để đâu. Chiến tranh ăn mòn da thịt quê hương ta, ám ảnh cả giấc ngủ anh và chen vào cuộc tình không một ngày hòa bình của chúng mình?

Khi chiếc xe màu xanh đi ngang qua vũng nước, bắn ướt áo anh, cả mặt mũi anh, anh chợt hiểu rằng tình yêu chúng ta chẳng qua cũng chỉ là một sự tình cờ. Tình cờ hai ta gặp nhau. Ở đâu? Hình như là lần đầu tiên em theo các bạn trong trường đi thăm "chiến sĩ tiền đồn" và anh, người trung đội trưởng ngang tàng đã ngã xuống cái ngã êm ái khi bị viên đạn đầu tiên của mắt em bắn cái nhìn xuyên tâm anh. Phải rồi, chỉ là tình cờ thôi, tình cờ khi cả hai ta cùng kẹt xe dưới chân cầu Kiệu (em tan trường về, anh trên đường nghỉ phép). Tình cờ khi đèn đỏ giữ chúng ta ở một ngã tư đường. Tình cờ như khi anh cầm tay em... Nhưng giờ đây, mười năm sau, cả sự tình cờ ấy cũng chẳng còn với chúng ta nữa.

Em có biết không, vào những ngày đầu tháng Năm, Bảy Lăm, khi cả Sài Gòn chìm trong một thứ âm thanh sôi sục hoảng loạn và đỏ thẫm một màu chết chóc, anh đã tìm đến em, nhưng em đã biệt tăm. Căn nhà vắng tanh, trống tuếch. Quán cà phê bên kia đường bỗng đông khách hơn xưa, nhưng tất cả những con người ngồi đó đều ngơ ngơ ngác ngác, chân trên mặt đất nhưng thần trí mãi tận nơi đâu. Anh cũng ngồi bon chen trên một chiếc ghế thấp giữa những người khách không quen nhưng rất gần gũi, bởi vì giờ đây tất cả đều cùng có một tên chung: "ngụy". Anh "lính ngụy" ngồi đây, nhưng em "ngụy" đã bỏ đi tự lúc nào? Bao giờ chúng ta mới gặp lại nhau? Em biết cho câu hỏi ấy cách đây mười năm là một câu hỏi rất khó trả lời. Anh đã hiên ngang bước vào nhà em, đã xô cánh cửa căn phòng riêng của em. Và anh đã thấy gì? Trên bàn học, tấm ảnh chụp em đứng trước sân trường với áo dài trắng, nón lá được tháo ra khỏi khung kính và anh đọc thấy hai câu thơ chép tay bằng tiếng Việt, mà hình như em đã ghi là của Byron, anh không còn nhớ.

... Xin chia tay, và nếu là mãi mãi thêm một lần xin mãi mãi chia tay...

Có đúng là nhà thơ Byron viết như thế không? Có thể không phải là như thế. Cũng chẳng sao. Anh cần đọc lời nhắn gửi của em, chớ anh đâu cần sự chính xác của nguyên tác. Và anh tự hiểu là tấm ảnh ấy em đã viết cho anh, những dòng chữ kia là lời nhắn nhủ anh. Và em đã ký là Barbara. Phải, là Barbara và chỉ có riêng hai chúng ta mới hiểu được qui ước này. Qui ước ấy nay anh vẫn còn giữ, và chắc là em hiểu tại sao, phải không?

Đó là ngày đầu tiên anh quen em và em đã chép gửi tặng anh bài thơ của Jacques Prevert. Một bài thơ dài không dấu phẩy, chỉ có dấu chấm sau cùng. Một bài thơ mà anh sẽ phải nhớ mãi và anh đã nhớ mãi! Bởi vì nó rất gần với chúng ta, em đã nói vậy, phải không?

... Oh Barbara Quelle connerie la guerre
Qu'es tu devenue maintenant
Sous cette pluie de fer
De feu d'acier de sang
Et celui qui te serrait dans ses bras
Amoureusement
Est il mort disparu ou bien encore vivant
Oh Barbara...

Em thấy chưa, đầu óc anh vẫn còn tỉnh táo chán, phải không?

Barbara, giờ này em đang làm gì?

Barbara, em có biết là cả thành phố đã bị sụp xuống trong lừa dối và sự ra đi của em đã nhận chìm anh trong đống tro tàn của những trối trăn? Anh đã ngồi trong căn phòng em rất lâu, thật lâu. Anh đã nằm trên chiếc giường đầy hơi hướm em và tưởng chừng như đang đắp lên người tấm thân nồng ấm của em; đã đốt những điếu Pall Mall dư thừa trong túi áo; đã uống đến say mềm những chai rượu của bố em còn để lại trong tủ kính; đã kéo tung tất cả hộc bàn của em ra để tìm xem biết đâu... may ra... có dòng chữ nào khác em gởi cho anh.

Không có chi hết ngoài sự bừa bộn em đã vứt lại. Chắc là em quá vội vã trước giờ ra đi nên không thể làm cách nào khác.

Barbara, kể từ giờ phút ấy đến lúc gặp lại em là mười năm. Thời gian ấy ngắn hay dài của một đời người? Nó đã uống cạn chưa trong anh cốc rượu nồng nàn của một người đàn ông tràn đầy sinh lực? Nó đã làm phai tàn chưa trong em tình yêu cuồng tín của một thiếu nữ vừa mới lớn? Những câu hỏi ấy theo đuổi anh, đến bao giờ mới chịu buông tha?

Khi chiếc xe màu xanh chạy vụt qua, cán nát quả cà chua trên mặt đường, anh cảm thấy hạnh phúc mình cũng đã tan nát đập vỡ. Anh nhớ chiếc Porsche thể thao của em. Xe hai chỗ ngồi, dàn máy radio cassette tối tân, ống thuốc an thần trong hộc, lọ nước hoa Yves Saint Laurent mùi chanh tươi bên một cái giũa móng tay đặt dưới cần sang số....

Em hỏi chiếc xe "thổ tả" Datsun của anh đã vất ra nghĩa địa chưa, và em đã hôn anh tức thì để mắng một câu trấn áp kỳ quái "Đồ ngu, đừng giận em, trời ạ! Em yêu anh!" Em nói chúng ta không cần dư luận và cũng lại chính em, em luôn luôn nói chúng ta nên tránh con đường này, nên né cái quán ăn kia.

Em là khu rừng của những cây cao su mâu thuẫn.

Em có còn nhớ tối hôm nào hai chúng ta uống ly expresso bên vỉa hè của Newport Beach? Trời mùa hè nóng, nhưng đêm ở Newport Beach sao mà lạnh như mùa đông. Bên kia bàn hai người nói tiếng Tây Ban Nha đang hôn nhau và em hỏi tại sao ta không thể làm như họ. Rồi khi anh ôm và hôn em, em bảo "Đừng! Đừng anh!" Không! Có lẽ chúng ta không yêu nhau, chẳng qua chúng ta yêu cái hạnh phúc mong manh của mỗi chúng ta. Chúng ta chỉ là những người thợ săn vụng về bắn những viên đạn bộc phá vu vơ vào một con vật vô hình trong khu rừng lạ vào đêm ba mươi.

Khi anh lái xe trở về, trên con đường mang tên Tình Cờ, anh đã vượt qua đèn đỏ ở ngã tư Euclid, và anh đã lãnh một cái giấy phạt. Không, Hazard không chỉ có nghĩa là Tình Cờ, nó còn là May Rủi, là Nguy Hiểm. Có phải vì anh đã không chịu hiểu hai nghĩa sau của chữ Hazard mà anh bị cái ticket chăng? Ôi, vi phạm luật lệ lưu thông ở Mỹ là một điều thường như ăn cơm bữa, như tình yêu của chúng ta. Phải không? Người ta nói ở xứ này có hai điều đáng sợ, đó là cảnh sát và thuế vụ. Đúng. Nhưng theo anh, còn một cái đáng sợ hơn nữa đó là sự vô tình của con người. Ôi, sao con người ta lại có thể lạnh tanh, lạnh lùng, lạnh lẽo, lạnh căm đến như thế!

Chắc em không còn nhớ cái đêm trên Thủ Đức, chúng ta đi quanh trong bóng tối ở ngã tư để tìm một quán nước mua cho em chai soda. Chai soda? Em còn nhớ không? Lần đầu tiên anh biết có một thứ thuốc trị bệnh nôn mửa là soda. Chuyến dạo chơi phải chấm dứt vì em quá mệt mỏi. Em đã ngã trên tay anh suốt dọc đường về và tay lái anh đã bị chao đi khi chúng ta qua xưởng xi măng Hà Tiên. Chúng ta đã thoát được cái chết trong đường tơ kẽ tóc, nhưng em có biết gì đâu. Nếu lúc ấy anh không giữ được tay lái và giả sử như xe bị mất đà tông vào một chiếc xe "be" chở gỗ từ Bù Gia Mập về, có lẽ chúng ta đã chết bằng hai cái chết khác nhau. Em chết mà không biết là mình đang chết. Còn anh, cái chết được nhìn thấy như một tia chớp trước khi cả bầu trời tối sầm lại. Anh chờ đợi thần chết và chờ đợi lưỡi hái của nó. Ôi ghê gớm biết là chừng nào giữa cái sống và cái chết, giữa cái ánh sáng mong manh sắp tắt và cái bóng tối rộng lớn như thiên la địa võng chụp phủ xuống anh trong giây phút định mệnh kia!

Barbara, đã mười năm qua rồi, người sĩ quan "trẻ tuổi và ngang tàng" của em, kẻ thoát chết trên trận Đông Hà, kẻ vượt qua được con đường hãi hùng số Bảy, kẻ vội vã chen nhau đi trên một chuyến bay có xác người nằm dưới bánh phi cơ, đã tìm đủ mọi cách để trở về với em và rốt cuộc chỉ nhìn thấy căn phòng trống trơn, với tấm ảnh đã tháo ra khỏi khung, hai câu thơ từ biệt và một cuộn băng cassette chỉ thu có mỗi bài Sombre Dimanche.

Barbara, nơi trú ngụ sau cùng của anh là em, nhưng sau khi anh hay qua đại lộ kinh hoàng của một cuộc chiếc tàn bạo, con thuyền trú ngụ ấy đã nhổ neo.

Barbara, tám năm trong các nhà giam dạy anh một điều là hãy yêu cuộc sống một cách mãnh liệt hơn cuộc sống vốn có. Hãy nhìn mọi sự bằng con mắt của lòng tha thứ và bao dung. Hãy cao hơn kẻ thù ta, phải luôn luôn cao hơn cả kẻ đã làm ta đau khổ. Hãy tôn trọng phẩm giá con người.

Có một nơi chứa đầy mâu thuẫn, đó là trái tim của chúng ta. Bởi vì trái đất này là một nơi chốn lạnh lẽo, và chúng ta yêu nhau là một cách làm cho trái đất ấm lên. Phải không?

Springfield 1986 – Santa Ana 1987

Barbara *(English version)*

Nguyễn Xuân Hoàng

Chuyển ngữ:
Bac Hoai Tran & Courtney Noris

Rappelle-toi Barbara
Il pleuvait sans cesse sur Brest ce jour-là
Et tu marchais souriante
Epanouie ravie ruisselante
Sous la pluie...
Rappelle-toi Rappelle-toi
quand même ce jour-la
N'oublie pas
un homme sous un porche s'abritait
Et il a crie ton nom Barbara
...
Jacques Prévert 1

When the blue car drove through the street puddle, my shirt was splashed with water and it evoked a memory of your laugh, sharp and dry. All at once I felt as if our happiness had too been doused like a person walking in a torrential rain.

Do you still remember when our car broke down near the Vietnam Veterans' wall on Constitution Avenue on that summer afternoon, and we sat on a green rock at the foot of the bridge spanning the Potomac River, watching the current? Perhaps the river has iced over by now and the birds — I don't know what they're called — perhaps they're waddling around on the icy surface? Have you ever pulled over on 21st Street on your way home from work one evening, strolled on the lawn where American high school students play soccer, and gone to sit on the rock where you might hear once again the frenzied breathing of two people meeting for the first time in more than ten years? When you wake up in the morning, do you have to wade through the snow in the front yard, with your jacket, your scarf, your knit cap, your gloves and a thermos of boiling water to pour over the frozen lock on the car door, and then turn on the ignition key and wait for everything to defrost before you can go to work? Coming home from Washington on the beltway in the evening, do you still run into traffic jams when you turn onto the street in the direction of Backlick Park? And Springfield, your town, has it been covered under the cold white of the God of Winter?

Yesterday, at the other end of a long distance call, I heard you talk with your co-workers, your voice soft and fluent like a native speaker. And me, with my spotty English, always having to think before I speak, stringing words together while grappling with my pronunciation, like a person struggling up a slope hauling a big bag over his shoulder, not being able to make myself understood. But it doesn't matter, because I'm living in the middle of a Vietnamese community and I still speak Vietnamese exactly like I used to do back in Saigon. I still speak Vietnamese like a person who has never left the country, even though a black family lives on one side of my house, a Korean on the other, a Mexican in front and a Filipino at the back. A friend of mine who lives in the northeast chides me for choosing such a house! He warns me that my children will all become delinquents, failing school, and joining gangs...Perhaps everything he's said is right, but...for people who have lost their homeland, any place that still has a little color, a little taste, a little culture is appealing enough. I'm not a picky person. Right?

A French or a German person, or generally speaking, any European, comes to America already having a common denominator — the same skin color, same hair color, same height and same weight, same build and same ancestors. They only have one last barrier, language. But this isn't that difficult to overcome. As for us Asians, with yellow skin and flat noses, a humble height, slight build, hair pitch black, eyes a sad brown...We are total strangers to natives here. No matter how hard we try, we're still a minority group speaking English. We're Americans, but ones who speak very little English. Our children and even we our selves will become American citizens, of course. But how much longer will it take for us to become Americans like others? Could it be after three or four generations, mixing up many times, this husband marrying that wife? Three or four generations, like the Japanese or the Chinese are now, with some of them becoming members of Congress, cabinet secretaries, governors, professors, scientists...but they're still Asians in public and private. In traditions, they want to go back to their roots. In manners, they want to be assimilated with Americans. In spite of that, no American says that these minorities are American, and back home, no one calls them compatriots any more.

As for us, when that time comes, what ethnic group will we resemble most in this multiracial country?

Oh, why do I say these silly things to you! I know that I miss you, I miss your smiling brown eyes, I miss your long neck, like a figure in a painting by Modigliani , I miss the soft hair on your temples. The long strands, the short strands. That, I miss and love. Once you said to me "if we can't get married, we'll still love each other for thousands of years." (footnote here)

Right now it's as if I can still hear you begging me to slow down as I steered the car onto the exit ramp from interstate 405 onto highway 22.

Do you still remember that very night when we returned to Westminster? You and I had stopped at Nguyet Cam coffee shop and listened to the throaty voice of an attractive woman in black and the sound of a melancholy saxophone played by a middle-aged man. My black coffee, your soymilk, and our situation! The light was too dim to light up your face but my memory is still full of your shining image. I had chain-smoked Pall Malls in that coffee shop, burying you in that space filled with toxic gray smoke.

I suppose you had stirred up the memory of those days in Saigon when we had just gotten to know one another. Then, our sweet love was spiced with the bittersweet taste of tear gas canisters. When the first night of city curfew went into effect, we had been out driving on Hien Vuong Street. The streets that were off-limits had been blocked with barbed wire. A patrol jeep had driven past us while we were hurriedly kissing each other goodbye, since early the next morning I would have to go back to my unit. The tamarind trees lining both sides of Gia Long Street had been a witness to our passionate love.

Everything is gone, the sandbags stacked in a pile on the corner of an intersection, with black muzzles sticking out in all four directions. Also gone is the terrifying siren announcing the midnight curfew. That night I had stopped the car at a snack bar by the name of Ohio, letting you off at the corner of Nguyen Van Gian and Phan Thanh Gian. I drove home like mad speeding like a reckless racecar, and the deserted streets of war were filled with your image.

Now, ten years later, seeing each other again in winter, in the capital of the largest, wealthiest, most peaceful country in the world, how far we are from each other!

Why?

2

When the car zoomed by, the water in the gutter splashed up and the sound of your laughter escaped with a gust of the wind, making me think you. About you, and the sound of broken laughter. You, with our hopeless love . About you, with all the worries and fears.

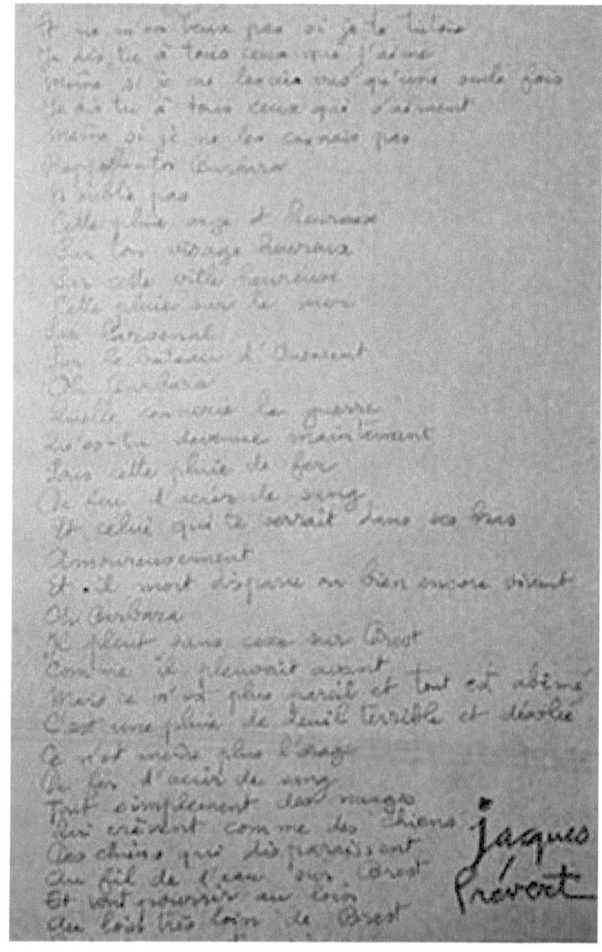

Barbara by Jacques Prevert (Nguyễn Xuân Hoàng's autograph)

Why couldn't it have been someone else sitting next to me in the Edwards movie theater in South Coast Plaza? Our fingers intertwined because we knew that in a few moments we would have to say goodbye, perhaps forever. The painful silence oppressed us, making us each try to utter words that were meaningless. "Out of Africa"–

it was a good movie. At one point, you agreed with me, but as the movie went on you formed your own opinion. The ending of the movie was the thing you hated most. You criticized the director as well as the screenwriter. I loved the magnificent scenery of African mountains and forests, and enjoyed the movie's music and sound. Once, you asked me if I still remembered the move "L'Insoumis" which we had seen the day I was on leave from Ban Me Thuot and we had gone into a dilapidated old movie theater in Cholon. How could the heroine, a cold and obstinate lawyer, have fallen in love with such a sinful man at first sight? At a fork in their love affair, the man and woman, two French who had loved each other in Algeria, hadn't known what decision they would have to make. Just like you and me, two Vietnamese in America, we didn't know what decision to make. We were like leaves on the surface of a river in the flood season. "Let it be!" You said so! But that wasn't your real thought, was it? You, who bows to tradition, public opinion, living behind high walls and locked gates...Did we love each other, or not? Neither of us could answer that short and routine question with any certainty.

You said that those ten years had stolen all of your youth, your girlhood. Those ten years had blown away the yellow pine pollen of illusions that a man like me couldn't be without. We were standing on a beach and the waves of forgetfulness were eroding the rock of memory that stood at the feet of the present. Just like drivers on a freeway, we could only move forward, move forward forever, at a high speed that had been pre-determined. We could neither move faster nor slower, able to get off at the next exit, but unable to make a sudden u-turn upon seeing an acquaintance driving in the opposite direction on the other side of the freeway.

Do you remember Saigon in those days, when I came to visit you while on leave, not daring to step into your house? Instead I would sit in that cheap coffeehouse across the street, drinking black coffee and smoking raisin-scented Pall Malls down to their filters. And it seems to me that once you stood me up because that day your father had changed his mind and didn't go to the racetrack as you had said. A fierce rain had soaked the sidewalk coffeehouse and left me waiting in anger. My coffee had become watered down with raindrops dripping from the military tarp, but my thoughts were always filled with your image. The day before I left our homeland ten years later, that coffeehouse was still as it had been in those days, with only two differences: the owner had fled the country and the coffeehouse had grown even more dilapidated.

You asked me where I was going this weekend? Down to San Diego to visit Sea World, or up to San Francisco to see the Golden Gate Bridge? And the famous Las Vegas casinos, you said we should go there just to look at them. Thank you, for surely one day I will go, but right now it isn't possible, even though this country has many magnificent places and any one of them is worth a visit before we die. It's because very early in the morning, when the entire city hasn't quite awakened, I have to deliver the Times and in the afternoons I work for a big-name Vietnamese boss cutting grass. You said that out here, there were so many fun things to do, so much entertainment, that perhaps every weekend I would lose sleep and be tired. Sure, I lose sleep and am tired. But it isn't from dancing and squandering my time. The disquiet of my heart has made me like that. Please don't be angry with me if I fail to say that I don't go to those places because I'm faithful to you, or that I avoid them

34

because of my modest wages. No, that isn't the reason. I don't go to those places because I don't want to. That's all. Do you think I'm too pessimistic? Or do you think that I suffer from a sense of inferiority because of my poverty? Either way. I've always been a person allergic to everything that is snobbish.

Can you believe what I'm saying?

Do you still remember those days in Saigon, when I took you on the silver Lambretta, round and round on the red dirt roads in the university village Thu Duc? Weren't they the most beautiful roads, the most beautiful days for both of us? Where did we leave our sadness in those moments? The war ate away the flesh of our homeland, invading even my sleep and interfering with our love that had never known a day of peace.

3

When the blue car went through the puddle, splashing water onto my shirt, even my face, I suddenly realized that our love was also serendipitous. We had met by chance. Where, do you remember? It seems to me that the first time we met, you had gone with your schoolmates to visit the soldiers at an outpost and I was the swaggering platoon leader who had fallen softly when hit by the bullets of your eyes piercing my heart. That's right, it was only by chance that the two of us got stuck in a traffic jam at the foot of Kieu Bridge (you on the way home from school, and me on leave). When the red light kept us at the intersection by chance...But now, ten years later, that serendipity is no longer with us. Do you know, during the first days of May 1975, when all of

Saigon was enveloped in the sound of a city gripped in its death throes, I had come to find you, but you had disappeared without a trace. The house was deserted, empty. The coffeehouse across the street suddenly had more patrons than ever, but everyone who sat there looked dazed, with their feet on the ground, but minds, who knows where. I squeezed myself in too and sat on one of the low stools among all the strangers to whom I nonetheless felt close because now we all had a common name: "puppets". The "puppet solider" was sitting here, but his "puppet" girlfriend had left, god knows when. When would we meet again? You should know that ten years ago, it was a difficult question to answer. I had boldly entered your house, pushed open the door to your room. What did I see? On your desk was a picture of you standing on the school grounds in a white ao dai, a conical hat. It had been taken out of the frame and I found two lines of a poem written by hand in Vietnamese, which seemed to have been written by you, maybe of Byron? I don't remember.

...Farewell, and if it's forever once again, farewell forever...

Is it true that the poet Byron had written those lines? Probably they aren't his. But it doesn't matter. All I needed was to get your message, and I didn't care whether it was true to the original. And I understood that you had written those lines on the picture for me and those words carried your message to me. And you had signed your name as Barbara. Yes, it was Barbara and only the two of us understood this code. I'm still keeping it now, and perhaps you understand why, don't you?

*

36

The first day I got to know you, you had copied a poem by Jacques Prevert to give to me. It was a long poem without a comma, only a period at the end. It was a poem that I would have to remember forever and I have! Because it's so intimate to us, that's what you said, am I right?

...Oh Barbara Quelle connierie la guerre Qu'es tu devenue maintenant Sous cette pluie de fer De feu d'acier de sang Et celui qui te serrait dans ses bras Amoureusement Est il mort dispaur ou bien encore vivant Oh Barbara...

You see, my mind is still lucid, right? Barbara, what are you doing at this moment?

Barbara, did you know that the whole city had collapsed in deception and your departure had sunk me in the ashes of those parting words before death? I sat in your room for a long time, a long, long time. I had lain on the bed still full of your scent and felt as if I was covering myself with your passionate, warm body. I smoked the leftover Pall Malls from my pocket, and had consumed the bottles your father had left in the glass case until I was dead drunk. I pulled out all of the drawers of your desk in order to search for who knows what...if I was lucky enough...some more lines that you had written for me.

There was nothing else, save the mess that you had left behind. Perhaps you had been in such a hurry before your departure that you couldn't do anything else.

Barbara, from that moment until the moment I saw you again, ten years had passed. Was that period of time short or long in a person's life? Had it drunk up the cup of passion in me, a person who had been full of vitality? Had it caused the passionate love in you, a girl who had just matured, to fade away? When will those questions that have plagued me loosen their grip?

4

When the blue car zoomed past, squashing a tomato on the street, I felt as if our happiness had also been squashed. I remember your Porsche. It was a two-seater, with a modern radio cassette player, a vial of tranquilizers in the glove compartment, and placed beneath the stick shift, next to a nail file, a bottle of Yves Saint Laurent perfume with the smell of fresh lemon...

You asked me whether I had sent my Datsun to the junkyard yet, and immediately you kissed me, so you wouldn't have to scold me. "Stupid, don't be mad at me, good heavens! I love you!" You said we should ignore what people thought, even though it was always you who said that we should avoid this street or that restaurant.

You are an entanglement of contradictions.

Do you still remember the night when the two of us drank expresso on the sidewalk of Newport Beach? The summer weather was hot, but that night in Newport Beach was as cold as wintertime. On the other side of the table, two Spanish-speaking Americans were kissing each other and you asked me why we couldn't act like them. But when I hugged and kissed you, you said "Don't, please don't." No! Perhaps we don't love each other. Perhaps we only love our fragile happiness. We are only clumsy hunters, shooting blindly at an invisible animal in a strange forest on the last night of the lunar month.

5

When I drove back on the street named Hazard, I ran a red light at the intersection of Euclid, and I got a ticket. No, Hazard doesn't just mean 'by chance,' it also means risk, danger. Is it because I had refused to understand the second and third meanings of the word hazard that I got a ticket? Oh, breaking the traffic laws in America is quite ordinary, like our love. Am I right? People say in this country, there are two frightening things, the police and taxes. Right. But in my opinion, there is something much more frightening, and that is our indifference. Oh, how can people be so unfeeling, so insensitive, so apathetic, so dispassionate?

Perhaps you no longer remember that night at Thu Duc. We had walked around in the dark at an intersection to look for a drink shop to buy a soda for you. Soda? Do you remember? It was the first time I learned that a treatment for nausea was soda. Our outing had to come to an end because you were so tired. You had leaned on my arm all the way home and the steering wheel had lurched when we went by the Ha Tien cement factory. We had escaped death by a hair's breadth, but you knew nothing. If at that moment I had lost control of the wheel, suppose that the car would have lost its momentum and plowed into a truck carrying timber from Bu Gia Map. Perhaps we would have died two different deaths. You would have died without knowing it. And me, I would have glimpsed death like a flash before the whole sky became pitch dark. I waited for the grim reaper and his scythe. Oh, how terrifying it was between life and death, between the fragile light about to go out and the darkness like an immense net thrown over me in that fateful moment!

Barbara, ten years have passed, your "young and swaggering" army officer—the one who had escaped death on the battlefield of Dong Ha, the one who had gone through life on terrifying Highway Number Seven, the one who had jostled onto a flight that had corpses lying beneath the plane wheels, the one who had tried every way in order to come back to you—in the end only saw the empty room with a picture taken out of the frame, two farewell lines and a cassette tape with the song Sombre Dimanche on it.

Barbara, you were my last refuge, but after I had flown by the highway of horror in a brutal war, that refuge of a boat had pulled up its anchor.

Barbara, eight years in the prison cells have taught me one thing, and that is to love life more fiercely than what life can offer. That we should look at everything through the eyes of a forgiving and charitable heart. That we should be bigger than our enemy, always bigger than even those who have made us suffer. That we should respect human dignity.

6

There is a place filled with contradictions, and that is our hearts. Barbara, I love you so much, but isn't it time for us to say farewell to each other?

Bất Cứ Lúc Nào, Bất Cứ Ở Đâu

Nguyễn Xuân Hoàng

Em đừng hỏi giờ này tôi đang làm gì và đang ở đâu. Lúc này đây, khi viết những giòng chữ này cho em, tôi đang ngồi trong tòa soạn của một tạp chí nằm trên con đường Phạm Ngũ Lão. Con đường ấy, khá nhiều nhà in, nhà báo, nhà phát hành, chắc em đã biết, là một con đường nhỏ, đầy bụi và nhiều xe. Trên bàn làm việc của tôi hiện có một lá thư của "nhà-làm-kịch-không-bao-giờ-dựng-kịch" gửi cho tôi, nhưng tôi không hiểu gì cả. Có lẽ ông ta lầm tôi với một người nào khác có một cái tên tương tự. Những cái tên tương tự! Có bao nhiêu cái tên tương tự như tên của tôi, và tên của em trong cõi đời này. Và em, Vy của tôi, tên em phải viết i ngắn hay y dài? Và tại sao phải là y dài mà không là i ngắn?

Lúc viết những giòng này cho em, những người thợ sắp chữ vừa vỗ bản in truyện ngắn của tác giả Rừng Mắm đặt trên bàn tôi, cây quạt trần đang xoay theo một tốc độ chậm nhất, và mưa rơi ngoài kia. Mưa ào ạt như tiếng kêu thất thanh của một người bị săn đuổi, chờ chết.Tại sao lúc nào tôi cũng thích nhìn những trận mưa thúi trời thúi đất. Mưa điên cuồng, man dại; mưa ập xuống như cái thúng chụp không thương tiếc ngậm ngùi...

41

Thế còn em, nơi em ở hiện giờ trời đang có mưa không? Những trận mưa đầu mùa nắng là những dòng nước được đợi chờ. Mưa luôn luôn làm tôi nhớ em. Nhớ những hôm nào em ngồi sau chiếc xe lambretta màu bạc của tôi. Hơi thở tình yêu của em đã thổi ấm xuyên suốt lưng tôi, hâm nóng một trái tim tưởng chừng đã nguội lạnh, thổi bay đi những đám mây buồn bã từ bấy lâu nay vẫn ám mãi xuống đời tôi. Ôi những trận mưa hân hoan tầm tã; mưa biển mưa rừng, mưa cao nguyên, mưa đồng bằng. Mưa chảy trong tôi tình yêu muộn màng, mưa xối trong em tình yêu vừa mới lớn. Những giọt nước mưa hy vọng đang ướt sũng cuộc đời chúng ta.

Bữa qua có tin từ mặt trận về cho hay chiến trường miền Trung đang hồi ác liệt, một bạn tôi vừa mất xác. Sáng nay trên cao nguyên báo xuống, một người bạn khác nữa của tôi mới vừa tử trận. Những tin tức ấy đã làm tôi chảy nước mắt. Bao nhiêu người ở tuổi tôi đang đối mặt với cái chết, tại sao tôi vẫn ngồi đây yên ổn. Và tại sao tình yêu của chúng ta? Có phải tôi là một người may mắn bất hạnh. May mắn mà sống sót, nhưng bất hạnh thay chưa sống đủ kiếp người.

Có phải là một điều nhảm nhí không khi ta nói đến tình yêu trong một thời đại mà người ta chỉ đề cập đến sự chết. Tôi vẫn nghĩ rằng con người càng đến gần với tình yêu chính là tiến gần đến cái chết. Yêu là chết. Và trước cái chết, người ta bao giờ cũng ham muốn sự sống. Và sự sống là gì nếu không là tình yêu? Ngụy biện quá, phải không?

Vy yêu, cho đến bây giờ tôi vẫn không thể nào mường tượng ra nổi nơi ăn chốn ở của em. Thành phố trên cao ấy đã một thời nhìn thấy tôi lớn lên, đã nghe tôi thở, đã thấy tôi yêu, đã chứng kiến những trận đòn thù trên Đồi Cù, đã dí tôi trong quán cà phê Huyền nửa đêm về sáng. Và giờ đây những dấu chân em in trên con đường đất đỏ dưới những cơn mưa tầm tã đang làm tôi thương nhớ em. Cánh cửa sổ từ căn phòng em ở mỗi sáng mở ra có thể nhìn thấy chăng đỉnh núi Langbiang? Quyển sách nào em đang đọc? Và tờ thư nào em đang viết dở cho tôi... Tôi đang nghĩ đến em, đến hơi thở em, khuôn mặt thần thánh em... Sẽ buồn biết bao nếu trí tưởng tôi không còn cái khả năng tưởng tượng ấy nữa, cái khả năng khiến cho đời sống tình cảm chúng ta giàu có hơn, màu sắc hơn...

Em có còn nhớ những quán nước quán ăn mà chúng ta đã đến: một chỗ sang trọng, một nơi tồi tàn; những cuốn phim ta đã cùng xem: đam mê, hung bạo, hay dịu dàng và thơ mộng; những khúc nhạc mà chúng ta đã từng nghe chung với nhau trong một tối nào: quyến rũ và lôi cuốn. Và hơi thở em tràn ngập trong lồng ngực tôi. Thân thể em trong vòng tay cuồng dại tôi.

Ừ, nhiều khi tôi ước phải chi chúng ta là cỏ cây hay loài vật, chúng ta sẽ yêu nhau như loài thú hoang giữa đất trời mà không sợ bóng dáng của Thần Tuyệt Vọng. Như loài thú, chúng ta rong chơi trong rừng, nằm dưới bóng mát của những tàn cây và ngủ an nhiên trên xác lá khô. Như cỏ cây ta không thèm mọc vội vàng. Ta lớn theo gió, và nắng và mưa sẽ làm ta rắn chắc hơn. Cái vòng tròn vàng óng buổi sáng sẽ đánh thức ta dậy, mặt trời đỏ hực buổi chiều sẽ gọi ta về, và trăng sao trên cao sẽ soi thấu tình yêu của chúng ta.

Vy yêu, bây giờ là mười giờ. Buổi sáng trong một tòa soạn báo. Tiếng máy chạy ì ầm. Những bản vỗ ướt mực và ướt nước. Cơn mưa đã dứt. Trời trong suốt và nắng đang thổi luồn những hơi thở nóng hổi trên thành phố tôi đang ở. Có lẽ những con đường rợp bóng cây mà chúng ta đã đi sau trận mưa lớn đã ngập nước, vòm cong của những tàn me cụm đầu dài đến cổng trường Saint-Paul còn óng ánh chút nước mưa đã rơi trên đầu chúng ta theo từng cơn gió nhẹ. Giờ đây, tôi không biết mình đang đốt đến điếu thuốc thứ mấy trong ngày nhưng tôi biết là tôi đang nghĩ đến em.

Vy yêu, em có còn nhớ cái lối quảng cáo của người Nhật về những sản phẩm đặc chế của họ. *Bất Cứ Lúc Nào, Bất Cứ Ở Đâu Cũng Chỉ Có Hai Ta*. Ừ, cũng chỉ có hai ta.

Ngày mai, tôi sẽ phải vào bệnh viện trở lại. Những dấu hiệu tái phát của căn bệnh cũ đang bắt đầu lộ diện và đang hành hạ tôi. Bạn tôi bảo: "Mày chưa chết đâu. Đừng sợ... Sống thì khó chứ chết thì ai mà chẳng có phần."

Buổi sáng hôm nay, sau cơn mưa mặt đường trước tòa soạn sạch trơn. Nhưng sao mà lòng tôi vẫn còn đầy chật hình bóng em. Nhớ em, nhớ những sợi tóc dài buộc chết đời tôi, nhớ hai con mắt màu nâu thầm lặng, nhớ cái mũi hếch kiêu căng, nhớ giọng nói sao mà ngọt ngào kỳ lạ. Nhớ nụ cười em tràn ngập cơn mê tôi, nhớ đôi chân dài quấn quýt, nhớ bờ ngực nặng, nhớ hơi thở nóng, nhớ hai bàn tay hốt hoảng của em,... Nhưng sao tôi vẫn có cảm tưởng như rồi ra chẳng bao giờ chúng ta còn có cơ hội gặp lại nhau nữa. Bởi vì, giữa tôi và em, chúng ta có bao nhiêu là sông núi, bao nhiêu là hố thẳm, bao nhiêu thung lũng, bao nhiêu biển trời. Có cả sương mù và sấm sét. Có đêm và ngày. Có cả "Khổng tử" và gia phong. Và...

Thư từ làm cái gì, chữ nghĩa cũng sẽ chỉ là điều vô ích, một khi người ta không còn muốn đọc nhau nữa.

Phải không?

Nguyễn Xuân Hoàng

tháng 9, 1968

Bất Cứ Lúc Nào, Bất Cứ Ở Đâu
(English version)

Nguyễn Xuân Hoàng

Anywhere, Anytime

Chuyển ngữ: **Đinh Từ Bích Thúy**

Don't ask what I'm doing or where I'm at this hour. Right now, while writing these words to you, I'm sitting in an office of a literary magazine on Pham Ngu Lao Street. That street, which houses many printing presses, newspapers and publishing houses as you probably know, is a small street full of dust and cars. On my desk there is a letter from "a-playwright-who-creates-but-never-directs" but I don't understand a thing. Maybe he has confused me with someone else who goes by a similar name. Those similar names! How many names similar to yours and mine that exist in this world? And you, my Vy, should your name be written with an *i* or *y*? *Y* not *i*?

While these words are being written, the type setters have just finished setting and laying on my table a short story by the author of *Rừng Mắm*. The ceiling fan is turning at its slowest speed and rain is pouring outside. Rain explodes like the scream of a hunted man moments before his death. I don't know why I'm partial to this kind of rain, a profuse rain rotting heaven and earth. Mad rain, wild rain; rain plunging down like a vast basket without pity or regret.

And you? Is it raining where you are? The rain that falls at the beginning of the dry season becomes cherished streams. The rain always makes me long for you. Long for those days when you used to sit behind me on my silver Lambretta. Your love-breath warmed my spine, thawed my cold heart, chased away sad clouds that had long darkened my life. Joyful ceaseless rain; ocean rain, forest rain, plateau rain, highland rain. Rain bloomed within me a belated love; rain poured into you its adolescent passion. Rain full of hope rain flooded our lives.

Yesterday, news from the central battlefront told me the war has gotten worse; a friend of mine died, his remains gone. This morning, the highland sent news that another friend of mine has passed away. The news brought tears to my eyes. So many people my age are facing death, why am I still sitting safely here? And why do we have this love? Perhaps I'm an unlucky lucky person; lucky because I'm alive, unlucky because I have not yet lived.

Nguyễn Xuân Hoàng (in the office of Văn Magazine, 1972)

Isn't it obscene that we talk about love in a time of death? I've often thought the closer you get to love, the nearer you go toward death. To love is to die. Facing death, people always desire life. What is life if not love? A circular argument, don't you agree?

Vy darling, even now I still can't picture the place where you live. That city from high up had kept watch over my adolescence, listened to my breathing, seen me fall in love, witnessed those payback fights on Doi Cu, pulled me into Huyen coffee shop from midnight until dawn. And now, picturing your footprints on the red road under the downpours makes me long for you. From your open window each morning can you see the top of the Langbiang Mountain? What book are you reading? And which unfinished letter are you writing me? I'm thinking of you, your breath, your angelic face... It'd be so sad if my imagination ever loses its ability to conjure you, the very ability to enrich our love, infusing it with more colors....

Do you still remember all the restaurants and coffee shops that we've visited: a fancy place, a hole-in-the-wall; movies we've seen together — passionate, violent, or gentle and dreamy; melodies we've heard together one night, seductive, haunting. And your breathing that expands my heart; your body in my dazed embrace.

Yes, there are times I wish that we were trees, grass or animals; we'd love like beasts in the wild, defying the God of Hopelessness. Just like animals, we'd play in the forest, lie underneath the cool shades of trees and sleep blissfully on beds of dead leaves. Just like grass and trees, we'd take our time to grow. The wind would raise us, the sun and rain would make us resilient. The bright golden circle of dawn would awaken us every morning, the bright red evening sun would take us home, the stars, the moon, would shine on our love.

Vy darling, it is now ten o'clock. Morning in a magazine office. The printing press rumbles on. The typefaces are wet with ink and water. The rain has stopped. The sky is transparent and the sun is blowing its hot breath on the city where I live. Perhaps the shady streets where we used to walk after a storm have been

48

flooded, the vault of tamarind trees that extends all the way to the front gate of Saint-Paul Lycée may be resplendent with raindrops that used to trickle on our heads after every shudder of the wind. Now I no longer remember how many cigarettes I've lit up today but I know I'm thinking of you.

Vy love, do you remember the way the Japanese advertise their special products? Anywhere, anytime, just the two of us. Yes, just the two of us.

Tomorrow, I will be readmitted into the hospital. The symptoms of my old illness have resurfaced and are plaguing me. My friend said: "You won't die yet. Don't be scared. Living is hard, but dying is banal."

This morning, the street in front of the magazine office looks spotless after the rain. But my mind is still jumbled with visions of you. Longing for you, for long spools of hair that strangle my life, for quiet brown eyes, proud button nose, your voice that's wondrously sweet. Your smile that permeates my dreams, your long supple legs, full breasts, hot breath, quick, shy, unsure hands.... But I fear we won't see each other again, ever. Between you and I lie many rivers and mountains, abysses, valleys, oceans and skies. Even fog, lightning and thunder. Nights and days. Confucius, morals and values. And...

Why do we write? Words and meanings are simply useless when people no longer want to read each other.

Don't you agree?

Nguyễn Xuân Hoàng

September 1968

Bình Nguyên Lộc Ở Rừng U Minh

Nguyễn Xuân Hoàng

Lần đầu tôi gặp nhà văn Bình Nguyên Lộc là vào năm 1972, khi tôi mới về làm thư ký toà soạn tạp chí Văn. Ông gầy ốm, mái tóc chải rẽ đường ngôi ngay chính giữa, đeo một đôi kính đen kiểu xưa và mặc bộ đồ trắng y như một công chức thời Pháp thuộc. Tác giả Đò Dọc lúc đó cho tôi thấy hình như có một tương ứng đặc biệt giữa trang phục người viết và phong cách ông viết. Trong khi Sơn Nam, tác giả Hương Rừng Cà Mau cũng không khác gì Bình Nguyên Lộc bao nhiêu, nếu không nói là có vẻ lừng khừng hơn – để lại trong tôi nhiều ấn tượng văn học về phong tục miền Nam, thì Bình Nguyên Lộc cho tôi một ấn tượng khó nói... Tôi có cảm giác Bình Nguyên Lộc gần Hồ Biểu Chánh và Vương Hồng Sển, khó... tiếp cận hơn, trong khi Sơn Nam mặc dầu có nhân dáng còn xuề xoà hơn Bình Nguyên Lộc nhiều nhưng tôi thấy lại gần gũi hơn, mới hơn, dễ gần hơn.

Sau đó, khi Bình Nguyên Lộc gửi tặng tôi cuốn Nguồn Gốc Mã Lai của dân tộc Việt Nam, với lời dặn là nhớ đọc kỹ và cho biết ý kiến, nhưng hình như' tôi đã bất công với ông. Tác phẩm khá công phu của ông, tôi đã để một chỗ khá cao trong kệ sách toà soạn. Và tôi đã quên lời dặn của ông.

*

Mãi đến năm Một Chín Tám Mươi, khi nằm tù ở rừng U Minh, mỗi ngày đẩy phà chở xe be trên Kinh Làng Thứ Bảy, đào kinh, làm ruộng, theo bạn tù đi lấy mật ong ở rừng tràm, hay lội trên những đường ngập bùn nước, rướm máu vì những gốc lồ ồ nhọn và bén như dao... tôi mới có dịp nghe chuyện Bình Nguyên Lộc.

Người kể chuyện là một "tù cải tạo" ở trại B. Anh tên Tr., Bùi Văn Tr., đã nằm ấp ở đây từ năm năm trước ngày tôi bị giải đến.

Một hôm, nhân ngày nghỉ cuối tuần của trại, Tr. rủ tôi đi bắt rắn và chuột.Khi ngồi nghỉ trên bờ một ao nước, Tr. nói trước đây chỗ này là một hố bom. Năm đầu tiên ở đây, Tr. kể, anh đã tìm thấy một cây thập tự bằng gỗ tràm với bộ xương chôn vùi dưới nước. Anh nói đó có thể là xác một người lính Việt Nam Cộng Hòa đã bị bắt và bị chôn sống, sau khi đã bị trói chân tay vào thân cây thập tự. Nhìn đám tràm thấp và chắc thịt trước mặt, Tr. bỗng hỏi tôi:

"Ở Sài Gòn làm nghề gì?"

Ở cùng trại tù cả sáu bảy tháng trời, Tr. chưa hề hỏi quá khứ tôi một câu nào, tự nhiên hôm nay anh buột miệng...

Tôi hơi do dự. Tôi luôn luôn có trong đầu một lý lịch giả. Chần chừ lâu thấy kỳ, tôi nói:

"Lái xe đò."

"Lâu chưa?"

"Cũng lâu rồi...."

"Vợ con gì chưa?"

51

"Rồi!"

"Học hành tới đâu rồi?"

"Học hành gì đâu. Chỉ biết đọc biết viết lõm bõm thôi."

Tôi nói y như tôi khai lý lịch lúc ngồi tù ở Rạch Giá.

"Có khi nào đọc sách báo gì không?"

"Đọc lung tung, gặp gì đọc nấy. Không thích lắm!"

"Có đọc truyện của ông Bình Nguyên Lộc bao giờ chưa?"

"Có đọc qua đâu đó, nhưng không nhớ..." Tôi hơi ngạc nhiên trước câu hỏi của anh.

"Có đọc truyện Rừng Mắm chưa?"

"Hình như chưa. Mà cũng không nhớ!"

Tôi ngọng thật. Có lẽ tôi chưa đọc truyện nào của Bình Nguyên Lộc sau Ba Sao Giữa Giời.Và đó cũng là truyện tôi đọc rất láo.

"Chưa đọc phải không?" Tr. cạy một hòn đất nhỏ nghiêng mình lấy đà liệng xuống hố nước.

"Có lẽ chưa..." Tôi vẫn ngập ngừng trả lời anh. Tôi chưa biết Tr. muốn nói gì. Câu chuyện rồi sẽ đến đâu.

"Tôi thì đọc không sót một truyện nào của ông Bình Nguyên Lộc." Tr. nói. " Tôi khoái truyện dài Đò Dọc và các truyện ngắn Ba Con Cáo, Cho Tay Này Lấy Tay Kia... Tôi cũng mê Ba Sao Giữa Trời" – Tr. nói là Trời chứ không phải là Giời như bản chính của tác giả – "nhưng thích nhất vẫn là Rừng Mắm."

"Tại sao?" Tôi hỏi, ngạc nhiên.

"Bởi vì trong Rừng Mắm tôi thấy có tôi ở trong đó."

"..."

"Tiếc là anh chưa đọc. Thôi để tôi kể anh nghe. Nghe cũng như đọc chớ khác gì. Chuyện vầy: Một gia đình bốn người gồm có thằng con tên Cộc, cùng với tía má nó và ông nội nó, sống trong một vùng đất khô cằn là rừng U Minh. Đây nè, chỗ tụi mình ngồi đây nè. Cả nhà đã ở chốn đồng không mông quạnh kia suốt năm năm trời cũng bằng cái thời gian mà tôi ở đây vậy, xung quanh không có tiệm quán chợ búa, hàng xóm láng giềng. Với lại cũng không có tiền nữa. Anh nghĩ coi bây giờ mình vậy mà khá hơn cái gia đình bốn người trong truyện Rừng Mắm của ông Bình Nguyên Lộc nhiều. Cả cái đám tù mình đây, từ ông sĩ quan cho tới ông công chức học tập, cho tới mấy ông mấy bà vượt biên cũng gần cả ngàn chớ phải chơi đâu. Vui hơn cái gia đình của thằng Cộc cả ngàn lần lận. Còn tiền thì tuy có chút ít, và cũng đã bị nó cướp, nó đổi rồi, nhưng nếu có trắng tay thì bất quá cũng trắng tay như nhà thằng Cộc là cùng. Nhưng mà mình còn có tiếp tế, chớ thằng Cộc trong chuyện thèm chén chè, thèm một trái xoài thấy mồ cố tổ, mà có được đâu. Còn mình, chè thì thỉnh thoảng vẫn có, xoài thì đâu đến nỗi. Nhưng nghĩ cho cùng, truyện ông Bình Nguyên Lộc có chuyện gì đâu. Cái điều quan trọng mà tôi khoái ổng là cái Rừng Mắm..."

"Rừng Mắm là rừng của những cây mắm?"

"Phải rồi, có biết cây mắm không?"

"Không, tôi chưa bao giờ nghe nói tới cây mắm.Cây đó dùng làm gì? Cất nhà hay làm củi chụm?"

"Cây mắm không thể làm gì khác ngoài làm vật hy sinh. Cái hay của ổng là vầy. Ổng nói rằng bờ biển mỗi năm được phù sa bồi thêm cho rộng ra hàng mấy ngàn thước. Phù sa là đất bùn mềm lủn và không bao giờ trở thành đất thịt được, nếu không có rừng mắm mọc trên đó

53

cho chắc đất. Chừng nào mắm ngã rạp, tràm sẽ mọc lên. Rồi sau mấy đời tràm, đất thuần rồi cây ăn trái mới mọc được. Ổng nói đời ông nội và tía má thằng Cộc là đời mắm còn đời thằng Cộc là đời tràm, đến đời con cháu của Cộc sẽ là đời lúa, mít, xoài, dừa, cau... Ông Bình Nguyên Lộc ổng viết một câu mà tôi thấm lắm. Ổng nói là: Đời mắm tuy vô ích, nhưng không uổng, như là lính ngoài mặt trận vậy mà. Họ ngã gục cho kẻ khác là con cháu họ hưởng. Tôi ở đây đã năm năm xa nhà, xa vợ, xa con, chịu bao nhiêu là cay đắng tủi nhục, nhưng mà tôi an lòng lắm. Ông Bình Nguyên Lộc ổng hay thiệt!"

Tr. ngừng nói ngó đăm đăm xuống hố bom. Trước mặt tôi là một rừng tràm bát ngát.

"Anh nghĩ coi, tụi mình là cây mắm hay cây tràm đây?"

*

Tám tháng sau, tôi vượt trại giam Kinh Làng Thứ Bảy, chính Bùi Văn Tr. đã giúp tôi một tay. Khi ra trại, Tr. tặng tôi chiếc túi vải do chính tay anh ráp nối từ chiếc áo lính cũ. Cái túi vải ấy tôi thích lắm, tiếc thay, tôi đã không giữ được. Người tài xế xe đò chạy đường Kiên Giang – Sài Gòn nói với tôi nếu phải là tù cải tạo về thì nhớ trình Lệnh Tạm Tha ở các "chốt" công an, còn nếu trốn trại, ông ta nói nhỏ, hãy để cái túi kia lại đi. Tôi đau xót hiểu đó là một lời khuyên đáng lưu tâm.

*

Tết năm Tám Hai, tôi đến thăm Bình Nguyên Lộc. Căn nhà nằm cuối đáy một con ngõ yên tĩnh. Cánh cổng thấp, nơi mà nhà văn Mai Thảo mỗi lần đến thăm đã phải "dựa xe vào thành tường, bên cạnh hai chậu Vạn niên thanh trấn môn xanh ngắt, một màu xanh muôn thuở".

54

Căn nhà yên lặng. Tôi gõ cửa. Không một tiếng trả lời. Tôi chờ thật lâu. Sau đó, gõ mạnh hơn. Tiếng người nói rất khẽ là cửa không đóng xin cứ tự tiện. Tôi mở cửa bước vào nhà. Phòng khách tối, nhưng tôi vẫn thấy được cả tấm trần nhà gần như sụm xuống. Những rui mè, rơm rạ và những thanh gỗ nhỏ gẫy sụp như bị nước đọng từ mái quá lâu làm mục rã. Bình Nguyên Lộc nằm ở phòng trong. Căn phòng hẹp. Cửa sổ mở ngó ra sân trước. Ánh sáng chiếu vào một chiếc bàn nhỏ có một bình nước và hai cái ly. Mấy lọ thuốc tây. Sau khi thăm hỏi sức khỏe ông, chúng tôi nói chuyện về những người viết Sài Gòn cũ, ai ở ai đi. Ông nhắc đến tạp chí Văn, ông Nguyễn Đình Vượng và Trần Phong Giao, Mai Thảo, Sơn Nam. Ông cũng kể tên vài ông nhà văn ngoài Bắc có đến thăm ông. Và phần tôi, tôi đã kể cho ông nghe về một độc giả của ông ở rừng U Minh nói về cây mắm, cây tràm, cây xoài. Ông nằm yên lặng nghe, không nói, mắt dán lên trần nhà. Đến khi tôi đề cập truyện Rừng Mắm và nhắc lại câu chuyện anh Tr. kể, Bình Nguyên Lộc cười:

"Truyện đó viết lâu quá rồi tôi không còn nhớ. Tuy nhiên tôi có thể nói sự sống mới là cái quý, chớ thân thể đâu phải là điều quan trọng."

Đầu năm Tám Lăm tôi đến Mỹ. Tháng Mười Tám Lăm, tôi hay tin ông cùng gia đình cũng đã đến. Tôi gọi điện thoại thăm ông nhưng không có cơ hội gặp lại ông.

Cuộc sống mới cuốn hút tôi trong những trăn trở không vui. Nhưng mỗi lần đọc những bài viết cũ của ông, tôi thấy mình học được một điều: sự bình tâm trước cuộc đời xô dạt và sự lạc quan trước những xao động của thời thế. Ông viết như chơi, ông viết như nói, như thể ông là người có nhiều tay và trí nhớ ông là chiếc tủ có nhiều ngăn kéo. Nói gì thì nói, tôi vẫn mang nơi tôi một món nợ tinh thần khó trả lại cho ông. Khi nhà văn Nguyễn Mộng

Giác báo tin cho tôi hay là Bình Nguyên Lộc đã qua đời, tôi không biết phải làm gì với món nợ kia. Tôi muốn đọc lại cái truyện ngắn của ông mà tôi đã đọc lần đầu, năm tôi vừa mười tám tuổi. Truyện Ba Sao Giữa Giời in lại trong tập Ký Thác. Bình Nguyên Lộc viết: "Tôi đau cho cái nghĩa đời con người liền sau khi chết. Phút trước đây, mạng anh quý biết là bao nhiêu, mà phút sau này, xác anh là đồ bỏ. Ra cái quý chính là sự sống chứ không phải là thân thể nữa. Có đau hay không cho thân thể của con người?"

Cám ơn Bình Nguyên Lộc.

Xin vĩnh biệt ông Rừng Mắm.

"Anh nghĩ coi, tụi mình là cây mắm hay là cây tràm đây?" Câu hỏi của anh Bùi Văn Tr. ở U Minh vẫn còn trong đầu tôi.

Nguyễn Xuân Hoàng

Tháng Tư, 2012

Bụi và Rác

Nguyễn Xuân Hoàng

Mùa Nghi Hoặc (Chương II)

Đường phố đầy người. Tù chính trị Cộng sản, thân Cộng, thiên Cộng đã được thả hết, nhưng cùng lúc tù hình sự cũng tuôn ra theo. Ở nhiều ngã đường những người tù hình sự có thể cúi xuống nhặt một khẩu súng. Và họ tự đeo lên cánh tay một băng vải đỏ, lấy một chiếc xe jeep nào đó nằm ở lề đường, lái nghênh ngang giữa phố bóp còi inh ỏi. Họ tự cho mình là dân quân cách mạng và họ cướp bóc, dọa dẫm người khác.

Thiếu người cảnh sát công lộ, các đường phố trở nên hỗn loạn, mạnh ai nấy đi. Những ngọn đèn lưu thông xanh-vàng-đỏ ở các ngã tư tắt ngúm như một người câm.

Tôi đến trường theo thông cáo trên đài phát thanh. Cửa đóng kín. Nhưng bên trong lúc nhúc những người bộ đội xúng xính trong những bộ quần áo màu xanh, những quần áo quá mới không vừa cỡ, khiến người ta có cảm tưởng như họ được phát chỉ để mặc trong ngày này do sự chuẩn bị đã được tính toán từ trước. Tôi không đứng một mình. Sau tôi còn một số đồng nghiệp cũng vừa kéo tới. Bác Phẩm, người cai trường, mọi khi vẫn mở cổng cho giáo sư vào, hôm nay đã biến mất. Một người bộ đội trẻ đang mang súng đứng gác. Thấy chúng tôi tập trung trước cổng càng lúc càng đông, anh ta xốc súng đến cổng hỏi giọng trống trơn:

"Muốn gì?"

Anh Lương, giáo sư môn Công Dân, người đồng nghiệp lớn tuổi nhất trường, nói nhỏ nhẹ:

"Chúng tôi là giáo sư nhà trường. Đài phát thanh thông báo chúng tôi có buổi họp sáng nay."

"Sao không nói!"

Anh ta xẳng giọng, kéo chốt cửa hông, đứng qua một bên để chúng tôi từng người một xuống dắt xe vào.

Gần như toàn thể thầy cô giáo của nhà trường tập trung đầy đủ ở phòng giáo sư.

Mọi người lặng lẽ ngồi xuống ghế hình vòng cung quanh bàn. Tôi có cảm tưởng trong cách ăn mặc của mọi người có một điều gì như khác trước đây. Không khí trầm lắng, thiếu tiếng cười và những câu pha trò buổi sáng mà tôi vẫn thường nghe quanh ấm trà.

Giải phóng rồi

Cách mạng thành công rồi

Hòa bình rồi

Từ nay đất nước đã sạch bóng quân thù

Mỹ đã cút, ngụy đã nhào.

Một ông to béo nói giọng Nam tự giới thiệu là đại diện sở Giáo dục của cách mạng đến nói với chúng tôi bằng những từ ngữ kiểu loại đó.

Giữa những người gọi là "cách mạng" gầy yếu mỏng và nhẹ tênh, ông đại diện này có phần nặng ký. Mới đi Tiệp về, chuyên ngành giáo dục. Và cũng trong phần nói chuyện đó, ông cán bộ béo mập trân trọng giới thiệu Lê Hiên tân hiệu trưởng nhà trường cách mạng và Trần Nguyên, giáo sư phụ trách môn Vạn Vật của nhà trường từ nhiều năm nay, sẽ là người phụ tá cho Lê Hiên.

Lê Hiên trước kia là thầy giáo dạy môn Pháp Văn, nhưng do hoạt động Cộng sản nên bị bắt và đưa đi Côn Đảo. Tôi không quen Hiên, anh ta bị bắt trước khi tôi được bổ nhiệm về trường này. Lê Hiên là người vừa về từ Côn Đảo. Còn nhân vật Trần Nguyên vốn là người ít nói, ít cười, tính tình hiền lành, nghiêm nghị. Tuy vậy anh ta có dáng đi tất bật vất vả. Người anh gầy và mỏng như Lê Hiên. Và cũng giống như Lê Hiên, một con người nói năng từ tốn, chậm rãi, khoan thai, Nguyên không có cái vẻ của một tên xu thời hùa theo tình thế để hù dọa anh em. Lê Hiên nói đã chậm, nhưng có lẽ anh ta suy nghĩ còn chậm hơn. Nghe và nhìn Lê Hiên nói người ta có cảm tưởng như anh đo lường cân nhắc từng chữ, từng lời, từng động tác. Có những câu bị cắt nửa chừng vì chưa tìm ra được chữ thích hợp, tôi thấy Lê Hiên loay hoay với điếu thuốc: vấn, châm lửa, hít, thở khói... tìm ra chữ rồi mới nói tiếp.

"Ở Đông Đức khi cách mạng thành công," Lê Hiên nói, "người ta không cần thầy giáo giỏi. Người ta cần một người trung kiên có lý tưởng cách mạng hơn là người có chuyên môn. Tôi lấy thí dụ thế này cho dễ hiểu. Nếu chẳng may người giáo viên có viết chữ Bát Hồ "T" chớ không phải Bác Hồ "C" thì cũng chẳng sao. T hay C để tính sau, trung thành với cách mạng trước đã."

"Hôm nay các anh chị có thể ra về, nhưng kể từ ngày mai nhà trường sẽ vẫn mở cửa như thường lệ. Cách mạng muốn thông báo cho các anh chị em biết để yên tâm. Cách mạng sẽ xét từng trường hợp và lưu dung các anh chị. Các anh chị nhớ cho, lưu dung chớ không phải lưu dụng đâu. Cách mạng dung tha các anh chị về tội đào tạo một thế hệ phản động duy tâm, duy linh. Cách mạng thừa người, không bắt buộc phải dụng các anh chị đâu."

Rời phòng họp, không về nhà ngay, tôi đi dọc hành lang vắng nhìn sân trường không một bóng học sinh, tôi thấy mình bơ vơ. Những người bộ đội ngồi tựa lưng vào tường dãy phòng hành chánh bên phải, quân trang quân dụng đặt dưới chân. Cuối hành lang trái, tôi dừng lại. Cánh cửa lớp hé mở. Như bị một sức hút. Tôi đẩy nhẹ cửa bước vào. Trên tấm bảng màu xanh tôi thấy tên một tác phẩm của một nhà triết học Tây phương viết bằng phấn trắng. Chính là nét chữ của tôi. Tôi nhớ ra rồi. Bài giảng cuối cùng của một môn học trong những nhà trường xứ sở tự do.

"Thưa thầy!..."

Bất ngờ tôi nghe một giọng nói từ dãy bàn cuối lớp. Tôi giật mình quay lại. Những dãy bàn trống, ánh nắng chiếu qua cửa sổ lá sách không sáng lắm nhưng tôi có thể nhận ra ngay, một học sinh đang ngồi ở đầu bàn chót. Đứng bên cửa sổ, tiện tay tôi vặn chốt mở tung cửa. Ánh sáng tràn vào trên một khuôn mặt trẻ trung ràn rụa nước mắt.

"Kiệt!"

Tôi kêu lên, nhận ra ngay người học sinh xuất sắc nhất của lớp học. Tôi đi giữa hai dãy bàn ghế. Kiệt chậm rãi đứng dậy.

"Thầy Thăng, thầy nghĩ sao?"

"Ngồi xuống đi, Kiệt." Tôi ấn vai người học sinh và ngồi xuống bên anh. "Nghĩ sao là sao? Mà tại sao em khóc?"

"Ba em chết rồi!"

Kiệt chùi nước mắt, hàm răng cậu bé nghiến lại, giọng nói lạnh tanh.

"Ba em tự tử hồi tối hôm qua."

"Sao? Ba em tự tử?"

"Thưa thầy, phải. Ba em là một sĩ quan Dù, ông bất chấp lệnh ngừng bắn của ông Minh, nhất định chiến đấu tới cùng. Và bắn đến viên đạn cuối cùng ba em tự sát..."

Tôi lặng người ngồi im nghe Kiệt kể. Cái lớp học này, nơi gần như ngày nào tôi cũng có mặt, từ niên học này đến niên học khác. Cái ngôi trường này, nơi tôi đã từng mặc áo trắng quần xanh ôm sách đến bao nhiêu năm thời tuổi nhỏ. Nó là nhà của tôi, gia đình của tôi. Nó là máu thịt tôi. Bao nhiêu năm sống với nó tôi vẫn nghĩ là mình dửng dưng với nó. Bây giờ tôi mới biết không phải vậy.

"Thầy Thăng, em phải làm sao bây giờ?"

Tôi biết phải làm sao bây giờ. Chính tôi, tôi cũng không biết mình phải làm sao khi nghe tin tướng Minh bị bộ đội đẩy lên xe jeep lái tới đài phát thanh bắt đọc lời kêu gọi quân đội ngưng bắn, bởi vì giao tranh vẫn còn tiếp tục ở khắp nơi quanh bộ Tư Lệnh Cảnh Sát, gần Tân Cảng, trước trung tâm truyền thông Phú Lâm, trong Chợ Lớn và ở các vùng ven đô. Tôi choàng tay qua vai Kiệt. Tôi biết bất cứ lời nói nào của tôi trong lúc này cũng là thừa, huống chi là tôi không có lời nào để nói. Tôi nghe miệng mình đắng chát. Tôi ứa nước mắt. Kiệt gục đầu xuống vòng tay khoanh trên mặt bàn. Tôi thấy hai vai cậu bé rung lên bần bật. Không lâu, tôi nghe có tiếng người gọi tên tôi. Tiếng kêu vang dọc dài theo hành lang.

"Thôi Kiệt về đi, chiều tôi sẽ ghé qua nhà." Tôi vỗ về Kiệt.

Tôi biết những cánh cửa vất vả và khổ nhục đang mở ra trước mặt chúng tôi. Nhưng vất vả khổ nhục như thế nào thì tôi không rõ. Phải đợi đến nửa tháng sau tôi mới biết viên thuốc độc đầu tiên họ cho và bắt chúng tôi uống là lòng hoài nghi. Nó là một thứ "sinh tử phù". Nó mở đầu cho một mùa nghi hoặc.

Chuyện kể trên đồi cam

Nguyễn Xuân Hoàng

1

Cuối mùa hè rồi, tôi đem đứa con gái nhỏ xuống Cali. Thật ra, có lẽ tôi phải nói là dọn sang Cali mới đúng. Con tôi năm nay được tám tuổi. Bataan nói với tôi là con nhớ mẹ. Tôi hiểu điều đó nhưng đành chịu, không biết cách nào giải thích cho con.

Bataan là đứa con duy nhất của chúng tôi. Tôi lấy Nga cuối năm bảy chín sau khi ở trại học tập cải tạo ra. Nga là em gái của một người bạn cùng trại tù với tôi. Anh ấy tên Đông... Đầu năm bảy chín tôi bị đưa về Hàm Tân rồi được thả, còn Đông bị đẩy ra Bắc.

Tôi đến thăm gia đình Đông ngay khi ra khỏi tù. Ba má Đông đã già. Đó là một gia đình người Nam, rất Nam kỳ quốc. Lần đầu tiên gặp ba Đông, tôi thấy ông mặc một bộ đồ bà ba trắng, đeo kính lão loại tròn như hai chữ O, thòng xuống sống mũi. Ông ưa nói chuyện thời sự thế giới và tình hình chính trị hơn là hỏi về con trai mình. Má Đông thì rất ít nói. Bà chỉ lặng lẽ khóc khi dọn cơm cho tôi ăn và gợi tôi kể chuyện tù, thỉnh thoảng hỏi đôi câu về đời sống tù của Đông. Bà nhắc những tật của Đông như nói lắp, ưa cãi và làm biếng. Tôi cho bà biết Đông tuy bệnh

nói lắp vẫn còn, nhưng không phải là người ưa cãi. Anh ấy
nhiều lúc im lặng như hòn đá. Còn cái tật làm biếng thì
anh ấy nổi tiếng khắp trại. Đông chỉ hay nói một câu mà
tôi còn nhớ đời "Cái ông gì gì đó cho rằng nếu phải nhổ
một sợi lông chưn mà làm thay đổi cả thế giới thì ổng
cũng không nhổ. Còn tao, thế giới nó đang thay đổi tao,
mắc mớ gì tao phải nhổ lông chưn chớ!" Tôi được ăn một
bữa cơm gia đình ngon không thể tưởng. Món mắm và
rau của người Nam, tôi đã từng nhiều lần thưởng thức,
nhưng chưa bao giờ tôi thấy ngon như hôm đó. Có lẽ thấp
thoáng giữa câu chuyện trong tù- ngoài đời, tôi được hỗ
trợ bằng đôi mắt trong sáng của Nga. Nga lúc đó mới
mười tám tuổi, còn tôi đã ba mươi. Một tháng sau, chúng
tôi lấy nhau.

2

Đầu năm tám mươi chúng tôi vượt biên. Vàng bỏ ra
mua chuyến đi cho hai đứa là của gia đình Nga. Tôi có gì
đâu. Cuộc hải trình rất là thuận buồm xuôi gió. Chúng tôi
đến Phi Luật Tân, lên đảo Palawan, sau đó chuyển sang
Bataan.

Tại đây Nga sanh cháu gái mang tên của trại tạm cư
này. Chưa đầy một năm sau chúng tôi đi Mỹ. Người bảo
trợ có bà con xa bên phía tôi. Nga chỉ muốn đi Mỹ, chớ
không chịu đi Pháp, mặc dù Nga còn có mấy ông anh bà
chị đi du học bên đó từ trước bảy lăm.

Suốt gần bảy năm trời ở Virgina, tôi chỉ có một địa chỉ
duy nhất, đó là căn nhà thuê trên đường Năm Mươi,
thành phố Falls Church. Tôi làm đủ thứ nghề, nhưng
không nghề gì ra nghề gì. Từ "nghề" (tôi sợ mình lạm
dụng chữ nghề này lắm) đi nhét giấy quảng cáo bán nhà

cho một cơ sở địa ốc, cho đến "nghề" thợ sơn, "nghề" thợ điện vịn, "nghề" lau chùi các cửa hàng trong khu thương xá người Việt, "nghề" hầu bàn cho một tiệm ăn Tàu... "nghề" gì tôi cũng làm. Tôi vẫn nghĩ bụng, tưởng đã chết rục trong tù, sống thế này đã là hạnh phúc lắm rồi! Chỉ có một điều cần làm là đi học ngay tiếng bản xứ thì tôi lười biếng. Có thể tôi vốn là thằng sợ chữ nghĩa. Từ nhỏ tới giờ tôi chưa bao giờ đọc hết một cuốn sách mà không ngủ gà ngủ gật. Nga trông cháu Bataan khi tôi đi kiếm tiền và khi tôi trở về mệt mỏi với những thứ công việc tay chân thì cô ấy giao cho tôi một công việc nhẹ nhàng khác là giữ con cho cô đi học. Nga học giỏi, đọc báo đọc truyện một cách say mê, nói tiếng Anh lưu loát, hội nhập đời sống Mỹ nhanh. Cô tốt nghiệp ngành điện toán về thảo chương trình. Đó là Nga dịch ra cho tôi như vậy về chữ Computer Programmer.

Căn nhà chúng tôi ở ngó ra đường Năm Mươi. Đó là một con đường khá nhộn nhịp. Nó chạy thẳng qua thủ đô Hoa Thịnh Đốn, nơi mà tôi đã từng nghe tiếng khi còn ở Sài gòn. Hai cha con tôi lúc rãnh rỗi có dịp vào xem các viện Bảo tàng Mỹ thuật. Hoa Thịnh Đốn vĩ đại với những tượng đài và cả lịch sử hình thành của nó. Con sông Potomac mùa đông đóng băng. Chim chóc đi lại trên đó như đi trên đất liền. Mùa thu ở Virginia thì khỏi nói. Nó còn đẹp hơn trong tranh vẽ nữa kìa.

3

Nga là một người vợ dễ thương. Cô ấy ít nói. Tôi thích người đàn bà ít nói. Cô ấy lại dịu dàng, chiều chồng và thương yêu con. Bao giờ cũng vậy tủ lạnh nhà tôi đầy bia và đồ nhậu. Nga không bao giờ để tôi phải đòi hỏi một thứ gì. Mà thật ra tôi không biết mình muốn gì để mà đòi ngoài tình yêu của vợ con. Tôi đang có một đời sống thần tiên so với những ngày trong tù cải tạo. Tôi tự do đi đứng. Tôi lao động có tiền, dù là số tiền ấy hơi khiêm tốn. Tôi có trong tay một người đàn bà thông minh, xinh đẹp và dịu dàng. Và tôi còn có một đứa con gái ngoan. Bataan luôn miệng nói con yêu cha nhiều hơn yêu mẹ.

"Tại sao?"

"Không biết!"

Bataan trả lời bằng tiếng Mỹ, lên giọng xuống trầm êm tai lắm.

Sau cùng Nga cũng tìm được một việc làm ở bên Đi Xi. Một việc làm nhẹ nhàng nhưng lương bổng hậu. Người chủ đối xử với Nga khá tốt. Nga ăn mặc rất hợp thời trang. Tôi có cảm tưởng như mỗi ngày Nga một đẹp hơn. Cái cảm tưởng ấy càng làm tôi thấy mình hạnh phúc hơn.

Ở Hoa Thịnh Đốn có nhiều người da đen nghèo. Mùa đông năm rồi, có một người da đen nằm chết cóng trong nhà lồng bằng sắt giữa một công viên đầy hoa ngay phía trước Tòa Bạch Ốc. Nhưng một số người Đại Hàn và cả người Việt Nam nữa thì lại khá thành công về mặt thương mãi. Lương bổng thì ai cũng rõ, Nga hơn tôi nhiều. Tay hòm chìa khóa cô ấy nắm hết. Đôi khi Nga đùa nói với tôi lương anh không đủ cho em mua son phấn quần áo. Tôi chỉ biết cười.

Tôi đi lính năm hai mươi tuổi. Ở tù bốn năm, lấy vợ khi chẳn cái tuổi ba mươi. " Tam thập nhi lập", cha tôi hay nói như vậy. Nhưng tôi có "lập" được cái gì đâu. Những ngày ra tù sống lông bông lêu bêu trên hè phố nhiều hơn là trong nhà. Không có "hộ khẩu" không có công ăn việc làm. Tôi là kẻ sống ngoài lề xã hội mới. Công an phường đưa giấy cho tôi, bắt đi kinh tế mới. Kinh tế mới? Đó là những căn chòi xác xơ, nằm bên một con kinh đào khô nước. Nhìn quanh quất tứ bề chỉ thấy khổ nhục. Ngay cả những nụ cười cũng chỉ là gượng mà thôi.

Gia đình Nga đã cho tôi một đôi đũa thần tiên là Nga. Tôi bỏ lại sau lưng cuộc chiến tranh mà tôi đã từng tham dự. Tôi xin Nga hai tháng một lần cho tôi đóng thùng quà gởi về cho Đông hiện đang ở trong một trại cải tạo trong Nam. Nga không phản đối (tất nhiên Đông là anh ruột cô ấy chớ đâu phải anh ruột tôi) nhưng cô ấy có vẻ không vui. Tôi thì tứ cố vô thân. Gia đình không còn ai. Cha mẹ tôi đã chết từ năm Bảy Hai. Tôi còn một bà chị, nhưng chị đã biệt tích từ năm Bảy Lăm.

4

Một buổi tối cuối tháng Tám, tôi từ sở làm trở về (tôi đang làm việc lau chùi một khu thương xá người Việt có tên là Eden), Nga đón tôi ở cửa. Cô ấy ăn mặc đẹp và gọn như một người chuẩn bị đi xa. Tôi ngạc nhiên lắm. Nếu có người nào tình cờ thấy hai chúng tôi có lẽ họ khó mà nghĩ chúng tôi là một cặp vợ chồng. Tôi xuề xòa quá. Mà không xuề xòa cũng không được. Đi lau chùi sàn nhà, cửa kính cho người ta mà ăn diện như làm thư ký văn phòng thì coi sao phải, nhưng rõ ràng là Nga ăn mặc đẹp hơn thường lệ. Mà thường ngày thì cô ấy cũng đã diện lắm rồi. Áo quần, giầy dép vòng đeo bông tai, nước hoa, không thứ nào có trên người Nga mà không phải loại khá đắt tiền. Hôm nay Nga như một người mẫu trong một buổi trình diễn thời gian.

"Em muốn nói chuyện với anh"

Nga đặt cả hai tay lên vai tôi, nhìn thẳng vào mặt tôi nói nhỏ nhẹ có phần âu yếm hơn thường lệ.

"Em làm gì mà quan trọng dữ vậy?"

Tôi hỏi mà vẫn không hiểu gì hết.

"Em có việc phải đi xa một thời gian".

Nga nói như thể tôi và cô ấy chỉ là hai người chưa hề sống chung với nhau, chưa hề có với nhau một đứa con, chưa hề là vợ chồng.

"Đi xa? Mà em đi đâu?"

"Anh không cần biết em đi đâu. Mà anh muốn biết, em cũng không nói đâu".

Tôi gỡ tay Nga ra, đến ngồi xuống ghế ở bàn ăn bên nhà bếp... Nga đến ngồi đối diện với tôi. Cô đưa tay lên coi đồng hồ.

"Chừng nửa giờ nữa em sẽ lên phi trường Dulles. Anh sẽ không hỏi gì em, phải không?"

Tôi còn biết hỏi gì.

Nửa giờ sau có tiếng chuông cửa, Nga bật dậy. " Bataan đang ngủ, anh đừng làm con thức. Anh trông con giùm em".

Nga ôm mặt tôi hôn nhẹ nhàng như một người em gái hôn anh.

Như vậy đó chúng tôi chia tay.

5

Cali đang mùa Thu.

Hồi đầu tháng Chín, khi hai cha con tôi vừa đặt chân tới Cali, trời nóng dễ sợ. Tôi nghĩ chắc là mùa hè sắp đến, nóng một trận chia tay để đi vào mùa Thu. Nhưng dân

Cali thì nói khác. Họ cho rằng Cali sắp động đất. Bao giờ cũng vậy trước khi có động đất đều có một trận nóng dữ dội như vậy. Nó báo hiệu cơn thiên tai mà người dân Cali sẽ phải gánh chịu, vì sự phồn thịnh quá đáng của nó.

Động đất đối với dân Cali là một người khách không được mời, nhưng người chủ nhà biết rõ là họ đang phải chờ đợi. Bởi vì trước sau gì ông khách quý ấy cũng sẽ đến.

Mấy bữa nay thực sự là Cali đang đi trong mùa Thu.

Buổi sáng đôi khi có sương mù, đôi khi có chút mưa phùn rẩy nhẹ bụi nước trên đầu trên tóc. Đêm... đôi lúc trời mù sương lái xe phải mở to mắt lên mà nhìn nếu không muốn bị tai nạn hay bị lạc đường. Trời sáng trưng mà tôi còn bị lạc đường, nói chi là lái xe trong sương mù.

Bataan đã đi học. Tôi vừa xin được một việc làm cắt cỏ do một ông người Việt làm chủ. Bạn tôi bây giờ là những người Mễ. Cũng như tôi, tiếng Anh họ dở lắm. Tôi tin là nghề cắt cỏ có thể ở với tôi lâu được. Ít ra là lâu hơn thời gian tôi sống với Nga.

Những giờ rãnh rỗi tôi thường dẫn Bataan ra chợ Việt Nam lượm báo biếu đọc. Tôi thấy người Việt ở đây giàu có quá. Hơn trên Virginia, Hoa Thịnh Đốn và Maryland nhiều. Tôi cũng biết thêm nhiều tin tức về Việt Nam. Tôi hi vọng Đông đã ra khỏi tù cải tạo, và sẽ được đi Mỹ định cư theo một thỏa ước nào đó giữa Hoa Thịnh Đốn và Hà nội.

Trong giấc mơ, Bataan thường kêu mẹ ơi, mẹ ơi. Tôi thì không thấy gì hết. Tôi nghĩ rằng Nga đang hạnh phúc ở một nơi nào đó với một người nào đó. Người nào có được trong tay một người đàn bà kiểu đó mà không hạnh phúc! Nhiều lúc ngừng tay cắt cỏ, tôi giật mình tự hỏi không biết tôi đang ở đâu và có thiệt là tôi đã từng có một người đàn bà sống chung mà xã hội gọi là vợ không?

Buổi sáng dậy sớm, nhìn Bataan còn ngủ say trên giường, tôi thấy sao nó giống Nga cách gì. Tôi tự an ủi mình là tôi đâu có mất gì. Tình yêu vợ đã mất, nhưng tình yêu con đã thay vào. Trước kia hai người sống với nhau, bây giờ cũng vẫn hai người. Biết đâu chừng, nếu Nga còn sống trong nhà, lại thừa ra một người chăng. Vả lại, từ ngày chia tay đến nay, tôi không hề nhận được thư từ hay điện thoại gì của Nga. Nhiều khi tôi nghĩ hạnh phúc làm người ta mất trí nhớ. Quên như Nga không chừng cô ấy hạnh phúc. Tôi không mong cô ấy gọi tôi. Yêu người nào là muốn điều tốt cho người đó. Chỉ có nỗi đau khổ và bất hạnh mới làm Nga nhớ đến hai cha con tôi.

Tôi đâu có muốn vậy. Dù sao đôi khi tôi vẫn nghĩ là sống như thế này vẫn hơn. Nhưng mà Cali mấy hôm nay nóng thiệt là nóng. Không chừng động đất tới nơi.

Nguyễn Xuân Hoàng

Tháng Tám 1986

70

Một Người Ngồi Trong Ghế Bành

Nguyễn Xuân Hoàng

Tôi gõ cửa một lần nữa. Vẫn không nghe thấy tiếng trả lời. Chắc không có Diệp ở nhà. Tôi châm thêm một điếu khác, và trong đốm lửa nhỏ lập loè, tôi dò dẫm từng bực thang trở xuống. Cầu thang hôi một mùi khó chịu và thanh gỗ vịn tay rít nháp nghe lợm cổ họng. Kỳ quá, không biết cô nhỏ này đi đâu. Hồi sáng gặp tôi ngoài phố, cô còn nhắc, anh nhớ đến, thế nào anh cũng phải đến nghe, vậy mà tôi đã gõ cửa không biết bao nhiêu lần, đốt không biết đến điếu thuốc thứ mấy vẫn biệt tăm em.

Xuống đến mặt đường tôi mới biết trời đang mưa. Cơn mưa không to lắm, có lẽ bão rớt của miền Trung, nhưng gió từ bờ sông thổi lùa trong hơi nước mát lạnh làm tôi rùng mình. Thời tiết thay đổi đột ngột như vậy, buổi sáng sớm nay có chút sương mù và còn lâm râm vài hột. Tôi đi nép trong hàng hiên tránh mưa và trong bụng thầm tiếc về việc đã tới nhà thăm Diệp. Sẽ đi đâu bây giờ đây? Tôi nghĩ đến quán nước quen có mấy người bạn ngồi ở đó. Từ xa ánh đèn pha của một chiếc xe chạy ngược chiều làm tôi chói mắt. Tôi bước ra lề đường đưa tay đón xe. Trời vẫn mưa lặng lẽ. Bỗng nhiên tôi khám phá ra là dù có hơi tiếc về việc thất hứa của Diệp, nhưng tôi không xúc động về thái độ của nàng. Đốm lửa đỏ của điếu thuốc cho tôi cái cảm giác ấm áp và tỉnh táo hơn. Chiếc xe trờ tới và bất ngờ đậu sát bên tôi. Đèn chiếu vụt tắt.

"Taxi!"

Tôi cúi đầu xuống chực hỏi người tài xế coi có đi không, nhưng đèn trong xe đã vụt sáng. Tôi thấy Diệp ngồi trong xe và đang mở sắc lấy tiền.

"Anh!"

Diệp thò đầu ra cửa xe kêu tôi. Cái vẻ hối hả làm lạ hẳn một Diệp lặng lẽ và trầm tĩnh mà tôi từng quen biết. Trả tiền xong Diệp bước xuống xe, cầm tay tôi kéo đi, không nói thêm một lời.

Và chúng tôi trở lại căn gác của Diệp.

"Anh không giận em phải không?"

"Không."

"Tin chừng bao nhiêu?"

"Một trăm phần trăm."

"Thôi, đừng có giận giả bộ, ông ơi!"

Diệp ôm chặt cánh tay tôi bên hông nàng.

"Cám ơn anh. Ấm quá!"

"Ấm cái quái gì. Lạnh thấy mồ."

"Đừng có thô bỉ với đàn bà con gái nghe ông!"

Diệp thả tay tôi ra, nhưng mùi thơm của tóc nàng bay tận mũi tôi.

Đến chân cầu thang, Diệp mở sắc tay lấy cây đèn bấm nhỏ, và chúng tôi lần lên gác.

"Em có chút chuyện nhờ anh."

"Biết rồi. Nhưng chuyện gì vậy?"

"Bí mật!"...

Diệp mở khoá đẩy cửa vào.

"Chút nữa em nói cho anh nghe."

Nhà tối mù mù, tôi đứng im trên bục cửa, Diệp lần đến bên vách bật đèn trên trần. Ánh sáng chói chang đổ ập xuống làm ngợp mắt. Diệp nói: "Anh ngồi xuống đây chờ em một chút." Và nàng bỏ ra nhà sau. Tôi ngồi lên ghế dựa, bắt chéo chân và tình cờ ngó thấy một mảng bùn vấy ở đầu mũi giầy. Con đường từ quãng nhà tôi xuống phố thật tệ, những hôm trời mưa đường lầy lội không thể tưởng, những lỗ trũng đầy nước, ổ gà tùm lum, mặt lộ dợn sóng làm chao xe, nhiều bữa đang chạy ngon trớn tôi bỗng hụp xe xuống một cái, tá hoả tam tinh, tưởng chết đi được. Diệp đã thay quần áo xong. Nàng đứng trước mặt tôi, trong tay ly trà đang bốc khói:

"Anh nghĩ cái gì vậy. Anh coi nhà em có đẹp không?"

Nhà của Diệp là một căn phòng hẹp, trần nhà thấp, tường quét vôi màu vàng sẫm tối ám và trơ trẽn. Tôi không ưa lắm cái tối tăm ảm đạm và cái vẻ nhớp nhúa của căn phòng. Tuy vậy tôi đã nói, dù tôi không tin lắm điều tôi nói:

"Đẹp. Đẹp lắm!"

"Thôi đi ông. Đừng bày đặt nịnh đầm."

"Đẹp thiệt mà."

Diệp ngồi xuống ghế đối diện tôi, đẩy cái gạt tàn thuốc bằng sành về phía tôi. Lúc này tôi mới nhìn thấy Diệp rõ hơn. Nàng đã thay chiếc áo dài màu xanh thẫm, choàng trên vai một chiếc áo len nhẹ cùng màu nhưng nhạt hơn nhiều, hai cánh tay bỏ lửng, quần chẽn, ống khá rộng phủ gót chân. Da mặt Diệp xanh xao, và trên đôi gò má hơi hóp của nàng, tôi nhìn thấy lấm chấm những nốt mụn nhỏ, hai con mắt đen sâu và to chìm dưới lớp màu xanh (khá xanh) của phấn. Nhìn màu da ấy của Diệp, tôi như nghe thấy lại có lần nàng nói, anh thấy không, da em khô thế này đầu em không có đến lấy một sợi tóc mượt, em bị đau gan đó anh, chịu không cách nào trị cho hết được. Dù sao, tôi phải công nhận là Diệp đẹp. Có lẽ vì cái dáng cao cao của nàng, bộ ngực khoẻ mạnh trên một thân thể khá mong manh, cái vẻ lạnh lẽo ở khuôn mặt cẩm thạch, cùng với mớ tóc rối đen khô làm tôi choáng váng.

"Nhất định là anh nịnh em."

"Nịnh em thì tôi ăn cái giải gì!"

"Thôi, được rồi. Anh uống nước đi, rồi đưa em đến đó nghe."

"Đến đâu?"

Diệp sửa cách ngồi:

"Chỗ anh vẫn thường ngồi với mấy ông bạn của anh đó!"

"Ở đâu? Hồi này em làm sao vậy?"

"Thôi, anh đưa em đi rồi em sẽ chỉ cho."

Tôi đốt thêm một điếu thuốc nữa và nhìn những ngón tay ám khói vàng nghệ của mình.

Tôi thực tình không hiểu Diệp muốn gì.

"Nhưng sao em lại nhờ tôi?"

"Chớ em còn biết phải nhờ ai bây giờ?"

"Có cái gì ở chỗ đó?"

"Em cần gặp một người."

"Một người? Quen?"

"Em không biết người ta, nhưng người ta nói người ta biết em. Người ta nói người ta ao ước được quen em."

"Tóm lại là em muốn gặp một người đàn ông ngưỡng mộ em, phải không?"

"Không phải vậy đâu."...

"Thì đó là một người yêu em cũng vậy thôi!"

"Đừng có xịa ông."

"Tôi có nói là em yêu người ta đâu. Rồi. Bây giờ đi được chưa?"

Tôi dụi điếu thuốc cháy dở xuống cái gạt tàn và đứng dậy.

Mưa lâm râm nhỏ hạt và trời vẫn lạnh. Diệp đội khăn lên đầu, mái tóc giấu sụp dưới lớp vải. Chúng tôi đi dọc trở lại theo những hàng hiên. Phố vắng. Diệp nói:

"Phải biết đón xe khó thế này, lúc nãy em đã giữ chiếc taxi cho xong."

Rốt cuộc chúng tôi phải kéo bộ một quãng khá dài. Khi đi ngang qua chiếc xe mì của người Tàu núp dưới chái hiên, tôi hỏi Diệp:

"Em có thấy đói không? Mình ăn cái gì đi!"

"Ở chỗ đó có bán thức ăn mà" – Diệp cười, "Có lần ở sở về đi ngang qua đó em thấy anh ngồi ăn với mấy ông bạn của anh. Mình có thể vừa ăn vừa chờ đợi được mà anh."

"Chờ đợi? Chờ đợi cái gì mới được chứ?"

"Trời đất! Mới nói đó mà anh đã quên rồi. Sao mau quên dữ vậy ông?"

Tôi nắm tay Diệp băng qua con lộ nhỏ. Những ngón tay tròn mềm và lạnh lẽo của nàng nằm trong tay tôi làm tôi sợ. Chúng tôi đã ra đến đường lớn. Mặt lộ đọng nước mưa sáng lấp lánh ánh điện từ những cột trụ trồng dọc theo hai bên lề đường. Xe cộ chuyển động ồn ào đến chóng mặt. Dù Diệp đội khăn, tôi tưởng nhìn thấy mái tóc nàng ướt sũng trên một đôi mắt hân hoan cười cợt. Diệp đi bên tôi tung tăng như một thiếu nữ mới lớn. Có lúc nàng giống một chiếc bong bóng mà sức căng đã giảm không bay được lên cao, lơ lửng trên sợi chỉ nằm trong tay một cậu bé lúc nào cũng chực ngã. Một chiếc xe nhà binh phóng qua thật nhanh làm bắn nước lên người chúng tôi. Diệp giật tay tôi nhảy lui lại. Tôi nghe rõ tiếng nàng lẩm bẩm nguyền rủa người lái xe mắc dịch. Đến ngã tư đường Diệp bảo tôi:

"Anh qua đây với em một tí."

"Chỗ này sao? Tôi có bao giờ ngồi ở chỗ này đâu."

"Đâu có. Em muốn mua cho anh một gói thuốc mà."

"Anh hút Winston phải không?"

"Sao biết?"

"Sao không biết. Anh làm gì mà em không biết. Anh, đi đâu, ở đâu, quen ai, em biết hết."

"Biết gì nhiều dữ. Còn gì nữa nói nghe chơi."

"Muốn nghe thiệt không. Nói toạc móng heo, không được giận à nghen."

"Bộ tưởng tôi con nít à. Hồi này làm sao vậy, cô ba?"

"Có sao đâu. Anh thực tế một chút coi. Lè phè quá trời. Lông bông lêu bêu cái kiểu anh, ai mà yêu cho nổi ông."

76

Điếu thuốc kẹp giữa hai ngón tay, sắp đặt vào môi đã bị tôi kéo lại. Tôi vỗ điếu thuốc lên bao diêm. Tôi nói:

"Ai mà yêu cho nổi. Yêu ai mà ai yêu?".

"Đừng có hỏi giọng nhà quê, ông! Lại đây, em mua cho ông mấy tờ báo. Tờ này phải không?".

Tôi đứng lại giữa chừng, hơi sợ hãi một chút. Cái cách hiểu biết và nói năng của Diệp làm tôi bối rối. Tôi nghịch chiếc nắp bật lửa, hỏi:

"Em chẳng quên thứ gì hết. Sao em còn đợi gì mà chẳng lấy quách tôi đi có hơn không."

"Đừng có giễu nghe bạn."

Đâu có ai ngăn cản không cho chúng tôi cười thả ga giữa đường phố trong một đêm lạnh lẽo và riêng tư như thế này.

Quả như lời Diệp nói, quán nước quen, trần bằng gỗ đánh véc-ni, ghế bành rộng thấp, diện ấm và không sáng lắm. Tôi đẩy cửa kính và đứng qua một bên nhường Diệp vào trước. Nàng lột khăn xuống rũ nước mưa và chúng tôi chọn một chiếc bàn hơi khuất trong góc phòng.

"Anh thường ngồi bàn này phải không?"

"Đúng rồi."

"Anh uống cà phê đen nghe. Kêu cho em một ly sữa nóng đi anh."

"Không, để tôi gọi cái gì bỏ bụng. Đói muốn chết đây này."

Diệp biên món ăn lên giấy đưa cho người hầu bàn kéo tay áo nhìn đồng hồ, thở dài.

Tôi hỏi:

"Mệt hả?".

"Đừng giễu ông. Em khoẻ mà."

Diệp có vẻ khoẻ thật, dưới ánh đèn chụp bóng tròn, da mặt Diệp hồng hào hơn lúc nãy nhiều. Nàng đập tay lên vai tôi:

"Kìa anh, anh có thấy chiếc ghế bành da màu đỏ kia không. Ừa, ở chỗ đó đó, cá với anh mười ăn một, là thế nào cũng có một người ngồi ở đó."

Tôi nói:

"Tôi chẳng hiểu trời trăng gì hết."

Và tôi phá lên cười.

"Còn em, bộ anh tưởng em hiểu trăng sao gì hả?"

Nói xong, Diệp ngã đầu ra sau ghế, cười bằng tất cả cái dáng điệu kỳ cục của nàng. Người hầu bàn đến bên chúng tôi, nghiêng mình lễ phép:

"Ông bà gọi thêm món chi?"

"Không." Diệp nói trong tiếng cười. "À, à mà có; làm ơn gọi cho tôi một chú bồi khác."

Nhưng liền ngay khi đó tiếng cười của nàng chợt tắt sau câu nói và mắt Diệp mở lớn ngạc nhiên hướng về chiếc ghế bằng da màu đỏ. Một người đàn ông đã ngồi trong ấy tự bao giờ.

Thức ăn đã mang lên và tôi bắt đầu bữa cơm tối một mình.

Tác giả xem lại và hiệu đính ngày 8 tháng 12-2010.

Nhà Văn và Thời Gian

Nguyễn Xuân Hoàng

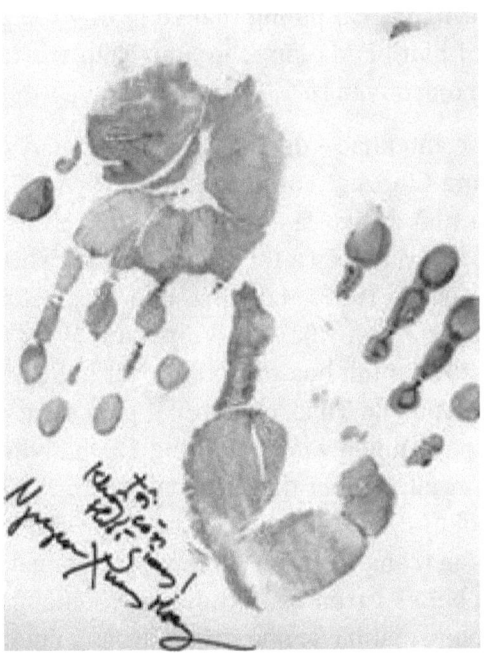

Trên vách tường trong căn phòng nhỏ của Mai Thảo ở hẻm Song Long, Quận Cam, treo một số ảnh. Những bức ảnh của Mai Thảo thời trẻ. Một bức ảnh do nhiếp ảnh gia Lê Phúc chụp Mai Thảo mấy năm sau này, trước ngày anh mất sức. Một khuôn mặt trầm tư, lạnh. Những nếp nhăn của thời gian ở đuôi mắt. Chiếc khăn quàng cổ dầy. Mái tóc đã thưa nhưng không có sợi bạc. Đôi mắt ngó xuống, cái nhìn như phóng vào khoảng không. Mai Thảo vững chắc. Rất đàn ông. Nhiều bức ảnh đời thường của anh rất đẹp. Tôi hiểu vẻ đẹp ngoại hình của một người đàn ông không nhất thiết phải có khuôn mặt của Alain Delon, càng không cần cái thân xác vạm vỡ nhưng thiếu bộ óc của Mike Tyson. Chính cái sần sùi của một làn da khô nứt, cái dáng cao mà vững, sóng mũi thẳng. cái cằm bạnh, cái lạnh của mắt nhìn, cái say mê khi nói về chữ nghĩa, cái phong thái sống ung dung, cái tấm lòng ở với bạn bè đã làm cho Mai Thảo trở thành một người đàn ông quyến rũ.

Một bức ảnh khác – đen trắng - Mai Thảo chụp với thi sĩ Vũ Hoàng Chương. Tôi nhớ hình như cả hai ông ngồi trên thềm nhà. Nhiều lần Mai Thảo cho tôi biết anh rất thích tấm ảnh này. Lẽ ra tôi đã hỏi tại sao. Nhưng tôi đã không hỏi. Năm 1985, Mai Thảo cho in tập Chân Dung Mười Lăm Nhà Văn Nhà Thơ Việt Nam. Mười lăm chân dung "đã được minh họa từ những chất liệu của kỷ niệm và trí nhớ" của Mai Thảo, chứ không phải được viết bằng tác phẩm hay tài liệu văn học. Trong 15 chân dung ấy, Vũ Hoàng Chương là chân dung thứ nhất với tựa bài "Mấy Tháng Cuối Cùng Với Vũ Hoàng Chương." Bài viết chiếm gần 40 trang trong tập sách chỉ dày 190 trang. Có thể nói đó là một bài viết tràn ngập tình bạn và cuồng nộ trước số phận mong manh của nhà thơ Vũ Hoàng Chương trong những ngày tháng Năm 1975.

Mai Thảo viết:

"Một buổi tối, đến thăm Vũ Hoàng Chương, được ông cho coi những thư từ bạn bè ngày trước của ông từ Hà Nội gửi vào. Thư của Lưu Trọng Lư, Hoàng Lập Ngôn, Hoàng Cầm. Nhưng lá thư ngắn nhất là của Nguyễn Tuân. Chỉ vỏn vẹn hai câu: 'Mấy lời hỏi thăm cố nhân. Thư bất tận ngôn.' Vũ Hoàng Chương cười: 'Thằng Tuân ngày xưa với tao thân lắm. Khâm Thiên, bàn đèn, tao đâu nó đó, mà nó sợ. Chỉ dám dùng bốn chữ thư bất tận ngôn.' 'Mày có trả lời bọn họ không?'..."

"Mày có trả lời bọn họ không?" Đó là câu Mai Thảo hỏi Vũ Hoàng Chương. Tại sao mày tao? Tôi ngạc nhiên cách xưng hô của Mai Thảo với Vũ Hoàng Chương. Thi sĩ Vũ lớn tuổi hơn Mai Thảo nhiều. Ông Vũ có thể mày-tao với Mai Thảo, nhưng chẳng lẽ Mai Thảo cũng mày-tao với họ Vũ?

Tôi đọc lại bài Mai Thảo viết về Vũ Hoàng Chương thêm một lần nữa. Tôi ngừng lại ở đoạn: "Tôi đến thăm Gác Bút thường ngày [như vậy] và thường vào buổi chiều. Thường, vì muốn, vì cầu, với tôi. Hai mươi năm sinh hoạt thơ văn của miền Nam, được ông nhận cho kết giao, rồi thân thiết mày tao và được ông xem như một tấm lòng tri kỷ, dù tuổi tôi thua tuổi ông đúng một Giáp mười hai năm, tôi đã đến thăm mọi chỗ ở của thi sĩ rất nhiều lần."

Chẳng hạn đọc lại một thư đề ngày 12 tháng Bảy, 1995, nhà văn Nguyễn Đình Toàn [lúc đó còn ở Sài Gòn] gửi cho Mai Thảo, qua Duy Trác, nhân dịp thi sĩ Du Tử Lê tổ chức Đêm Mai Thảo, có đoạn viết:

"... Ông Lý [Lý Hoàng Phong] vừa tới chơi. Nghe tao định viết thư cho mày, ổng gửi lời thăm. Vẫn chưa chừa bệnh văn chương. Ổng bảo viết về Mai Thảo thật khó. Tao có bảo với ổng, coi như mỗi thằng viết văn có một mảnh đất, chữ nghĩa của nó là cỏ. Hễ nó lấp đầy được mãnh đất thành một cái bãi xanh cỏ đủ, mặc mẹ những chỗ lồi lõm. Cái hay của Mai Thảo là nó viết một chữ cũng Mai Thảo, một câu cũng Mai Thảo. Thế là quá đủ rồi..."

Tôi chợt hiểu.

Và tôi hiểu tại sao Phạm Công Thiện – suýt soát tuổi tôi, nghĩa là thua Mai Thảo đến một con Giáp – mà cứ mày-mày-tao-tao với tác giả Sống Chỉ Một Lần, trong khi đó thì tôi lúc nào cũng cứ anh-anh-tôi-tôi với Mai Thảo. Tôi hiểu tại sao nhà văn Nguyễn Tuân – cùng lứa tuổi với bố tôi đã nhất định không cho tôi uống ly rượu ông vừa rót ra cho mọi người. Chỉ vì tôi gọi ông bằng bác.

Phải chăng nhà văn không có tuổi. Nhà văn chỉ có già đi và chết. Nhà văn không đếm cái khoảng thời gian sống. Thời gian của một nhà văn là ý nghĩa những dòng chữ họ viết ra. Là cái khả năng thể hiện sáng tạo. Là chính chữ nghĩa từ những trang sách họ mang đến cho đời sống.

Ở Quán Cà Phê Starbucks

Nguyễn Xuân Hoàng

Người đàn ông tôi gặp trưa nay ở quán cà phê Starbucks tên B.

Ông và tôi quen nhau tình cờ từ hơn sáu tháng nay cũng ở quán cà phê này. Hôm nay ông ăn mặc khá giản dị, cái áo choàng lạnh màu xanh đã cũ, quần màu vàng kaki hiệu Dockers hơi rộng, bàn tay ông to bè, những ngón tay ngắn và thô, móng tay dài cáu bẩn, như một người vừa làm vườn. Ông đứng xếp hàng trước tôi chờ mua cà phê.

"Chào ông." Tôi lên tiếng trước.

"Chào!" Ông trả lời, giọng mệt mỏi.

Buổi trưa, nhiều nhân viên các cơ sở quanh vùng sau khi ăn *lunch* xong thường lấy cà phê trước khi trở lại sở làm. Hàng người chờ lấy cà phê khá dài. Ông B. quay mặt lại hỏi tôi hôm nay uống gì. Tôi cám ơn. Tôi nói để tôi vì tôi còn tiền trong thẻ Starbucks.

Nhớ lần đầu gặp ông, cũng đúng vào lúc xếp hàng mua cà phê vào buổi trưa. Ông đứng sau lưng tôi và hôm đó bất ngờ ông hỏi tôi một câu bằng tiếng Anh "Xin lỗi, ông có phải là người Việt Nam không?"

"Phải", tôi trả lời bằng tiếng Việt. "Tại sao?" Tôi hỏi lại.

Ông nói mấy lần trước đi cà phê ở đây thấy tôi ngồi một mình nhưng ngại không dám hỏi sợ tôi không phải người Việt Nam. Người Việt mình ít ai uống Starbucks lắm. Cà phê Việt Nam dù gì cũng hợp *gout* hơn là cà phê Mỹ. Thấy tôi đeo sợi giây mang thẻ sở làm một toà báo, ông hỏi, tôi làm việc gì ở sở này. Tôi nói dối, tôi làm *janitor*, nghĩa là lau chùi bàn ghế, quét dọn rác rến trong một toà soạn. Ông nhìn tôi thương hại.

"Qua Mỹ hồi nào? Làm *janitor* sống đủ không? Vợ con ra sao?" Tôi trả lời cho qua chuyện, tôi biết mình đã lỡ nói dối không thể tiếp tục thêm. Tôi nói tôi qua Mỹ năm 1985, vợ tôi thất nghiệp cả năm nay, tôi có bốn đứa con, đứa út mới vào đại học, ba đứa kia đã có việc làm.

"Vẫn ở với con cái à?"

"Không", tôi nói, "vợ chồng tôi sống riêng, giống như hai con khỉ già chờ ngày ra đi."

"Đi đâu?" Ông hỏi.

Tôi cười, "thì ra đi đó mà. Ai sống mà chẳng có lúc sau cùng phải ra đi."

Ông cũng cười, "nói bậy. Lương bổng sao? Đủ sống không?"

Ông ta nhắc lại câu hỏi.

Tôi nói "à thì cũng sống vậy vậy."

"Qua Mỹ năm nào?" Đây là lần thứ hai ông hỏi tôi.

Tôi nhắc lại: Năm 1985.

"Mà ở thành phố này lâu chưa?"

"Ồ chỉ mới sáu năm thôi."

"Trước ở đâu?"

84

Tôi nói ở Quận Cam.

"Hồi đó làm gì?"

Tôi nhắc lại: "À, thì cũng lau chùi bàn ghế, nhà cửa, phòng ốc, hốt rác rưởi cho một toà soạn báo."

"Vậy sao?" Ông hỏi mà như nói.

Tôi hỏi lại ông, vậy chứ ông đến Mỹ từ bao giờ? Ông cho biết ông đã qua Mỹ từ trước 1975, đi du học rồi do biến cố tháng Tư 75, ông ở lại luôn. Ông hiện làm kỹ sư cho một hãng nhu liệu điện tử ở đây. Gần 10 năm sau ngày 30 tháng Tư, ông mới lo được giấy tờ cho vợ con qua, và bây giờ... ông bỏ lửng câu... "Tôi và vợ tôi không hợp nhau. Mấy đứa con đã lớn, đứa nào cũng có công ăn việc làm. Tôi hiện sống một đời sống khác."

Tôi muốn hỏi ông thế nào là một đời sống khác, nhưng tôi nghĩ lại, hỏi để làm gì?

"Ông dùng loại nào?" Tôi nghe cô thu ngân hỏi ông. Ông gọi món *frappucino* và quay sang nói với tôi "hôm nay không mang tiền lẻ, ông trả hộ ly nước của tôi nhé!"

"Không sao." Tôi gọi một *double expresso*, và như thường lệ, tôi đưa cái thẻ Starbucks cho cô thu ngân...

Lấy cà phê xong, chúng tôi ra ngồi ở chiếc bàn trống ngoài sân...

Trời mùa hè vùng Thung Lũng năm nay không nóng như mọi năm. Tôi ấp hai tay vào ly cà phê. Tôi hỏi ông sao lúc này ít ra quán cà phê vậy? Ông nói hồi này ông uống cà phê Việt Nam nhiều hơn ở cái quán quen, chỗ đó thiếu chịu được. Tôi hỏi công việc của ông, ông nói ông tính về hưu. Ông là người thích du lịch. Nhưng chuyện chưa tính xong, còn nhiều chuyện phải giải quyết trước khi nghỉ hưu sao cho có lợi. Ông hỏi tôi hôm nay có phải về sở lau chùi bàn ghế ngay không? Tôi nói còn sớm, tôi có thể ngồi nán thêm ít phút nữa.

Ông B. than hôm nay ông buồn quá.

"Tại sao?"

"Tay kỹ sư làm cùng sở tôi vốn là một tay hiền lành, bỗng nhiên hôm nay nó chửi tôi là đồ khốn nạn."

"Tại sao?"

"Đời sống tinh thần tôi mấy lúc sau này không ổn. Tôi nhìn đâu cũng thấy người ta nói xấu tôi, âm mưu hãm hại tôi. Tôi không tin ai, cái khổ của tôi là tôi thấy chung quanh mình ai cũng ngu dốt, đứa nào cũng có ý xấu với tôi. Một câu nói bình thường của bọn nó cũng làm tôi điên đầu suy diễn ra trăm nghìn ý nghĩa thâm độc. Tôi có cảm tưởng cả thế giới này đều nhắm vào tôi. Cái tay kỹ sư ấy mới qua Mỹ chưa đầy 20 năm mà giữ cái chỗ tốt trong khi tôi sống ở đây đã hơn 30 năm, ăn học đàng hoàng mà vẫn cứ còn lẹt đẹt. Nếu không phải nó bắt tay với thằng phụ tá chủ tịch công ty thì làm sao có được chỗ đó."

Tôi hỏi ông B., hay là tay này nó có bà con họ hàng gì với ông chủ tịch công ty?

"Làm gì có chuyện đó. Chủ tịch công ty là người Mỹ, còn nó là người như mình, mũi tẹt da vàng mà!"

"Không", ông B. tiếp, "không có bà con cô bác gì đâu. Tôi nghĩ là nó nịnh thằng manager Việt Nam, thằng này cất nhắc nó lên. Tôi biết thằng đó dốt bỏ mẹ, tài năng gì! Tôi sẽ nói cho bàng dân thiên hạ biết tay đó là một thằng dốt. Anh làm nghề hốt rác lau chùi nhà cửa thì không biết gì chuyện của những người *trí thức* như tôi đâu."

Và đột nhiên, ông B. đổi đề tài:

"Ở Việt Nam ông ở thành phố nào?"

Tôi nói Sài Gòn.

"Hồi đó ông làm ngành nghề gì?"

Tôi ấp úng, "tôi làm thợ mộc. Nhà tôi có hai anh em, anh tôi là lính Biệt Động Quân, còn tôi...làm thợ mộc." Tôi đã lỡ nói dối nên tới luôn.

"Còn tôi, tôi rời nước sớm quá, tôi không biết gì về tình hình đất nước những ngày 30 tháng Tư.

Anh có bị tù không?"

"Không, thợ mộc không bị tù, nhưng tôi cũng ở tù vì tội vượt biên."

"Tù ở đâu? Có cùng chỗ với ông Đại Học Máu không?"

"Ông Đại Học Máu là ông nào?"

"Ồ, xin lỗi." Ông nói, "tôi quên ông là người hốt rác lau chùi nhà cửa. Đại Học Máu là tên một cuốn sách viết về người tù cải tạo. Ông không biết đâu! À ông nói ông bị tù vì tội vượt biên, nhưng tù ở đâu?"

"Tôi ở tù dưới Rạch Giá, U Minh."

"Vậy là ở chỗ của ông Hương Rừng Cà Mâu chứ gì?"

Tôi nói tôi không hiểu ông muốn nói gì.

Ông cười, "Xin lỗi, anh không bao giờ đọc sách báo à?"

"Sách thì không, nhưng báo thì cuối tuần nào mà tôi không đọc, báo Việt ngữ bỏ đầy ở các tiệm ăn Việt Nam."

Ông B. nhìn tôi:

"Mặt mũi anh trông không đến nỗi nào mà sao không chịu học hành gì cả. Tìm một nghề nào khá hơn không?"

Tôi ậm ừ không trả lời. Tôi đang chán vở kịch tôi đang đóng.

Ông B. lại hỏi "Lương bổng anh sao? Đủ sống không?"

Tôi nói "12 đồng giờ. Cũng sống được."

Ông B. bỗng nghiêng qua bàn, kê sát miệng vào tai tôi thì thầm:

"Anh có cần tiền không?"

Cái miệng kinh khủng với đôi môi thâm xì, hai hàm răng vàng khè và hơi thở ông khét mùi thuốc lá làm tôi khó chịu.

"Tiền hả? Tiền thì ai mà không ham. Nhưng tiền ở đâu ra?"

Ông B. rút trong túi áo ra một tấm ảnh cắt từ một tờ báo. "Đây là thằng X. cái thằng kỹ sư ngu dốt mà tôi đã nói chuyện với anh, nó là thằng dám nói tôi là đồ khốn nạn. Tôi sẽ đưa anh một ngàn nếu anh làm nhục nó trước mặt đám đông."

"Làm nhục bằng cách nào?"

"Anh chỉ cần chửi nó là đồ ngu, đồ dốt nát, đồ khốn nạn trước mặt đám đông ở một tiệm phở mà nó hay đến. Tôi chịu trả anh một ngàn đồng."

Tôi không trả lời. Tôi nhìn ông B., ngạc nhiên hơn là khinh bỉ, khinh bỉ hơn là giận dữ.

Tôi đứng dậy, cầm xâu chìa khoá xe. Ông B. kéo giật tay tôi, "anh ngồi xuống đây với tôi chút nữa thôi. Tôi sẽ trả anh hai ngàn. Chịu không? Tôi đang có những ngày tháng không vui. Những ngày tháng mà bỗng dưng giữa đám bạn bè ai cũng nhìn tôi như một con quái vật mang hình dáng người. Một con quái vật trở mặt, thoắt một cái từ mặt người thành mặt thú, thoắt một cái từ cái dáng vẻ lương hảo thành tay lưu manh xảo quyệt, thoắt một cái từ sự thanh tao trở nên thô lỗ cục cằn... Con quái vật có đủ mọi thứ bề ngoài của một con người bình thường, nhưng khi nó há miệng ra cho người ta thấy những chiếc răng nanh nhọn hoắc đầy máu me của mình. Con quái vật có những ngón tay cầm bút nhưng khi nhìn kỹ đó chỉ là móng vuốt của một thứ Dracula đang bấu vào cổ người. Tôi vốn không tin có Dracula trong đời sống này. Chẳng qua đó chỉ là sản phẩm của trí tưởng tượng. Thật ra bây giờ tôi mới biết tôi đã có một ý nghĩ sai. Thế giới chúng ta quả thật có ma quỷ, có hồ ly, có Dracula. Dracula sống trà trộn giữa chúng ta. Chúng nói cười đi đứng sinh hoạt như chúng ta. Chúng luôn luôn than van thiếu thốn nghèo túng mặc dù chúng không hề túng thiếu. Chúng thích vơ vét, bốc hốt, thích dí mũi vào đời sống người khác may ra moi móc chút đời tư để kể lại bằng giọng hả hê. Chúng giống như con dòi ngúc ngoắc từ một đống phân. Chúng đóng vai một tên có chút kiến thức nhưng là một thứ kiến thức ăn đong cóp nhặt từ những trang báo, những cuốn sách chưa kịp tiêu. Những con quỷ Dracula không thể sống nếu không hút máu của người khác. Nhưng nó sẽ không hút được máu ai nếu trước hết nó không làm cho người khác tin nó là một con người tử tế. Người ta cứ tưởng nó mềm như một miếng bông gòn, nhưng thực ra nó là một cục chì, đất sét. Nó là một con vật thông minh chứa đầy nọc độc. Tôi đang có những ngày không vui, khi bỗng dưng một hôm phát hiện ra con quỷ Dracula mà lâu nay tôi cứ tưởng là người nào khác lại chính là tôi. Anh đừng bỏ đi, tôi sẽ cho anh mười nghìn đồng, mười nghìn chứ không phải hai nghìn, anh làm nhục tên kia dùm tôi. Tôi xin anh, chỉ khi nào anh làm được như thế con quái vật Dracula kia mới ra khỏi đầu óc tôi, ra khỏi trái tim đầy lòng hoài nghi của tôi."

Ông B. nói một hơi không nghỉ. Ông làm tôi ngạc nhiên, quá sức ngạc nhiên...

Hôm nay là thứ Sáu, buổi chiều cuối tuần, công việc ở sở tương đối nhẹ nhàng, tôi có hai ngày nghỉ ngơi trước mắt.

Tôi nói với ông B. là ông cứ moi hết những rác rưới trong đầu ông ra đi tôi sẽ đổ dùm ông. Ông cứ móc hết sự nhơ bẩn của cống rảnh ra khỏi trái tim xấu xa của ông đi tôi sẽ dội nước sôi dùm ông. May ra...

Tôi cầm xâu chìa khoá dứt khoát bước ra khỏi tiệm Starbucks.

Cà phê Starbucks nhạt và dở trừ phi uống một cái *double expresso*. Nhưng hôm nay cả ly *double expresso* cũng nhạt phèo hơn nước lã!

Chiều thứ Sáu tuần này là một buổi chiều không vui của tôi.

Sáng Thứ Sáu

Nguyễn Xuân Hoàng

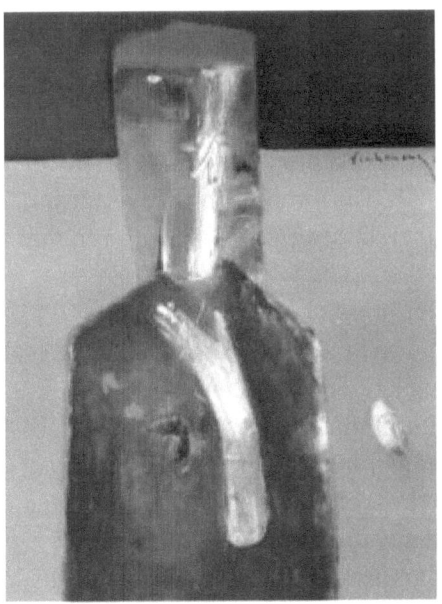

Đinh Cường, Hommage à Oriana
sơn dầu trên canvas 24 x 30 in

gửi đinh cường

sáng thứ sáu, bảy giờ
ở san jose trời lạnh
lạnh bất ngờ
mở trang web nguyệt mai
đọc bài thơ của bạn
tặng cánh rừng scibilia
ly cà phê mùa đông trên sơn dầu canvas

và tôi nhớ, nhớ, nh, ớ
nhớ không thể tưởng
những ly cà phê năm nào tôi ngồi với bạn
cà phê đen, nóng, bốc khói ở góc đường catinat lê lợi
bên kia đường là continental khi oriana fallaci vừa
bước xuống
ngồi vào chiếc bàn quen thuộc
oriana fallaci oriana fallaci
chị hơn tôi mười một tuổi
và như vậy tôi đã phải chờ em gần một con giáp?
đi qua chiến tranh chiến tranh chiến tranh
em là người đã từng gặp những khuôn mặt lớn của
thời cuộc
những khuôn mặt bên này bên kia
những khuôn mặt quyết định cái sống và cái chết
của những kẻ bên kia bên này
những khuôn mặt đầy toan tính
họ cúi xuống những trang giấy
chỉ ngón tay trên những bản đồ hành quân chằng chịt
phẩy bên này quệt bên kia
có thể đếm được số người chết số người sống
và ly cà phê vẫn còn nguyên đó trên mặt bàn pagode
vẫn bốc khói
chiếc ghế bành trong góc phải, ấm, tôi vẫn ngồi chờ
không phải mai thảo, thanh tâm tuyền, doãn quốc sỹ
không phải huỳnh phan anh, đặng phùng quân, đào
trung đạo,...
mà là tô thùy yên,... và những bài thơ làm tôi đau nhói,
không phải chị – đúng, không phải, chị, mà là em
em oriana fallaci
em oriana
không phải khoảng cách của tuổi
giữa chị và tôi
giữa tôi và em

không phải khoảng cách của tháng năm
khi em bước vào cuộc chiến việt nam
nơi cha tôi và các bạn ông đã gục ngã
nơi chị tôi xác không tìm thấy
nơi anh tôi đã bị họng súng dí sát mang tai
và một tiếng nổ kinh hoàng
oriana, em oriana
tôi đã ăn cắp bức tranh đinh cường vẽ em
tôi nghĩ thế
bức tranh tặng em tặng cuộc chiến việt nam
tặng em năm em bốn mươi tuổi
tặng em năm bọn tôi vừa mới ba mươi
tặng em năm tôi quyết định kết thúc chàng và nàng
tặng em năm tôi vừa ra khỏi rừng u minh
trên chiếc xuồng ba lá
tôi đi tìm câu trả lời

...

ngày mai tôi sẽ ra sao
khi ra khỏi nơi này
bỏ lại
những cây cọc nhọn cắm dưới ao
những thập tự giá trói thân người bạn tù chôn thây từ
mùa xuân trước
.....
chào chị oriana
chào em fallaci
chiến tranh đã đi qua
đi qua
tưởng đã đi mất
không còn nữa

...

nhưng sáng nay san jose lạnh
lạnh bất ngờ

93

cám ơn bức tranh ghế cũ đinh cường
với chiếc áo choàng nữ tu sơn dầu trên canvas

07 tháng ba, 2014

Sổ Tay Nguyễn Xuân Hoàng

Nguyễn Xuân Hoàng

Em Bé Đứng Chờ Xe Ở Ngã Tư

Mấy tháng sau cùng của năm học, sáng nào chở con tới trường tôi cũng nhìn thấy một bé gái đứng chờ xe ở ngã tư đường Washington và Oregon, thành phố Milpitas. Em chừng 13, 14 tuổi, da nâu, tóc đen, ngắn, khô và hơi xơ xác, quần áo của em như những đứa trẻ cùng lứa giống nhau, đơn sơ giản dị. Em gầy ốm, mắt nhỏ, sóng mũi thấp. Rõ ràng em có khuôn mặt của người Á châu. Nhưng tôi không rõ em là người Nhật hay người Hoa, người Đại Hàn hay người Thái Lan. Em cũng có thể là người Phi Luật Tân. Mà sao không phải là người Việt? Milpitas nhiều người gốc Á hơn là dân bản xứ. Đông nhất là dân Phi, Nhật và Ấn. Người Việt cũng đông, nhưng tôi không nghĩ là đông hơn ba sắc dân kia. Vậy mà đi đâu, nhìn đâu tôi cũng thấy người Việt. Mười ba năm ở Quận Cam, tôi bơi lội giữa người Việt. Nói năng đi đứng, suy nghĩ như một người đang sống ở Sài Gòn. Quán cà phê, tiệm ăn, nhà sách, tiệm chạp phô, quần áo, âm thanh, mùi vị,... chỗ nào cũng là Việt Nam. Sài Gòn trên mỗi bước chân. Trong từng hơi thở. Quận Cam không ai quá nghèo, cũng không ai quá giàu. Là tôi nghĩ thế. Cũng có thân tình và lạnh nhạt. Cũng có đố kỵ và tử tế. Cũng có đen và trắng. Cũng có bọn giả hình và người chân thật. Đâu mà chẳng vậy. Nhưng tôi biết những ngày buồn tôi sẽ đi đâu. Đến nhà một người bạn nào tôi sẽ được uống một tách trà, nghe những câu chuyện đáng nghe. Đến quán cà phê hay tiệm ăn nào tôi sẽ gặp được người tôi muốn gặp. Tôi thật là một người may mắn. Nhiều người ở tiểu bang khác đến chơi bảo tôi, tới Bolsa thăm bạn bè ở vài ngày thì được, chứ ở lại thì không bao giờ. Tôi hỏi tại sao? Người ta bảo: Bolsa bon chen quá. Người ở đó một là vái nhau hai là đổ rác vào đầu cổ nhau. Không thích.

Tôi đồng ý, nhưng tôi cũng nghĩ đâu mà chẳng thế. Bọn tưởng là quý tộc còn tệ hơn. Cái thế giới trưởng giả giàu sang có những quy luật của nó. Tôi không quen. Rồi tôi dọn lên San Jose, Bắc Cali. Vậy mà cũng đã gần ba năm. Nơi tôi làm việc có khoảng 1,500 người. Số nhân viên người Việt chừng hai chục. Tôi thấy có cả những người gốc Á khác: người Hoa, người Phi, người Nhật và người Ấn. Nhưng cũng chỉ là một tỉ lệ nhỏ thôi. Chúng tôi gặp nhau trên hành lang, chào hỏi nhau buổi sáng, buổi chiều, cuối tuần đầu tuần. Tôi đã học được cách cười, cách nói cách nghĩ trong một khung cảnh mới. Những người trẻ Việt nói tiếng bản xứ trôi chảy. Những người lớn tuổi nói tiếng Việt dễ dàng. Công việc của tôi cũng thường. Không có gì khó, cũng không hẳn là dễ. Chỉ là nghề nghiệp. Một thói quen mới làm dần, học dần, trở thành cái máy. Thì cũng là những người tốt và người xấu,. Những người chơi được và những người chơi không được. Cũng có bọn giả hình. Cũng có người lương thiện. Đâu mà chẳng thế!

Thung lũng điện tử nhiều người giàu, nhưng thành phố Milpitas, khu tôi ở, không ai giàu như nhiều người ở xa vẫn nghĩ. Thê thảm hơn là gần nửa năm nay, thung lũng không vui, nhiều người mất việc, nhiều cửa tiệm ăn uống không còn cảnh xếp hàng rồng rắn như trước. Nhà treo bảng bán suốt mấy tuần vẫn còn nguyên. Trước kia người ta hay nói pay-off bây giờ người ta chỉ nói lay-off. Trước người ta nói "anh có biết mỗi ngày thung lũng có thêm mấy nhà triệu phú không," bây giờ người ta nói mỗi ngày có bao nhiêu người dọn nhà ra khỏi thành phố. Trước kia người ta nói tên những hiệu xe đắt tiền và những ngôi nhà trên núi. Bây giờ người ta đi mua xe cũ và bán nhà.

Tôi vẫn chưa khám phá ra vẻ đẹp của vùng đất này. Tôi chỉ nhìn thấy những dãy núi buổi chiều vàng óng một phía mặt trời. Tôi chỉ thấy những xa lộ không lớn lắm , bảng chỉ đường rắc rối và những lối ra lối vào hơi nguy hiểm. Tôi cũng đã chạm vào những người tưởng là mình vĩ đại nhưng thực chất cũng chỉ là những kẻ tầm thường. Cũng xoàng thôi. Thật không may cho tôi, sao tôi cứ gặp mãi những khuôn mặt rất ít nụ cười! Và em bé đứng đợi xe ở ngã tư đường làm tôi nghĩ ngợi. Mỗi sáng của năm ngày trong tuần, tôi luôn nhìn thấy em. Có phải ba của em vừa mất việc? Hay ba mẹ em sạt nghiệp vì stock? Có phải gia đình em gặp tai nạn. Tôi nghĩ là nhà em nghèo? Một người Phi Luật Tân nghèo. Tôi đã ở đảo Bataan bên Phi tám tháng. Tôi không biết người Phi nghèo ở Manila ra sao, nhưng tôi biết người Phi ở Bataan nghèo hơn những người tị nạn. Những người tị nạn vốn đã đồng nghĩa với sự "khổ rách áo ôm," người Phi ở Bataan còn khổ rách áo ôm hơn. Những người bán hột vịt lộn rong buổi tối đi len qua cửa sau của những căn trại của người tị nạn rao hàng giọng buồn thảm, những người bán rượu lậu trong những căn nhà lợp lá cây xác xơ. Những người Phi hiền lành chân chất và tử tế. Tôi thấy mình gần gũi với họ hơn là những con người lúc nào cũng sắc mắc về một cái cà vạt, một bộ quần áo đúng kiểu. Tôi là một người nhà quê. Cái thứ người tưởng là thành phố mà trời ơi sao nó cải lương đồng bóng [nói như thế là đã xâm phạm cải lương rồi!].

97

Tôi càng không phải và không bao giờ là một nhà trí thức. Mấy ngày nay tôi có tình cờ đọc được một đôi bài bàn về trí thức. Có bài đàng hoàng, nặng về học thuật. Có bài biểu lộ sự khoa bảng và sự đọc, nhưng cũng có bài nói như một chị đứng giữa chợ Đồng Xuân vén váy lên mà rủa sả vào mặt người khác. Tôi có học đôi ba chữ để đọc để viết. Mẹ tôi không học chữ nhiều. Cha tôi chỉ học ở đời sống. Tôi học được lòng nhân của mẹ. Tôi cũng học được cái triết lý của cha: không có gì lớn mà không bị một cái lớn vượt qua, không có gì đẹp mà không bị cái đẹp khác lấn át. Cái mình biết bao giờ cũng rất nhỏ. Cái mình tưởng là chân lý, đôi khi chỉ là một hạt bụi thôi. Cái bọn dởm cứ điệu đàng nhờ có đôi chút kiến thức sách vở tưởng rằng mặt trời đang ở trong tay. Tội nghiệp! Một lời nói nặng bị dọng vào tai, nghe không khỏi bực mình nhưng bài học cho biết phải quên đi ngay sau đó, để cái khoảng trống trong lỗ tai chứa những lời tử tế. Một chữ viết sai làm ta khó chịu rồi cũng phải để qua một bên còn lo viết cho đúng những chữ sắp tới. Hiền lành không bao giờ đồng nghĩa với sự ngu dốt. Làm thinh không phải là không biết nói. Bất bạo động không phải là không có khả năng tấn công. Tôi biết thế nào là một đứa trẻ bụi đời. Tôi từng là một đứa trẻ như thế.

Tôi nhớ tới em bé đứng chờ xe ở ngã tư đường. Những hôm trời nắng hay trời mưa, trời có sương mù lạnh hay trời trong và ấm, em đứng đó, chiếc cặp trên vai, yên lặng nhìn những chiếc xe đi qua. Xe tôi thường hay ngừng chỗ ngã tư, nhường xe đến trước đi trước. Tôi thấy em có đôi mắt buồn. Quá buồn. Da mặt em tái xanh. Có vẻ như em không còn mẹ. Bà mẹ nào mà chẳng lo cho con? Sao bà nỡ để cho em tóc tai như thế, quần áo em như thế? Khi bỏ con tôi xuống gần cổng trường, tôi đi tiếp chiều xe chạy đến sở làm chứ không quay về lối cũ. Tôi không biết em đi ngã nào? Nếu đi học, tôi nghĩ em chỉ cần đi vài "lốc" đường là đến. Ở khu đó có ba cấp trường: tiểu học, cấp hai và cả cấp ba. Vậy thì em chờ xe đi đâu? Ba em đâu? Mẹ em đâu? Trong chiếc cặp quàng vai của em có chứa sách vở không? Hay là thứ gì khác? Thứ gì khác? Tôi không nghĩ ra một đứa bé gái bằng tuổi em ở Mỹ mà không đến trường thì đi đâu? Nhiều bữa, hình ảnh em theo đuổi tôi suốt dọc đường đến sở làm. Tôi nghĩ đến con tôi. Nghĩ đến cái tuổi 14, 16 đẹp đẽ của nó và tôi bỗng nhận ra tất cả tình yêu mà tôi dành cho nó là một sự hiến dâng xót xa đầy thất vọng.

Hơn hai tuần nay, tôi không còn đi lại mỗi buổi sáng trên con đường đó nữa. Nhà trường đã nghỉ hè. Nhưng hình ảnh em bỗng hiện ra trong trí tôi sáng nay. Tôi đi ngược đường đến sở làm. Tôi muốn trở lại ngã tư Washington và Oregon. Mặc dù hôm qua trời nắng gắt cháy da, sáng nay trời bỗng mưa. Mưa không to nhưng khá lạnh. Tôi tấp xe vào một khu chợ gần đó, đi lững thững dọc theo con đường đến trạm chờ xe. Trạm đợi xe vắng, không thấy bóng em. Tôi nhớ đôi mắt buồn của em., nhớ cái dáng điệu thỉnh thoảng em xốc lên có lẽ vì chiếc cặp trên vai khá nặng trên đôi vai quá gầy của em. Tôi tự hỏi tôi tìm kiếm gì? Tôi sẽ nói gì khi gặp em? Và liệu em có muốn trả lời những câu vớ vẩn của tôi? Đứa con gái nhỏ của tôi mấy hôm nay đã bắt đầu đi làm mùa hè ở một tiệm trợt pa-tin trong thương xá của thành phố. Nó tìm cách chứng minh là nó có khả năng lao động, nhưng nó chưa biết giá trị mà nó thu nhập được từ mồ hôi của nó. Nó chưa biết giá trị của tình yêu mà tôi cho nó. Tôi không hiểu con tôi và có lẽ nó cũng chẳng cần hiểu tôi. Như tôi không hiểu thế nào là mùa hè ở Mỹ.

Tôi nhớ có nghe một ca khúc trong nước phổ từ bài thơ của Đỗ Trung Quân. Một bài thơ nói về mùa hè, chùm phượng vĩ, tuổi mười tám, cậu học trò ngu ngơ trước tình yêu mới lớn:

Những chiếc giỏ xe chở đầy hoa phượng
Em chở mùa hè của tôi đi đâu?
Chùm phượng vĩ em cầm là tuổi tôi mười tám
Thuở ngây thơ thầm lặng mối tình đầu...

Ca khúc ấy tôi nghĩ rất hợp với Việt Nam, hợp với khí hậu thời tiết con người văn hóa Việt Nam. Ca khúc ấy hát lên ở đây , trên một nước Mỹ lạnh lẽo này sao mà xa lạ và lạc lõng. Nước Mỹ to lớn đang thiếu một cái gì đó để làm thành mùa hè cho những cô cậu học trò. Nước Mỹ đã mất ngây thơ ngay tại sân trường và lớp học. Không biết liệu mùa học tới, khi chở con đến trường, tôi có còn gặp lại em không?

Người Bạn Thân Cũ, Mùa Hè

Suốt một tháng nay tôi bồi hồi vì được nối lại liên lạc với một người bạn thân cũ. Tôi không biết chúng tôi bặt tin nhau đã bao nhiêu năm, nhưng nếu lấy tháng Tư 1975 làm mốc thì chúng tôi xa nhau có đến 40 năm hơn. Hồi đó chúng tôi còn ở tuổi thiếu niên. Thành phố Nha trang với những ngôi trường đầy những cây phượng vĩ, tiếng ve kêu râm ran chào đón mùa hè, và biển xanh, những cây dừa, những lùm dương, cát và gió, và một bầu trời không mây.

Bạn tôi là một thiếu niên không chỉ đẹp trai mà còn học giỏi. Toán và sinh ngữ anh luôn đứng đầu lớp. Anh có nước da màu nâu như cô bé đón xe ở ngã tư Washington và Oregon. Và anh có mái tóc rất đẹp, vàng mịn và xoăn. Mà anh đẹp là phải. Anh rất giống mẹ anh. Người mẹ mà anh vẫn gọi là Dì. Bà giống như một phụ nữ Tây phương hơn là Á đông. Ít nói nhưng dịu dàng, nghiêm mà bao dung. Bà là chủ một tiệm ăn, khá sang, ít chỗ ngồi nhưng toàn khách chọn lọc. Thỉnh thoảng tới thăm bạn, tôi luôn luôn được Dì cho ăn, không phải như một người khách mà như một đứa con. Và tôi đã ăn theo kiểu "ăn cho bõ những ngày cơ cực" như cách nói của Bùi Bảo Trúc. Cái làm cho Dì ít giống như Tây phương nhất đó là Dì hút thuốc lá cẩm lệ như những phụ nữ Huế.

Hơn 40 năm tôi chưa gặp lại bạn, cho nên hình ảnh bạn còn trong trí nhớ tôi là một Tôn Thất L. thời Trung Học. Một thời với Đoàn Lân, Trần Lâm Cao, Lê Văn Quyền, Thái Hồng Ngọc, Vĩnh Tiễn, Lê Quang An, Võ Văn Trưng, Dương Đức Quảng, Sao Trên Rừng – Nguyễn Đức Sơn, Duy Năng – Nguyễn Văn Trí, Hoàng Thị Ngọc Táo, Nguyễn Thị Hoàng, Tôn Nữ Nha Trang, Cao Hoành Nhân, và các bà chị xinh đẹp hoa khôi một thời thuở đó như Túy Hoa, Tôn Nữ Dạ Khê, Như Phú, Bích Hường Bích Ngôâ... Thành phố biển. Và những mối tình của tôi: Bích, Bạch Mai, Bouquet Odette. Mãi về sau này, khi đọc Métisse Blanche tôi mới biết tác giả Kim Lefèvre chính là Lâm Kim Yến, một trong mấy bà chị xinh đẹp của thành phố mà mối tình của chị (cũng như mối tình của Nguyễn Thị Hoàng trước khi viết Vòng Tay Học Trò) đã làm sóng biển Nha Trang trở thành bão tố. Dù sao thuở đó, tôi vẫn thấy Dì tôi là người đàn bà đẹp nhất. L. nói Dì không ở Montréal mà ở với một người con khác bên Mỹ. Tôi gọi dây nói thăm Dì. Tôi nói với Dì là "con đã già," Dì bảo Dì cũng không còn khỏe như ngày xưa. Dì đọc kinh và niệm Phật suốt ngày. Dì gọi tôi là "anh" như Dì vẫn gọi con trai của Dì, bạn L. của tôi là "anh" khi chúng tôi còn nhỏ.

40 năm sau, tôi chỉ gặp lại L. bằng điện thoại. Tôi vẫn chưa nhìn tận mặt anh. Chúng tôi biết là chúng tôi đã già. Mùa hè năm Đệ Nhị, sau khi lấy được cái Tú Tài I, chúng tôi chia tay nhau. Cả hai chúng tôi đều vào Sài Gòn và điều kỳ lạ là chúng tôi lạc nhau trong cái thành phố Sài Gòn nhỏ bé kia. L . vào Quốc gia Hành chánh. Mấy năm sau tôi nhận được cái bưu thiếp từ Tokyo, L. viết mấy dòng ngắn về nơi anh đến. Và đó có lẽ là những dòng chữ duy nhất mà chúng tôi trao đổi với nhau trong suốt 40 năm.

Mùa hè, năm lên Đệ nhị, chúng tôi bắt đầu chơi boxing và nói chuyện sẽ đi Sài Gòn học. Tôi muốn làm một người có thể chịu đựng những cú đấm, vì ngày nào đi tắm biển cũng bị những thằng to con đuổi đánh. Tôi muốn có sức chịu đựng của những thỏi thép. Tôi đã làm được điều đó và không lâu, khi cha tôi biết tôi chơi quyền Anh, ông bảo quả đấm của mày thì làm được gì. Liệu mày có đủ sức đấm trả Huỳnh Tiền không? [một tay võ sĩ lừng danh thuở đó]. Tôi hỏi, vậy con phải làm sao. Mày chơi súng đi! Tôi đã ăn cắp khẩu súng của anh tôi, khi anh từ Ban Mê Thuột trở về thăm gia đình. Khẩu súng ngắn Beretta rất đẹp, gọn và nhẹ, như một đồ chơi và tôi đã có dịp sử dụng nó trong một buổi tối ở biển. Viên đạn bắn trượt không giết chết ai, nhưng quả thật nó đã cứu tôi khỏi những thằng lục lâm ở biển. Mấy ngày sau cha tôi hỏi súng làm được gì? Tôi nói mấy thằng lâu la ở biển hết dám đụng con. Cha tôi cười, súng ống thì nhằm nhò gì! Có thứ còn hơn súng nữa kia. Tôi hỏi thứ gì? Cha cười "cái đầu của mày. Đi học đi, cái đầu còn hơn cái súng." Tôi trả cây Beretta lại cho anh tôi, tôi không chơi boxing nữa. Tôi chơi trò chơi văn chương. Qua đường dây viễn liên L. hỏi tôi tại sao viết văn? Viết hồi nào vậy? Tôi có đọc đâu đó những bài của ông, nhưng tôi cứ muốn hỏi tại sao? Hồi tụi mình chơi với nhau, ông đâu có thích chuyện này, phải không?

L. gửi cho tôi ba cuốn sách của Thích Nữ Trí Hải trong đó có hai cuốn dịch của W. Rahula (*Phật Dạy Những Gì – Con Đường Thoát Khổ* với Lời Tựa của Hòa Thượng Thích Minh Châu, 1966) và cuốn của *Geshe Kelsang Gyatso* (*Phật Giáo Truyền Thống Đại Thừa*). Tôi dừng lại ở cuốn *Lấp Lánh Sao Trời*. Cuốn sách mỏng hơn 100 trang gồm những bài viết ngắn, gọn súc tích. Tôi đã đạc rất nhiều lần bài thứ 27: Sống Chết Và Thời Gian của Thích Nữ Trí Hải. Tôi đọc trước hết vì sách do L. gửi cho tôi. Và tôi đọc nhiều lần bài viết ngắn này vì nó trả lời tôi những câu hỏi tôi đi tìm.

"... đời sống chúng ta quả không khác gì một đốm lửa nhỏ chợt lóe lên trong đêm tối mênh mông rồi vụt tắt. Trước ta và sau ta là những gì, ta hoàn toàn mù tịt:

Tiền tế vô cùng
Hậu tế ninh khắc
Đường trước mênh mang
Nẻo sau nào biết
(Qui sơn cảnh cách)

Ấy thế mà, trong khoảng thời gian ngắn ngủi của đốm sáng nổi (lên) giữa biển tối bao la đó, mấy ai đã tận dụng đời sống của mình một cách vẹn toàn hạnh phúc? Chúng ta hay than cuộc đời ngắn, nhưng nếu dài hơn ta sẽ làm gì? Làm gì nếu không phải là tiếp tục thở than và bất mãn? Càng theo đuổi những dục vọng, ta càng thêm khát khao, càng thấy không bao giờ đủ. Đã đành là có những ý dục thanh cao hơn vật dục, như lòng ham muốn hiểu biết chẳng hạn, nhưng phải chăng đó cũng là đau khổ trá hình, còn vi tế sâu xa hơn cả lòng ham vật dục? Bởi vì cái hữu hình, vật chất, dù sao vẫn có hạn, chứ cái vô hình – hiểu biết – thì thật vô cùng. Do đó con người càng nhiều tri thức càng lắm khổ đau, vì sống chưa chắc được đến trăm năm mà cứ toan tính những kế hoạch ngàn năm thì chỉ luống công nhọc sức."

Thích Nữ Trí Hải viết: "Đức Phật chỉ thẳng nguyên nhân của mọi nỗi khổ và khuyên ta trở về tìm ngay trong thân tâm này, xem cái gì là cái ta chủ chốt của mọi sự sống chết, ham muốn, yêu ghét, quan niệm, khổ vui, hiểu biết.... ấy. Tìm cho ra cái ta ấy đã, rồi hẳn xét đến những cái phụ thuộc vào nó như vui khổ, trí ngu, sống chết, nắn dài. Nếu tìm không có cái ta nào cả, thì những thuộc tính kia, do cái ta mà có, đương nhiên vô nghĩa, như sừng thỏ, lông rùa, hiện hữu còn không có, huống nữa là có ngắn có dài. Đức Phật dạy: "Sắc, thọ, tưởng, hành, thức đều không phải của ngươi, ngươi nên từ bỏ." Ở đây hành chính là những quan niệm, ký ức, tư tưởng, ước muốn âm thầm hoặc lộ liễu trong ta, cái ý thức sai lầm về một cái tôi và về tương tục tính mà kinh Kim Cương gọi là thọ giả tướng (cái tôi trên phương diện thời gian). Chỉ khi nào con người hiểu rõ cơ cấu cái ta, chủ tể của sự sống chết, khi ấy họa may mới hiểu được sống chết là gì, và khi ấy có thể sẽ không còn chuyện tham sống ghét chết, phát sinh do mù tịt về thời gian, về sống chết và cái ta." Cám ơn bạn. Mùa hè đã trở lại. Bốn mươi năm có là bao. Già thì đã sao. Vấn đề là những năm tháng ấy bạn có hạnh phúc không? Bạn thấy chưa, tôi đã đọc cuốn sách bạn gửi. Tôi đã tìm được một cách lý giải đời sống. Liệu tôi có đủ khả năng nắm bắt được điều đó không? Tôi biết cái ta có gì đâu. Tại sao cứ nghĩ tưởng cái ta của mình là lớn lắm, lớn đến nỗi sân si cả một chữ vô tình, một lời không hàm ý? Nhưng tình yêu thì sao? Có phải là thọ giả tướng không?

Nhớ một tiếng nói, tương tư một khuôn mặt, thèm một đôi môi, quen một mùi hương của da thịt,... có phải là thọ giả tướng không?

Cơn Gió Sau Một Cái Chết

Sau cái chết là gì? Là không gì hết. Có chăng là những ngọn gió. Ngọn gió thổi những lời bay đi. Ngọn gió thổi trả những lời trở lại. Cây cải về trời, rau răm ở lại. Tất nhiên cây cải rau răm ở đây không cùng nội dung với câu ca dao. Nhưng dù sao thì cũng là cây cải, rau răm. Trịnh Cung đã nói về Trịnh Công Sơn sau cái chết của người nhạc sĩ tài hoa. Hoàng Phủ Ngọc Tường được nhắc tới.

Trịnh Cung nói vào thời điểm 1975, Trịnh Công Sơn phải làm kiểm điểm nộp cho Hoàng Phủ Ngọc Tường, Tường không bằng lòng và ra lệnh cho Trịnh Công Sơn phải đi học tập cải tạo. Hoàng Phủ Ngọc Tường trong thư thanh minh nói "Đây là chuyện hoàn toàn bịa đặt." Và Trịnh Công Sơn cũng như nhiều người khác, kể cả công nhân viên nhà nước, đã đi "thâm nhập thực tế" làm "nghĩa vụ lao động theo xã hội chủ nghĩa" theo danh từ hồi đó. Ông cũng cho biết ông là "người viết văn làm báo, suốt đời chưa bao giờ có chút quyền hành gì, thì làm sao ra lệnh được cho ai?" Ông cũng cho biết "không hề có việc Trịnh Công Sơn phản ứng lạnh nhạt với ông, bằng cách đóng cửa không thèm tiếp ông trong một thời gian dài," bằng chứng là Trịnh CôngSơn đã nhờ ông đề tựa tập nhạc

Em Còn Nhớ Hay Em Đã Quên. Người ta biết cả hai ông Trịnh Cung và Hoàng Phủ Ngọc Tường đều là bạn thân của Trịnh Công Sơn.

---

* *Lấp Lánh Sao Trời*, Thích Nữ Trí Hải, Ưu Đàm phát hành. Sách dày 102 tr. Không ghi giá. Liên lạc: 9172, 13e Avenue, Montréal, Qué, HIZ 3L5. Email: thao_hoa@yahoo.com

Thơ Nguyễn Xuân Hoàng Những Năm 60

Nguyễn Xuân Hoàng

Mang Mang

Từ xa phố chợ đến giờ
Chân quen bỏ lệ gõ bờ lộ quen
Hoang vu chín đến độ thèm
Lạnh tàn nhẫn rót vào đêm lên đường
Mù sương phố núi mù sương
Nhịp buồn hút gió hồn nương núi rừng
Chuyện linh hồn với bản thân
Bàn tay thượng đế mộ phần chiêm bao
Đồi thông xanh tóc nghẹn ngào
Ngập ngừng lạnh xuống từ bao lâu rồi
Và tôi còn chỉ mình tôi
Mây bay đầu núi kéo trời lên xa
Bàn tay thoáng nổi da gà
Thấm sâu lòng đất nhà ga luân hồi

Bài Luận Làm Tại Nhà

I – Nhập đề
Tôi bước vào đời như loài thảo mộc
Rồi bỗng lớn lên như lũ thú rừng
Xương thịt mẹ cha cho cùng tiếng khóc
Anh em mỗi người tặng chút yêu thương

II – Thân bài
Năm lên bảy tuổi theo lời mẹ dạy
Tôi làm học trò mắt sáng môi tươi
Đường làng phân trâu ngái mùi cỏ dại
Sáng sớm đến trường ngồi đó nghỉ ngơi
Bạn bè chưa thân bài cho chưa thuộc
Mùa thu chưa qua lá vàng chưa rơi
Thầy giáo bỗng buồn tay vê điếu thuốc
Khói cùng vô tình hết vẻ thảnh thơi
Cha đó mắt buồn sầu như biển cả
Và mẹ già nua tóc đã rối bời
Tiếng súng đầu làng mỗi ngày một quá
Sông cũng hững hờ rút cạn niềm vui

III – Kết luận
Mùa thu đi qua mùa thu trở lại
Tôi chợt thấy mình tuổi sắp ba mươi
Sáng sáng dừng chân nhìn quanh lớp học
Nhìn lại đời mình buồn đến thế ư?

Làm Quen

Ngựa phi nước đại một hồi
Bỏ lại đàng sau khu rừng xanh
Khu rừng xanh khu rừng xanh khu rừng xanh
Và những suối sâu, những đồi cao, những truông dài
Trời thì đang mưa mau
Chim bay mù khơi trên cao một vùng
Ngó xuống phía dưới rừng xanh chập chùng
Những suối xanh, những đèo cong, những truông mờ
Những thôn xóm, những ruộng đồng
Trời thì đang bâng khuâng
Tôi dong chơi tự do một thời
Ngoảnh lại đàng sau giật mình sợ hãi
Những dại những khờ những lầm những lỡ
Những suối sâu xanh những đèo cao cong những truông dài mờ
Trời thì đang mông mênh
Ôi ngựa phi nước đại một hồi bỗng quị chân
Ôi chim bay mù khơi bỗng gãy cánh
Ôi tôi người xa lạ bỗng quen em

Một Mình

Anh ngồi hoang vu trên căn gác đầy cô độc
Trắng chiều nhớ em vậy mà em có biết không?
Anh ngửa tay xin sa mạc cho lòng
Và đau đớn cho cuộc đời mới lớn
Mắt hiu hắt vì chứa đầy mộng tưởng
Hồn u hoài nên khát gió trùng dương
Đôi chân non thèm sương nắng dặm trường
Từng khắc khoải gọi nhau về đan díu

Cay đắng vậy làm sao mà em hiểu
Phải không em, em gái của đời anh?
Áo tím đơn sơ lạc nẻo thị thành
Tim non dại nào mà nhiều đau khổ
Anh ngỡ ngàng nghe ngày xưa hội ngộ
Tiếng em cười theo đuổi mãi hồn anh
Tiếng em cười ôi quên làm sao đành
Em ơi em có nghe chiều úa héo
Anh ngồi cô liêu trong tay đời lạnh lẽo
Nghe tiếng em về ray rứt vô biên
Từng bước êm êm xâu xé nỗi niềm
Làm gợi nhớ những ngày vui chưa trọn
Từng bước êm êm như thân đời đang lớn
Níu anh về kỷ niệm những ngày xưa
Hai đứa yêu nhau có hẹn bao giờ
Sao chua xót cứ làm mình nên tội
Từng bước êm êm đủ làm chiều hấp hối
Từng bước êm êm đủ anh khóc một mình
Em ơi em sao mà buồn mông mênh!

Niềm Yên Lặng Của Biển

Đừng nói gì với mặt trời
Nghe không?
Mặt trời cao mặt trời không nghe tới đâu
Đừng nói gì với núi non
Nghe không?
Núi non xa vời núi non không trông thấy đâu
Đừng nói gì với mây gió
Nghe không?
Mây gió cứ bay hoài mây gió nào biết đâu

111

Đừng nói gì với đất cát
Nghe không?
Đất cát cũng đau đớn như ta đất cát không trả lời đâu
Đừng nói gì với cỏ cây
Nghe không?
Cỏ cây cũng sống cũng lớn cũng chết cỏ cây không hiểu gì
đâu
Đừng nói gì với ai hết
Nghe không?
Cũng đừng nói gì với chính mình nữa
Nghe không? Nghe không? Nghe không?
Hãy im lặng như biển
Biển có nói gì đâu
Nhưng biển nghe hết, thấy hết, hiểu hết, biết hết
Nghe không?
Nghe không?

Nói Thầm Với Một Người

Lời của thác
Khi hai bàn tay anh tràn đầy kỷ niệm với những nét gian
khổ vẽ hằn đời anh hạnh phúc thì buồn chảy dài từng sợi
nhỏ qua kẽ hở của mười ngón dại khờ, vậy mà em có biết
không em?
Con hạc trắng đã bay xa bỏ lại hồ gương xanh nỗi ăn năn
cũng đến quấy rầy niềm hối tiếc – có thể anh không còn
ngồi đây làm loài sứa biển phơi thây trên cát bỏng nghe
thân thể mình tan từng giọt nhỏ – thôi còn đó cánh tay dài
tủi hổ chưa một lần gói em và nụ hôn này héo hon chưa
một lần vồn vã.
Liệu ngày nào chạm tay nhau trên đường phố hẹp màu
mắt em mang có sẫm tháng năm dài tôi sẽ bỏ lại sau hành

lý một người và xin đừng ai hỏi tại sao khu rừng hoang vu quá đỗi vậy.

Chẳng còn gì nữa phải không em – khi tình yêu quay lưng quả bóng đỏ đứt dây bay lên trời, tóc mun dài sợi nhỏ là mắt em soi vào hồn tôi xui hai đứa mình chia tay – vậy là khu rừng hoang sương mù vừa đánh mất con chim vành khuyên bé bỏng để bây giờ nằm nghe thác đá reo hoài khúc hát ăn năn.

Bài giã biệt

Dalat mưa hoài nên Dalat buồn
Con đường thì dài nên con đường bị thương
Tôi ôm mối sầu hai vòng tay rỗng
Máu ở tâm hồn cũng xối xả tuôn
Tiếng trống trường đầy ly rượu đầy
Khói thuốc lên mờ đôi mắt cay
Em là thần tượng vừa sụp đổ
Bỏ lại lòng anh những dửng dưng
Thôi còn gì đâu cầm lấy tay tôi
Thôi còn gì đâu cầm lấy hồn tôi
Này đây những lời đau thương thứ nhất
Chia nhau mỗi người làm vốn sinh nhai

Nụ Hôn

Hãy cho anh biết em muốn gì
có phải những cụm mây trắng trôi trên trời mà em thường
nhắc?
có phải con đường hoa hồng mà mỗi chiều chúng mình
vẫn đi qua?
có phải nụ cười mà anh đã cho em lần đầu?
hay những lời kỳ lạ mà anh đã gửi trong lá thư tình thứ

nhất?

anh sẽ tặng em.

Hãy nhìn thẳng mắt anh và đừng lắc đầu như thế

nói cho anh biết em cần gì

vụng nước có sâu anh sẽ đứng ở giữa

vai anh làm cầu cho em bước qua

đời có ghét em anh sẽ chia ra một nửa

hai đứa mình cầm tay lướt qua

trời có mưa to em cứ yên tâm ngồi trong nhà

anh sẽ một mình ướt xối tới thăm em

anh còn giúp em gì được nữa không em?

em chớ cười anh hoài như thế

Dù mái tóc anh có những sợi trắng rất sầu

khi anh chưa đầy ba mươi tuổi.

anh cũng sẽ tặng em những mùa xuân còn lại

hôm nay đã là một chin sáu năm

chúng mình còn có thể sống thêm năm mươi năm nữa

năm mươi năm năm mươi mùa xuân

anh sẽ tặng em năm mươi triệu lần

bởi em vẫn lắc đầu chối mãi những gì anh tưởng mình sẽ có

nên anh rất ngại ngùng

khi phải đem tặng em những đêm dài không ngủ của quê hương mình

những đêm dài sặc sụa chiến tranh

ở đó súng nổ trong lòng mỗi người

súng nổ âm vang trong từng cơn mộng mị

súng nổ liên miên nên anh không làm sao có thể nghĩ

ngoài ra còn có em.

Em nhớ chăng hồi chúng mình mới quen nhau

bữa nói chuyện lần đầu chìm trong tiếng súng

anh làm bộ không biết cầm lấy tay em

lời thú chưa trao tình yêu đã nhận

nhưng mỗi đêm tiếng súng cứ làm anh thức giấc

114

và tự hỏi thầm
liệu chúng mình đã thật thương nhau chăng?
Dẫu sao anh cũng sẽ tặng em
như Trần Dạ Từ đã tặng cho người yêu
tiếng plastic nổ ở một khu phố nào đó
cùng với tiếng khóc của một bà mẹ vô danh
và những giọt máu chảy ròng xuống một ống cống dẫn
nước của thành phố.
Anh cũng sẽ tặng em những cánh tay đã rời khỏi thân
những con mắt đã lọt khỏi tròng
những xác chết không tên không tuổi
đã ngã xuống cho chúng mình sống
và sau cùng là nỗi hôi tanh của chúng ta.
Còn tiếng nổ của những quả bích kích pháo
nổ từng giây trong đầu anh và em
nổ từng giây trong thớ thịt trong trái tim
trong xương máu trong cuộc đời đau đớn
anh sẽ tặng hết cho em.
Anh cũng sẽ tặng em những nón sắt và những lưỡi lê cận
chiến
những ngôi nhà cháy nát vì bom
những ruộng những nương lúa gục tre còm
những dòng lệ khô đem buồn lên mắt
những chua xót tù đày
những đớn đau dằn vật
và nhục nhằn của kẻ đầu thai.
Và sau hết còn lại những cuộn dây kẽm gai
anh xin tặng em bằng cách quấn em vào đó
kèm với nụ hôn cuối cùng này
nghe em?

Trẻ Con Thời Chiến Tranh

1. Chào đời

Như vậy đó bọn mình vào đời
Trước mặt sau lưng đầy tiếng nổ
Như vậy đó bọn mình ra đời
Nụ hôn đầu ướt dòng lệ nhỏ
Như vậy đó bọn mình hết đời
Vùng biển mặn một lần thêm nữa
Như vậy đó bọn mình học cười
Máu và xương cùng lời than thở

2. Làm quen

Khi lủi vào hồn em
Như một loài thú rừng
Tôi mang cùm kỷ niệm
Làm tên tù chung thân
Khi lủi vào hồn em
Tôi lạc loài trong đó (bis)
Mắt hẳn sâu cô đơn
Tóc dài đồi than thở
Khi lủi vào hồn em
Sao nghe buồn quá chừng
Mưa dầm chiều thứ bảy
Biết mình đau đớn hơn

3. Blue bird

Khi bước vào phòng sách vở tôi còn bày la liệt trên giường. BB với mái tóc vàng chiếc môi dưới trễ ra và nụ cười hé mở

Còn em

Em có cười đâu

Chiếc áo dài màu đen sweater màu trắng

Và dòng lệ khô trên mi mắt

Khi em bước vào phòng tôi

Với tấm thân gầy như nhánh củi khô

Mái tóc đen và khuôn mặt xanh

Còn đó chiếc cổ cao như một loài vịt trời. Dalat đang mùa mưa

Khi em bước vào đời tôi

Tháng năm cũng chạy dài trong nỗi nhìn bệnh tật

Và đôi mắt trũng sâu

Khi em bước vào mang theo sương mù và gió lốc

Và chua xót bệnh tật đớn đau tủi cực của kiếp người

Chiếc ngực nhỏ lạnh lùng như bãi tha ma

Và mười ngón xương tay làm bằng gỗ mục

Thị trường của sự tàn tạ, phải không em?

Khi em bước vào hồn tôi

Với tấm thân gầy gò với mái tóc đen khuôn mặt xanh

Với chiếc cổ cao lênh đênh với dòng lệ rẫy khô đôi mắt trũng sâu

Với mười ngón tay củi mục rét buốt lạnh lùng

Tôi bỗng bốc cháy như một que diêm

Thủ bút
Nguyễn Xuân Hoàng

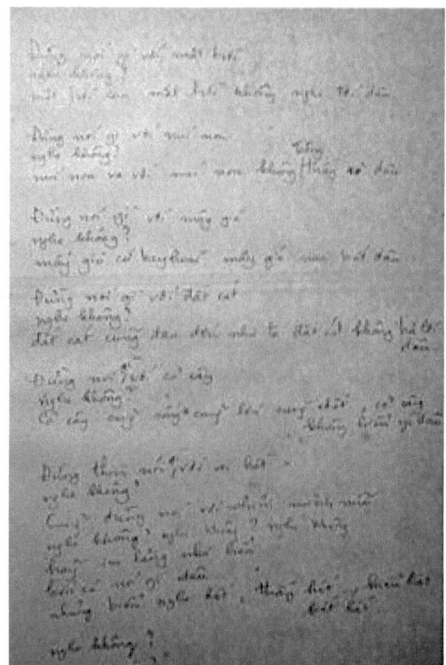

Niềm Im Lặng Của Biển – thơ Nguyễn Xuân Hoàng bản chép tay: Nguyễn Xuân Hoàng – minh họa: Nguyễn Xuân Hoàng (khoảng 1965)

PHÙNG QUÁN
LỜI MẸ DẶN

Tôi mồ côi cha năm hai tuổi
Mẹ tôi thương con không lấy chồng
Trồng dâu, nuôi tằm, dệt vải
Nuôi tôi tới ngày lớn khôn

Hai mươi năm qua tôi vẫn nhớ
Ngày ấy tôi mới lên năm
Có lần tôi nói dối mẹ
Hôm sau tưởng phải ăn đòn
Nhưng không mẹ tôi chỉ buồn
Ôm tôi hôn lên mái tóc

— Con ơi —
            trước khi nhắm mắt
Cha con dặn con một đời
Phải làm một người chân thật

Lời Mẹ Dặn – thơ Phùng Quán
bản chép tay: Nguyễn Xuân Hoàng – minh họa: Luna (khoảng 1965)

Barbara – thơ Jacques Prévert
bản chép tay: Nguyễn Xuân Hoàng – minh họa: Luna (khoảng 1965)

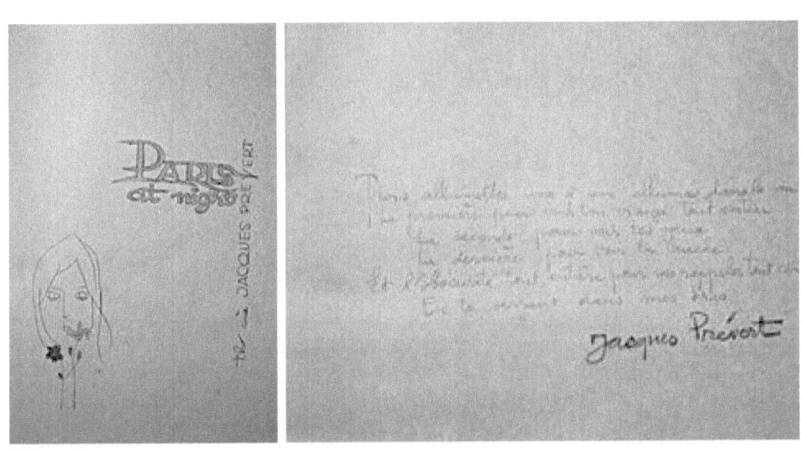

Paris at Night– thơ Jacques Prévert
bản chép tay: Nguyễn Xuân Hoàng – minh họa: Luna (khoảng 1965)

Tự Truyện Một Người Vô Tích Sự

Nguyễn Xuân Hoàng

Trong đời sống, mất mát nhiều hơn là thu nhận.
Cây lúa sẽ không trổ bông, nếu trước đó nó không chết đi.
Hãy sinh động một cách không mệt mỏi, nhìn về tương lai
và nuôi dưỡng bằng những nguồn dự trữ sống chất chứa
từ trí nhớ và sự lãng quên.
—Boris Pasternak

Tôi là đứa con thứ mười hai trong một gia đình mười ba anh chị em. Mười ba người con trong một gia đình, con số ấy đâu có nhỏ, phải không? Nhưng biết làm sao! Có ai trên đời này được quyền chọn nơi chốn, gia đình hay dân tộc để chào đời đâu. Tóm lại, tôi là một người Việt Nam ra đời ở miền Trung, trong thời chiến, dưới một mái nhà "đông dân" và "kinh tế gia cảnh" đang hồi sa sút.

Phải nói là nhà tôi đông người quá, đông đến nỗi tôi không thể nào nhớ hết tất cả những anh chị em của tôi. Cha tôi, má tôi, đôi ba ông anh, đôi ba bà chị, một vài cô em... chỉ chừng đó người thôi cũng đủ nằm chật trong ký ức tôi rồi.

Vậy thì, có lẽ, tôi chỉ xin nói trước một đôi điều về đôi ba người trong gia đình tôi thôi. Tôi nghĩ rằng khi vẽ lại chân dung những người thân thích ruột thịt của mình, tôi cũng đã tự vẽ phần nào chân dung mình. Tuy có hơi nhợt nhạt, nhưng chắc là sẽ không xa sự thực lắm đâu!

Cha tôi, tất nhiên đó là người mà tôi muốn nhắc đến trước nhất trong bản tự truyện này. Ông cao lớn, quắc thước, vạm vỡ. Ngay giờ đây, khi hồi tưởng lại hình ảnh của ông, điều mà tôi có thể nhìn thấy lại trước nhất và rõ nhất là đôi mắt của ông. Đôi mắt ấy đầy thần lực, hơi lạnh và có một vẻ gì như tàn nhẫn. Khi nhìn ai, đôi mắt kia như phát ra một mệnh lệnh buộc họ phải phục tùng. Rất nhiều màu nâu đen, rất ít lòng trắng, đôi mắt ấy khá gần với loài hổ báo. Cũng có khi tôi tưởng đôi mắt ấy là con dao cau phạt ngang, có thể cắt đứt cổ tôi như chơi.

Tôi rất sợ cha tôi. Và tôi không biết rõ lòng mình là có bao giờ tôi yêu ông không.

Má tôi thường nói cha tôi là một con sâu rượu. Quả thật, ông uống như hũ chìm và không bao giờ tôi thấy ông say. "Tao mà say rượu à, rượu say tao thì có!" Cha tôi nhiều lần nói như vậy.

Mỗi ngày bốn bận, cha tôi uống rượu theo chu kỳ "sáng – trưa – chiều – tối". Sáng uống theo lối sáng, chiều uống theo kiểu chiều. Sáng đánh răng súc miệng, uống ít thôi. Tối cần giấc ngủ, uống khá khá được. Trưa, chiều thì tùy hứng.

Má tôi nói rượu là độc dược. Cha tôi nói rượu là thuốc an thần. Cha tôi tích trữ rượu. Má tôi giấu rượu. Cha tôi ít nói khi đã uống nhiều. Và má tôi không phải là loại đàn bà lắm lời.

Nói chung, gia đình tôi đông, nhưng buồn và lạnh. Chúng tôi cử động, ăn uống, đi lại, học hành, trò chuyện như những người khách trọ trong một căn nhà nấu cơm tháng.

Có một thời gian, tuy hơi bất ngờ, nhưng mà cũng ngắn thôi, tôi thấy cha tôi không uống rượu nữa. "Sáng – trưa – chiều – tối" ông chỉ uống trà. Cái thói quen mà ông không thay đổi, đó là bao giờ cũng thức dậy sớm hơn tất cả mọi người trong nhà. Ông nấu nước trong một chiếc ấm màu đen quánh, pha trà trong một bình đất nung màu đỏ gạch cua bóng lưỡng, và uống trong một cái chén nhỏ cũng bằng đất nung da màu lông thỏ đỏ. Cái chén ấy ông trang trọng gọi nó là Thố Hào Trản. Cha tôi rất quý cái chén này. Có lúc tôi nghĩ là ông quý nó còn hơn đứa con của ông là tôi nữa. Ông thường đem khoe với mấy người bạn của ông cái chén đất và nói rằng nó xưa lắm, "bảy trăm năm tuổi đấy!". Nếu đời sống con người chỉ kéo dài có năm mươi năm thôi thì cái chén này đã áp vào môi của mười bốn đời người. Nó "chạm" đến bảy thế kỷ của nhân loại. Có lần tôi hỏi ông tại sao cha biết cái chén này xưa tới bảy trăm năm. Ông nói chính một ông bạn làm quản thủ công nhựt ở viện bảo tàng vườn Bách Thảo Sài Gòn nói như vậy.

"Cha à! Ông ta căn cứ vào đâu mà nói như vậy?"

"Tao không biết, nhưng tao tin ông ấy. Ông ta là một nhà chơi đồ cổ lừng danh. Lời ông ông ấy rất có giá trị."

"Nhưng tại sao bảy trăm năm thì quý?"

"Cái gì trên cõi đời này mà lâu đời đều quý cả."

Tôi biết cha tôi trả lời lấy lệ. Và tôi vẫn không tin là hễ cái gì lâu đời cũng đều quý cả.

Nhưng đột nhiên, cũng bất ngờ như lần chừa rượu, ông bỏ trà không một lời báo hiệu. Tôi nhìn thấy cái chén đất nung, da màu lông thỏ đỏ, nằm lăn lóc dưới gầm tủ; bình trà bỏ ở góc nhà; còn cái ấm đất màu đen quánh nằm ở chái hiên.

Ông uống rượu trở lại.

Thời gian sau đó rất tình cờ có lần tôi nghe ông nói "mấy cái thằng ăn không ngồi rồi, dư tiền dư của, bày đặt chén Tiểu Tống với Đại Tống, Thán Hào Trổ với Thố Hào Trản!" Theo ông, rượu tốt hơn trà, và cái quan trọng chính là "nội dung" chứ không phải là cái "hình thức". Chén nào cũng được, rượu là đủ.

Tôi không giống cha tôi về mặt này.

Tôi uống rượu nhưng không mê rượu.

*

Má tôi là một phụ nữ có cái chiều cao "hơi cao" so với chiều cao trung bình của một phụ nữ Việt Nam. Da trắng, tóc đốm màu bạch kim, mũi cao nhỏ, mắt xanh hơi nghịch ngợm, cái vẻ bề ngoài của bà nổi bật giữa những người phụ nữ Việt Nam. Những buổi đi học về, tôi thường chui xuống bếp với má tôi và đôi khi cả bà chị kế tôi cũng xuống bếp theo. Thỉnh thoảng, bà kể cho chúng tôi nghe về những mảnh đời của cha tôi. Chấp vá lại những câu chuyện hở đầu hụt đuôi của bà, tôi hình dung ra cuộc đời của ông, bằng cách thêm mắm dặm muối cho nó liền lạc.

Là thủy thủ của những thương thuyền, cha tôi trôi nổi từ hải cảng này sang thương cảng khác. Nay Hồng Kông mai Tân Gia Ba, mốt Marseille, bữa kia Amsterdam… ông như một con cá mập giang hồ vẫy vùng giữa trời và nước. Những hình xâm xanh lè còn đầy trên chiếc ngực vạm vỡ và lông lá của ông, cùng với dòng chữ lăn quăn trên hai cánh tay ông, làm chứng cho những lời nói của má tôi. Trước khi lấy bà, cha tôi đã có một đời vợ. Mẹ trước tôi là một phụ nữ Pháp, tên Suzanne, sinh trưởng ở Marseille, thành phố mà đã có thời cha tôi tưởng chừng sẽ chôn chân vĩnh viễn lại đó như quê hương thứ hai. Nhưng cũng theo lời má tôi kể, ông phải bỏ đi vì một chuyện "lỡ tay" của ông. Một hôm ông bước vào quán rượu quen, gọi thức uống như thường lệ, nhưng chờ mãi vẫn không thấy người bồi mang lại, trong khi đó thì tên chủ quán người Pháp cứ đi ra đi vào ngó ông khinh khỉnh. Ông sốt ruột, nắm cổ áo hắn hỏi tại sao. Hắn nói ở đây không có chỗ cho một dân "Mít". Ông giận điên lên, quật tên chủ quán xuống sàn nhà và tấn công hắn bằng một thế võ cực kỳ hiểm độc. Tên chủ quán chết không kịp lời trối trăn. Để trốn tránh pháp luật, ông dắt bà Suzanne chạy lên Paris. Paris đâu phải đất sống của ông. Ông quẩy đuôi trở lại sông hồ, bỏ lại thành phố ánh sáng lộng lẫy kia người đàn bà với một giọt máu của ông. Sau này, vẫn theo lời kể của má tôi, có lần bà Suzanne gửi thư cho cha tôi nói về giọt máu rơi của ông nay đã là một thiếu nữ tên Marthe. Má tôi muốn tự tay biên thư cho bà Suzanne, nhưng cha tôi không bằng lòng. Ông nói đó là chuyện của ông, má tôi không được xen vào. Chị Marthe của tôi có thời nổi tiếng là một trong số những người mẫu lừng danh của Paris. Người ta gọi chị là Marthe Nuyen (lẽ ra phải viết là Marthe Nguyễn mới đúng, nhưng chuyện này đâu có ăn nhằm gì). Tôi biết chi tiết này vì lúc hơi lớn một chút có lần tình cờ tôi nhìn thấy trong cuốn nhật ký của bà chị kế tôi có một tấm ảnh in hình một cô gái Pháp ăn mặc thật đẹp như một tài tử điện ảnh. Sau lưng tấm ảnh là lời đề tặng cho cha tôi có chữ ký rất rõ là Marthe Nuyen. Nhật ký của chị nói rằng Marthe làm nghề người mẫu. Và cha tôi biên thư phản đối bà Suzanne tại sao để con tự do làm nghề này. Nghề người mẫu thì đâu có gì là xấu, nhưng tôi không hiểu tại sao cha tôi nói vậy. Cho đến bây giờ, thật tình mà nói, tôi không biết gì nhiều hơn về người chị có cùng chung với tôi một người cha này. Bỏ Paris, cha tôi đi Hương Cảng, lại theo một số tàu buôn khác, lại giang hồ kỳ hiệp, nay thương cảng này, mai hải cảng kia. Đó là thời gian cha tôi gặp má tôi.

*

Bà là người Trung Hoa, nhưng có dòng máu của dân Hồng Mao. Bà thường nhắc đến ông ngoại tôi một cách kính cẩn như nhắc đến một vị thần đầy quyền lực: "Ông ngoại con không phải là người phàm. Ổng là con nhà quý tộc chớ không phải dân giang hồ tứ chiếng như cha mày đâu."

"Má, con nhà quý tộc thì sao?" Tôi hỏi.

"Dân quý tộc không lấy con nhà thường dân."

"Vậy sao má chịu lấy cha?"

"Không biết! Đừng nhiều chuyện! Nhưng má thích tụi con ăn học đàng hoàng, hơn là lang bạt kỳ hồ."

Bà không muốn chúng tôi giống cái thời tuổi trẻ của cha. Ước muốn của bà, sau này, tôi thấy hình như không đạt được bao nhiêu phần trăm.

Ông ngoại tôi người Bắc Kinh, con một gia đình quyền quý có chức phận, được gởi sang Anh du học. Ông lấy một phụ nữ người Anh và sinh ra má tôi. Không hiểu vì sao ông bỏ bà ngoại tôi ở lại Luân Đôn, về nước chỉ mang theo cô con gái là má tôi. Nhưng rồi, ông cũng không nuôi má tôi. Ông đem gửi bà cho một gia đình người Hoa khác ở Hương Cảng, cung cấp ít tiền bạc và thỉnh thoảng mới đến thăm bà. Cuộc tình duyên giữa má tôi và cha tôi ra sao, không ai trong đám con cái chúng tôi biết. Mà má tôi cũng không bao giờ hé môi nói rõ tại sao một thiếu nữ "con nhà quan xinh đẹp thế kia" (tôi vẫn luôn luôn nghĩ má tôi là người đàn bà đẹp nhất mà tôi đã gặp trong đời) lại đi phải lòng một người đàn ông giang hồ như cha tôi. Dù sao khi tôi bắt đầu nhận ra mình là đứa con của

129

một gia đình đông đảo, tôi có thể nói má tôi là người đàn bà tần tảo lo cho chồng cho con trong cái xã hội bình thường của chúng ta. Quần quật suốt ngày với con cái nhà cửa, chạy ăn từng bữa, tất tả, ngược xuôi, đắp cái này, vá cái kia, nhưng không bao giờ thấy bà hé răng kêu một lời than thở. Về ngôn ngữ, tôi không biết nói sao cho đúng. Má tôi nói tiếng Hoa cũng sõi như tiếng Việt. Phần tôi, tôi chỉ ăn cắp được của má tôi và cha tôi một chút chiều cao của thân thể, nhưng tiếc thay, tôi không lấy được một tí nào về sự chịu đựng lớn lao của bà và cái cang cường dũng cảm của cha.

Tuy vậy hình như tôi là một đứa con được má nuông chiều quá đáng trong một gia đình đông đúc. Cha tôi lạnh lùng. Anh chị em tôi dửng dưng. Nhiều khi tôi có cảm tưởng như chẳng có sợi dây gia tộc nào ràng buộc được chúng tôi lại với nhau.

Nói nào ngay, mấy ông anh bà chị tôi không ai ghét bỏ tôi, nhưng hình như cũng không ai yêu tôi. Riêng tôi, tôi nghĩ là mình thù ghét tất cả mọi người, trừ một người, tất nhiên, đó là má tôi. Tôi đâu có cần gì phải làm ra vẻ lạnh lùng. Tôi có thừa sự nhạt nhẽo để có thể chia xẻ cho tất cả mọi người. Cái phần ấm áp, tôi chỉ dành riêng cho mỗi một mình má tôi.

Thật ra, chị Thảo tôi, mà tôi có lần nói rất giống má tôi, là người mà tôi cũng yêu lắm, gần bằng tình yêu mà tôi đã dành cho má tôi. Nhưng giữa chị và tôi có một khoảng cách vô hình. Không bao giờ hai chị em tôi nói với nhau quá câu thứ hai mà không cãi nhau. Đúng với cái tên mà má tôi đã đặt cho chị, chị là một thứ cỏ hoang mọc trên một vùng đất khô cằn là cái gia đình tàn tạ của chúng tôi. Và cái sắc đẹp man dại của chị làm cho má tôi lo lắng buồn bã hơn là làm cho bà hãnh diện mừng vui. Chị Thảo là một kết hợp kỳ lạ giữa cha tôi và má tôi. Chị có cái nhan sắc của má tôi và cũng có cái lạnh lùng đôi khi tàn nhẫn của cha tôi.

Năm mười bảy tuổi, chị bị một tên thanh niên con nhà giàu trên tỉnh theo đuổi. Hắn mang tặng chị hết món này đến thứ khác, toàn là loại đắt tiền. Lúc đầu chị cười cợt, coi như trò đùa. Về sau chị vất tất cả những thứ ấy ra cửa. Hắn tên là T. và theo chủ quan tôi, lúc ấy hắn là một thanh niên khá đẹp trai. Cao lớn, để ria mép, ăn mặc chải chuốt, hắn đẹp theo kiểu một công tử. Hắn khôn khéo, tìm mọi cách để chiều lòng mọi người trong nhà tôi. Kín đáo mang rượu đến cho cha tôi mỗi tuần, tặng vải vóc cho má tôi, đồ chơi cho tôi và các em tôi. T. đi lòng vòng chung quanh trước khi chinh phục tâm điểm là chị Thảo tôi. Tôi có cảm tưởng như nếu bắt hắn phải quỳ xuống để xin chị Thảo chút tình yêu, chắc hắn cũng sẵn sàng không do dự. Nhưng chị Thảo nhất mực không hề cảm động hay thương hại hắn nói gì đến thương yêu. Tôi không biết là lúc đó chị có đang yêu người nào không. Hình như là không. Thật ra tôi cũng không chắc lắm. Nhưng rõ ràng là chị vất cái thứ tình yêu đầy quy lụy, say đắm và mù quáng của T. xuống cống rãnh. Nhiều buổi chiều, tôi thấy T. đứng bứt rứt bên kia đường, dưới gốc cây muồng hoa vàng nghệ, ngó chăm vào nhà tôi. Hắn đau khổ thấy rõ. Và thú thật, tôi có thương hại hắn. Tôi thấy chị Thảo tàn nhẫn. Cha tôi không giờ uống một giọt rượu của T. Còn má tôi vào những ngày năm cùng tháng tận, cần mua sắm ít vải may quần áo mới cho chúng tôi, vậy mà bà cũng nhất quyết gói gửi trả tất cả vải vóc lại cho T. Một lần cha tôi cho gọi T. vào nhà, rót rượu cho hắn uống. T. nói không biết uống rượu. Cha tôi bảo "Nam vô tửu như kỳ vô phong" đàn ông không uống rượu như cờ không gió. Hắn nhìn cha tôi như cầu khẩn. Cha tôi cụng ly. T. bưng lên nốc cạn một hơi. "Khá!" cha tôi nói, và rót tiếp một ly thứ hai. Cứ thế hết ly này đến ly khác. Khi cha tôi đứng dậy, T. ói thóc ói tháo, đầu gục xuống bàn, người mềm như sợi bún.

Khi người Pháp trở lại Việt Nam sau cuộc chiến, T. làm thông ngôn trong một tiểu đoàn Lê dương. Hắn lúc bấy giờ nổi tiếng như một hung thần. Nhiều người đã chết dưới tay hắn. T. háo sắc đến độ gần như vùng nào mà tiểu đoàn hắn đi qua đều có vài ba thiếu nữ là nạn nhân của hắn. Đi bên cạnh T. luôn luôn có hai tên lính người Ma Rốc rạch mặt. Nhiều cô gái sau khi bị hãm hiếp, còn bị tên Ma Rốc dùng dao cắt vú và đâm nát cửa mình.

Thời gian này gia đình tôi đã tan thành nhiều mảnh. Tôi theo cha tôi chạy lên Hòn Lớn, một địa danh ở miền Trung, nằm dưới chân một ngọn núi khô cằn, nhà cửa giống như những căn chòi cất vội vàng trên một nền đất chưa được phẳng. Tiếng súng còn khá xa chỗ ở của cha con tôi.

Lúc đó, tiểu đoàn của T. đang bố ráp càn quét ở một vùng quê khác, nơi má tôi và chị Thảo đang ẩn náu. Sau này má tôi kể lại: Một buổi tối T. xông vào nhà với hai tên lính Ma Rốc rạch mặt. Hắn ung dung ngồi hút thuốc để hai tên Ma Rốc đè chị Thảo ra cột lên giường và trói má tôi chặt vào cột nhà. Ở thôn quê hồi đó, phòng khách, phòng ngủ, phòng ăn chỉ là một. Má tôi hãi sợ lắm. Hắn hỏi chị Thảo:

"Em có bằng lòng lấy tôi không?"

"Không!" Chị trả lời.

"Tại sao?"

"Không tại sao gì cả."

"Chừng nào mới chịu lấy tôi?"

"Không chừng nào hết!"

"Sợ tôi không?"

"Tại sao phải sợ?" Chị Thảo hỏi lại ương ngạnh.

T. rút khẩu súng ngắn đeo ở thắt lưng ra, kê vào đầu chị, nhắc lại một lần nữa. Chị Thảo không nhìn hắn. Má tôi la lên, sợ T. bắn thật. Hắn tát vào mặt má tôi. Xong hắn xé quần áo chị Thảo ra, hãm hiếp chị ngay trước mắt chừng ấy con

132

người. Lúc đó, má tôi nói, hắn như một con thú say mồi. Má tôi phát bệnh nặng sau khi chứng kiến cái cảnh tượng hãi hùng giáng xuống đời chị Thảo. Chị Thảo, sau tai nạn khủng khiếp kia, âm thầm bỏ má tôi đi biệt vô âm tín. Mặc dù chỉ nghe lời kể của má tôi về những hành động dã man của tên T., tôi không bao giờ quên hắn. Tôi sẽ nhắc hắn ở đoạn sau.

Phần tôi, kể từ khi bắt đầu va chạm cuộc sống, tôi khám phá ra rằng con người ta không thể nào sống mà thiếu người khác được. Tôi thấy tôi là kẻ đói tình thương trong một gia đình thừa mứa những liên hệ ruột thịt. Nói giản dị, khi tôi nhận thấy mình cần một bà chị như kiểu chị Thảo để yêu mến thì chị ấy không còn trong gia đình nữa. Có lẽ là chị ấy vẫn còn sống đâu đó mà không muốn trở về gia đình chăng, tôi không rõ.

Tôi giữ lại trong trái tim mình hai người anh. Một ông anh cả và một người anh kế.

*

Anh cả tôi bỏ nhà đi giang hồ khi mới mười bốn tuổi. Năm đó tôi chưa chào đời. Má tôi nói anh đi Sài Gòn. Sau đó là Cà Mau, Rạch Giá, Năm Căn, Cần Thơ, Châu Đốc... Có lần trong bữa cơm má tôi nói anh mày ở Vạn tượng bên Lào mới gửi thư và tiền về cho má. Lần khác trả lời câu hỏi của chị Thảo, má nói anh cả đang ở Savanakhet. Khi cha tôi bỏ trà, liệng lăn lóc cái Thố Hào Trản, là lúc ông nói anh đang ở đồn điền Chup bên Nam Vang, Căm bốt. Nói chung là tôi rất lơ mơ về nơi ăn chốn ở của anh ấy. Còn mặt mũi của anh ra sao thì mãi lâu về sau tôi mới có dịp nhìn thấy.

Người anh kế tôi, tuy cao lớn, nhưng dáng người thanh nhã. Ấy vậy mà khi vừa đậu xong cái bằng tú tài toán anh đã chọn đời lính như một nghề nghiệp. Anh thi vào trường Võ Bị Đà Lạt nhưng khi ra trường chuyển sang binh chủng Không

Quân. Khi Sài Gòn thất thủ, anh đang mang lon trung tá, bị bắt đi học tập cải tạo và chết trong lao tù Cộng Sản. Anh là người lính ưa văn chương chữ nghĩa. Anh có nhiều bạn là nhà văn nhà thơ, mặc dù anh không hề viết một truyện ngắn hay làm một bài thơ nào. Sở dĩ tôi có biết mặt quen tên một ông nhà văn, một bà nhà thơ nào đó, chẳng qua cũng là do ông anh tôi dắt về nhà thôi. Anh che chở cho một nhạc sĩ trốn lính, bỏ tiền trợ cấp cho một bà ca sĩ có bầu "với ai đó". Anh luôn luôn hào hoa rộng lượng. Tôi thích nhìn anh trong bộ đồ bay, chữ Tổ Quốc Không Gian trên ngực áo, chiếc nón lưỡi trai che ngang cặp kính Ray Ban rất là thời thượng. Anh có nhiều bạn gái, phần lớn là ca sĩ phòng trà, và anh không yêu một cô nào quá lâu. Anh nói với tôi anh không có tình yêu. Mãi đến năm Bảy Hai, sau mùa hè đỏ lửa, trước ngày má tôi qua đời, anh báo tin cho tôi biết là anh quyết định lấy vợ. Chị là một cô giáo dạy Vạn Vật và là người rất xa lạ với thế giới đầy buông thả của anh. Nếu cái vẻ hào hoa phong nhã của anh là thứ vũ khí sắc bén chinh phục các cô ca sĩ thì khi gặp chị, vũ khí ấy trở thành thừa thãi, vô hiệu. Chị nói chị lấy anh vì tánh thật thà của anh, chứ không phải vì "cái mã bề ngoài" của anh. Hôn nhân đã ép anh vào một khuôn khổ, không kẽ hở. Nhà cửa, vợ con, gia đình, hàng xóm đâu ra đấy. Anh không còn luông tuồng như xưa nữa. "Tình yêu có thật!" Anh vẫn nói với tôi như vậy khi đã có với chị một đứa con. Tuy vậy mỗi khi có dịp về Sài Gòn, anh như một con cá gặp nước. Bạn bè, ăn nhậu, nhẩy nhót như điên. Vũ nữ, ca sĩ, phòng trà, âm nhạc, rượu chè... anh sống vội vã như thể ngày mai trái đất này sẽ trở thành tro bụi. Tuy vậy có lần anh nghiêm chỉnh nói với tôi rằng không biết cuộc chiến tranh này rồi sẽ đi về đâu. Có nhiều điều anh không hiểu. Tình hình chính trị ngày càng xấu. Các thành phố lớn có vẻ như co rúm lại. Chiến tranh đâu chỉ có ở một mặt trận, nó nằm cùng khắp đất nước thành thị, thôn quê, ruộng vườn rừng núi. Ngay trong hơi thở ta, trên da thịt ta, trong thành phố hiền lành chiến tranh cũng đầy chật. Anh nói đến những ánh đèn nhấp nháy của nhà cửa làng mạc, nói đến rừng núi sông ngòi... những nơi anh đã bay qua. Anh nói đến những đám mây như những tảng bông trắng xốp, đến bầu trời xanh lơ mênh mông. Anh thích nhà văn phi công người Pháp, ông Saint Exupéry trong tác phẩm Terre Des Hommes. Và câu nói của một nhân vật trong cuốn sách này ám ảnh anh là: "Cái mà mình đã làm, mình nói thật, không một con vật nào làm được." Anh muốn có cái cơ hội thử thách điều đó.

Khi hay tin anh chết trong lao tù cải tạo, nhớ đến lời nói của anh, tôi tự nghĩ không biết anh đã chiêm nghiệm ra điều ấy hay chưa.

Nghĩ cũng hay, một gia đình đông đảo đến là như thế mà chiến tranh đến, chiến tranh đi, vô tình cướp mất của tôi lúc này một ít ông anh, lúc kia một ít bà chị, để rồi rút cục con rắn dài mười ba khúc chỉ còn lại có khúc đầu, khúc giữa và khúc đuôi.

Tôi muốn giới thiệu về ông anh cả tôi trước khi nói tiếp về ông anh trung tá.

*

Cũng giống như cha tôi, anh cả tôi cao lớn vạm vỡ khác thường. Anh có một khuôn mặt bạnh, chân mày rậm xếch, mũi to, miệng rộng, cằm vuông, râu quai nón, đen sạm. Một vết sẹo dài chạy từ khóe mắt đến mang tai. Mắt anh không lớn nhưng lì lợm và dữ dằn như mắt cha tôi. Tóc anh xoắn chảy xuống gần phía ót một chùm mịn quăn tít. Cổ anh tròn cứng, vai ngang, hai bàn tay to lớn phốp pháp. Trên khuôn mặt anh, người ta có thể nhìn thấy một sự kết hợp kỳ lạ, mâu thuẫn đến tuyệt vời giữa sự cứng rắn và mềm mại, dễ ghét và dễ thương, hận thù và thân ái... Tất cả những hình nét mà tôi có thể vẽ được về anh chỉ là nhờ vào những tấm ảnh anh gửi về cho má tôi. Tôi còn nhớ Tết Nguyên Đán một năm nào đó, lần đầu tiên tôi giáp mặt anh. Tôi thấy những đường nét mà tôi đã hình dung về anh là không xa lắm. Hồi đó tôi mới bốn tuổi, má tôi bắt tôi ra mừng anh ở xa mới về. Tôi đứng nép bên má nhìn anh, thấy anh tưởng như một người đã quen nhau từ lâu lắm. Nhưng tôi không chào anh. Anh là người quen trong trí tưởng tôi, hơn là người anh có mặt trong đời sống thực tôi. Anh ở nhà không lâu và lại ra đi hồi nào tôi cũng không nhớ. Tôi chỉ biết thời gian đó gia đình tôi tạm coi như sum họp nhất, mặc dù lạnh lẽo vẫn là khí hậu chính của mọi người. In hình như là trong nhà ai cũng linh cảm sắp có một điều chi đó xảy ra, như chờ đợi một cơn bão vậy. Và tôi thấy người anh cả tôi lúc ấy rất quan tâm đến chị Thảo. Anh nói chuyện khá lâu với chị và loáng thoáng tôi nghe nhắc đến tên T., người thanh niên vẫn theo đuổi chị. Một buổi tối, cả nhà ngồi quanh bàn ăn, cha tôi gợi chuyện để anh cả tôi kể những biến cố đời anh. Anh cười, hàm râu quai nón giãn ra như một ông tây con. Anh nói ít, cũng như má tôi vậy, về nơi ăn chốn ở của anh: rừng cao su, những người phu được mộ từ miền Bắc, những tên chủ đồn điền người Pháp hách dịch phách lối, cách tra tấn dã man những người trốn việc mà bọn cai vẫn thường đối xử với đám phu phen... Anh kể chậm rãi về nhiều người, nhiều việc, nhưng không ai biết chút gì thêm về đời tư của anh. Khi anh đứng dậy thì thầm với chị Thảo điều gì đó, cha tôi tuyên bố một câu khó hiểu: "Thằng này giống tao!" Về sau tôi biết là anh đã "làm thịt" một tên cai phu tàn ác vì hắn hành hạ dã man một người phu đồn điền.

Một năm sau, Cách mạng Tháng Tám bùng nổ trên toàn quốc, anh tôi bị con lốc thời cuộc cuốn theo, thổi bay từ núi rừng này sang núi rừng khác, mặt trận, chiến khu, và biệt tích biệt tăm, cho đến sau tai nạn buồn thảm của chị Thảo tôi.

Tôi quên nói là sau khi trái lựu đạn nội hóa đầu tiên nổ tung trong một ngày mùa Thu ngay trước cửa nhà tôi thì gia đình tôi giống như một tổ ong bị vỡ. Chúng tôi, những con ong bay tán loạn, tơi tả, lạc loài, vô định. Má tôi và chị Thảo một đàng, các ông anh bà chị khác một ngõ. Chỉ có riêng mình tôi, theo cha chạy qua những làng xa tận cùng một chân núi. Tôi biết những cánh đồng xanh lá mạ, những vườn xoài vườn mận, những hệ thống dẫn thủy nhập điền thô lậu, những con sông dài phơi mình ngái ngủ giữa trưa hay trôi lặng lẽ dưới bóng trăng đêm... Tôi được thấy những đàn bò gậm cỏ buồn nản, những con trâu lười biếng trầm mình dưới đầm nước tù ngầu đục... Nhưng cuộc chiến ngày một đuổi nà những người thành phố. Tiếng súng lúc đầu còn xa, càng về sau càng gần hơn. Trước mặt chúng tôi là ruộng vườn, thôn xóm. Sau lưng chúng tôi là núi đá, rừng cây. Cùng đường rồi, chạy đi đâu nữa. Cha tôi nói như vậy. Và ông vừa làm tiều phu, vừa làm nhà nông. Cha tôi nói đất đai chỉ nuôi sống che chở những ai yêu nó, sống với nó, làm việc với nó. Cha tôi là một người tháo vát. Ông nói tận trong máu huyết của mỗi người Việt Nam đều có chứa đựng dòng máu của một nông dân. Đây là thời gian cha tôi trở lại với ấm trà và chén đất. Không còn cái Thố Hào Trản của thời Đại Tống Tiểu Tống gì đó, mà một ông bạn già của cha tôi từng nói. Chén đất nung thứ thiệt màu đỏ gạch cua, cha tôi làm lấy. Ông vẫn là người dậy sớm, nấu ấm trà. Và tôi trở thành người bạn hiền bé nhỏ đối ẩm cùng ông. Cuộc sống của hai cha con tôi nơi sơn cùng thủy tận hạnh phúc một cách bắt buộc. Cha tôi nhắc má tôi và chị Thảo ít hơn là nhắc đến hai ông anh tôi. Cho đến một hôm, một người liên lạc đến báo cho cha tôi biết anh cả tôi ở chiến khu về muốn gặp ông. Tôi mừng lắm. Nhưng cha tôi trầm ngâm không nói chi. Tôi còn nhớ cuộc gặp gỡ của chúng tôi diễn ra dưới chái hiên của căn chòi lợp lá phên. Buổi chiều ở núi lạnh tê. Anh tôi đứng trước sân căn chòi. Vẫn cao lớn, hơi gầy, râu cạo nhẵn, tóc vẫn xoăn tít bám sát da đầu. Vết sẹo dài từ khóe mắt trái đến mang tai. Cha tôi và tôi đứng dưới dàn bầu nậm. Tôi hết nhìn anh lại nhìn cha. Anh gầy càng giống cha nhiều hơn. Hai người đàn ông đứng im sững như hai người thợ săn đang rình mồi, nhìn ngó nhau trân trân. Tôi thấy những đốm sáng cuối cùng của ngày lóng lánh trong đôi mắt anh. Sau cùng, tôi nghe thấy tiếng cha tôi kêu tên anh trai tôi. Tối hôm đó, ba chúng tôi ăn cơm chung bên bếp lửa. Cơm trộn bắp chan nước mắm bằng nước muối pha đường thẻ. Bữa cơm rất ngon miệng, mặc dù tôi đã quá ngấy với những hột bắp nhiều hơn gạo trong chén cơm. Anh ôm tôi vào lòng, lấy khẩu súng ngắn ở thắt lưng ra, tháo đạn, cho tôi mượn. Anh đọc cho tôi nghe một bài thơ của một tác giả mà sau này tôi biết là Quang Dũng:

...

Mẹ tôi em có gặp đâu không
Những xác già nua ngập cánh đồng

...

Đó là những câu thơ mà tôi sẽ còn nhớ mãi. Một lúc, anh ngập ngừng nói với cha:

"Con đã gặp thằng T.!"

"Thằng T.?" Cha tôi hỏi gặng. "Mà ở đâu?"

"Ở Tân Hưng. Gần Gò Quít, cha nhớ không?"

"Nhớ. Rồi sao?"

"Con hỏi nó có biết con là ai không? Nó nói biết. Con hỏi nó sợ không? Nó nói không..."

Anh ngừng lại, trầm ngâm.

"Cha biết con đã làm điều gì phải làm cho em Thảo."

Cha tôi im lặng rót trà vào chén đất, uống một hơi cạn.

Sáng hôm sau, khi tôi thức dậy, anh đã ra đi từ hồi nào. Cả cha tôi nữa, ông cũng đã vào rừng đốn cây làm thêm phên cửa, sửa vách và dành củi cho mùa đông.

Người anh sinh trước tôi vài năm, cũng như tôi, lớn lên khi cuộc chiến tranh Việt Nam đi vào một khúc quanh khác. Người Pháp đã ra đi sau khi thất thủ Điện Biên Phủ. Người Mỹ vừa đến, Quốc trưởng Bảo Đại bị truất phế, Tổng Thống Ngô Đình Diệm và nền Đệ Nhất Cộng Hòa thành lập. Gia đình mười ba anh em chúng tôi chỉ còn cô út ở nhà với má tôi. Anh cả tôi cũng như chị Thảo đều biệt tăm. Ông anh kế của tôi theo học trường Võ Bị Quốc Gia Đà Lạt. Còn tôi, sau đó vào Quang Trung rồi đi Thủ Đức. Chế độ Ngô Đình Diệm sụp đổ. Các tướng lãnh thay nhau cầm quyền. Cha tôi qua đời đúng vào dịp Tết Mậu Thân. Bốn năm sau má tôi cũng "đi theo", khi một tay nhà báo Pháp viết về "đại lộ kinh hoàng" ở Quảng Trị, nơi người bạn Thủy Quân Lục Chiến của tôi làm bài thơ Cổ Thành tặng tôi trước khi hy sinh. Cô em gái út nhà tôi lấy chồng. Ngôi nhà tôi ở đã bán. Tôi là người lính sống ở văn phòng nhiều hơn chiến trường. Tôi luôn luôn là kẻ được nuông chiều trong một xã hội không phải ai cũng may mắn được như thế. Ông anh Không Quân của tôi tuy vẫn hào hoa bay bướm, nhưng là một người cha gương mẫu, một người chồng tốt. Anh được bạn bè đồng đội quý mến và quả tình anh cũng rất yêu mến con đường anh đi. Một lần chúng tôi gặp nhau ở Sài Gòn, anh nhắc tên người anh lớn và chị Thảo của chúng tôi. Không biết bây giờ anh chị ấy ở đâu, ra sao. Sống chết thế nào. Anh nói chiến tranh ghê tởm và anh hỏi tôi nghĩ sao. Tôi nghĩ sao? Tôi là một người vô tích sự. Nhưng bây giờ hiểu ra, tôi yêu tất cả mọi người. Tôi không thù ghét ai. Người anh Không Quân của tôi cũng nói vậy. Anh chờ đợi và mong muốn hòa bình. Anh nói anh không phải là một nhà chính trị, nhưng anh tin rằng anh chiến đấu cho tự do của dân tộc. Anh nói anh không hề mù quáng nghĩ rằng anh đang sống trong một xã hội tốt đẹp, nhưng anh tin rằng anh đang chiến đấu trong một xã hội để làm cho nó tốt hơn cái hiện có.

*

Tháng Tư Bảy Lăm, Sài Gòn thất thủ, trong "những người chiến thắng" trở về có ông anh cả tôi, nay là một cán bộ chức sắc, một thứ công thần. Anh có tìm gặp tôi trước ngày tôi bị gọi đi học tập cải tạo. Tôi thấy anh khác xưa nhiều. Vết sẹo trên mặt có vẻ như nhạt đi, những bắp thịt gân guốc đã mất. Anh gầy và trầm ngâm. Anh không gặp người anh Không Quân của tôi. Tôi không nghe anh giải thích tại sao. Cô em út của chúng tôi đã theo chồng rời bỏ Sài Gòn trong một ngày áp chót của cuộc chiến. Tôi không hiểu tại sao có phương tiện trong tay mà người anh Không Quân của tôi không ra đi. Cũng như những sĩ quan thua trận cấp úy khác, tôi thu xếp ít quần áo và lương thực cho mười ngày học tập. Nói là mười ngày, nhưng ba năm sau tôi mới được trở về, khi ông anh Không Quân của tôi vẫn còn ở lại trong một trại cải tạo ngoài Bắc. Ra tù tôi sống lang thang làm đủ thứ nghề, đi khắp mọi nơi, nhưng tôi vẫn không gặp và không nghe chút tin tức gì về chị Thảo tôi. Làm như chị là một người không có thực trong gia đình tôi.

Ông anh cả tôi sau đó có đến thăm tôi trên một lần nữa, sau khi tôi vượt biên bị bắt ở Rạch Giá vừa được thả về. Ông nói đừng làm chuyện bá láp, vượt biên là phản quốc. Đó là thời gian chế độ mới đánh tư sản, đổi tiền. Ông nói học tập cải tạo là rất tốt cho những đầu óc vô tích sự như tôi. Phải như thế thì tôi mới "sáng mắt sáng lòng" ra được. Mãi đến năm thứ mười sau ngày Sài Gòn thất thủ tôi mới vượt biên thông suốt. Tôi đến được Pulau Bidong, trong một chuyến đi không đến nỗi bi thảm như những người khác. Tôi luôn luôn là một người may mắn. Một năm sau nhờ sự bảo lãnh của cô em út, tôi được Mỹ nhận cho định cư.

Khi còn ở đảo tôi hay tin người anh lính Không Quân đã chết trong trại giam. Ông anh cả tôi cũng không còn nữa. Một lá thư từ bên nhà gửi qua cho biết ông ấy chết hơi khác thường: tự tử bằng một viên đạn bắn qua đầu. Qua thư từ tôi

140

biết thêm sau khi ông đi thăm người anh lính Không Quân bị bệnh nặng nằm chờ chết trở về, ông đã chọn cái chết của chính mình như một cách nói lời tuyệt vọng. Mười năm sau khi lấn chiếm miền Nam, đất nước ngày càng tan nát, đời sống người dân ngày càng xuống thấp, trong khi máu mủ ruột thịt bỏ đi xa hay vẫn còn nằm trong lao tù của chế độ mà mình phục vụ, có lẽ đã là động cơ thúc đẩy họng súng quay về phía ông. Đôi khi tôi nghĩ cái lẽ sống mới quan trọng hơn sự sống. Có phải vì thế mà ông anh cả tôi hành động kiểu đó chăng? Đó là tôi suy nghĩ vậy, chớ tôi không chắc lắm đâu.

Hôm qua tôi vừa được thư bà chị dâu từ Cabramatta Úc Đại Lợi gửi sang cho hay chị đã lập gia đình. Người chồng chị hiện nay cũng là một người Việt Nam. Hai vợ chồng mở một tiệm ăn. Cả hai mời tôi có dịp sang chơi, sẽ đài thọ vé máy bay và nơi ăn chốn ở.

Tôi không biên thư trả lời. Tôi gọi điện thoại viễn liên chúc mừng chị. Tôi nói muốn đón các cháu sang Mỹ chơi. Chị hứa.

Đời sống ở Mỹ thật tiện nghi. Tôi đủ ăn đủ mặc và tôi giàu tự do. Tuy nhiên vào những buổi sáng cuối tuần, đi bách bộ trong khu công viên Mile Square Park ở Quận Cam, tôi như thấy mình đang trở lại thời sống với cha ở một vùng núi miền Trung, và văng vẳng bên tai vẫn như còn nghe lời cha nói: "Thằng này đúng là đồ vô tích sự!"

Buổi sáng sớm rừng còn đầy sương mù, gió thổi luồn qua những vòm cây lạnh. Trên những ngọn cây cao, tôi nghe tiếng chim kêu từng hồi. Giẫm trên những ngọn cỏ ướt sương, bập bập điếu thuốc lá chưa kịp khô, tôi thấy mình già hẳn. Như giờ đây, gần bốn mươi năm sau tôi thấy tôi mới già bằng thuở đó.

California, Tháng Bảy, 1987

Biên tập lại tháng Mười Một, 2009

Phần II:
Trong và Ngoài Văn Chương

Gần năm mươi tác giả đóng góp cho *chuyên đề Nguyễn Xuân Hoàng* giúp kiến tạo một diện mạo đặc thù của Nguyễn Xuân Hoàng như là tiểu thuyết gia, giáo sư triết, tổng thư ký tòa soạn/chủ bút tạp chí Văn qua nhiều thời kỳ, tổng thư ký nhật báo Người Việt ở Hải ngoại, một gã vô tích sự, thích lang thang trên mây hay ở café Starbucks, và trên hết, một người bạn thân mến, trong và ngoài văn chương

Bùi Bích Hà

Ngày Tháng Cũ

Mặc dầu ngay từ trước Tết năm Ất Mão 1975, không khí đón Xuân Sài gòn đã có chút gì bồn chồn, gượng gạo, nhưng thời sự chỉ thực sự bốc cháy khi tin tức tái phối trí vùng II chiến thuật được truyền thông loan tải rộng rãi. Tình hình chính trị và quân sự biến chuyển rất nhanh, với tốc độ băng tan dưới mặt trời. Sáng 30 tháng tư, gần trưa, lệnh kêu gọi quân nhân các cấp và các binh chủng buông súng được đích thân Tổng thống Dương văn Minh phát đi trên làn sóng của đài phát thanh quốc gia. Sài gòn nhốn nháo mấy ngày qua như một thân thể cường tráng bị bóp cổ chết đứng. Thỉnh thoảng đâu đó có tiếng súng lẻ tẻ, hoặc của một người lính nào đó bắn phát cuối cùng trước khi giã từ vũ khí, hoặc của một quân nhân phẫn uất tự xử mình vì không chấp nhận số phận.

Sáng sớm mùng một tháng năm, công chức các cơ quan chính quyền VNCH gồm cả giáo chức các cấp được lệnh trình diện tại nhiệm sở. Tôi đi giữa những núi rác khổng lồ qua một đêm sở vệ sinh không làm việc. Quân phục, giầy saut, khẩu phần lương thực cá nhân, vứt bừa bãi giữa đường. Những giây đạn đồng sáng choang treo trên các quân xa bỏ không ven bờ lề các phố Hai Bà Trưng, Hiền Vương, Duy Tân. Tôi

145

trình diện với Ủy ban quân quản tiếp thu trường trung học đệ nhị cấp Nguyễn Trãi ở trước mặt kho năm bên quận Tư, là nơi tôi dạy học được 8 năm. Sau khi làm một số thủ tục khai báo, tất cả thầy cô giáo và nhân viên hành chánh được cho về nhà chờ lệnh mới.

Chúng tôi phải học tập cải tạo tập trung 8 ngày ở một số địa điểm được chỉ định do sự điều động của sở giáo dục thành phố trước khi được trở về trường tiếp tục công việc giảng dạy với danh xưng mới là "giáo viên." Khoảng chừng nửa năm sau, đầu niên khóa mới dưới chế độ xã hội chủ nghĩa, giáo viên cấp ba được chỉ thị phải theo một lớp học cấp thành, kéo dài 4 tuần lễ về chủ nghĩa Mác xít.

Lớp học tổ chức vào buổi tối, tại một ngôi biệt thự lầu mà chủ nhân đã di tản. Không còn một vết tích gì về những đồ đạc trang trí nội thất trước đây trong ngôi nhà sang trọng nay được trưng dụng làm lớp học với ít bàn ghế tạp nhạp, cọc cạch, thu lượm ở đâu về. Chính là ở đây tôi gặp anh Nguyễn Xuân Hoàng lần đầu rồi mất dấu anh cho đến khi gặp lại nhau trong tòa soạn nhật báo Người Việt trên đường Moran, thành phố Westminster, quận Cam, hơn mười năm sau.

Lớp học chỉ có chừng ba mươi giáo viên các trường đệ nhị cấp vùng nội thành, có hay không có tuyển chọn và nếu có tuyển chọn thì trên những tiêu chuẩn nào, chúng tôi hoàn toàn không biết, cứ nhận được lệnh là phải thi hành. Buổi học đầu tiên, NXH tới trễ. Chiếc lambretta của anh dựng nghiêng trên cái lối đi xi măng rồi anh sà vào chỗ tôi ngồi ở ngay cuối lớp. Sẵn giấy trắng cho học viên trên bàn, anh rút chiếc bút nguyên tử vẽ nguệch ngoạc những hình kỷ hà rồi chắc là tiện tay, anh viết lên giấy mấy chữ *Tôi là Nguyễn Xuân Hoàng*. Tôi ghi nhớ tên anh và nhờ cái tên, biết anh dạy ở Petrus Ký nhưng tuyệt nhiên không biết anh là nhà văn tên tuổi của

Sàigòn trước khi miền Nam Việt Nam đổi chủ. Lý do giản dị là thời đó, hàng ngày tôi chỉ làm công việc của một cô giáo và của một bà nội trợ chăm lo con cái, nhà cửa và bếp núc, hoàn toàn không có sinh hoạt văn chương.

Được chừng hơn tuần lễ tối nào anh cũng tới lớp trễ, sà vào đúng một chỗ ngồi ở bàn cuối phòng ngay gần cửa ra vào, gật đầu chào tôi với nụ cười mà không cười của anh rồi cúi xuống tờ giấy hý hoáy vẽ linh tinh một lúc là chuồn êm. Tôi không biết người cán bộ quản giáo có lưu ý đến chàng học viên ơ thờ này hay không nhưng có vẻ như anh đến và đi mà không gây chú ý cho ai cả ngoại trừ tôi ngồi gần anh do sự tình cờ ban đầu. Giao tình chỉ từng ấy thôi, thời gian còn lại của khóa học, tôi không thấy anh và chiếc xe Lambretta của anh dựng nghiêng như chực đổ ngoài sân nữa. Anh tới và đi cùng một cách: thoắt biến, thoắt hiện, không một tiếng động.

Ít lâu sau, trước khi chương trình học Mác-Lê do thành ủy tổ chức kết thúc, tôi được tin anh cùng gia đình vượt biên từ một tỉnh cực nam nhưng không thoát, bị bắt. Mùi hoa hoàng lan trong vườn ngôi biệt thự vắng chủ bỗng nhiên thoảng nỗi buồn của những gặp gỡ và chia tay bị gió cuốn đi. Tôi đi qua đường Tự Do cũ, thấy gian hàng tơ lụa mượt mà, lộng lẫy, trước đó không bao lâu thấp thoáng bóng chị Vy, hiền thê của anh và cũng là chủ nhân của tiệm, nay cửa khóa then cài im ỉm, ngậm ngùi biết rằng tin đồn là sự thật.

Đến đây, tôi không còn nhận được tin tức gì về anh nữa. Nhiều năm sau, trải qua nhiều biến cố nhọc nhằn, tôi và gia đình lên đường đi định cư ở Hoa Kỳ dưới sự bảo trợ của anh ruột tôi sinh sống tại quận Riverside, cách Little Sàigòn khoảng 40 dặm về hướng Đông. Vì nhu cầu hội nhập và sự thuận tiện riêng, chỉ hơn một tháng sau khi đại gia đình mẹ, con, anh, em và các cháu đoàn tụ, tôi cùng tiểu gia đình

147

chuyển về quận Cam. Trong một lần tới tòa soạn báo Người Việt trên đường Moran, thị xã Westminster, nhằm chuyển lời của chị Mai Hương, bạn rất thân của tôi, nhờ hỏi thăm thi sĩ Hoàng Anh Tuấn, tôi bất ngờ gặp lại anh, anh Trần Đình Quân và qua hai anh, được quen biết thêm nhiều anh chị em khác đang làm việc cho tờ báo.

Tha hương ngộ cố tri, gặp người cũ, xưa chỉ biết nay thành quen, xưa chỉ quen nay thành thân. Nhân lúc quán cà phê Hải Âu (?) của Hoàng Khởi Phong sang cho chủ mới, Người Việt hẹn gặp gỡ nhau một buổi tối ở đây có cả thi sĩ Hoàng Anh Tuấn từ San Jose về. Thêm một lần nữa, tôi lại tình cờ ngồi bên cạnh Nguyễn Xuân Hoàng quanh cái bàn nhỏ chỉ có thức uống chứ không có thức ăn. Giờ đây, chúng tôi chuyện trò, nói cười thoải mái và tôi nhận ra anh Nguyễn Xuân Hoàng không bao giờ nói to hay cười to.

Anh không khác mấy so với hơn một thập niên trước. Vẫn dáng đi hơi nghiêng về một bên, bước như không chạm đất, Vẫn mái tóc cắt ngắn và cao, đôi mắt có ánh nhìn chậm, tha thiết và lặng lẽ. Sau này gặp anh thường hơn, tôi nhận thấy ngay cả những khi bạn bè tranh luận một đề tài gây nhiều mâu thuẫn, cần đưa ra lập luận của mình, anh vẫn có sự chừng mực để không bao giờ cất cao giọng. Sự khẳng định của anh dù cương quyết đến đâu cũng luôn đi kèm với cái nhìn ngại ngần, ngụ ý *Tôi có làm bạn phiền lòng không? Xin lỗi nhé!*

Thời gian tôi phụ trách trang Phụ Nữ trên tờ Người Việt, anh là Tổng thư ký tòa soạn. Lúc đó chưa có máy điện toán, mỗi tuần lễ vào chiều thứ năm, tôi đến tòa soạn giao bài. Đi qua chỗ anh ngồi, tôi hay dừng lại trao đổi vài mẩu chuyện thời sự hoặc tin tức về bạn bè xa gần, bây giờ hồi tưởng lại, không thấy kỷ niệm nào nổi bật, có nghĩa là nói chuyện với anh không bao giờ "găng" cả. Anh có cách thoát khỏi những hoàn cảnh tế nhị trước khi để chúng trở thành khó xử. Tôi không biết đây là triết lý xử thế *bỏ của chạy lấy người* của anh hay do bản tính anh không muốn gây thương tích cho người và cho mình. Bây giờ mỗi khi nghĩ về anh, tôi hình dung ra một hành khách đáp xe buýt trên một tuyến đường đông khách, dù đứng hay ngồi, anh cố thu nhỏ mình để bớt va chạm.

Khoảng đầu những năm 90, tờ nguyệt san Tin Điện bên Tây Đức nhờ tôi làm chủ bút. Tôi cầu cứu anh giữ giùm phần tin tức và lay out. Tuần lễ trước khi đến hẹn gởi báo đi, có những hôm chúng tôi phải làm việc đến tận nửa đêm. Hai cháu Ốc Tiêu và Tina ngày đó còn bé, chốc chốc Tina lại chạy đến chỗ bố, vin cổ anh xuống và hôn lên má anh. Tôi còn nhớ mãi khuôn mặt trái soan trắng hồng, đôi môi chúm chím đỏ như một nụ hoa đào của cháu nhìn thấy qua vai anh khi anh nghiêng xuống với cháu.

Sau này, nhiều lúc nhớ lại kỷ niệm làm tờ Tin Điện với anh, nhớ lại cảnh anh tỷ mỷ cắt dán những mẩu tin để lay out, cẩn thận dùng thước đo từng milimét cho đúng với đòi hỏi quái đản của ông Chủ nhiệm bên Tây Đức, tôi chợt nghiệm ra có lẽ khi đó anh chỉ muốn giúp một người bạn có thêm chút phương tiện tài chánh để nuôi con hơn là vì chính nhu cầu của anh. Ngày nay, tôi càng thấm ngấm tấm lòng của anh hơn không phải chỉ vì sự giúp đỡ của anh như nói trên mà vì sự tế nhị về phía anh đã không một giây phút nào khiến tôi cảm thấy áy náy vì mang ơn.

Mười lăm năm trôi qua từ khi anh và gia đình dọn lên bắc Cali vì một công việc mới rất tốt cho anh với công ty San Jose Mercury News. Chúng tôi vẫn giữ liên lạc nhưng không thường xuyên. Những dịp anh về lại quận Cam, thời giờ ít ỏi, công việc bề bộn, những cái hẹn không ăn khớp và chúng tôi ít gặp lại nhau. Một buổi tối khoảng tháng ba năm nay, Trần Mộng Tú từ Seattle xuống quận Cam. Chúng tôi đang ngồi ở nhà Thùy Hạnh thì anh ghé qua. Trông anh hơi gầy đi, mái tóc trắng như mây nhưng anh vẫn giữ dáng vẻ trẻ trung mọi khi, quần jeans, áo sơ mi không cài khuy cổ. Anh ngồi trên cái ghế nhỏ, yên lặng như thường lệ, thỉnh thoảng nhẹ nhàng trả lời một câu hỏi. Nhìn anh giống như một mảnh puzzle lạc loài không khít vào đâu cả.

Đầu tháng bảy, anh gọi điện thoại báo tin sẽ về dự sinh hoạt kỷ niệm 80 năm Tự Lực Văn Đoàn và 50 năm ngày giỗ Nhất Linh do Diễn Đàn Thế Kỷ thực hiện và theo lời mời của anh Phạm Phú Minh. Trong lúc tôi và Trần Mộng Tú đinh ninh sẽ có dịp gặp lại anh như đã hẹn thì anh Phạm Phú Minh báo tin không lành: NXH không về được vì kết quả khám nghiệm chứng đau lưng của anh cho biết anh bị ung thư và bác sĩ quyết định gởi anh đi làm xạ trị ngay.

Tôi á khẩu. Trong nước mắt lòa nhòa, bỗng dưng chập chờn thấy lại khung cảnh một lần nào đó gặp anh bên giường bệnh Nguyễn Mộng Giác. Họ vẫn nói chuyện thời sự văn chương với nhau nhưng câu chuyện chỉ để khỏa lấp những điều buồn bã không thể nói của một tình bạn đang chia cùng nhau nhưng viên thuốc đắng của đời người. Những viên thuốc mà lớp đường bọc ngoài đã từng ngày tan dần vị ngọt. Trên đầu lưỡi không trừ một ai.

Chị Trùng Dương và tôi lên Milpitas thăm anh đầu tháng tám. Anh nói: "Mình chết thì OK, chỉ muốn đừng đau đớn." Anh không ăn được và cũng không muốn ăn. Anh ngủ là do thuốc. Thỉnh thoảng anh theo chị Vy ra tòa soạn, dù không viết lách gì nữa nhưng sinh hoạt của tòa báo tiếp hơi thở cho anh.

Trên đường về lại quận Cam, có lúc chị Trùng Dương nói với tôi: "Cái không may của Hoàng là chọn học Triết. Đã vậy, còn dấn thân vào văn chương." Tôi cũng đồng ý với chị. Hành trình đi tìm ý nghĩa của cuộc sống và đi tìm cái mới hay sự thay đổi trong sáng tạo không bao giờ êm ái, càng không bao giờ dễ. Khi bỏ dở tập trường thiên Người Đi Trên Mây, thậm chí đốt luôn bản thảo cuốn II, phải chăng anh không còn lối thoát nào cho những đam mê bị bào mòn trong "cuộc chơi mệt mỏi và tuyệt vọng" (chữ của Đào Trung Đạo) mà định mệnh đã xô anh vào hay do anh chủ tâm chọn lựa?

Cảm ơn tình bạn anh cho tôi, như cánh diều bay êm ả trên những tầng mây khi tụ khi tan, khi gần khi xa, như có như không, một tình bạn chân thật, giản dị, để có khi nào nhớ về, ký ức sẽ gọi dậy trong tôi mùi hoa hoàng lan huyền ảo vẫn dịu dàng thơm những tháng ngày tăm tối nhất của một Sài gòn vừa bị xóa tên.

bùi bích hà

Garden Grove, tháng 9/2013

Bùi Văn Phú

Nguyễn Xuân Hoàng
- Người và Văn

Anh Nguyễn-Xuân Hoàng bệnh từ hơn một năm qua. Tôi quen anh Hoàng không qua văn học mà qua làng báo hải ngoại. Tuy nhiên giáo sư Nguyễn-Xuân Hoàng đã là một cái tên quen thuộc từ những năm tôi học trung học đệ nhị cấp, tức cấp ba ngày nay, ở Sài Gòn vào đầu thập niên 1970.

Đường phố Sài Gòn thời đó tràn ngập băng rôn quảng cáo học luyện thi tú tài, nổi tiếng với các giáo sư toán lý hoá cho học sinh ban A và ban B. Riêng môn triết có tên hai người thày thường được quảng cáo mà tôi còn nhớ là Vĩnh Để và Nguyễn-Xuân Hoàng. Chương trình lớp 12 ban A có triết nên nhiều học sinh biết thày Nguyễn-Xuân Hoàng qua sách giáo khoa, qua những câu hỏi và trả lời ngắn về tâm lý học, luận lý học.

Tôi chưa được biết đến anh qua văn chương của tạp chí Văn vì ở tuổi đó, tôi mới bước từ Tuổi Hoa sang Tuổi Ngọc. Quen biết anh ở Mỹ, thân hơn từ ngày anh về Thung lũng Hoa vàng làm báo. Bên những ly cà-phê, được nghe anh nói ít nhiều về cuộc đời.

152

Gia đình gốc Xuân Trường, Nam Định, anh sinh ngày 7-7-1940 ở Nha Trang, con áp út trong số mười ba anh chị em. Là cựu học sinh Võ Tánh Nha Trang và Pétrus Kỳ Sài Gòn, lên đại học có lúc anh học quốc gia hành chánh, dự bị y khoa nhưng cuộc đời không dẫn anh vào con đường hoạn lộ hay cứu nhân độ thế mà lại chệch hướng sang sư phạm với văn chương, triết học ở Đại học Đà Lạt. Ngày đầu tiên anh bước lên bục giảng ở trường Ngô Quyền, Biên Hòa, rồi một năm sau về trường Petrus Ký ở Sài Gòn, nơi anh gắn bó hơn một thập niên cho đến ngày đứt phim.

Tôi cũng là thầy giáo, thuộc thế hệ đàn em và trưởng thành ở nước ngoài nhưng vẫn nhớ thời học sinh nên thường cùng anh chia sẻ vui buồn phấn trắng, bảng đen, về học trò tinh nghịch. Nói chuyện toán, lý hóa, vạn vật anh cũng đầy kiến thức, nhưng đam mê là với Nietzsche, với Sagan, với Sartre. Thỉnh thoảng anh kể cho nghe chuyện ở quán Cái Chùa nơi văn nghệ sĩ Sài Gòn tụ họp, cùng vài chuyện tình lãng mạn thời trẻ của anh.

Nhưng duyên số đưa đẩy anh Hoàng lấy chị Vy để dòng họ Nguyễn-Xuân và Trương-Gia trở thành sui gia. Nên vợ chồng từ năm 1973, gia đình với một đàn con cháu và những buồn vui, tủi nhục cuộc đời, từ vượt biển, thăm nuôi cùng chăm lo cho đàn con dại sau khi bỏ phấn, bỏ bảng, bỏ triết đông, triết tây để ngột thở với triết học Mác-Lê không thích hợp với tư tưởng phóng khoáng của nhà văn.

Bụi, rác, mây và sa mạc

"Dạy học hay làm báo để mưu sinh, văn học mới là đam mê của anh"

Sau tháng 4/1975 Việt Nam đổi đời. Sài Gòn đổi tên, trường Pétrus Ký thành Lê Hồng Phong và cho nữ sinh vào học. Thầy Hoàng "mất dạy" sau một thập niên gắn bó với ngôi trường đã đưa vào đại học nhiều sinh viên giỏi để sau trở thành những trí thức đóng góp cho nền cộng hoà Việt Nam.

Cuộc đổi đời của anh, của người thân và cả đất nước là những hiện thân trong "Bụi và rác", một trong ba quyển tiểu thuyết Nguyễn-Xuân Hoàng viết sau năm 1975. Hai tác phẩm kia là "Người đi trên mây", "Sa mạc". "Bụi và rác (tức Người di trên mây II)" và "Lửa (tức Người đi trên mây III)" là bộ ba tập trường thiên tiểu thuyết về đất nước và những con người Việt Nam sau 1975. Hai quyển đầu đã xuất bản, tái bản. Đã cho ra đời gần chục tác phẩm, một vài quyển nữa dự định xuất bản, trong đó có "Lửa" và một quyển viết về bạn văn mà anh đã cho tôi coi bìa mấy năm trước nhưng đến nay cũng chưa in.

Gia đình anh đến Mỹ định cư năm 1985 dưới sự bảo lãnh của một người em. Qua Bataan, Philippines ít tháng rồi đi định cư ở tiểu bang Virginia. Không lâu sau anh dọn về nam California làm tổng thư ký cho nhật báo Người Việt từ năm 1986 đến 1998.

Tôi gặp anh Nguyễn-Xuân Hoàng lần đầu vào cuối năm 1995 ở tòa soạn báo Người Việt. Hôm đó tôi đưa anh Anatoli Sokolov, một nhà nghiên cứu Việt học từ Nga, đến thăm tòa báo và được anh cùng các anh Nguyễn Mộng Giác, Hoàng Khởi Phong đón tiếp. Hân hạnh được gặp một giáo sư nổi tiếng từ hơn hai mươi năm về trước, nhưng trông anh còn rất trẻ so với những thày cô đã dạy tôi.

Anh thích những ký sự tôi viết từ châu Phi, từ Đông nam Á. Những bài viết vào thời điểm trước khi máy điện toán có dấu tiếng Việt ra đời được thư ký trong tòa soạn đánh máy từ bản thảo viết tay. Khi nhận được báo in, cuối mỗi bài viết của tôi thấy có ký hiệu, thường là "ty" hay "tn" trong móc đơn, tôi

hỏi, được anh giải thích đó là tên tắt của người rà soát bài đã
đánh máy, làm như thế để họ có trách nhiệm nếu có những
lỗi chính tả hay thiếu sót trong nội dung. Không biết lối kiểm
soát đó có phải là sáng kiến của anh Hoàng, nhưng sau này
anh với Việt Mercury, rồi Việt Tribune cách thức này cũng
được áp dụng.

Cuối năm 1998 anh bỏ tờ Người Việt, lên San Jose làm
tổng thư ký cho tuần báo Việt Mercury, là tờ báo con của tập
đoàn truyền thông Mỹ Knight Ridder với tờ San Jose Mercury
News là báo mẹ. Cuối năm 2005, Việt Mercury đình bản. Anh
chị không về nam Cali mà ở lại San Jose, cho ra tờ Việt
Tribune. Chị Vy lo quản trị thương mại, anh Hoàng lo bài vở,
đến nay đã được 427 số, mỗi số hơn 70 trang khổ vuông 31
cm với bài vở thường xuyên của Hoàng Ngọc Nguyên, Giao
Chỉ Vũ Văn Lộc, Tưởng Năng Tiến, Bùi Văn Phú, Nguyễn Xuân
Nghĩa, Đỗ Quý Toàn. Như thế anh chị đã thành công trong
môi trường sinh hoạt báo chí hải ngoại.

Dạy học hay làm báo để mưu sinh, văn học mới là đam mê
của anh. Nhiều năm anh đã chăm lo tạp chí Văn ở Việt Nam
trước 1975, đến Mỹ anh tiếp tục cùng Mai Thảo lo khu vườn
văn học cho đến khi tạp chí này đình bản năm 2008. Anh
cũng đóng góp nhiều cho các tạp chí Văn Học, Thế Kỷ 21 xuất
bản ở California. Hiện anh có "Nguyễn Xuân Hoàng Blog" trên
mạng voatiengviet.com và mỗi tuần Việt Tribune cũng dành
một mảnh vườn để giới thiệu sinh hoạt văn học nghệ thuật.

Đến với Thung lũng Hoa vàng, anh Hoàng còn có một thời
gian làm giảng viên lớp Văn học Việt Nam Hiện đại tại Đại học
Berkeley.

Những dịp ghé trụ sở Việt Tribune trên đường Oakland
Road ở San Jose, chúng tôi hay rủ nhau đi ăn phở Tàu Bay và
uống cà-phê Starbucks gần tòa soạn.

155

Anh Hoàng và chị Vy giao thiệp rộng rãi, có nhiều bạn. Anh tránh làm mất lòng ai. Đôi khi trong bài viết tôi có nhắc đến một nhân vật nào đó không được tích cực, anh xin sửa đôi chút cho nhẹ nhàng. Cũng có những bài viết anh không muốn đăng nhưng có thảo luận với tôi để cuối cùng dù đăng, theo ý tôi giải thích, hay không đăng theo cách suy nghĩ của anh, thì cả hai đều vui vẻ đồng ý, không có những căng thẳng hay giận nhau.

Nhà ga luân hồi

Từ ngày biết tin anh bệnh, nhiều bạn khắp nơi đến thăm. Hè năm ngoái tôi ghé thăm anh, gặp vợ chồng thi sĩ Hải Phương cùng hiền thê của anh Trương Vũ từ Washington D.C. sang thăm. Lần khác có nhà văn Phan Nhật Nam, bác sĩ Phạm Đức Vượng. Khi đó anh còn đi đứng được và cùng ra ngoài ăn trưa với các bạn, tuy phải đẩy gậy có bánh xe.

Hai tuần trước tôi ghé thăm anh tại căn nhà anh chị mới dọn qua từ đầu năm. Anh nằm trong phòng, vẻ mặt gầy đi nhiều. Có y tá ở đó trông coi, tiêm thuốc, cho uống thuốc theo thời khắc hay khi cần. Nếu muốn, anh có thể ngồi xe lăn ra phòng khách xem một vài trận World Cup trên ti-vi. Trên giường, bên cạnh anh có nhiều sách, trong đó có quyển Cuộc Sống Cuộc Chiến và Rồi... là bản dịch một tác phẩm của Oriana Fallaci và quyển Hơn Nửa Đời Hư của Vương Hồng Sển viết về đời sống Nam Bộ làm anh nhớ đến Hồ Biểu Chánh, một tác giả miền Nam mà anh yêu thích.

Giọng anh yếu, nhưng tỉnh táo, nhớ nhiều chuyện về bạn bè, về sinh hoạt văn học. Anh nói không biết còn sống được bao lâu, một tuần, một năm hay vài năm nhưng anh sẵn sàng rồi, chỉ lo cho chị Vy thôi.

Trong tạp chí Khởi Hành số đặc biệt về Nguyễn-Xuân Hoàng, tháng 5&6/2012, nhà thơ Viên Linh có chép lại một bài thơ:

từ xa phố chợ đến giờ
chân quen bỏ lệ gõ bờ lộ quen
hoang vu chín đến độ thềm
lạnh tàn nhẫn rót vào đêm lên đường
mùa sương phố núi mù sương
nhịp buồn hút gió hồn nương sao rừng
chuyện linh hồn với bản thân
bàn tay thượng đế mộ phần chiêm bao
đồi thông xanh tóc nghẹn ngào
ngập ngừng lạnh xuống từ bao lâu rồi
còn tôi, còn chỉ mình tôi
mây bay đầu núi kéo trời lên xa
bàn tay thoáng nổi da gà
thẳm sâu lòng đất nhà ga luân hồi

Bài thơ của tác giả Hoang Vu viết cách đây đã hơn nửa thế kỷ. Ít ai biết đó chính là bút hiệu của Nguyễn-Xuân Hoàng những ngày mới chập chững bước vào chốn văn chương, triết học.

Trong các thể thơ Việt, tôi thích nhất lục bát. Chép lại bài thơ để bày tỏ lòng quí mến đối với tác giả, một người anh, người bạn đã nhiều dịp chia sẻ với tôi buồn vui dạy học, làm báo và văn học trước khi chuyến xe luân hồi ghé bến để anh lên đường.

157

Bùi Vĩnh Phúc

Nguyễn Xuân Hoàng: Những Bước Đi Trần Gian/ Những Nhịp Đập Thời Gian

Nguyễn Xuân Hoàng đang đồng hành cùng bệnh tật và những cơn đau. (*Sarcoma*, cái tên quái quỷ đó. Cái tên quái quỷ đang vật lộn với người bạn của ta, và ngươi có vẻ như đang nắm chắc phần thắng!). Cuộc đời của mỗi người và của mọi người, nhìn ở một góc cạnh nào đó, đều là những cuộc đồng hành như thế. Những cơn đau và những thử thách. Chúng như những con dấu đóng xuống tấm thông hành của con người. Con người, như một hữu-thể-tại-thế/một hữu-sinh-tại-thế (*Dasein/Être-au-monde*), bước vào đời như bước xuống tầu. Để ra khơi lớn. Để đón lấy gió bão và mưa sa quất đập trên mặt mày và thân xác nó. Nếu là một con người quả cảm, hắn sẽ vươn ngực chống đỡ. Và bắt tay với định mệnh mình. Mà không phải những gió bão và mưa sa ấy chỉ quật đập trên mặt mày và thân xác ta, chúng còn dồn dập thổi những hơi dài buốt lạnh trong tâm hồn. Lúc ấy, những sức mạnh tâm linh trong con người sẽ bùng dậy, như một tấm áo tơi giúp hắn che chắn phần nào những gió rét và mưa giông. Và có những con người, lúc ấy, đã dùng văn và thơ, những sức

158

mạnh mà Trời Đất trao ban cho hắn, để đứng vững trước cuộc vây khổn của đời. Tôi lại nhớ đến Phùng Quán: *Có những phút ngã lòng / Tôi vịn câu thơ mà đứng dậy.* Câu thơ ấy có thể khúc khuỷu, sần sùi, già nua, nứt nẻ, và đen bóng mầu thời gian, nhưng nó vẫn là một câu thơ nâng ta đứng dậy.

Văn chương, hình như thế, đã ra đời trong những hoàn cảnh khốn khó ấy. Đối với nhiều người.

Nhưng cuộc đời của một con người không phải chỉ được trình hiện qua những niềm đau và những thử thách. Nó còn reo vang rực rỡ những cơn vui, còn thiết tha những hạnh ngộ, và còn ấm áp những ngọn lửa cháy nóng bập bùng.

Tôi đã gặp Nguyễn Xuân Hoàng, như thế, trong mấy chục năm qua. Chúng tôi đã có trong tay mình những niềm vui của những gặp gỡ ấy. Ở một mức độ nào đó, chúng tôi đã chia cho nhau một phần cuộc đời mình. Trong những bước đi văn chương. Trong những sẻ chia, gắn bó về đất nước, về con người, về tự do, về hiện hữu. Và về cái chết. Cái chết của những người bạn, ở gần hay ở xa. Cái chết của những thói quen trong đời, khi con người bị bứt ra khỏi những gốc rễ cũ với những rêu phong ẩm mốc xanh rì nhưng đầy quen thuộc và ấm áp. Cái chết của những cách nghĩ cũ, vốn, trước đó, đã trở thành đường nếp thân mật. Cái chết của những mắt nhìn theo lối mòn, chỉ vạch ra trước mắt người một không gian giới hạn. Và đã xỉn mầu.

Viết là một cách thế đi tới, đi theo ngọn bút, hay đi theo những dòng chữ cứ mỗi lúc mỗi kéo trang-giấy-ảo-một-ánh-sáng-trắng trên màn hình *computer* xuống thấp, xuống thấp mãi, rồi sang trang. Cứ thế, từ trang này sang trang khác. Viết là đi tới. Như con người là một hữu thể được phóng về phía trước (*être-jeté*). Là một hữu thể luôn "mang nợ" (*être-en-*

faute/être-en-dette), nhưng chính vì thế hắn có trách nhiệm. Với những người chung quanh. Và với chính mình.

Viết, đối với không ít nhà văn, ở một giác độ nào đó, cũng là một cách thế để trả nợ. Một món nợ mà, chính hắn, với con tim và ý thức sáng suốt, tự ôm nhận vào lòng.

Nhưng viết cũng là một phương cách để trở về. Để lục lọi trong trí nhớ thật (và cả ảo nữa) của chính mình những hình ảnh cũ, những bóng dáng cũ. Những con đường lầy lội của quê nhà và những lá vàng đã lả tả rụng xuống trên vai tuổi trẻ. Nguyễn Xuân Hoàng là một người thiết tha với quá khứ, với những kỷ niệm của những ngày giông bão cũ. Mà ai trong những người cầm bút, ở những giai đoạn nào đó của cuộc đời, lại đã không từng như thế? Viết là tái hiện một hiện thực đã mờ đã mất. Thoạt đầu, những cảm xúc dấy lên, một vài đường nét hiện ra. Nhưng đó chưa phải là "hiện thực". Những cái đó chỉ là "khứ thực" thôi. Nhưng càng viết, cái thực tại của quá khứ kia càng dần dần hiện rõ. Và nó nhập vào làm một với cái thời điểm hiện tại của nhà văn, người đang viết, đang sống (trở lại) cái thời gian của mình. Và tất cả trở thành một thứ thời gian đồng hiện, nhòe lẫn vào nhau, tan biến vào nhau. Biến tấu qua nhau. Đó là thế giới của một nhà văn.

Viết cũng là hư cấu. Hư cấu cuộc đời. Hư cấu chính mình. Nhưng hư cấu của văn chương có cái sự thật, cái giá trị của riêng nó mà cuộc đời kia không thể tự mang mình ra so sánh. Cuộc đời trong tác phẩm văn chương là một thứ kính vạn hoa. Muôn mầu. Nó không đơn sắc. Còn cuộc đời thực ở ngoài kia? Nó lại là một dạng hư cấu khác. Một dạng hư cấu phi văn chương.

Nguyễn Xuân Hoàng luôn sống với nỗi hoài nhớ. Và ông đã nhớ lại nhiều chuyện trong những bước chân của sự sống mình.

Tôi đã viết về Nguyễn Xuân Hoàng với cái nhớ và cái sống ấy, từ năm 1995, nghĩa là đã gần 20 năm qua. Rồi tôi cũng đã viết về ông tương đối gần đây, mới chỉ hơn hai năm trước. Viết về những suy nghĩ trong đầu của một nhà văn, những suy nghĩ như những mạch điện chớp sáng không ngơi nghỉ trong "chiếc hộp đen" kín bưng kia. Viết về "Sổ Tay" của ông. Viết về cái chết, về một "hữu thể hướng về cái chết" (*être-vers-la-mort/être-pour-la-mort*). Tất cả chúng ta, chia sẻ những đường nét, những dấu chỉ liên hệ đến con người, đều là những "hữu thể hướng tử" như thế, trên mặt bản thể.

Tôi sẽ ghi lại ở dưới đây, trước hết, những suy nghĩ, những điều tôi đã viết về Nguyễn Xuân Hoàng, con người hồi tưởng. Về nỗi nhớ nhà. Về cơn mơ tưởng trở về với "quê quán", với những "cố quận trùng điệp" của ông.

Và, sau đó, về những tia lửa bắn sáng trong "chiếc hộp đen" kia của nhà văn.

BVP

Tro, Lửa, và Nỗi Hoài Nhớ
Trong Tùy Bút
Của Nguyễn Xuân Hoàng

Nguyễn Xuân Hoàng là một nhà văn của tùy bút, của lòng hoài niệm không nguôi về những nơi chốn cũ, về những giấc mộng xa vắng thiết tha làm dậy men trong lòng người. Tôi vẫn nghĩ như thế từ lâu khi đọc văn ông.

Nói như vậy không có nghĩa là Nguyễn Xuân Hoàng đã không có những đóng góp đáng kể trong những thể loại khác, như truyện ngắn và truyện dài. Dù sao, truyện ngắn của Nguyễn Xuân Hoàng, nhìn ở một góc cạnh, cũng chia sẻ rất nhiều yếu tố cấu thành của nó với những tùy bút của ông. Ngoài những tập truyện ngắn, truyện dài đã được xuất bản trong nước trước 1975, ông đã có những tập truyện dài xuất bản ở ngoài nước như *Người Đi Trên Mây* (1987), *Sa Mạc* (1989), và *Bụi Và Rác* (1992). Những truyện dài vừa kể đã cho người đọc thấy một Nguyễn Xuân Hoàng mới hơn, so với những ngày Sàigòn, về kỹ thuật truyện, về giọng văn, câu văn, cũng như về cả mắt nhìn vào đời sống. Dù sao, bài nhận định này không phải là chỗ để tôi trình bày những suy nghĩ của mình về kỹ thuật truyện của Nguyễn Xuân Hoàng, qua đó ông đã tự định hình con người mình trong văn chương. Ở đây, tôi chỉ muốn nói về tùy bút của ông. Những tùy bút (và cả một truyện ngắn mấp mé ở dạng tùy bút) trong tập *Căn Nhà Ngói Đỏ*. Đó là tập sách đã để lại nhiều ấn tượng trong tôi về văn chương của Nguyễn Xuân Hoàng.

Căn Nhà Ngói Đỏ được gọi là một *tập truyện* ngay trên bìa sách khi nó được xuất bản vào năm 1989. Sau đó, trong phần liệt kê những sách đã xuất bản của mình (trong tập truyện dài *Bụi Và Rác*) vào năm 1992, tác giả gọi nó là một tập *tạp văn*. Thật sự, trong cái nhìn của tôi, đó là một tập tùy bút, thể văn thành công nhất của Nguyễn Xuân Hoàng. Trong tập sách này, chỉ có truyện đầu tiên, *Tự Truyện Một Người Vô Tích Sự*, là có dáng dấp của một truyện ngắn, mặc dù nó cũng chia sẻ phần nào cái vóc dáng tinh thần của nó với những tùy bút của ông.

Tập sách *Căn Nhà Ngói Đỏ*, đúng với tên gọi của nó, có mô-típ là những căn nhà—những căn nhà, những ngôi nhà thật sự, hay là những căn nhà của tuổi thơ, của kỷ niệm, những biểu tượng về những nơi chốn, những hình ảnh đã nuôi dưỡng đời sống tác giả suốt những ngày khôn lớn. Cái mô-típ đó được nhìn thấy tràn khắp trong những hình ảnh nói về đời sống, nói về kỷ niệm của Nguyễn Xuân Hoàng.

Trong *Barbara*, hình ảnh căn nhà được thể hiện qua hình ảnh căn phòng của người yêu:

Barbara, em có biết là cả thành phố đã bị sụp xuống trong lừa dối và sự ra đi của em đã nhận chìm anh trong đống tro tàn của những trối trăn? Anh đã ngồi trong căn phòng em rất lâu, thật lâu. Anh đã nằm trên chiếc giường đầy hơi hướm em và tưởng chừng như đang đắp lên người tấm thân nồng ấm của em, đã đốt những điếu Pall Mall dư thừa trong túi áo.... (*Barbara*, trang 39)

Căn phòng ấy, sau khi người yêu đã ra đi, trở thành nơi định cư cho những kỷ niệm cứ còn ngun ngún cháy lên những khoảng trời xanh cũ trong lòng tác giả. Nó giữ lại trong nó cái hơi hướm và những cảm giác nồng ấm của một chất da thịt thơm tho của kỷ niệm.

Mà không phải chỉ có căn phòng là một nơi chốn cư trú cho những kỷ niệm. Em, chính em cũng đã là nơi chốn trú ngụ cuối cùng của ta:

Barbara, nơi trú ngụ sau cùng của anh là em, nhưng sau khi anh bay qua đại lộ kinh hoàng của một cuộc chiến tàn bạo, con thuyền trú ngụ ấy đã nhổ neo. (Barbara, trang 42)

Nhưng "nhà" không chỉ là nơi cư trú tinh thần. Trong đời thường, nó chính là nơi mà ở đó ta đã được sinh ra và lớn lên:

... Chính tại ngôi nhà đó, ngôi nhà với những mái dột cột xiêu, nền đất đã lún, giếng nước đã cạn, cây dừa xiêm đã nâng trái... Phải, chính tại ngôi nhà đó tôi đã ra đời, đã sống những ngày tuổi nhỏ trong một thứ hạnh phúc buồn thảm... (Căn Nhà Ngói Đỏ, trang 47)

Nói chung, gia đình tôi đông, nhưng buồn và lạnh. Chúng tôi cử động, ăn uống, đi lại, học hành, trò chuyện như những người khách trọ trong một căn nhà nấu cơm tháng. (Tự Truyện Của Một Người Vô Tích Sự, trang 12)

Tự Truyện Một Người Vô Tích Sự để lại trong lòng ta hình ảnh một ngôi nhà tan tác. Đó là ngôi nhà riêng của người kể chuyện; nhưng đó cũng là ngôi nhà chung, ngôi nhà bốc lửa kêu gào của quê hương. Căn nhà là nơi giữ lại trong lòng ta những kỷ niệm thơ ấu, những ấn tượng đầu đời. Những nỗi vui và những niềm sầu thảm. Nhưng chúng, những căn nhà trong đời sống này, cũng là nơi đã mở ra cho ta những rung động thiết tha khi trái tim của chúng ta cháy đỏ bên nhau:

Hãy tưởng tượng giữa tiếng nhã nhạc đó, giữa cái hôn nồng cháy mà chúng ta đang trao nhau, giữa thành phố miền cao nguyên mùa đông (...), căn nhà trên ngọn đồi của chúng ta đột sáng bùng lên, đỏ những viên ngói, xám những cánh cửa, trắng những hoa sứ ngoài sân và xanh tất cả những lá cây, anh sẽ được nhìn thấy đầu tiên màu nâu kỳ lạ *tuyệtvời trong đôi mắt long lanh tình ái em và cái màu trắng xanh còn lại phản chiếu những lá cây trong vườn hy vọng của chúng ta.* (*Giáng Sinh, Hãy Chờ*, trang 66)

Căn nhà cháy lên những màu sắc rạng rỡ trong ngòi bút hồi tưởng của Nguyễn Xuân Hoàng. Câu văn rất mới với những tính từ *đỏ, xám, trắng, xanh* như muốn cựa động để biến trở thành những động từ. Những động từ hân hoan lấp lánh cái ánh sáng của tình yêu. (Dù sao, tôi nghĩ là tôi sẽ thích hơn nếu tác giả cắt bỏ hai chữ "*tình ái*" ra khỏi đoạn văn. *Tình ái* vừa có tính cách *cliché*, lại không cần thiết (nếu không nói là thừa) cho cảm xúc chung mà đoạn văn gợi lên, vừa làm cho cái ánh long lanh của đôi mắt bị khuếch tán, làm cho nhịp câu mất đi cái nét đặc biệt của ba âm bằng chảy mướt thiết tha: Đôi mắt *long lanh em.*) Nhưng căn nhà, trên hết, là những hình ảnh của quê hương trong lòng mỗi một chúng ta. Ai là người không có một quê hương. Quê hương vật lý và quê hương tinh thần. Quê hương đã đốt cháy mãi trong lòng chúng ta những đốm lửa hồng xa vắng và thả bay lả tả trong lòng ta những tàn tro âm ỉ một đời. *Quê hương* cũng là *quê nhà.* Cái quê nhà ấy nằm phục sẵn trong trái tim ta. Để bất cứ khi một âm thanh hay một hình ảnh nào hiện đến với ta trong những ngày lữ thứ, nó cũng trở thành một nhắc nhở thiết tha, một réo gọi đằm thắm về nơi chốn cũ, một nơi chốn ấm êm của cuộc đời.

Khi tiếng réo của vòi ấm vang lên tôi chợt liên tưởng đến ngày khai trường ở quê nhà.(...) Con đường làng, bờ ruộng. Chiếc cầu khỉ. tiếng ơi ới gọi nhau đi học băng qua vườn sau đầy những cây cam, cây bưởi cây chuối của một bạn học năm ngoái còn chung lớp chung thầy... vẫn đầm ấm hơn tiếng chào nhau bên những chiếc xe bóng lộn đỗ xịch trước một cổng trường vôi mới quét. Và tiếng trống trường sẽ vang lên ở một

chái hiên bay qua những hàng cau những thửa ruộng... bay
qua cái bầu trời xanh lơ trong trẻo của một thời tiết mới mẻ,
gột rửa sạch cái nóng tàn nhẫn của mùa hè quái ác. (Tiếng
Trống Mùa Tựu Trường, trang 115)

Căn nhà trong tâm tưởng của Nguyễn Xuân Hoàng cũng còn là một vùng quê miền Trung, nằm dưới chân một ngọn núi lớn, dựa lưng vào một vách đá cao. Những cánh đồng khô rạ cháy. *"Rừng cây rậm rạp là mái nhà lớn che những khi nắng cháy mưa dầm, ruộng đồng là những trang giấy trắng để chúng tôi tha hồ viết lên đó những dấu chân (...) Và bảng đen là bầu trời của những đêm ba mươi, được vẽ lên đó những đường vòng cung toán học bằng những chú "mòng" trâu được đốt bằng đuôi, sau khi thả ra từ chiếc túi, bị buộc chặt..." (Mùa Hè Đã Hết, tr. 110)*

Ngôi nhà của Nguyễn Xuân Hoàng còn là thành phố Nha Trang.

Trong thành phố đó, tôi đã nhìn mình mòn chết
Mất tích, sủi tăm, tan biến như một hột muối trong biển (...)

Hãy tưởng tượng một đứa bé chưa kịp lớn trong ngôi nhà đó lúc nào cũng thấp thỏm lủi chạy như con cút đất (...)

Nha Trang đó là cuốn vở nháp bị bỏ quên của trí nhớ (...)

Nha Trang một giọt nước mắt của Việt Nam tôi (...)

(Nha Trang, Những Hang Động Tuổi Thơ, trang 185-191)

Mà không phải chỉ có Nha Trang, tất cả quê hương là một nơi chốn để nhớ về. Quê hương là một căn nhà lớn. Nó cất giữ cho ta bao nhiêu hạnh phúc và đắng cay và ngọt ngào và nước mắt. Tất cả chúng ta đều chia sẻ với nhau một quê hương chung; nhưng mỗi người, trong đời sống và trong kinh nghiệm riêng, lại có cho trái tim mình những kỷ niệm mà

166

nhiều khi chỉ có riêng mình hay biết. Bây giờ, tôi muốn thắp lên một ngọn nến đỏ giữa trái tim mình để soi kiếm, lục lọi lại một chút vàng son cũ. Quê hương. Nó là tiếng cười ta thuở chân sáo vào đời, là nỗi rộn ràng ta lần đầu nhìn em áo ngoan hài tím tóc thả gió thu, là mộng mơ ta bên em nhìn dòng sông mà mầu chiều bơ vơ đổ bóng. Nó là nụ hôn trong vườn đêm thơm mùi ngọc lan thao thiết, bờ môi em dịu dàng hé mở như một cánh hoa. Là chất sữa của nhung trên da thịt em dịu dàng trinh trắng. Là em run rẩy trong tay ta như một ánh trăng xanh chỉ chờ rạn vỡ. Quê hương là những ngày mà gió nắng vẽ trên vầng trán ta biết bao điều lý tưởng, là trái tim ta cháy lên bao tha thiết cuồng say. Và quê hương cũng là những ngày loạn lạc, khói lửa mịt mù, là đắng cay của những người vợ trẻ, là xót xa của những người mẹ già tóc trắng như sương. Quê hương là gió bão, là lời chúc dữ, và là giọt nước mắt ta chảy ra một đêm tối khi chân bước xuống thuyền, là nỗi quặn đau ta mỗi khi nhìn lại, nỗi quặn đau mà ta hằng chắt chiu chẳng nỡ rời bỏ, chối từ. Quê hương. Giọt nước mắt ta chảy ra hóa thành một đêm tối bơ vơ.

Đó là quê hương của tôi.

Với Nguyễn Xuân Hoàng, quê hương không chỉ là Nha Trang. Nó còn là Huế, Đà Lạt, U Minh, Tuy Hòa…, để mỗi khi nhớ về, trái tim ông còn se thắt. Cái ngọn lửa của quê hương kia không phải chỉ đốt lên những điều tươi vui và hạnh phúc. Người Pháp có đoản ngữ *Nostalgie de la boue*. Ôi, nỗi nhớ bùn đen. *Nostalgia for the mud*. Một nỗi nhớ lãng mạn và buồn đau. Nhiều khi ta nhớ về quê nhà chỉ là để thấy thấp thoáng trong trái tim mình một "*con đường đất đỏ cũng nhờ nhờ trong sương như một vết thương vừa kéo mủ*" (*Đà Lạt khi tôi vừa mới lớn*, tr. 179), một thành phố "*tối tăm trong những bong bóng mưa vỡ tung khi chạm thành cửa kính, mũi xe, mặt đường (...) Cửa kính sỉn mờ, hành lang u ám, và tiếng trống* vào lớp buồn xưa. (...) Mưa rơi trên sân trường, mực đầy trang giấy trắng. Và niềm im lặng cổ kính (...) làm ướt đẫm linh hồn ta." (*Những Cửa Sổ Của Huế*, tr. 164, 167). Quê hương nằm trong những hình ảnh mờ mịt, đau xé và xót xa như thế. "*Đó là nơi mà có những ngày mưa liên tu hồ tận, tôi đã nằm co quắp như một con rùa chui trong chiếc mai vốn không mấy an toàn của nó. Những trận mưa bão phũ phàng thổi tung cuộc sống riêng tư của con người, lột trần truồng mỗi cá nhân chúng ta phơi trước những ngọn đèn hàng ngàn nến của một chế độ đầy hà khắc*" (*Mưa Trên Đường Hy Vọng Mới*, tr. 80). Đối với Nguyễn Xuân Hoàng, những hình ảnh của quê hương cứ như "*một thứ lửa than nằm dưới đám tro hồng chỉ chờ đợi một chút hơi diêm sinh là phụt bừng lên.*"

Khi trái tim con người ta chỉ là một bếp tro âm ỉ nóng những hình ảnh quê nhà, thì bất cứ một gặp gỡ nào trong đời cũng chỉ là dịp để thổi bừng lên ngọn lửa thương yêu cũ. Ở Mỹ, ông cám ơn con người và đất nước này đã mở cho ông cánh cửa của một vùng trời mơ ước; nhưng ông vẫn luôn tự hỏi, "*Liệu có vùng trời nào thay thế được quê hương tôi?*". Nhìn Paris với dòng sông Seine lờ lững, dòng sông của những mộng tưởng tuyệt vời một thời tuổi trẻ, những khát khao ngọt ngào của một thuở sinh viên, bây giờ, ông chỉ thấy rõ rằng cái dòng sông Seine ấy "*chắc chắn đã làm mạnh thêm tình yêu của tôi đối với những dòng sông nhỏ chảy chậm lờ (...) của quê hương*". Ông hiểu rằng những dòng sông, những chiếc cầu của quê hương mình tuy không lừng lẫy, và cũng chẳng có tiếng tăm chi, thế nhưng lúc nào chúng cũng "*thân mật gần gũi, thô sơ nhưng tràn đầy tin cậy*" (*Paris Trong Trí Tưởng*, tr. 120).

Như thế, mô-típ căn nhà hiện đầy trong tùy bút của Nguyễn Xuân Hoàng. Nó là một mô-típ được xây dựng trên những hình ảnh và những rung động có thật. Ai trong chúng

168

ta cũng đều giữ gìn được trong lòng mình những hình ảnh đậm đà và tha thiết như thế của quê nhà. Nhưng gìn giữ, chắt chiu chúng, rồi đưa chúng vào một chỉnh thể mỹ học có tính cách văn chương chính là vai trò của một nhà văn. Công việc ấy cũng là một loại thuốc thử để xác định một người cầm bút có phải là một nhà văn hay không.

Nguyễn Xuân Hoàng là một nhà văn.

Hơn nữa, ông không phải là một nhà văn dễ dãi với chữ nghĩa và cách diễn đạt của mình. Câu văn của ông gọn, đẹp, sắc, và thông minh. Điều đáng quý nữa là ông ít, rất ít, khi để cho câu văn của mình rơi vào những tình cảm sướt mướt có tính cách đồng bộ. Ông cố giữ cho câu văn của mình đẹp, không thường, nhưng cũng không trở nên màu mè, sặc sỡ.

Hãy xem xét thử một số câu văn của Nguyễn Xuân Hoàng để thấy được sự đáng quý ấy:

"Khi chiếc xe màu xanh vừa phóng qua mặt đường làm bắn tung nước lên áo anh cùng với tiếng cười nhọn và khô, anh chợt có cảm tưởng hạnh phúc của chính mình cũng đã bị ướt ngoi như một người đi dưới cơn mưa tầm tã." (...)

"Ly cà-phê thì loãng tràn những giọt nước mưa từ tấm "bạt" nhà binh đổ xuống, nhưng ý nghĩ anh sao lúc nào cũng đậm đặc hình ảnh em." (Barbara, tr. 31, 36)

Những hình ảnh ẩn dụ, đối nghịch một cách cân phương và hết sức mới, đã làm cho những câu văn của Nguyễn Xuân Hoàng bỏ neo được vào ấn tượng người đọc.

Đoạn văn dưới đây tiếp tục cho thấy Nguyễn Xuân Hoàng đã nuôi dưỡng được trong lòng mình những hạt giống ẩn dụ tốt. Và đến ngày mùa, chúng nở thành những đóa hoa thật đẹp:

"Bầu trời ẩm đục, thấp và nóng. Cali đang mùa hè. Cơn mưa tuy không đủ sức làm dịu những cục than hồng, nhưng có thừa cái sắc bén của con dao cau rạch trong tôi những vết thương hoài niệm.

Mưa gõ đi từ góc ngã tư đường Harbor-Westminster là những mũi kim soi đầm trí nhớ (...)

Ôi mưa Cali! Hãy xối xuống nữa đi những giọt nước dĩ vãng. Hãy trải xuống nữa đi những tấm thảm Ba Tư của ký ức! Hãy dầm dùm nữa đi trong ngăn kéo trí nhớ mỏi mòn tôi những kỷ niệm tưởng đã úa vàng! (Mưa Cali Nhớ Phạm Ngũ Lão, tr. 82)

Nhưng, có thể nói, Nguyễn Xuân Hoàng đã thành công nhất, trong tùy bút, thể văn sở trường của ông, trong bài viết về Huế. *Huế Mà Ta Sẽ Trở Lại*. Bài tùy bút này gồm có ba phần: phần đầu, mang cùng tựa đề của toàn bài; phần hai, *Những Cửa Sổ Của Huế*; và phần ba, *Huế Chào Buồn*. Đây là một trong vài bài tùy bút đặc sắc nhất mà tôi đã được đọc về Huế. Bài viết chan chứa những kỷ niệm đẹp, những hình ảnh thơ mộng xót xa, những ẩn dụ hoán dụ so sánh đặc sắc. Hãy đọc thử một đoạn:

Thành Nội là vầng trán của Huế, trên đó người ta có thể nhìn thấy những nếp nhăn cổ tích, con đường hẹp ngập đầy bóng mát và lá úa của những tàn cây lớn đứng tuổi trước những thành quách rêu phong là dấu vết của một thứ quá khứ vàng son không bao giờ long lanh lại nữa.

Óc não Huế là khu Đại học trẻ trung chẻ ra bằng những con đường đá xanh, rợp bóng cây của những cuộc dạo chơi tình cảm, đứa con muộn màng của mối tình kỳ cựu nhất là chàng trai tơ Quốc học và nàng kiều nữ Đồng Khánh.

170

Ruột gan Huế là chợ Đông Ba ngổn ngang xô bồ bên ngoài ngôi nhà tối tân không được tận tình sử dụng. Và Vĩ Dạ bên kia Đập Đá chính là Tình Ái Huế.

Nhưng đoạn đẹp nhất, thơ mộng, đáng yêu và tình tứ nhất là những câu văn, những kỷ niệm trong *Huế Chào Buồn.* Đoạn này khá dài, và cả đoạn là một trái tim tha thiết để lại cho Huế, một câu hò mà âm vang của nó còn để rớt lại cái dư âm ngọt ngào trong trí tưởng ta. Với vài chục lời chào cho Huế, Nguyễn Xuân Hoàng đã vẽ lại được bao nhiêu nét tình tứ, thơ mộng của cái thành phố cổ kính ấy. Ông còn vẽ được cái phong cách cũng như tinh thần cách mạng của Huế. Và cái nét lờ lững của một dòng sông. Và những mùi thơm dịu ngọt trong vườn đêm Huế. Những câu văn mềm mại—như một bàn tay vẫy gọi trong vườn trăng—nhưng vẫn đầy chất sống mà không bị rơi xuống sự sướt mướt. Tôi muốn để người đọc tự khám phá lấy chất văn của Nguyễn Xuân Hoàng trong đó.

Là một người chịu ảnh hưởng văn chương Pháp khá nặng (và những ảnh hưởng này được nhìn thấy một cách tích cực nhiều hơn là tiêu cực trong văn chương ông), Nguyễn Xuân Hoàng không khỏi nhiều lúc để lộ ra trước mắt độc giả những nét ảnh hưởng này. Có khi, người đọc còn có thể có cảm tưởng là ông cố tình để lộ chúng ra trong văn chương của mình. Chúng ta hãy thử cùng đọc một số những câu văn sau đây:

"... anh (...) đã ngã xuống cái ngã êm ái khi bị viên đạn đầu tiên của mắt em bắn cái nhìn xuyên tâm anh." (Barbara, tr. 37)

"Barbara, kể từ giờ phút ấy đến lúc gặp lại em là mười năm. Thời gian ấy ngắn hay dài của một đời người? Nó đã uống cạn chưa trong anh cốc rượu nồng nàn của một người đàn ông tràn đầy sinh lực? Nó đã làm phai tàn chưa trong em

tình yêu cuồng tín của một thiếu nữ vừa mới lớn? (...)
(*Barbara*, tr. 39)

Chiến tranh mà anh chờ đợi ngày chấm dứt của nó, giờ đây như đã tàn, nhưng hòa bình thì hình như vẫn chưa thấy đến.''
(Giáng Sinh, Hãy Chờ, tr. 72)

"Chính là dưới những tàn cây bã đậu đầy gai (...) tôi đã yêu một người đàn bà như thế" (Pasternak Dưới Tàn Cây Bã Đậu, tr. 90)

Đọc những câu văn này, trước tiên, người ta sẽ yêu cái âm điệu của nó, những âm điệu thiết tha, ôm ấp, bồng bế ngay trong cách cấu âm của chúng và trong cách chúng được đặt để bên nhau. Sau đó là những hình ảnh. Những hình ảnh đẹp. Và không mòn. Nhưng người ta cũng sẽ thấy là câu văn được đặt theo một ngữ pháp rất...Tây. Đây là một đặc điểm của văn chương Nguyễn Xuân Hoàng. Một đặc điểm khiến cho câu văn của ông rất mới. Ông dùng nhiều lối nói, lối viết đặc biệt của Pháp (gallicisme). Rõ ràng và trong sáng.

Tuy nhiên, một đôi khi, cũng với một thứ ngữ pháp như thế, cũng với những hình ảnh độc đáo và bất ngờ, nhưng với sự tham lam trong ẩn dụ, Nguyễn Xuân Hoàng đã đem lại cho người đọc một vài câu văn với những hình ảnh đặc biệt nhưng khá tối nghĩa, như:

"Em là khu rừng của những cây cao-su mâu thuẫn."
(Barbara, tr. 40)

"Lúc ấy ta có thể mường tượng thấy gian phòng tròn của viện bảo tàng Louvre, ở đó có tấm thân nõn nà của Thần vệ nữ Milo, tưởng như được đúc bằng một thứ ngọc trai mờ tối mà những giọt lệ bướng bỉnh chẳng cần một cớ gì hết cũng vẫn hiện ra trên mắt mọi người." (Paris Trong Trí Tưởng, tr. 119)

172

"*...Xa em một nửa vòng trái đất, sống như rong rêu ở quê nhà, em vẫn hiện diện trong từng nỗi nhớ của anh, nhưng sao giờ đây, ngồi giữa một đất nước tự do, sợi dây thừng của lòng hoài nghi đã được cởi bỏ, mà vẫn biệt tích mù tăm?*" (*Giáng Sinh, Hãy Chờ*, tr. 75)

Câu đầu, sự tham lam trong việc dồn nén những biện pháp tu từ (hai ẩn dụ, một nhân hóa) trong một câu quá ngắn đã khiến việc sắp đặt "chỗ ngồi" cho chúng trở thành bất khả. Tất cả đều là khách danh dự! Và kết quả là có sự giận dỗi giữa những vị khách quý kia. Độc giả, dù muốn, cũng không biết làm thế nào để thực hiện công việc hòa giải!

Câu sau, cụm từ "những giọt lệ bướng bỉnh chẳng cần một cớ gì hết cũng hiện ra trên mắt mọi người" được gắn vào liên từ "mà", mà tiền tố (antecedent) của liên từ này là "một thứ ngọc trai mờ tối". Tất cả những điều ấy không thể gắn bó vào nhau theo một trật tự ngữ nghĩa nào, cho dù người đọc văn một cách nhanh nhậy, bằng một thứ tập quán (tâm lý) *Gestalt* nào đó, vẫn có thể tự suy nghĩ để hiểu ra điều tác giả muốn nói.

Câu cuối, chủ từ của "*xa em*" và "*sống*" chắc chắn phải là "*anh*" (hiểu ngầm), nhưng cách viết của tác giả làm cho người ta thấy "*em*" là chủ từ của động từ "hiện diện" trong mệnh đề chính, đồng thời cũng là chủ từ của hai động từ vừa nói (một dạng "dangling modifier" như trong tiếng Anh). Ngoài ra, người đọc không thể tìm ra chủ từ của động từ "*biệt tích mù tăm*" là ai xét trên mặt ngữ pháp của câu, mặc dù sau khi suy nghĩ, họ cũng có thể đoán ra. Hình ảnh ẩn dụ "*sợi dây thừng của lòng hoài nghi*" khá đặc biệt. Nó mới. Có thể vì quá chú tâm vào việc sử dụng ẩn dụ này mà tác giả đã sơ ý trong những kết cấu vừa nói chăng?

173

Nhưng cho dù đôi khi tác giả còn bị vướng vào một vài câu văn bất ngờ như thế (ai trong chúng ta đã không từng gặp những sự bất ngờ? đã không từng chệch bước trong một điệu nhảy?), trong nhận xét của tôi, điều ấy không ảnh hưởng gì đến những đóng góp đẹp đẽ của Nguyễn Xuân Hoàng. Nguyễn Xuân Hoàng vẫn là một nhà văn đầy chất sáng tạo. Ông có tài sử dụng chữ nghĩa, nắm bắt những ẩn dụ, tạo dựng nhịp điệu cho chữ, và thường không dễ chấp nhận những câu văn tầm thường. Ông yêu thương, chăm bón, và bồi đắp cho chữ nghĩa mình một sức sống đẹp đẽ trong mỗi câu văn. Những câu văn của Nguyễn Xuân Hoàng có thể ngắn, gọn, sắc và lạnh, chứa đầy chất sống như trong *Tự Truyện Một Người Vô Tích Sự*. Nó cũng có thể dịu dàng, tha thiết như trong *Barbara*. Nó cũng có thể có giọng ề à kể chuyện trong *Căn Nhà Ngói Đỏ*. Và nó lại cũng có thể hết sức tình tứ, thiết tha và sáng tạo như trong *Huế Mà Ta Sẽ Trở Lại (Những Cửa Sổ Của Huế, và Huế Chào Buồn)*. Những tùy bút/đoản văn trong *Căn Nhà Ngói Đỏ* mang chứa trong nó rất nhiều màu sắc thiên nhiên, khiến cho những bài văn, tuy tha thiết ngọt ngào, nhiều đoạn tình tứ nữa, luôn ngồn ngộn sức sống và chan chứa mầm xanh.

Một cách hữu thức hay vô thức, dùng mô-típ căn nhà để nói lên những tro than, những ngọn lửa còn ngún đỏ trong lòng mình, để nói về nỗi hoài nhớ của mình, Nguyễn Xuân Hoàng đã thành công trong việc gửi đến người đọc những thiết tha của ông đối với quê hương, đối với con người, và đối với những giá trị nhân bản trong đời.

Trái tim, hãy tiếp tục cháy lên và thổi đỏ trong lòng ta những mảnh than hồng ngày cũ. Và hãy cứ phất phới tung bay lên đi những tro than chưa từng một lúc nguội lạnh kia. Con phượng hoàng của kỷ niệm ta sẽ trở mình và bay vút lên từ những tro than đó!

(VI, 1995 – Irvine, California. [*]
Xem lại: VIII, 2013)

Và, dưới đây, xin ghi lại ít đoạn trong những suy nghĩ mà tôi đã viết về cái "mạch điện chớp sáng" kia trong *Sổ Tay Nguyễn Xuân Hoàng*. Về cái hữu-thế-hướng-tử kia trong ông. Và trong mỗi một chúng ta.

Một Sổ Thông Hành
Để Đi Vào Trái Tim Đời

(Tựa, cho Sổ Tay của Nguyễn Xuân Hoàng)

Nhà văn phải làm việc trên những chất liệu của đời sống. Nhưng hẳn không được quyền mang tất cả những chất liệu thô của cuộc đời vào trang giấy. Đối mặt, tiếp cận với những hiện thực của cuộc đời, nhà văn phải ghi lấy những hình ảnh, những ấn tượng mình có vào trong tâm hồn. Hoặc kỹ hơn nữa, hắn phải luôn luôn có một vài mảnh giấy rời, hay một quyển sổ tay nhỏ, bỏ sẵn trong túi. "Lẫn" vào cuộc sống, nhìn ngắm, quan sát, rung động, khổ đau, hạnh phúc, giận dữ, thiết tha... với đời, hắn giữ lại tất cả những điều đó cho riêng mình. Khi thuận tiện, tìm một góc riêng, hắn ngồi xuống, hí hoáy ghi nhận cuộc đời trong mắt nhìn, trong cảm quan và ấn tượng của riêng hắn. Từ những cảm quan, ấn tượng có thể còn khá mơ hồ đó, những tác phẩm lớn có thể ra đời.

Các nhà văn Việt Nam chắc chắn là đã có rất nhiều người viết sổ tay. Nhưng rất ít người công bố những ghi nhận, cảm xúc, ấn tượng ban đầu ấy cho độc giả quan sát. Độc giả, trước sổ tay của một nhà văn, sẽ làm một công việc đặc biệt: quan sát cái được quan sát. Sự quan sát này mang tính văn học,

175

thậm chí văn chương nữa. Nó không còn phải là cái quan sát mang nhiều tính thực tế, khách quan, trước những hiện tượng, sự kiện, biến cố của cuộc đời. Nó là sự quan sát, theo dõi, đánh giá cái đã được quan sát, theo dõi của nhà văn. Chắc chắn một sự quan sát như thế sẽ đem lại nhiều thú vị.

(...)

Trong văn chương thế giới, có lẽ Số Tay (*Carnets*) của Albert Camus là một trong những trang văn, ghi nhận những hiện thực thô của cuộc sống, bằng cái nhìn rất ấn tượng, đặc thù của mình. Hãy xem ông tả khung cảnh New York mà tôi thử dịch lại sau đây:

"Có lẽ New York sẽ chẳng là gì cả nếu nó không có bầu trời của nó. Vươn mình ra khắp bốn góc của chân trời, trần trụi và bát ngát, nó đem lại cho thành phố sự huy hoàng, tráng lệ của nó vào buổi ban mai và nét vĩ đại vào những buổi tối. (...) [T]ôi nghĩ đến những buổi chiều khác, quá dịu dàng và lướt qua quá nhanh đến nỗi nó bóp thắt trái tim ta, những buổi chiều nhuộm tím những khoảng sân cỏ bát ngát của Central Park... Những bầy trẻ nhỏ da đen đang dùng gậy gỗ để quật bóng, giữa những tiếng reo cười ồn ào hạnh phúc, trong khi những cụ Mỹ già, áo sọc ca-rô, đang ngả người trên băng ghế (...), những chú sóc vụt chạy biến lao mình vào bụi rậm tìm kiếm những mẩu thức ăn khoái khẩu của chúng. Trên những lùm cây rậm rạp trong sân cỏ, những con chim đang tấu một khúc nhạc jazz chào mừng sự xuất hiện của ngôi sao đầu tiên trên nóc   cao   ốc   Empire   State...
(Albert Camus / *Carnets*, "Le Ciel de New York")

Carnets, sổ tay, theo định nghĩa, là một cuốn sổ, giống như một giấy thông hành, một hộ chiếu, một thứ giấy tờ chính thức cho phép bạn đi lại, đặc biệt cho phép bạn vượt qua các biên giới quốc gia. Đúng là như vậy. Với *Carnets*, Camus đã đưa ra những ghi nhận về mọi sự của cuộc đời, những cái nhìn xuyên quốc gia, để nhìn vào trái tim sự sống. Ông đã viết, trong *Carnets*, "Một người trí thức là một kẻ mà trí óc hắn quan sát chính nó", và "Chúng ta chỉ sống thật sự một vài giờ phút trong cuộc đời của mình." Những giờ phút ấy hẳn phải là những lúc con người sống rất thực với bản chất, với rung động của chính hắn.

Nguyễn Xuân Hoàng cũng vậy. Ông cũng đã sống những giờ phút như thế trong *Sổ Tay* của mình.

Ông đã viết như thế này trong một đoạn *Sổ Tay*, khi nói về những người bạn thân thiết một thuở giờ đã ra đi, không còn có mặt trong cuộc sống:

"Chia tay và gặp gỡ là một biện chứng. Nói theo nhà triết học Martin Heidegger thì bản chất con người là "luôn luôn bị ném về phía trước". Con người là sinh vật luôn luôn lo toan và dự tính, bởi vì bản thể con người không ở trong con người, nhưng ở trước mặt nó. Chính trong viễn tượng đó, Heidegger gọi con người là vật sống đấy để chết. Con người sinh ra nhất thiết phải chết. Dasein là hữu thể để chết (sein Zum Tode: être pour la mort). Sự chết để lại dấu tích trên từng hành động, trong từng ý nghĩ ta. (trích bài "Chia Tay")

Những lời, những chữ ấy như tự nhắc nhở cho mình. Như tự nhắc nhở, rằng, một ngày nào đó ta cũng phải nói lời chia tay, từ biệt với thế gian này. Tự nhắc nhở như thế để ý thức hơn nữa về những giây phút sống của mình hiện tại. Để ta sống một cách có ý thức và có ý nghĩa hơn. Và người đọc, khi tiếp cận với những dòng chữ trên, chắc hẳn cũng sẽ làm một cuộc quy chiếu. Ngay trên bản thân mình. Để thấy rằng mình là một hữu thể hướng về cái chết. *Être pour la mort.* Viết như thế là vượt qua biên giới của cuộc sống hữu hạn trong vòng trần gian này. Để hướng lòng tới một đích tới xa vời và sâu thẳm hơn.

Viết như thế, nhà văn đã sử dụng một thứ *carnets* văn học. Nhận thức hiện thực. Và nhận thức nó với một cảm quan nhanh nhậy và bén sắc.

(...)

Giá trị của sổ tay là ở mắt nhìn, ở cách quan sát. Nhưng, dĩ nhiên, tất cả những điều ghi chép ấy phải bập bùng một ánh lửa phía sau. Ánh lửa bập bùng ấy nằm trong trái tim của người viết.

Nguyễn Xuân Hoàng có một trái tim bập bùng ánh lửa như thế. Ông viết về những điều xảy ra quanh mình, những điều bất cứ một người nào khác cũng có thể thấy. Nhưng những hình ảnh mà ông ghi nhận xuống, để thành những con chữ nhẩy múa trước mắt người đọc, đã được lọc qua một lăng kính đặc biệt của riêng ông. Chúng phản chiếu cái ánh sáng cháy đỏ, ấm nóng của những ánh lửa trong trái tim nhà văn. Cái ánh sáng ấy làm cho những hình ảnh thô tháp, tầm thường trong đời sống trở nên lấp lánh, và, đôi khi, như trộn lẫn trong chúng âm thanh của những tiếng nhạc, những bài hát mà chúng ta đã nghe đâu đó, trong đời.

(...)

Những bài hát. Và trái tim ta. Và mắt nhìn, và chữ viết của nhà văn. Đời sống con người, có lẽ, một phần nhờ vào những thứ ấy, mà có thể tiếp tục. Dù cho nó có là một "hữu thể hướng về cái chết" đi chăng nữa, tôi tin chắc, con người đã hướng về cái chết kia với cả thân xác, tâm hồn và trái tim của mình. Thân xác, tâm hồn và trái tim ấy vẫn cần một chút "dưỡng chất trần gian" để đi trọn con đường của nó. Đó là thơ, văn và những gì tạo nên nghệ thuật của con người.

Nguyễn Xuân Hoàng, trong chữ viết của mình, đã đem lại cho chúng ta một chút "dưỡng chất trần gian" như thế.

Xin cám ơn Nguyễn Xuân Hoàng. Và cám ơn *Sổ Tay*. *(Tustin Ranch, Calif. – VII, 2011)*

Xin cầu chúc mọi điều tốt đẹp cho nhà văn Nguyễn Xuân Hoàng, cho một người bạn văn chương của tôi. Anh là một *homo literatus* với ý nghĩa đáng trân trọng của nó.

Bất cứ lúc nào, bất cứ ở đâu (**), bạn ơi, xin hãy bình an.

Bùi Vĩnh Phúc
Tustin Ranch, California
tháng VIII, 2013

Đào Trung Đạo

Nguyễn Xuân Hoàng và Hành Trình Đi Tìm/ Chuẩn Bị Tiểu Thuyết

Maurice Blanchot mô tả sự chuyển hướng viết của riêng mình, một sự chuyển hướng vừa tuyệt vọng vừa rũ bỏ "Có một lúc nào đó trong đời của một người – do đó cũng là của mọi người – khi mà mọi thứ đã xong xuôi, những quyển sách đã được viết ra, vũ trụ đã im tiếng, mọi sinh linh đã yên nghỉ. Lúc đó chỉ còn có mỗi một nhiệm vụ là tuyên bố điều đó ra: Cái đó dễ thôi. Nhưng như thể lời nói thêm vào này có nguy cơ làm mất sự quân bình – và tìm ở đâu ra sức mạnh để nói lời đó ra? và lại còn tìm ở đâu được một chỗ cho lời nói này? -, người ta không nói câu đó ra, và như vậy là nhiệm vụ hóa ra chưa hoàn thành. Người ta chỉ viết cái mà tôi vừa viết ra, cuối cùng thì người ta cũng chẳng viết lời nói đó ra nữa."[1] Tôi mượn đoạn văn này của Blanchot

---

[1] Maurice Blanchot: Il y a un moment dans la vie d'un homme – par consequent des hommes – où tout est achevé, les livres écrits, l'univers silencieux, les êtres en repos. Il ne reste plus que la tâche de l'annoncer: c'est facile. Mais comme cette parole supplémentaire risque de rompre

180

coi như một lời tâm sự với Nguyễn Xuân Hoàng về viết – trên hết là viết tiểu thuyết – vì tôi hiểu trong đời văn của Nguyễn Xuân Hoàng bạn tôi luôn tìm kiếm một sự thay đổi cho việc viết tiểu thuyết. Nguyễn Xuân Hoàng đã chẳng bao giờ nói điều đó ra. Nhưng tiểu thuyết của Nguyễn Xuân Hoàng lại như một trả lời, một thí nghiệm giải đáp cho niềm đam mê tuyệt vọng ẩn chứa sự thao thức trong bóng tối khi chạm mặt với nan đề này.

Ở trên tôi nói Nguyễn Xuân Hoàng không trực tiếp nói ra nỗ lực tìm kiếm con đường để đi tới tiểu thuyết. Nhưng bạn tôi dù thận trọng cách mấy cũng không tránh khỏi việc nói ra phần nào quan niệm của mình về tiểu thuyết một cách gián tiếp. Chứng cớ: Nguyễn Xuân Hoàng tìm thấy một điểm tâm đắc khi viết về quyển *Tháng Ba Gẫy Súng* của Cao Xuân Huy: "*Với Tháng Ba Gãy Súng, Cao Xuân Huy đã viết được 'những trang văn xuôi lương thiện và giản dị về con người', điều mà Ernest Hemingway gọi là 'trên đời này thật không có gì khó khăn hơn'.*" Điểm tâm đắc này được giải thích ở đoạn văn trước đó: "*Thật vậy, văn chương vốn cần hư cấu, nhưng hiện thực tự nó cũng thừa sự lớn lao và sâu sắc mà một trí tưởng tượng khiêm tốn đôi khi còn nghèo nàn và nông cạn hơn. Nói cách khác, hư cấu trong một tác phẩm tuy cần thiết, nhưng hiện thực bao giờ cũng là nền tảng để từ đó hư cấu có thể thành hình và đứng vững.*" Tuy trích dẫn hai đoạn văn trên nhưng tôi vẫn nghi ngờ phán đoán của mình về quan niệm về thực tại và hư cấu trong tiểu thuyết của Nguyễn Xuân Hoàng.

l'équilibre – et où trouver la force pour la dire? où trouver encore une place pour elle? -, on ne la prononce pas, et la tâche reste inachevée. On écrit seulement ce que je viens d'écrire, finalement on ne l'écrit pas non plus. (Entretien infini/Kết Đàm vô tận, XII, Gallimard 1969).

Nguyễn Xuân Hoàng (ảnh: Nguyễn Hoàng Nam, 1990)

Vì cách nói nước đôi/hai mặt của bạn tôi. Đó cũng chính là cái hai mặt/nước đôi của hiện thực và hư cấu trong tiểu thuyết. Và nhà tiểu thuyết phù thủy chính là kẻ bày cuộc chơi giữa hiện thực và hư cấu trong trang viết. Về điểm này tôi nghiêng về quan điểm đọc văn của Jacques Derrida: tính chất biệt phân của ý nghĩa trong bản văn.

Ta chỉ lên đường, hành trình đi tìm một cái gì đó khi nó chưa định hình rõ nét. Quả thực trong các thể loại văn chương thì tiểu thuyết là thể loại biến đổi không ngừng. Ở hoàn cảnh văn chương Việt Nam sự biến đổi này luôn gặp bất hạnh. Kể từ năm 1925 cho đến 1945 truyện kể / truyện dài đang dò dẫm trên đường tiến tới tiểu thuyết. Nhưng rồi đại họa lịch sử: quyền lực tuyệt đối của độc tài đảng trị ở Miền Bắc từ 1955 đã bít lối con đường truyện kể để trở thành tiểu thuyết. Suốt giai đoạn 1955-1975 ở Miền Bắc truyện kể cũng như toàn bộ văn chương bị bức tử. Tương tự như vậy ở Miền Nam giai đoạn 1955-1975 truyện kể/truyện dài một lần nữa tưởng chừng có cơ may lên đường tìm cho mình một hình dạng. Nhưng thảm họa trụy thai của tiểu thuyết Việt Nam lại tái diễn: Từ sau tháng Tư 1975 văn chương trong nước, nhất là truyện kể/truyện dài đi vào chung cuộc. Và những người viết hôm nay ở Việt Nam liệu có đủ ý thức văn chương và kiến thức về tiểu thuyết để lên đường tạo dựng một diện mạo cho tiểu thuyết? Những thành công nhất thời của một vài truyện ngắn truyện dài từ sau năm 1986 và trong những năm gần đây xem ra vẫn chưa đủ kích thước sức lực cho một lên đường chuẩn bị cho tiểu thuyết. Cho nên nói rằng Việt Nam chưa có tiểu thuyết cũng không phải là quá đáng hay có thái độ phủ nhận, phủi sạch.

Nguyễn Xuân Hoàng cầm bút làm cuộc hành trình chuẩn bị của tiểu thuyết – ở đây tôi lấy cụm từ *La Préparation du roman* là tên giáo trình cuối cùng của Roland Barthes ở Collège de France 1978/79- 1979-80 – chính thức bắt đầu từ năm 1970 với *Khu Rừng Hực Lửa* (1972) và *Kẻ Tà Đạo* (1973) không kể hai tập truyện ngắn được coi như sự chuẩn bị cho truyện dài *Mù Sương* (1966) và *Sinh Nhật* (1968). Trong giai đoạn 1965-1975 chủ thuyết hiện sinh được du nhập một cách thô thiển hời hợt – nói thô thiển hời hợt trước hết vì sự du nhập này có tính phong trào, người ta chỉ đọc các triết gia hiện sinh Pháp là chính, thứ đến là trí thức Miền Nam chưa có đủ thời gian nghiên cứu một cách hàn lâm chính quy để tiêu hóa và tra vấn: hai mươi năm là khoảng thời gian quá ngắn để bắt đầu một nền nếp, một truyền thống. Đấy là chưa kể đến sự thiếu vắng những nhà nghiên cứu triết học chuyên nghiệp, "làm nghề" triết. Vì là phong trào cho nên triết lý hiện sinh cộng với đời sống tinh thần bị chiến tranh bủa vây bế tắc cho nên hai yếu tố này đã là dung môi cho việc tạo ảnh hưởng nhất định trong giới viết lách thời bấy giờ. Sau hiện sinh là phong trào Tiểu Thuyết Mới của Pháp đã du nhập và tạo ảnh hưởng trên sinh hoạt văn chương Miền Nam. Nếu hiểu Tiểu Thuyết Mới như ý thức văn chương nhằm vận động biến đổi tiểu thuyết thì ý thức văn chương này là điều những người viết thế hệ trưởng thành vào những năm 60s đang mong đợi. Câu hỏi đặt ra là: Nguyễn Xuân Hoàng có "hiện sinh" hay "tiểu thuyết mới" không? Tôi không nghĩ Nguyễn Xuân Hoàng đã để mình bị "phong trào" lôi cuốn. Chung quanh bạn bè viết lách cùng trang lứa không thiếu gì người thí nghiệm cung cách "hiện sinh" hay "tiểu thuyết mới", chưa kể có những người viết lớp trước tuy không hẳn đã thực sự thấu hiểu "hiện sinh" hay "Tiểu Thuyết Mới" nhưng đã có phản ứng chống đối, tiêu cực. Nguyễn Xuân Hoàng không dửng dưng trước những trào lưu những sinh hoạt này mà có thái độ quan sát tìm hiểu. Tôi gọi đây là một thái độ tự chủ và lương thiện với văn chương.

Nguyễn Xuân Hoàng là nhà văn "hiện đại" hay "cổ điển"? Đọc truyện kể của Nguyễn Xuân Hoàng tôi cho rằng Nguyễn Xuân Hoàng vừa "hiện đại" vừa "cổ điển" trong cách cấu trúc truyện, xây dựng nhân vật, gọi tên nhân vật, và cấu trúc câu văn. Nếu coi truyện kể giai đoạn 1925-1945 là hiện đại thì Nguyễn Xuân Hoàng trong trang viết của mình đã dứt khoát gạt bỏ kiểu tự sự hiện thực với người kể truyện ngôi thứ ba là kẻ bàng quan ngụy tín khuất mặt đứng ngoài, nấp sau "cánh gà" thế giới truyện, trong khi kẻ tự sự trong truyện của Nguyễn Xuân Hoàng dù tạm thời ẩn nấp, tàng hình nhưng cuối cùng cũng bị phát hiện đã đi vào truyện kể ngay từ đầu; không trình bày nhân vật truyện qua những biểu lộ tâm lý mà qua những ứng xử; chữ *"chàng"* và *"nàng"* là những danh từ chung để gọi tên nhân vật nam và nữ là điều cấm kỵ đối với Nguyễn Xuân Hoàng; câu văn thuyết thoại cũng như đối thoại sắc gọn đột ngột nhưng hàm ngụ, khi thì ấm áp nồng nhiệt theo trạng thái tình cảm của nhân vật, khi thì dửng dưng như lời lẽ của những kẻ vừa thân thuộc vừa xa cách trong cuộc chơi mệt mỏi và tuyệt vọng.

Trong đám tang nhà văn Mai Thảo, nhân sự khiêng quan tài từ trong lòng nhà quàn ra cửa để xe đòn đưa ra huyệt mộ, qua sự sắp xếp của Đỗ Ngọc Yến và gia đình nhà văn như sau: tôi và Nguyễn Xuân Hoàng được xếp song hành vào hàng thứ tư sau chót: hàng thứ nhất là hai nhà văn lớn tuổi của Sáng Tạo Nguyễn Sĩ Tế/Doãn Quốc Sĩ, hàng thứ hai là nhạc sĩ Lê Trọng Nguyễn và tài tử ca sĩ Anh Ngọc, hàng thứ ba là hai họa sĩ Duy Thanh/Ngọc Dũng, và hàng thứ tư là Nguyễn Xuân Hoàng/Đào Trung Đạo. Cho đến hôm nay cả ba hàng đầu đều đã lẻ loi, kẻ mất người còn. Chỉ có hàng thứ tư là vẫn nguyên vẹn! Tôi viết bài này cho Nguyễn Xuân Hoàng hôm nay để tạ ơn sự nguyên vẹn này. Cũng là sự nguyên vẹn của tình bạn ngoài đời sống cũng như trong văn tự.

Lời sau cùng là: Chúc bạn ta giữ trọn niềm đam mê mệt mỏi tuổi già để đi tiếp cuộc hành trình chuẩn bị tiểu thuyết. Nghĩa là viết lại tập chót của bộ trường thiên (đã viết xong nhưng rồi đốt bản thảo) nối vào *Người Đi Trên Mây, Bụi và Rác*, và *Sa Mạc* để hoàn thành như dự tính. *Est-il facile?*

185

Đặng Mai Lan

Nhớ Anh, Tôi Đi Tìm
Những Trang Sách

Ở một nơi xa, nghe tin anh đau nặng... Cả ngày tôi ôm cái tablette, vào internet, mở hết trang nhà này đến trang nhà khác, mặc dù tôi đang có quá nhiều bận rộn. Nhưng lúc này là lúc tôi cần đọc cái gì đó. Một bài tùy bút, một bài thơ, hay một truyện ngắn. Tôi cần chữ như cần nghe tiếng nói vì chung quanh tôi thinh lặng quá. Tôi cần chữ, chữ sẽ dẫn tôi đi đến nơi mà tôi muốn. Nơi, không biết gọi là gì?

Bruxelles, thành phố tôi đang tạm trú hình như thời tiết không ân cần nồng nhiệt với sự có mặt của tôi. Phố thường ủ dột bởi sương mù, ướt át với những cơn mưa nhanh, mưa chậm. Bây giờ thì trời âm u gió. Mùa hè, hè chan chảy trên mọi ngã đường nên phố vắng tanh vì thiên hạ rủ nhau đi tắm nắng ở những bờ bãi xa, những công viên gần, tận hưởng mặt trời rực rỡ ban phát ánh nắng, nhưng cũng đồng nghĩa chạy trốn cái nóng mà rõ ràng ai cũng mong chờ sau những ngày mưa tuyết lê thê.

Tháng tám là tháng nóng nhất của mùa hè. Thế mà hôm nay trời trở gió. Gió này là gió trái mùa, gió chướng. Từ khung cửa nhìn ra, thấy gió cợt nhã trên những tàng cây. Gió rền rỉ...ư... ư... a...a... Ung thư , Sarcoma! Ôi lời của gió hôm nay!

Nơi này không phải của riêng tôi. Ở đây, tôi cảm thấy như mình lại ly hương thêm một lần nữa. Tôi đang sống đời " đất khách quê người". Bếp nhà không có chai nước mắm, lọ tương ớt, hay bún, miến... Vớt vát được một chút tình quê là gói gạo nho nhỏ mua ở siêu thị và chai xì dầu Pháp. Lấy đâu ra sách báo Việt ngữ, mà lúc này, sao tôi thèm được cầm một cuốn sách trên tay, thèm đọc quá.

Vâng, nhớ tới anh, tôi thèm được đọc một cuốn sách.

Sáng thức sớm, còn nằm trên giường, mở tablette như thói quen, một món ăn đầu ngày. Nhận thư anh Phùng Nguyễn. Thêm một tin mới về Nguyễn Xuân Hoàng. Lướt vào facebook, tìm trang của cô Vy, vợ anh, đọc rốt ráo những nhắn gửi chia xẻ từ những người bạn của anh... Không lẽ ngắn ngủi vậy sao? Chỉ còn vài tháng?

Những văn hữu của anh, của tôi đang kêu gọi làm một tuyển tập cho anh. Thực ra, từ khi nghe anh bệnh tôi đã có ý viết cho anh, mực đen giấy trắng đàng hoàng. "Meo miếc" để làm gì? Tôi muốn thời gian quay ngược lại. Tôi muốn viết một thư dài gửi anh qua đường bưu điện, gửi anh vài tạp chí *Lire* hay *Paris Match*, thêm gói cà phê Carte Noir như đã từng... để bù lại một khoảng thời gian quá dài tôi và anh hầu như không còn thường xuyên liên lạc nữa. Tại sao lại như thế nhỉ? Tình thân, sự gắn bó không phải là trò chơi, cuộc chơi để một lúc nào kết thúc. Nhưng hai chúng tôi quả tình đã có một nơi để rong chơi lý thú, một khu rừng nhỏ với những sân cỏ mượt mà, lá hoa chữ nghĩa. Thế mà tôi đã quay đi, anh quay đi. Không nhớ ai là người đã ngừng cuộc trước. Khỏi đổ thừa cho hoàn cảnh, cuộc sống đẩy đưa. Cứ kể như khu rừng ấy, *rừng xưa đã khép*.

187

Tuyển tập cho Nguyễn Xuân Hoàng! Thời hạn từ... đến....
Mọi người đang nắn nót những con chữ. Viết gì? Trối trăn với
anh? Bày tỏ tình cảm? Sao từ nào giờ không tỏ, giờ nghe anh
đau nặng mới bày... Tôi không muốn lắm chuyện này. Anh
vẫn còn hiện diện. Viết để động viên tinh thần anh, viết để tỏ
tình. Nhưng viết gì để có thể làm dịu được cái đau mà anh
đang chịu đựng? Sao nghe như lời chia tay. Tôi chợt khựng lại
với đề nghị này.

Đọc những bài viết đăng trên Da Màu. Ngoài vô số kỷ
niệm, những phê bình văn chương của anh, còn có những
sáng tạo, vẽ lên hình ảnh người vợ yêu của anh. Một tình yêu
nồng nàn "*bất cứ lúc nào, bất cứ ở đâu*" mà bất cứ ai quen anh
đều nhìn thấy.

Tôi chung thủy với báo Văn từ thời Mai Thảo. Nhưng
không thể nói là tôi chỉ quen anh và trở nên thân thiết kể từ
khi nhà văn Mai Thảo qua đời để lại tờ Văn cho anh nắm giữ.

Khoảng thời gian anh điều hành tờ Văn, cho đến khi đình
bản, và nhiều năm sau nữa... Chúng tôi, ông chủ bút và tác giả
cộng tác đã có một thời gắn bó dài lâu như thế. Biết bao nhiêu
chuyện giữa Paris và Cali được kể trong những điện thư gửi
qua gửi lại mỗi ngày. Tôi đi qua đó, anh đến nơi này, Paris và
Cali cũng có tôi cùng anh.

Nhưng không biết có nên nhắc đến Sài Gòn?

Sài Gòn, ngày xưa, tôi gặp anh hàng tuần ở một ngôi
trường nổi tiếng về ban C, trường nằm ngay trung tâm phố,
quy tụ toàn những giáo sư tên tuổi về môn triết. Thầy Nguyễn
Xuân Hoàng là một ông giáo sư bảnh bao nhất trong những vị
thầy lớp tôi thuở đó. Thầy chỉ mặc chemise trắng, luôn ngồi ở
mép bàn, nửa ngồi, nửa đứng khi giảng bài. Giảng bài mà như
trò chuyện với học trò. Thầy dạy môn tâm lý, đẹp trai,

phương phi hồng hào, hay liếm môi sau những lúc ngừng giảng. Đã có cô nữ sinh xinh nhất lớp nhái theo động tác này. Chắc hẳn thầy cũng nhận ra điều đó. Nguyễn Thị KT, tên cô học trò nghịch ngợm và hình như phải lòng thầy mà tôi bặt tin cô từ năm 1975 tới giờ. Chẳng phải riêng KT, cũng có vài đứa khác mê thầy, ái mộ thầy theo nhiều cách. Chúng nó tìm đọc những tác phẩm của thầy và phê bình loạn xạ. Có đứa bĩu môi, ông viết ghê quá! Tôi không hiểu thời đó tôi nghĩ về anh như thế nào nhỉ? Tôi cũng lớn rồi, tôi *mê ai lúc đó mà sao không chịu mê thầy?* Có lần anh trêu tôi như thế. Quả tình tôi không quan tâm về anh, nên chẳng tìm đọc những gì anh viết. Tôi với KT vẫn dám theo thầy NTV ra uống cà phê ở cái quán cóc gần trường, nhịn quà để mua cuốn sách đọc xem ông *Phạm Duy đã chết như thế nào?* như thầy NTV đã phán! Có lẽ lúc ấy tôi hay nghe nhạc Phạm Duy và vẫn còn mê đọc những loại sách dành cho học trò mới lớn của nhà văn Duyên Anh. Nguyễn Xuân Hoàng xa vời trên mây, cao quá, tôi chưa với tới. Sau này, nhớ lại cái "ghê" trong truyện ngắn "Dưới Tàng Cây Trứng Cá" của thầy mà đám học trò bàn tán, tôi tìm đọc lại và phì cười. Truyện nói về một nhân vật nam, khi nhìn thấy cô bạn gái đang ngồi giặt quần áo, có những thứ đồ lót đã làm anh nhớ lại những lúc anh vò nát chúng trong tay. Đúng là tuổi học trò, và những tiểu thư còn thích ô mai. Ghê là phải!

Thầy đa tình lắm, điều này chắc người nữ nào quen với thầy đều phải nhìn nhận. Cái đa tình làm thăng hoa đời sống những phụ nữ, có sao đâu! Đẹp trai vậy mà không đa tình thì đẹp lãng xẹt. Có người nói thế. Đa tình nên thầy mà không thích được gọi là thầy. Có lần tôi nghịch ngợm gọi thầy xưng con. Lễ giáo Sư Môn đúng nghĩa. Anh nói, " Tôi với cô là hai nhà văn đang nói chuyện với nhau, không có thầy trò nào ở đây. " Rồi anh còn cho rằng tôi bặm trợn, chẳng dịu dàng lãng mạn như những gì tôi đã viết. Tôi nhớ mãi chữ "bặm trợn" này. Nghe rất khoái. Khoái hơn chữ "cực kỳ lãng mạn." Tôi thích cái cách hay hỏi ngược lại của anh. Tôi học nó để đối phó mỗi khi lúng túng trước những câu hỏi.

Trò chuyện với anh, nghe giọng cười to, cho thấy anh là người rất lạc quan vui vẻ. Nhưng trong những mail anh viết, anh luôn là một người chán chường, bi quan. Tôi nhớ khoảng thời gian sau này anh hay nói về cái chết mà có lúc tôi cho rằng anh "nhõng nhẽo" vì cứ dọa chết hoài. Anh nói tôi hãy gọi anh là Đông Hoàng, đừng là Xuân nữa, mùa xuân đã qua. Lúc ấy nghe vui tai, giờ nghĩ lại sao buồn quá!

Nhớ anh, tôi thèm đọc một cuốn sách. Tôi tìm chữ, tìm tôi cũ trong những ngày tháng miệt mài viết bài gửi cho anh. Những ngày thân thiết vô cùng. Những ngày của chữ, của Văn...

Chữ ơi, tôi muốn nói cùng anh, ở một nơi xa,

Tách trà nguội và một sáng âm u
Gió rên rỉ...ư.. ư... a...a...
Ung thư, Sarcoma, tin buồn tháng 8
Từ bao lâu, chỉ rặt những tin buồn
Tuổi của anh và tuổi của tôi, như thế đó!
Mai mốt rồi cũng đến phiên tôi.
Từ bao lâu anh chỉ than vãn sự già nua và cái chết?
Xuân không còn huy hoàng như anh nói
Nhưng Đông, trắng xóa,
Đâu phải chỉ riêng anh.
Những sợi tóc trên đầu tôi mỗi ngày mỗi mỏng
Rụng dần từng sáng từng chiều.
Thời gian đã bạc, chờ rụng thiên thu
Còn lo chi bạc tóc
Phải thế không anh?

Tôi đang đi tìm những con chữ
Chữ để thành lời,
Dù tôi biết, chẳng lời nào xoa dịu cái đau đớn của anh
Những con chữ của riêng tôi
Nơi những trang sách cũ
Những con chữ gắn bó một thời, tôi và anh.
Ở một lớp học xưa, hay những chỗ ngồi ấm êm , quán hàng,
phố xá...
Những gói cà phê thơm, Lire, Paris Match...
Từ Paris đến Cali cũng mang theo những con chữ
Tất cả, bằng những con chữ.
Mối tình của chúng ta.
Văn. Văn. Tôi nhớ anh!

Nhớ anh, ở nơi xa này, tôi biết làm gì hơn là tìm về những trang sách cũ, có tôi và có anh.

(Bruxelles-Paris tháng tám, 2013.)

Đặng Mai Lan

Đặng Phùng Quân

Bạn và Rác

tặng Nguyễn Xuân Hoàng
Freunde, es gibt keine Freunde!

Văn chương là một hình thức thông giao để con người tìm đến nhau. Cho nên nếu chỉ có một con người độc nhất sống trên hành tinh này, ắt không có văn chương. Kể từ khi nhân loại sống thành quần thể, dầu ở hoàn cảnh dã man nhất, con người đã có tiếng nói là khởi sinh của một hình thành văn chương. Nói với ai? viết cho ai? dường như viết hay nói, với không một ai?

Chưa hẳn! Khi hắn – tên nhà văn, dầu viết những độc thoại, lầm nhẩm riêng mình, hắn vẫn đang nói với đối tượng – bạn đó.

Có nghĩa là, trong hoàn cảnh cùng cực nào đó, cũng có chiếc bóng, không phải hắn, nhưng bạn, những người hợp thành Hữu-ta-quy/für-uns-Sein [thuật ngữ triết học dùng ở đây là một khái niệm khá bao quát trong triết học và văn chương, mà hai nhà triết học Fichte và Nicolai Hartmann sử dụng trong học thuyết của họ: Fichte thì nói mọi sự là *hữu ta quy*; Hartmann thì luận về hữu tinh thần, như trong văn

192

chương, đọc một bản văn cổ, nhận biết được tinh thần chứa trong nó, không phải ở tự tại của nó, mà chỉ hiện hữu nơi chúng ta, *für uns sein* (người đọc, người xem, người nghe); tôi thì dùng nó để nói đến tình bạn].

Tình bạn, dường như trên con đường tư tưởng, những người rắc rối nhất đã ngay từ thời cổ đại, triết gia Aristote, chẳng phải chỉ phân minh rạch ròi giữa tình cảm và chân lý khi nói có kính yêu Platon, song yêu chân lý hơn (Amicus Plato, sed magis amica veritas), nhưng trong câu nói tôi dẫn làm đề từ ở trên, mượn từ Nietzsche, rồi đến những người sau Nietzsche, đọc Nietzsche, theo Nietzsche như Derrida ở chương đầu tiên trong sách *Chính trị của tình bạn* dẫn lời này từ Montaigne gán cho Aristote: Hỡi các bạn tôi, không có bạn, nhưng Nietzsche đã lặp lại ở cuối tiết 376 sách mà ông gọi là viết cho những tinh thần tự do/phóng khoáng, rất ư là tự do/phóng khoáng , khi luận về bằng hữu, viết như cách ngôn: Và như vậy, hãy để chúng ta chịu đựng kẻ khác, như chúng ta có thể chịu đựng được chúng ta.

Đọc, chúng ta phải chịu đựng, làm quen, Foucault ca ngợi, dự báo người bạn triết lý của mình: một ngày kia, thế kỷ này có lẽ sẽ là của Deleuze. Đọc, họ đã viết về nhau trong tranh biện thân hữu, như những người trong nhóm Tel Quel về sau.

Có một quyển tiểu thuyết, dường như ít người để ý của Ngọc Giao, tác giả của *Quán Gió, Cầu Sương*, mang cái nhan đề bình dị *Nhà Quê*, nhưng thực sự là viết về sinh hoạt của bốn, năm người bạn văn chương với nhau, như Thâm Tâm, Trần Huyền Trân...

Nguyễn Xuân Hoàng viết *Kẻ Tà đạo* trong những năm đầu 70 của thế kỷ trước. Không rõ người đọc có để ý những người bạn/nhân vật mang tên Phùng, tên Nhật, tên Tâm thường sinh hoạt, gặp nhau với nhân vật chính mang tên Thăng. Nhật

193

là Nguyễn Nhật Duật, Tâm là Huỳnh Phan Anh còn mang dính cái nickname "khô khốc thiền sư"...

Trong cái thế giới, xã hội tao loạn, tha hóa đó, ai là kẻ tà đạo? Tà đạo thực sự là những *païen*, những *philosophes païens/triết gia vô tín ngưỡng* đã từ thời cổ đại, mà Alexandre Kojève (người lý giải Hegel) cất công viết dòng dã suốt ba tập sách về những triết gia tiền-Socrate...

Chúng tôi, những người ngồi với nhau giữa quán thành phố mang tên *Cái Chùa/La Pagode*, có người gọi "nơi ấy tụ họp các quần tinh lộng lẫy trong thế hệ văn chương khai phóng", bên những ly cà phê, những tách trà nóng hổi sớm mai, nói chuyện văn chương. Phùng, Nhật, Tâm, Thăng, những gã từ những trường ốc đại học đào tạo, đầu óc thấm đẫm triết lý... Từng có nhà văn gọi, bọn ấy trong nhóm "tiểu thuyết mới", cái tên nghe như từ miền trời tây phương xa lạ.

Đọc, không phải chỉ những nhà tiểu thuyết mới Pháp, những tên tuổi thường được nhắc trên những tạp ghi thời sự văn chương; đọc, những người đã ra đi hay còn sống đó trong thế giới của văn chương triết lý mà xem như nếu không có kiến thức chuyên môn, sẽ sa đà, bỡ ngỡ...

Viết, chúng tôi viết, để đọc được cái viết còn xa lạ, thách đố với bạo động, viết như không thể thiếu; vì nếu không viết, không thể đi vào cảnh giới riêng tư đó, không thể tuyên chiến thân hữu với khoảng không kia; viết để cảm nhận nỗi đau trần trụi, lạc thú tự do; viết để gìn giữ cái khả hữu của văn chương còn lại...

Để nói về Nguyễn Xuân Hoàng, phải gặp ở nơi không còn gì cùng cực hơn trong cảnh biển dâu thay đổi, để thấy văn chương trong khi đời sống đầy bất ổn, để thấy bạn ta vẫn lồng lộng viết, như thể cầm dao, cầm đá khắc lên chữ nghĩa.

Tôi chọn một đoạn văn của Hoàng, trích từ *Bụi và Rác*:

"Tôi đứng ngay giữa phòng, dưới ngọn đèn bóng vàng vọt, cầm trên tay một cây bút và một tờ giấy cũng vàng như ngọn đèn, như màu tường, như những tháng ngày tôi đang sống.

Tôi ngó lên trần nhà. Trần nhà thấp quá. Tôi đặt tờ giấy và cây bút xuống sàn gạch bóng. Tôi thọc hai tay vào túi quần. Tôi ngó xuống đôi dép dưới chân. Tôi không hiểu mình sẽ phải làm gì. Tôi không hề đợi chuyện sẽ xảy ra sáng hôm nay. Tôi không tìm ra lý lẽ để cắt nghĩa những diễn biến mà tôi đang phải đương đầu. Tôi khai gì? Tôi có gì mà khai?

...

Cả một thời phong kiến trước đây trong các tác phẩm của Ngô Tất Tố, Bùi Hiển, Nam Cao...bây giờ đang sống lại một cách rực rỡ chưa từng thấy. Đời sống mới mẻ minh họa cho những trang tiểu thuyết của xã hội trước năm Bốn Mươi Lăm. Cai tổng, Lý trưởng, ông Cò, thầy Đội...tái sinh trong những bộ quần áo mới, ngôn ngữ mới.

...

Tôi xếp tờ giấy làm tư, đến bên cửa sổ, nhìn xuống. Cả ba người đàn bà vẫn còn đứng đó. Ba cái đầu không còn chụm vào nhau. Cả ba khôn mặt đều nhìn về một phía cánh cửa chính của đồn công an khu vực. Tôi đẩy tờ giấy qua kẽ lá sách. Tờ giấy mỏng chao lượn trong không làm trái tim tôi cũng chao lượn theo. Rất chậm, nó đáp xuống chân của bà chị dâu tôi. Đó là lúc cả ba cái đầu vừa chụm lại. Không ai nhìn thấy tờ giấy tôi vừa thả xuống. Một đỗi lâu, cả ba mái đầu mới rời ra. Quỳnh sửa thế, quả quyết bước thẳng. Bà chị dâu tôi và cháu Thùy theo sau. Tôi thấy chân bà chị dẫm lên tờ giấy của tôi. "Cả thế giới này bỏ quên tôi rồi". Tôi nghĩ trong đầu như vậy.

...

Tôi thấy mình như một con thú bị cái bản năng chật chội hành hạ. "Bình tĩnh! Bình tĩnh!' Tôi nhớ lại lời nói của giáo sư linh mục Alexis Cras ở Viện Đại học Đà lạt...

"Ông Cố Đạo", Cha hay tự gọi mình như vậy, giảng triết học hiện sinh rất hay, nói chuyện Hồn Bướm Mơ Tiên của Khái Hưng như một nhà phê bình văn học chính thống, đọc Truyện Kiều giọng Tây, bình thơ Đỗ Phủ, kể chuyện Esope theo một tác phẩm *Con cáo và chùm nho* của một kịch tác gia Nam Mỹ. Esope trong vở kịch là người nô lệ nhưng đồng thời cũng là một nhà ngụ ngôn. Theo Cha Cras, ngụ ngôn không phải là một câu chuyện bịa đặt. Ngụ ngôn là chân lý. Mà chân lý là mục tiêu duy nhất, chúng ta sống vì nó, chết cũng vì nó...Esope nói, "đối với tình yêu và đời sống ta còn trẻ quá, còn xanh non quá. Nhưng đối với tự do thì ta đã chín rồi. Vực thẳm mà các ông đã chọn sẵn cho người tự do ở đâu? Ở đâu? Ở đâu?"

...

Tôi không phải và không bao giờ là Esope. Tôi thấy mình hèn nhát. Tôi lo sợ. Một mình giữa bốn bức tường...Trời ơi, tôi hiểu ra rồi, cả một đất nước chúng ta đầy những Esope. Thời cổ Hy Lạp có một Esope, còn thời đại của chúng ta biết bao nhiêu là Esope. Tự do hay là chết! Không phải người ta bỏ nước ra đi vì muốn làm một cuộc phiêu lưu. Người ta phải ra đi vì người ta không thể ở lại. Đi hay là ở? Câu hỏi ấy là câu hỏi lớn nhất chiếm đầy đầu óc mọi người."

Nếu người đọc *Án xử, Lâu đài* của Kafka, thấy nhân vật K. trong cái cùng cực phi lý của thế giới tha hóa, người đọc phải ngưỡng mộ cách tả cũng lạnh lẽo, dửng dưng ở đây, thấy nhân vật trong căn phòng giam của xã hội trở nên phạm tội này. Tôi gọi Nguyễn Xuân Hoàng là Kafka của Việt nam. Những năm học Triết đã làm Hoàng lớn hơn nhiều người viết ở ngoài ex cathedra...

Nhân vật Thăng nhìn vào đời, thấy toàn bụi và rác. Ứng xử trong cuộc sống, tôi coi những người không đáng nói đến, cho nên mới có bạn và rác nơi trần gian này.

Đinh Cường

Ghi Chú Về Nguyễn Xuân Hoàng

Vẫn ghi chú thêm về chân dung Nguyễn Xuân Hoàng thời Barbara

Những ngày này bạn tôi nằm im
nằm tịnh dưỡng cho khoẻ nghe Hoàng
buổi chiều tôi đi bộ qua rừng thông xanh
thầm nguyện cầu bạn qua lần cận tử
như tôi đã qua một năm hai tai nạn lớn
có tin điều gì không, như có ai chở che
cứ thử đọc một câu kinh nào mình thuộc
như om mani padme hum cứ đọc hoài
hay lắm đó Hoàng cho lòng tịnh yên
như *trên tất cả đỉnh cao là lặng im*
đọc lại Phạm Công Thiện viết và vẽ
về Nguyễn Xuân Hoàng rất hay
trong tập Bụi và Rác năm nào tôi vẽ bìa
lần sau tái bản Nguyễn Trọng Khôi vẽ
những ngày này nhớ bạn cứ đọc lại sách cũ
Sổ Tay của bạn trên Văn, tiếp thời Mai Thảo
nhắc báo Văn là nhớ Trần Phong Giao
rồi bạn rồi anh Mai Thảo trông coi bài vở

Nguyễn Xuân Hoàng bên tranh chân dung Đinh Cường vẽ
(ảnh Lý Kiến Trúc, 2007)

một thời thật đẹp, nhìn tấm hình có Bùi Giáng
có Thanh Tâm Tuyền, Mai Thảo, cậu Hoàng rất trẻ
và thầy Hoàng dạy triết trường Petrus Ký
ôi ngôi trường lẫy lừng, chúng tôi đã học trước đó
có Đỗ Ngọc Yến có Phạm Phú Minh, Trần Đại Lộc...
sau này qua Cali, Hoàng lại làm cho Người Việt
và Thế Kỷ 21 cùng các bạn khá lâu rồi nghỉ
biết bao thăng trầm dâu bể phải không Hoàng
rốt cục tôi thấy Phạm Công Thiện là người nhìn
ra bạn qua các nét vẽ đầy thơ mộng đầy u uẩn

*L' Amant kêu gọi Người đi trên mây và Người đi
trên mây kêu gọi l' Amant* như bài bạt của Thiện*
nằm yên mong bạn nguôi cơn đau ở cột sống
nằm yên lắng nghe nhịp tim, đầy tình thương yêu
của chị Trương Gia Vy cùng các cháu
tình thương yêu bè bạn còn hơn liều thuốc bổ như Hoàng
nói...

Virginia, Aug 14, 2013
Đinh Cường

---

* Phạm Công Thiện, *Đôi chút nhàn tưởng về nghệ thuật viết tiểu thuyết: Chữ
nghĩa hoài vọng và tình yêu tuyệt vọng trong tiểu thuyết của Marguerite
Duras và của Nguyễn Xuân Hoàng* (nguồn *Talawas*, 2-1-2008)
Bài bạt cho tập *Người đi trên mây II: Bụi và Rác* (Cali: Thanh Văn, 1996)

Lại Ghi Chú
về Nguyễn Xuân Hoàng
Nhân Ngọn Gió Mát
Như Đổi Mùa Chiều Nay

Đó là bữa cơm đáng nhớ của một thời rất trẻ
thời Nguyễn Xuân Hoàng ở căn nhà nhỏ bên Phú
Nhuận
bữa cơm có Trần Thị Nguyệt Hồng, có Trịnh Cung…
vừa rồi đọc truyện telecom của Trần Thị Ngh.
trên dutule.com và damau.org thật thú vị
làm nhớ lại hình ảnh lẫm liệt của người bạn chúng tôi
Người đi trên mây qua *Căn nhà ngói đỏ* và *Bụi và Rác*
và nhiều sách nhiều bài khác như Sổ Tay, Hoàng đã
nói tôi vẽ bìa rồi sau đó nói tất cả bị biến mất, chưa
nhờ người lấy lại được trên computer… nay Sổ Tay
tìm lại được chưa Hoàng, đọc lại như thời sự qua lâu
mà như mới hôm qua ngày Trịnh Công Sơn mất, ngày
Thanh Tâm Tuyền mất tôi đều phone cho Hoàng trước
nhất.
Tôi nhớ tôi quen Hoàng rất sớm như quen Nguyễn Xuân
Thiệp
thời năm năm bảy tôi ra thăm Hoàng ở Nha Trang, chúng
ta ngồi
dưới chân cầu thang khu chung cư mới cất, thời Nguyễn
Đức Sơn
còn ở con đường có nhiều cây bàng gần chợ Đầm, mấy
hôm nay
Sơn Núi gọi phone hoài từ Đại Lào, tôi chưa nói cho Sơn
biết Hoàng đau

201

cứ mong sao bạn hồi phục mau bạn nói lại giọng Nha Trang... khó

làm MC được (hình như có lần đài nào đó đã mời bạn làm MC?)

Tất cả bây giờ là chuyện vui, những kỷ niệm đẹp cũ

nhắc lại để Hoàng nguôi ngoai những ngày nằm bệnh

như Trịnh Cung và tôi đã qua những ngày cận tử...

chỉ còn Trần Thị Nguyệt Hồng là trẻ, vừa cho nhà xuất bản

Phương Nam in lại ba cuốn sách, vẫn viết thật xuất sắc, vẽ thật xuất sắc

chỉ lâu rồi chưa nghe lại tiếng đàn dương cầm của *chị*

đẹp như sóng mặt hồ Créteil ở Bonneuil ngoại ô Paris.

Bữa cơm ở Phú Nhuận năm xưa ở nhà Nguyễn Xuân Hoàng

mới đó đã hơn nửa thế kỷ, như ngọn gió mát đổi mùa chiều nay...

Virginia, Aug. 16, 2013

Đinh Cường

Đinh Từ Bích Thúy

Ngay Lúc Này, Ngay ở Đây

Đã từ gần bốn năm tôi vẫn ân hận vì chưa trả lời email của ông. Vào khoảng cuối năm 2009 ông gửi cho tôi một email ngắn kêu gọi tôi đóng góp cho blog Nguyễn Xuân Hoàng và bằng hữu trên website VOA. Tôi không hồi đáp, có lẽ lúc đó vướng bận chuyện công việc làm và gia đình, hoặc có lẽ vì tôi ngại, sợ chuyện hứa với ông cho vui miệng rồi không làm được, và vì thế đã giữ im lặng. Anh Phùng Nguyễn, bạn ông, về sau có nói với tôi là ông hơi buồn vì tôi đã "ignore" ông.

Hiện hữu trong cái tảng lờ đáng trách của tôi là một băn khoăn nan giải. Dù đã làm việc trong Ban Biên tập Da màu từ nhiều năm, tôi vẫn bị... áy náy trong cách xưng hô và giao tế qua thư từ với các nhà văn tiền bối –những vị xấp xỉ tuổi đời, hoặc còn "lớn" hơn bố mẹ tôi. Nhiều khi tôi đắn đo chuyện hồi đáp vì thấy nếu gọi người đi trước bằng danh từ thân mật như "anh" và "chị" thì có phần không ổn, còn nếu gọi các vị là "bác, cô, v.v." và xưng "cháu" thật cũng không xuôi. Đinh Linh, một bạn văn lâu năm của tôi, nói rằng anh thường "gọi mọi người là anh chị hoặc... mày tuốt luốt cho được việc." Nhưng cuộc sống của tôi là một cái tủ với những ngăn hộp. Cả nước

203

Mỹ là những cái hộp lồng vào nhau, dựa rón rén bên cạnh nhau, hay chèn ép, chênh vênh ngất ngưởng bên trên những cái hộp khác, nhiều hộp bị chôn kín dưới đất và loang lổ đầy rêu như những ngôi mồ. Quật mồ để rồi bị dìm chôn vào một cái mồ tập thể khác là số phận của nhiều nhà văn Mỹ gốc di dân thế hệ tôi. Sự đa hóa không ngừng nghỉ của xã hội Mỹ tuy kích thích tâm trí nhưng cũng dễ làm chúng tôi bị tan loãng. Và cứ như thế chúng tôi cố ngóc đầu bơi ngược dòng. Trái lại, cộng đồng văn chương Việt, tuy ở thời đại toàn cầu hóa, vẫn duy trì không khí xuề xòa của một quán cà-phê nơi cả chủ và khách đều tự túc. Chính vì thế mà tôi ái ngại. Tôi ít khi xưng "em" với các nhà văn đàn ông còn viết tiếng Việt, nhưng cũng ngập ngừng khi xưng "tôi" (hay "chị") với họ.

Giá tôi đã đọc nhà văn Nguyễn Xuân Hoàng kỹ hơn vào thời điểm 2009, có lẽ tôi đã không bị chi phối quá nhiều về cung cách xưng hô, xử thế giữa những người viết đồng hương nhưng chênh lệch tuổi tác; có lẽ tôi đã trở nên cởi mở, tự tin hơn: cuộc sống sáng tạo không thể là những cái hộp vuông vắn, mà là những phút giây đặc thù, những bứt mở đột ngột, những tình cờ mỏng manh tuyệt đẹp mà người ta tưởng là phép lạ. Nhưng làm sao tôi có thể cởi mở hay tự tin khi tôi đã mất đi cả một Tháng Tư của thời niên thiếu?

Từng là một giáo sư Triết, chắc hẳn ông bi quan, can đảm hoặc vị tha hơn tôi về thân phận của một con người bị bứt rễ. Tôi không được đọc nhiều văn của ông, nhưng những truyện ngắn của ông, mà truyện tôi thích nhất là "Bất Cứ Lúc Nào, Bất Cứ Ở Đâu" — viết vào tháng 9 năm 1968 và tái bản năm 1998 — đã có một phán đoán rất ngậm ngùi và súc tích cho nỗi băn khoăn của tôi, dường như cũng là nỗi lo sợ của chính ông dành cho mọi độc giả, mọi đối tượng tương lai/hậu duệ: *Bởi vì, giữa tôi và em, chúng ta có bao nhiêu là sông núi, bao nhiêu là hố thẳm, bao nhiêu thung lũng, bao nhiêu biển trời. Có*

204

cả sương mù và sấm sét. Có đêm và ngày. Có cả "Khổng tử" và
gia phong. Và...

Phạm Công Thiện vẽ Nguyễn Xuân Hoàng
ngày 21 tháng 5 năm 1997
("một buổi chiều không thể xảy ra lần thứ hai")

Tôi nghĩ những giòng chữ ông viết ở trên biểu lộ một chấp
nhận cay đắng hơn là một tiên đoán cho sự sụp đổ của một
thời đại. Vào năm 1968, tuy trận chiến Việt Nam đã bắt đầu

205

khốc liệt, ông không thể ngờ rằng số phận văn chương miền Nam sẽ bị gian nan, dập vùi, hoặc tiếng nói nhà văn miền Nam Việt Nam sẽ bị ngăn trở bởi ngôn ngữ, không gian, thời thế, chính trị. Nhưng tôi nghĩ "Bất Cứ Lúc Nào, Bất Cứ Ở Đâu"chắc chắn không chỉ là một thư tình gửi cho một người con gái tên Vy mà còn gói ghém cả một khối suy tư cho mọi người viết văn "sáng tạo" trong thế hệ ông: "Vy" của ông, V/Vi/y (tiếng Anh) hoặc "Vê" trong tiếng Pháp, chính là **văn** hóa, **văn** chương **Việt** Nam–một **v**ũ trụ phức tạp, tinh **vi** và dễ méo bẹp như cái hộp chứa con cừu tí hon của chàng hoàng tử bé trong truyện của St. Exupéry. Một người viết văn Việt Nam trong thời loạn thì nên viết những gì, viết cho ai, viết về tình yêu, cái chết, hay viết về thời thế, chính trị, viết làm sao để mình không chỉ là một kẻ tự truyện ngoài cuộc, một kẻ rỗi nhàn "vô tích sự"—quả là bao nhiêu nỗi suy tư bắt đầu bằng chữ **V**:

*Bữa qua có tin từ mặt trận về cho hay chiến trường miền Trung đang hồi ác liệt, một bạn tôi vừa mất xác. Sáng nay trên cao nguyên báo xuống, một người bạn khác nữa của tôi mới vừa tử trận. Những tin tức ấy đã làm tôi chảy nước mắt. Bao nhiêu người ở tuổi tôi đang đối mặt với cái chết, tại sao tôi vẫn ngồi đây yên ổn. Và tại sao tình yêu của chúng ta? Có phải tôi là một người **may mắn bất hạnh**. May mắn mà sống sót, nhưng bất hạnh thay chưa sống đủ kiếp người.*

Có phải là một điều nhảm nhí không khi ta nói đến tình yêu trong một thời đại mà người ta chỉ đề cập đến sự chết. Tôi vẫn nghĩ rằng con người càng đến gần với tình yêu chính là tiến gần đến cái chết. Yêu là chết. Và trước cái chết, người ta bao giờ cũng ham muốn sự sống. Và sự sống là gì nếu không là tình yêu? Ngụy biện quá, phải không?

Trong thời đại của ông, và sau này, ngay trong thời của những nhà văn hải ngoại, văn chương "miệt vườn" về một địa thế, lề thói, văn hóa đặc thù (như tác phẩm *Rừng Mắm* của Bình Nguyên Lộc) bị một số người coi là lỗi thời, vì nó "kín mít," không "đột phá," hoặc không lột trần những tệ nạn của thời đại hỗn tạp. Tuy vậy, trong truyện *Bất Cứ Lúc Nào, Bất Cứ ở Đâu*, ông đã nhẹ nhàng đề cập đến *Rừng Mắm* như một cách tri ân: *"Lúc viết những giòng này cho em, những người thợ sắp chữ vừa vỗ bản in truyện ngắn của tác giả Rừng Mắm đặt trên bàn tôi."* Khái niệm hiện tại của địa thế, không khí, thời gian, "những người thợ sắp chữ vừa vỗ bản in…" là tất cả. Tương tự, khái niệm hiện tại và đặc thù của bối cảnh cũng được bày tỏ rất rõ trong lời giới thiệu cho *Rừng Mắm* của chính nhà văn Bình Nguyên Lộc:

Câu truyện trong "Rừng Mắm" chỉ xẩy ra tại miền Nam nước Việt, còn thì không thể xẩy ra ở phần nào khác trong lãnh thổ ta. Miền Nam là đất mới, mà cho đến ngày nay việc khẩn hoang cũng chưa xong. Đất này lại là đất bùn lầy, nên không giống với việc khẩn hoang các vùng đất khô như trong tỉnh Quảng Đức chẳng hạn. Bạn đọc gốc miền Bắc khó lòng mà hình dung được lối khẩn hoang này. Miền Trung lại càng khó tưởng tượng đến những gì xẩy ra trong truyện hơn.

Như cái hộp đựng cừu của hoàng tử bé, bây giờ tôi hiểu rằng địa danh không "đóng hộp" tác giả, mà chính là tấm hộ chiếu, là lý lịch giúp ông băng qua những hành tinh lạnh. (Hoàng tử bé nói: "mọi thứ từ hành tinh tôi đều rất *nhỏ*.")

Tôi xem sự đề cập về *Rừng Mắm* ngay đầu truyện "Bất Cứ Lúc Nào, Bất Cứ ở Đâu" như đầu mối cho cấu trúc văn phong của ông. Chính tựa truyện "Bất Cứ Lúc Nào, Bất Cứ ở Đâu" là một cái bẫy, một cách áp dụng *sự mâu thuẫn* của tác giả. Không phải là bất cứ lúc nào, bất cứ ở đâu, mà là ngay ở lúc này, ngay ở đây. Văn chương gây ấn tượng là văn chương có thể gây cảm xúc ở bất cứ không gian, ngôn ngữ, hay địa thế nào, nhưng phải được tạo dựng từ một khoảnh khắc riêng tư, đặc thù, hay từ một địa thế, bối cảnh, sự vật cá biệt. Một truyện ngắn khó quên gây ngạc nhiên cho người đọc như một đóa hoa quỳnh nở bừng đêm, là giao điểm giữa phù du và định mệnh, là *bây giờ*.

Trong "Bất Cứ Lúc Nào, Bất Cứ ở Đâu," nhân vật kể rất rõ về thời gian và không gian của ông: mười giờ sáng là lúc ông viết thơ cho người tình tên Vy trong tòa soạn một tạp chí văn chương trên đường Phạm Ngũ Lão, thành phố Sàigòn *"con đường ấy, khá nhiều nhà in, nhà báo, nhà phát hành, chắc em đã biết, là một con đường nhỏ, đầy bụi và nhiều xe."* Khi ông viết về những người thợ sắp chữ "vỗ" bản in đầy mực và nước lên bàn làm việc của nhân vật kể truyện, thì ta cũng biết rằng đây là thời điểm của thập niên 1960, khoảng 20 năm trước khi máy vi tính thay thế công việc typeset trong một nhà in hay tòa báo.

Tiếp theo, tuy rằng nhân vật nói rằng *"cho đến bây giờ tôi vẫn không thể nào mường tượng ra nổi nơi ăn chốn ở của em,"* độc giả được biết, qua những chi tiết khá tỉ mỉ, là người yêu của ông sống ở Đà lạt, một nơi cũng rất quen thuộc với chính ông: *"Thành phố trên cao ấy đã một thời nhìn thấy tôi lớn lên, đã nghe tôi thở, đã thấy tôi yêu, đã chứng kiến những trận đòn thù trên Đồi Cù, đã dí tôi trong quán cà phê Huyền nửa đêm về sáng. Và giờ đây những dấu chân em in trên con đường đất đỏ dưới những cơn mưa tầm tã đang làm tôi thương nhớ em. Cánh cửa sổ từ căn phòng em ở mỗi sáng mở ra có thể nhìn thấy chăng đỉnh núi Langbiang?*

Và tên gọi của người yêu trong truyện cũng gợi nét đặc thù, như bông hồng thân thiết của hoàng tử bé, đẹp và đặc biệt trên hết mọi bông hồng khác: *"Và em, Vy của tôi, tên em phải viết i ngắn hay y dài? Và tại sao phải là y dài mà không là i ngắn?"* Rồi ông thố lộ, *"Tôi đang nghĩ đến em, đến hơi thở em, khuôn mặt thần thánh em.... Sẽ buồn biết bao nếu trí tưởng tôi không còn cái khả năng tưởng tượng ấy nữa, cái khả năng khiến cho đời sống tình cảm chúng ta giàu có hơn, màu sắc hơn ...."*

Văn của Nguyễn Xuân Hoàng nhấn mạnh cái nhớ. Những nhân vật của ông nhớ, nhớ và để ý từng địa danh, từng mẩu đối thoại, ngay cả một vệt bùn trên mũi giày ("Một Người Ngồi Trong Ghế Bành"), để vượt qua mọi vô tình và lãng quên, để làm chậm lại cái Lãng Quên Cuối Cùng, để xua đuổi những trận mưa lúc nào cũng xuất hiện (mưa trong "Bất Cứ Lúc Nào, Bất Cứ ở Đâu," trong "Một Người Ngồi Trong Ghế Bành," trong "Barbara." Nỗi nhớ trong các tác phẩm của ông không hẳn là *nostalgia* vì nó luôn luôn ngự trị như một hiện tại chễm chệ, một gia sản bằng xương bằng thịt. Nỗi "may mắn/bất hạnh" vang vọng mãi mãi từ các các địa danh được ông tái dựng, như lời Jacques Prévert nhắc nhở Barbara, với điệp vận dồn dập của phụ âm "r"và "s" rít sâu về cuống họng như chính hơi thở của một người đang hấp hối:

Rappelle-toi **Barbara**
Il pleuvait **sans cesse** sur Br**est ce** jour-là
Et tu marchais **sou**riante
Épanouie **ravie ruisse**lante
Sous la pluie
Rappelle-toi **Barbara**

Đọc văn của ông tôi phải cẩn thận. Độc giả của ông, như nhân vật trong "Người Ngồi Trong Ghế Bành" phải biết đi bộ qua "những lỗ trũng đầy nước, ổ gà tùm lum, mặt lộ dợn sóng làm chao xe, nhiều bữa đang chạy ngon trớn... bỗng hụp xe một cái, tá hỏa tam tinh, *tưởng chết đi được.*" * Văn phong ông không hẳn là khó hiểu, nhưng chính vẻ "giản dị" của nó lại ơ hờ úp mở những đường hầm sâu hút, tạo ra những nhột nhạt nghi vấn giữa tác giả, văn bản và độc giả. Cái "tưởng chết đi được" chính là sự bấp bênh của ngôn ngữ và ý nghĩa khi bị cắt lìa ra khỏi môi trường văn hóa. Trong tiếng Việt, khi đọc "Bất Cứ Lúc Nào, Bất Cứ Ở Đâu," tôi cảm thấu được nỗi suy tư của tác giả – ông như một người du hành vượt thời gian, gửi đến cho tôi những băn khoăn của ông về sự phù du của cuộc đời. Lúc đó, ông không tin rằng tình yêu hoặc nghệ thuật là giải đáp hữu hiệu cho chiến tranh hay sự chết.

Tôi hiểu rằng "chết" ở đây có nhiều nghĩa. Không phải chỉ chết vì súng đạn, nhưng chết vì không được ai nghe, ai hiểu mình, chết vì mình đã mất đi ngôn ngữ cảm thông, mất đi cái tình thân thương giữa người với người, mất đi mọi niềm tin. Điều mâu thuẫn ở đây là cho dù tác giả/nhân vật có vẻ nghi vấn khả năng truyền đạt của mình ("Thư từ làm cái gì, chữ nghĩa cũng sẽ chỉ là điều vô ích") người đọc hình như không có sự nghi vấn đó đối với văn bản. Tôi *hiểu*, từ phương diện một độc giả Việt, lớn lên ở Mỹ, ở thế kỷ 21 đọc một tác giả miền Nam Việt Nam sáng tác trong tiếng Việt vào thời điểm 1968. Tuy tôi *may mắn* vì không phải là nạn nhân của chiến tranh hoặc của chế độ sau 1975, tôi *bất hạnh* vì chưa bao giờ có dịp sống như một người hoàn toàn Việt Nam. Miền Nam mất, và một phần của tôi cũng mất đi với nó. Nhưng ngôn ngữ Việt vẫn an ủi tôi, vẫn kết nối tôi với quá khứ. Rồi quá khứ trở

---

* "Người Ngồi Trong Ghế Bành," tr. 461, từ *Những Truyện Ngắn Hay Nhất của Quê Hương Chúng Ta* (nxb Sóng: 1973).

thành hiện tại. Tôi trở thành người viết thư cho Vy. Vy là Việt Nam ngoài tầm với của tôi. Vy là một Việt Nam của dĩ vãng xong cũng rất thật, rất sống động qua trí tưởng tượng của tôi.

Thế nhưng, khi tôi dịch truyện "Bất Cứ Lúc Nào Bất Cứ Ở Đâu" sang tiếng Anh, hình như khái niệm siêu hình trong nguyên bản đã bị thu hẹp lại. Không hiểu hiện tượng này đã xảy ra bởi sự khiếm khuyết trong khả năng dịch thuật của tôi, hay là vì tiếng Anh quá lô-gích, không uyển chuyển, không "bóng gió" như tiếng Việt? Hay tôi cũng biến thể, thành một người khác, khi suy nghĩ và phân tích văn bản trong tiếng Anh? Đọc bản dịch tiếng Anh của chính mình (hình như trong tiếng Anh những vấn đề nữ quyền mới xuất hiện, thách thức, chất vấn tôi?), tôi nhận ra sự vị kỷ của người viết thư trong "Bất Cứ Lúc Nào, Bất Cứ Ở Đâu." Ông ta là một người từng trải, trí thức và nghệ sĩ, còn Vy của ông thì mới lớn, thua ông nhiều tuổi. Ông nói ông nhớ cô, cô là tình yêu "hâm nóng một trái tim tưởng chừng đã nguội lạnh" của ông. Ông nhớ vẻ đẹp, thân hình của của cô (tôi nghĩ "bờ ngực nặng" trong câu văn tiếng Việt của Nguyễn Xuân Hoàng gợi ra nhiều ý nghĩa phong phú, ngoài nghĩa thiên về tình dục: một bờ ngực không hời hợt, một bờ ngực bao dung, chắc nịch, một bờ ngực biết cáng đáng bão táp, một bờ ngực đang bị thách thức bởi trọng lực ngầm của thời gian?? Nhưng trong tiếng Anh, hình như khái niệm thể xác trở nên lồ lộ hơn, ít chênh vênh hơn, ít cao rộng hơn, khi hờ hững biến thành " full breasts"? Tôi cố ý không chọn chữ "bosom" tuy chữ này thanh nhã hơn, vì "bosom" là ngực của các bà mẹ, không phải là ngực của người tình, và không hợp với giọng nhân vật đàn ông khi chuyển ngữ qua tiếng Anh – một giọng lịch lãm chán đời rất... Hemingway.

211

Cuối cùng, lá thư gửi Vy, trong tiếng Anh, cho dù úp mở, vẫn là một lá thư đoạn tuyệt. Tuy người viết thư cố làm dịu cái sốc cho người nhận bằng những lý do mang tầm mức quan trọng: vì ông bị mặc cảm tội lỗi về những người bạn lính không may mắn đã nằm xuống, vì tình yêu trong thời loạn là "điều nhảm nhí," vì giữa Vy và ông có nhiều khác biệt xã hội, v.v... Tôi nghĩ rằng, từ phương diện của Vy, một người bị khước từ, một cô gái không có giọng nói mà chỉ là đối tượng của người viết thư, tất cả những lý do trên đều chưa đủ.

Bản dịch tiếng Anh làm tôi trắc trở, vì từ một "fan" khi đọc nguyên bản Việt ngữ, bỗng dưng sau khi dịch sang Anh ngữ, tôi trở thành một "nhà phê bình nữ quyền"! Thì ông cũng đã nói rồi, *"Bởi vì, giữa tôi và em, chúng ta có bao nhiêu là sông núi, bao nhiêu là hố thẳm, bao nhiêu thung lũng, bao nhiêu biển trời...."* Đối với người di dân, ngôn ngữ thứ hai là bẫy mìn, là du kích, nó chĩa súng vào người đọc, tra khảo y với những yếu tố, giá trị văn hóa hiện hữu ngay trong cấu trúc của nó, phủ nhận, đè nén những tình cảm u uẩn của nguyên bản. Cách đọc một văn bản, cũng như cách dịch một tác phẩm, trở thành cuộc nội chiến trong tâm trí độc giả/người dịch.

Ông đặt vấn đề hơi khác trong "Barbara," chú trọng về khái niệm màu da như hộ tịch hoặc sự cản trở hộ tịch, hơn là ngôn ngữ:

Một người Pháp hay một người Đức, nói chung là một người Âu Châu, khi đến Mỹ họ đã có ngay một mẫu số chung là màu da và màu tóc, là chiều cao và sức nặng, là vóc dáng và tổ tiên trước của họ. Họ chỉ còn có cái trở ngại duy nhứt là ngôn ngữ. Bức tường ấy tuy vậy mà cũng không phải là khó leo. Còn chúng ta, những người Á Châu da vàng mũi tẹt, chiều cao thì khiêm tốn, sức nặng thì nhẹ nhàng, tóc đen nhánh, mắt nâu buồn... Chúng ta xa lạ biết bao với người bản xứ.

Thưa ông, chúng ta vừa xa lạ với người bản xứ và với chính chúng ta nữa. Có sao đâu? Trong trạng thái chia rẽ đồng đều này chúng ta có được sự đoàn tụ. Đồng thời chúng ta cũng tự do như những hòn đảo giữa đại dương. Giữa những thế hệ Việt Nam ở ngoài lãnh thổ Việt Nam vẫn là những hố thẳm. Đó là thân phận của những con người mất nhà. Điều này đã được ông tiên đoán từ hơn 40 năm trước, và lập lại trong "Barbara," "Truyện Kể Trên Đồi Cam," "Tự Truyện Một Người Vô Tích Sự," và "Ở Quán Cà phê Starbucks." Chuyện "mất nhà" có thể xảy ra dưới nhiều hình thức trước và sau, thậm chí rất lâu sau khi biến cố lịch sử đã nhào ập đến—đó là một triệu chứng "rối loạn căng thẳng sau chấn thương" mà người Mỹ gọi là PTSD (Post-Traumatic Stress Disorder).

Nếu "Bất Cứ Lúc Nào, Bất Cứ ở Đâu" với Đồi Cù, đỉnh Langbiang, công trường Saint Paul hay con đường Phạm Ngũ Lão là thông điệp gửi đến những người tình hay bạn hữu của ông trong thế hệ trước 75, thì "Barbara" là lá thư ông gửi đến thế hệ một rưỡi của chúng tôi. *Barbara* là biến tấu của "Bất Cứ Lúc Nào, Bất Cứ ở Đâu." Những địa danh đặc thù trong "Barbara" cũng chính là những địa danh trong đời tôi. Con đường Hai Mươi Hai, Hai Mươi Mốt, gần đại lộ Constitution trong Washington D.C. là đường đến sở làm từ hơn 20 năm qua của tôi. Springfield, thuộc tiểu bang Virginia, thành phố mà ông gọi là "Cánh Đồng Mùa Xuân" (nhưng gia đình tôi đã chế diễu gọi là "chợ" Đồng Xuân) chính là nơi tôi đã sinh sống và lớn lên sau khi rời Việt Nam–nơi mà hiện nay người ta gọi là cái "bô" hỗn tạp (mixing bowl) vì nó là chỗ cụng đầu của nhiều xa lộ.

Springfield, thành phố tuổi teen mà tôi chưa một lần chấp nhận, đã và vẫn ngập "cái màu trắng lạnh lùng của ông thần Băng Giá" vào mỗi mùa đông. Qua "Barbara," ông nhìn rất rõ sự cách trở giữa con người nhiệt đới của tôi với cái không gian quái ác miền Đông Bắc – nơi tôi luôn nguyền rủa vào mỗi tháng Chạp khi băng tuyết làm tôi bị cầm tù nằm nhà đồng thời mất điện, không nước tắm và không sưởi trong căn rừng cao dốc, cho dù tôi đã có vẻ là một phần tử của cái xã hội "Đông Bắc" này:

Buổi sáng thức dậy, trước khi đi làm, em có phải lội tuyết ra sân, áo khoác, khăn quàng cổ, nón len, găng tay và một bình nước sôi đổ vào ổ khóa cửa xe đã bị đóng đá, cho máy nổ và chờ mọi thứ "tan ra," defrost.

Vâng, vâng, và vâng. Ông nói trúng hết thảy. Tôi ghét mùa đông ở Virginia và lúc nào cũng nghĩ đến miền Tây nước Mỹ, như một bài thơ khác của Jacques Prévert, "L'Accent Grave" ("Dấu Huyền" hay là... "Hướng Mồ" trong cách chơi chữ của Jacques Prévert?) *Être òu ne pas être.* Ở nơi mình không muốn ở. *Être ou ne pas être.* Có hiện hữu hay không hiện hữu. Hai câu hỏi khác nhau, chỉ khác bởi một dấu huyền. Ở mặt khác, đó là hai câu hỏi giống hệt nhau.

Ông viết trong "Barbara," "Có một nơi chứa đầy mâu thuẫn, đó là trái tim của chúng ta." Vâng, tôi nghĩ nhận xét này vị tha và dung thứ hơn khynh hướng đóng hộp những vấn đề nan giải: *out of sight, out of mind.* Là một người viết và đọc giữa/trong hai ngôn ngữ, tôi sẽ nhớ mãi điều này, vì sự mâu thuẫn bao hàm khái niệm bình đẳng giữa nhiều nghịch lý. Sự mâu thuẫn không đầy ải những gì không hợp với nó. Sống với sự mâu thuẫn là sống với lòng nhân, là sống với nỗ lực sáng tạo, với *bây giờ*. Trong nhận thức này, có lẽ ông "Mỹ" (và "thiện") hơn tôi chăng?

Tôi nghĩ rằng bất cứ lúc nào, bất cứ ở đâu, ông luôn dùng những kẽ hở trong ngôn ngữ, những khoảng trống lấp lửng, để đối thoại với các độc giả của ông, những người của ngã ba đường, những du mục miễn cưỡng, những thế hệ chưa, sắp, và đã quên tháng Tư. Thậm chí, cả những thế hệ chào mừng tháng Tư mà chưa một lần tư lự băn khoăn.

Trong mọi mâu thuẫn, ông luôn là người trung thành với **V**.

Đoàn Nhã Văn

Nguyễn Xuân Hoàng
Người Đi Trên Mây

Nhà văn Nguyễn Xuân Hoàng có những tác phẩm xuất bản trước 1975. Ở ngoài nước, ông viết thêm bốn tác phẩm khác, gồm bộ "*Người Đi Trên Mây*", hai tập: tập I – *Người Đi Trên Mây*, tập II – *Bụi và Rác*, cùng tiểu thuyết *Sa Mạc* và tập truyện *Căn Nhà Ngói Đỏ*. Trong những tác phẩm viết sau 1975, theo tôi, bộ *Người Đi Trên Mây* có thể xem là tác phẩm tiêu biểu của ông. Vì thế bài viết này phần lớn sẽ dựa vào đó để rọi sáng phần nào văn chương của Nguyễn Xuân Hoàng trong giai đoạn ở ngoài nước, dù rằng tài liệu trong những tác phẩm khác có được đề cập đến, nhưng mục đích

cũng chỉ nhằm làm sáng tỏ những vấn đề thuộc về văn chương trong tiểu thuyết của Nguyễn Xuân Hoàng.

Người Đi Trên Mây (NĐTM) bắt đầu những năm 70 ở Sài Gòn. Nhân vật chính, Trần Lâm Thăng, người quen biết nhiều với giới văn nghệ sĩ thời đó. Thăng có cơ hội tiếp xúc với một khuôn mặt chính trị sáng giá lúc bấy giờ, cũng như một sự đam mê quyền lực tột cùng, ông Phan. Cũng có lúc Thăng nằm trong gọng kìm tiền bạc của ông Lý, mà chỉ cần một cái gật đầu, Thăng sẽ có tất cả. Thăng có cái cơ may trong đời: lúc nào đàn bà đẹp cũng ở bên cạnh anh. Từ Lan – con gái ông Lý; đến Uyên – con gái ông Phan; cho đến Quỳnh, rất quyến rũ, người đã dám bước trên những mũi nhọn của dư luận mà sống chung với Thăng giữa một Sài Gòn đầy rẫy những dị nghị, những tin đồn, và dĩ nhiên không phải không ít lần ác ý. Trong những ngày tháng chuẩn bị chờ ra tòa ly dị với Lan, Thăng bước vào biệt thự của ông Phan để tránh những sức mạnh vô hình bắn ra từ phía Lan và ông Lý. Tù túng và ngột ngạt trong một không gian thừa mứa mọi thứ cùng sự chăm sóc quá ân cần và chu đáo của bà Phan và cô Uyên, Thăng dứt khoát bước ra khỏi ngôi biệt thự này và chung sống với Quỳnh sau đó, ở một khu thuộc loại tồi tàn của thành phố.

Bụi và Rác (BvR) tiếp theo những ngày cuối tháng tư 1975, khi thành phố hỗn loạn trước cơn lốc đổi thay của lịch sử. Thăng và Quỳnh, như bao người khác, chứng kiến những cảnh đổi đời, không những của riêng mình, mà của cả một thành phố hơn bốn triệu dân lúc bấy giờ. Người khác gọi đây là một cuộc cách mạng, nhưng chính cái tên gọi này làm cho một người, với những kinh điển triết Tây, như Thăng, phân vân. Cách mạng? *Cách mạng có phải là giật ngôi nhà của người này, đuổi họ ra đường để cho một tay tự xưng là từng đổ máu xương cho chủ nghĩa dọn vào. Cách mạng có phải là làm trống trải những căn nhà – kể cả những căn nhà không còn có gì để làm trống trải thêm nữa – để làm đầy những căn nhà khác. Cách mạng có phải là hạ thấp mức sống của một xã hội đang không cao gì cho lắm xuống cho bằng một xã hội mà cuộc sống đã bị ngưng đọng suốt hai mươi năm?"* (BvR, trang 207). Giữa đất trời lồng lộng, Thăng chỉ thấy *"một bầu không khí đầy những "hơi gió" nghi ngờ."* (BvR, trang 66). Thậm chí, anh chỉ thấy mình như bụi giữa những đống rác hay rác giữa cuộc đời đầy bụi bặm. Không thể sống với cái đổi thay mà người ta gọi là "cách mạng"; không thể hòa nhập vào cái không khí đầy "nghi ngờ" ám chướng bao trùm cả đất nước, Thăng tìm mọi cách ra đi như bao người khác. Sau lần bị bắt ở miền Tây, về lại Sài Gòn, Thăng thấy cửa nhà trống rỗng, biết Quỳnh đã ôm con lao ra biển đông tìm anh, Thăng hết chỗ dựa, sống như một bóng ma, vất vưởng, nhưng lòng luôn phập phồng cho những dự định ra đi.

*

Nguyễn Xuân Hoàng dựng tiểu thuyết bằng những nhân vật thật ngoài cuộc đời, những người chung quanh ông, bạn bè ông và những người thân của họ. Bằng lối hư cấu từ chất liệu thật này, nhà văn dễ dàng "thấy" được mặt mạnh, yếu cùng những nét đặc thù của từng nhân vật. Nhờ thế, những trang chữ của Nguyễn Xuân Hoàng lôi cuốn bởi những chất liệu sống ngoài đời và cùng những hư cấu rất lý thú về đời sống của họ. Dưới ngòi bút của ông, mỗi nhân vật có một vị trí, một chỗ đứng riêng trong tiểu thuyết. Họ như những mắc xích nối liền nhau, mà ở đó, nếu thiếu bóng họ, bức tranh tổng thể sẽ khiếm khuyết và cái điều ông muốn nói đến, dù đẹp, vẫn không thể trọn vẹn.

Người đọc dễ dàng nhận ra những nhân vật trong tác phẩm của Nguyễn Xuân Hoàng. Những Ký, Lộc mà ông nhắc đến rãi rác trong truyện chính là Tạ Ký, Lê Tấn Lộc ngoài cuộc đời. Khô Khốc Thiền Sư mang nhiều nét của Huỳnh Phan Anh. Vinh, dĩ nhiên là Ngô Thế Vinh với vụ hầu tòa truyện ngắn *"Mặt Trận Ở Sài Gòn"*. Nhật cũng mang máu thịt, những phần đời của Phan Nhật Nam. Đình, ắt hẳn ít nhiều dính dáng đến Nguyễn Đình Toàn. Nhơn, cũng là Hà Thúc Nhơn, ngoài một trái tim của một thầy thuốc còn là một chiến sĩ xã hội, một mũi tên trong phong trào chống tham nhũng, đã chọn một thế đứng, chọn một cách ngã, giữa quân y viện Nguyễn Huệ, Nha Trang v.v… Có một nhân vật được Nguyễn Xuân Hoàng nhắc đến rất nhiều lần, trong nhiều chương sách, từ *Người Đi Trên Mây* đến *Bụi và Rác*, chính là nhạc sĩ Nguyễn Giang, với nhạc phẩm *Nối Vòng Tay Lớn* được loan đi trên đài phát thanh Sài Gòn vào lúc giao thời của tháng tư, 1975. Dĩ nhiên ai cũng hiểu ông dựng hình ảnh Nguyễn Giang từ người nhạc sĩ nào ngoài đời.

Những người mà Thăng quen biết, phần lớn đều là những văn nghệ sĩ của miền Nam, được khá nhiều người biết đến. Tuy vậy, có một người mà anh tình cờ quen được sau năm 1975, một nhà thơ sống và lớn lên từ miền Bắc, một nhà viết kịch mà tên tuổi của anh không xa lạ gì với mọi người trong nước sau 1975, nhất là những năm cuối thập niên 80. Người đó chính là Vũ, Lâm Quốc Vũ. Thực ra, Lâm Quốc Vũ trong tiểu thuyết cũng chính là Lưu Quang Vũ ngoài đời, mà những vở kịch của ông đã là những ngọn gió đầu mùa, làm chính quyền đương thời rất e dè. Sau đó, ông cùng gia đình mất đi trong một tai nạn giao thông đầy nghi vấn. Nhưng đó là chuyện sau này, không dính dáng đến Vũ rất nhạy bén và phóng khoáng của *Bụi và Rác* ở những năm đầu sau 1975.

*

219

Điểm nổi bật đầu tiên ở tiểu thuyết Nguyễn Xuân Hoàng: cung cách xây dựng nhân vật khá đặc biệt. Ông không nói nhiều về nhân vật của mình. Những dòng chữ ngắn đủ làm độc giả "bắt" được ngay hình ảnh và nhân cách một con người. Xin được trích dẫn ở đây hình ảnh một vài nhân vật để thấy rõ hơn điều này.

Ông Phan, một người đam mê quyền lực:

"Tôi thấy cằm ông Phan bạnh ra, hai hàm răng nghiến lại, đôi mắt nhỏ dưới chiếc kính lão nheo lại và thỉnh thoảng sáng lên một thứ ánh sáng kỳ lạ. (...)

Ông đặt ống nói xuống. Hai tay xoa vào nhau. Ông cắn một hớp rượu. Các thớ thịt ở gò má ông cuộn lại. Tôi có cảm tưởng ông đang có một quyết định quan trọng trong đầu.(...)

Ông Phan bắt tay tôi. Cái bắt tay chặt chẽ thân mật, nhưng những ngón tay mập và nhão của ông vẫn không làm tôi bớt ghê sợ." (NĐTM, trang 23-24)

Hiếm nhà văn dùng chữ "cắn một hớp rượu" như Nguyễn Xuân Hoàng. Diễn tả như vậy đủ để chở một toan tính lớn giữa những thay đổi dồn dập của thời cuộc và qua đó, người đọc có thể hình dung một cách khá rõ ràng về một "chính khách" lúc bấy giờ.

Ở hình ảnh của ông Lý, chỉ bằng một câu thôi, Nguyễn Xuân Hoàng cho người đọc thấy một sức mạnh ghê gớm của một nhân vật đại diện về tài chánh ở miền Nam Việt Nam:

"không có cánh cửa nào của chính quyền còn được coi là kiên cố dưới sức gõ của bàn tay ông" (NĐTM, trang 118)

Lan, người vợ cũ của Thăng, một người chỉ biết có tiền và tiền:

"...người đàn bà lớn lên trong một gia đình mà đồng tiền ngự trị trên tất cả, đã có lần nói với tôi rằng nếu phải đổi tất cả danh dự và phẩm giá con người để có được trong tay cái tài sản trở thành người giàu nhất Saigon, cô ta sẽ không do dự đặt danh giá dưới gót chân mình." (NĐTM, trang 53)

Mười Tân, một kẻ say sưa với chủ nghĩa Cộng Sản, với *"hai con mắt luôn nhấp nháy, thỉnh thoảng giật giật như bị kích thích"* và *"những ngón tay lúc nào cũng gõ gõ trên mặt bàn"*, đã từng nói oang oang: *"Đảng luôn luôn là chân lý chỉ có những con người bất toàn mới sai thôi."* (BvR, trang 188)

Về nhạc sĩ Nguyễn Giang, NXH đã viết:

"Giang nói mặc dù âm nhạc của anh luôn luôn được quần chúng ưa thích, nhưng Mười Tân đã có lúc cho người gọi anh đến và nói rằng âm nhạc của anh chẳng qua chỉ là một thứ "nhân đạo chủ nghĩa". Đó là một loại hình văn học "kết án chiến tranh mà không cần phân biệt loại chiến tranh nào, kết án bạo lực mà không cần hiểu xuất xứ, tính chất mục đích của mỗi bạo lực."

"Âm nhạc của anh", Mười Tân nói, "có chứa đựng những lời than thở phản chiến nhưng nó cũng làm đảo lộn mọi thứ, nó lẫn lộn trắng đen, trung và nịnh, yêu nước và cướp nước. Coi chừng âm nhạc của anh cũng là một hình thức tiếp tay cho bọn phản loạn." Nguyễn Giang rùng mình khi nhắc lại chuyện trên. Lúc đó tôi nhìn thấy hai bàn tay Giang run giật như người mắc kinh phong (...). Có lúc Giang thở ra, "Tôi như đứa trẻ tìm nơi nương tựa mà sao vẫn cứ lạc loài... Đừng tin tôi nhé, vì tiếng cười." Đó là những lúc tôi thấy khuôn mặt Giang vốn đã nhỏ và nhô xương, hai con mắt sâu núp dưới đôi kính trắng, tối sầm lại." (BvR, trang 130-131)

Không bao nhiêu con chữ nhưng làm nổi bật được hai điều.

Thứ nhất, hình ảnh bên ngoài và đáy sâu tâm tư của người nhạc sĩ rõ mồn một. *Hai bàn tay run giật như người mắc kinh phong* là một hình ảnh động. Cái động tìm thấy từ một người nghệ sĩ trầm lặng. Cái động đã bứt ra khỏi con tim, làm đôi bàn tay run bần bật, chính là dấu hiệu của một sự kinh sợ, ghê hồn. Người nghệ sĩ vào đời, cho đời bằng trái tim, nhìn đời bằng đôi mắt. Trái tim đã giật thót. Đôi mắt đã tối xầm. Chỉ còn lại xác thân, gởi nhờ cõi tạm, mà lòng lúc nào cũng phập phồng, hoang mang.

Thứ hai, tất cả những phản ứng bên ngoài nối tiếp nhau của người nhạc sĩ cho thấy một sức mạnh ghê gớm đang diễn ra bên trong: quyền sinh, sát của những "con người mới" đáng ghê rợn, mà điển hình là Mười Tân. Dùng hình ảnh này để tạo nên sự liên tưởng khác là một trong những điểm đặc thù của Nguyễn Xuân Hoàng.

Nhưng quan trọng hơn và nổi bật hơn tất cả những nhân vật khác, chính là: Trần Lâm Thăng. Thăng học triết, rồi dạy triết. Mớ triết lý mà Thăng thâu lượm được từ trường lớp là thứ triết lý kinh điển Tây Phương. Chính những thứ triết Tây còn lợn cợn trong dòng suy nghĩ, nên Thăng chỉ là một kẻ: sống lông bông, lêu bêu; không quyết định dứt khoát, không lập trường rõ ràng. Trong lúc mọi người lo cho cuộc sống hiện tại thì Thăng trôi giữa cuộc đời vô phương hướng. Trong khi người khác đạp chân xuống đất để sống, thì Thăng bước những bước vô hồn trên mây.

Xã hội miền Nam vào những năm 70 là một xã hội mang đầy sắc thái của chiến tranh. Chiến tranh không xảy ra ngay tại Sài Gòn, nhưng chiến tranh có thể *"chen vào làn môi của những cặp tình nhân"*. Tiếng súng không vọng về thành phố, nhưng hàng hàng lớp lớp thanh niên giã từ người thân, ra trận. Trong rừng người này, có biết bao bạn bè của Thăng, những người như Vinh, như Nhật. Một Vinh, vừa mang trên mình trái tim của người thầy thuốc, vừa mang một tấm lòng nhiệt huyết của một chiến sĩ xã hội vào đời. Một người mang ba lô dẫm nát núi rừng nhưng lúc nào cũng canh cánh trong lòng: mặt trận lớn nhất vẫn là *"Mặt trận ở Sài Gòn"*. Một Nhật, người mũ đỏ với hào khí bừng bừng, sẵn sàng chịu đựng mọi nghịch cảnh chung quanh, cùng đồng đội *"dựa lưng nỗi chết"*, mở bừng con mắt vẫn thấy chập choạng *"tù binh và hòa bình"*, rong ruổi *"dọc đường số một"*, mà nghe từng tấc lòng quặn thắt. Tuổi trẻ thời loạn ly với một ý thức rõ ràng về cuộc sống, về chính trị là thế. Còn Thăng? Thuở mới bước vào đời, Thăng hạnh phúc bên Lan. Khi gia đình lộn xộn và chờ đợi thủ tục ly dị với Lan, Thăng bám vào ông Phan để tránh những áp lực vô hình từ phía ông Lý, để có dịp nghe những phần thân thể rung động bên Uyên. Khi quá ngột ngạt với gia đình bà Phan, anh bám víu vào Quỳnh. Khi Quỳnh ôm con lao vào biển, Thăng như một kẻ mất hồn.

Trong suốt bộ tiểu thuyết, Thăng chỉ hừng hực nhựa sống trước thân thể phụ nữ. Thăng chỉ tỉnh táo trước mùi hương phấn quyến rũ của đàn bà. Thăng sống bám vào người khác, như một thứ dây leo. Không có người khác, anh chênh vênh bên này, nghiêng ngã bên kia. Vì thế, người đời nhìn Thăng như một thứ người không bình thường. Thậm chí, ngay cả Thăng, anh cũng từng tự nhận mình là một thứ bóng ma lởn quỡn giữa đời thường:*"Có lần Mười Tân nói thứ người như tôi giống như bóng ma chập chờn trong một nghĩa trang những đêm tháng bảy. Cái bóng ma ấy chẳng làm hại được ai, nhưng chắc chắn xã hội không cần. Ông ta nói đúng."* (BvR, trang 173)

Thứ người nhếch nhác như anh, chỉ *"như một thứ cây mọc ven sông, nhìn giòng nước chảy miết, liên tu hồ tận"*, chẳng làm được cái "giải" gì cho những đứa con của chính mình, huống hồ gì là người thân, là cuộc đời.

Và không ai hiểu mình bằng chính mình:

"Tôi biết tôi là một tên lười biếng.

Tôi chỉ đọc những gì liên hệ đến công việc tôi đang làm, chỉ ăn những thức ăn đã dọn sẵn lên bàn, chỉ trò chuyện với những ai đụng vào trái tim tôi, chỉ yêu những ai can đảm yêu tôi. Tôi không biết sục sạo, bươi móc như con gà tìm kiếm chút hạt gạo thừa ngoài sân.

Tôi là tên đàn ông thụ động trong tận cùng xương tủy." (NĐTM, trang 70)

Với một lối sống như vậy, dĩ nhiên người đời, ngoài bạn bè anh, hầu như người người đều nhìn anh mà ngán ngẩm. Không chán sao được, khi chính anh cũng chán lấy bản mặt của mình mỗi khi soi gương. *"Đừng tưởng tôi không chán tôi. Tôi chán tôi như người ta vẫn thường chán những thức ăn thừa phải hâm đi hâm lại mãi nhiều lần trong nhiều ngày."* (NĐTM, trang 70)

Dưới mắt người thường, Thăng là một kẻ không bình thường. Bởi người bình thường, nếu không có những toan tính xa, thì cũng phải có những lo lắng gần. Nhưng với Thăng, tuyệt nhiên là không. Thăng bảo*: "Hiện tại tôi sống chưa xong, chưa hết, việc gì tôi tìm kiếm tương lai."* (BvR, trang 144). Vì

224

thế, người đương thời với anh, khó lòng chấp nhận. Người đọc sau này cũng dễ dàng bực mình vì cá tính hợm hĩnh của anh. Nhưng Thăng là ai? Hãy nghe anh tự khai một phần tiểu sử của mình.

"Tôi là người đàn ông lang bang, lêu bêu. Tôi đang là cái tôi cách đây mười năm khi mới vừa tốt nghiệp ra trường. (...) Tôi đang bắt đầu từ âm số. Dưới con số không nhiều bậc kia. Tôi đã bị trừ đi cái mười năm của tuổi trẻ phung phí vào một người đàn bà gian trá. Tôi đã bị trừ đi cái mười năm của một sự trống trơn về tai tiếng. Tôi đang bắt đầu từ những âm số của nợ nần, của những lời thị phi, của nụ cười đã tắt, niềm vui đã chết, hi vọng đã tan hoang." (NĐTM, trang 70 – 71)

Đó là Thăng, là cái tôi, trong truyện. Từ tiểu thuyết nhìn ra cuộc đời, bóng dáng Thăng lẩn quẩn, chập chờn. Hình ảnh của Thăng thời nào cũng có, xã hội nào cũng tồn tại, nhất là một xã hội xô bồ trong chiến tranh như miền Nam trước 1975. Thăng không còn là hình ảnh của một nhân vật, mà là hình ảnh của cả một lớp người sống trong các thành phố lớn của miền Nam. Lớp người này được trang bị bằng một thứ cá nhân chủ nghĩa, thờ phụng cái tôi học được từ những mớ triết lý chưa tiêu hóa hết từ phương Tây. Lớp người này coi chuyện nóng hổi thời sự là chuyện của người khác; xem chuyện binh lửa đốt cháy quê hương một cách dửng dưng; thấy cái đau của đồng bào vẫn bình chân như vại. Họ là ai? Là những kẻ đi trên mây!

Song song với lối sống và cá tính "chẳng ra con giáp nào cả" của Thăng, Nguyễn Xuân Hoàng còn dựng nên một khía cạnh khác trong cuộc sống của Thăng, đó là sự tỉnh táo. Tỉnh táo đến độ ngay cả trong những giây phút choáng ngợp khi đối diện người bên cạnh, dù họ là đại diện của cái đẹp đầy quyến rũ hay họ là trọng tâm của quyền lực. Hầu như ở mọi hoàn cảnh, Thăng nhận xét từng đường nét biến chuyển bên ngoài và đánh giá họ bên trong một cách sâu sắc. Anh quan sát người khác một cách hết sức tinh tường, như một cái máy quét, xuyên qua một lần là thu gọn hình ảnh người đang liên hệ, sự kiện đang diễn ra chung quanh. Mà ở những hình ảnh này, cá tính của nhân vật, của người đối diện nổi bật lên, rõ nét. Đây không chỉ là biểu hiện về bản năng sinh tồn của kẻ thụ động, mà xa hơn thế, nó ẩn chứa bề sâu của một cuộc đời, nằm đằng sau cái bộ mặt có vẻ hời hợt, nguội lạnh của Thăng.

Sau khi đọc xong bộ *Người Đi Trên Mây*, độc giả thấy Thăng dường như mang nhiều phần đời của Nguyễn Xuân Hoàng.

Thăng học triết, rồi dạy triết. Thăng bị "tẩu hỏa nhập ma" với những tư tưởng triết học, nhiều lúc đối chọi nhau, từ cổ chí kim như Platon, Aristote, Descart, Kant, Hegel, Heidegger, Nietzsche v.v. Đứng bên bờ này mà mắt cứ đăm đắm nhìn sang bờ kia; khi đứng ở bờ kia thì lòng lại tham lam nhìn qua chân trời khác. Choáng, ngợp. Mất tự tin, xa lạ với cuộc sống. Cùng hít thở trong một bầu khí quyển như mọi người nhưng lại bước đi bên lề cuộc đời.

Còn Nguyễn Xuân Hoàng? Ông cũng học triết. Vậy ông có thuộc loại người đi trên mây không? Ở một tác phẩm khác, trong một bài tùy bút, Nguyễn Xuân Hoàng đã cho biết: "*Thứ triết mà Đà lạt nhét vào đầu tôi là thứ triết học kinh điển, thuần túy kinh điển đến tội nghiệp. Nó là động cơ thứ nhất vẽ vời trong trí tôi cái hình ảnh quá xa lạ với cuộc sống. Nó thổi tôi bay lên trời. Và từ đó tôi đi giữa những đám mây.*" (Căn Nhà Ngói Đỏ, trang 180)

Thường, nhà văn, người tạo ra những nhân vật, nhất là nhân vật chính, cho các tác phẩm của mình, thường đắn đo, do dự. Cũng dễ hiểu, vì nhân vật chính thường ảnh hưởng đến sự thành bại của tiểu thuyết. Và dù nhân vật chính được dàn dựng thế nào đi nữa, họ phải mang những nét hết sức điển hình. Hay nói một cách khác: họ là người đại diện của tầng lớp mà họ xuất hiện trong tác phẩm. Một Chí Phèo của Nam Cao, cũng là tập hợp của nhiều Chí Phèo ngoài đời. Một Xuân Tóc Đỏ của Vũ Trọng Phụng cũng là tổng hợp của năm bảy Xuân trong cuộc sống. Ngược dòng thời gian, đi ngược trở về trước một chút, chúng ta đã từng biết, sau tác phẩm *"Chiến Tranh và Hòa Bình"*, khi được hỏi Natasa là ai, Tolstoi trả lời rằng: Natasa là một phép cộng của phu nhân Tolstoi và em gái của bà ta.

Qua bộ *Người Đi Trên Mây*, ta dễ dàng nhận thấy rằng: Thăng và Nguyễn Xuân Hoàng có mẫu số chung. Không chỉ là mẫu số chung bình thường, mà là một mẫu số chung lớn: cả hai đều liên hệ với Triết. Vâng, triết Tây. Nhưng *Trần Lâm Thăng, trước và sau chỉ là một nhân vật tiểu thuyết, chứ không phải là Nguyễn Xuân Hoàng* dù Thăng mang dáng dấp và một phần đời của ông.

Nguyễn Xuân Hoàng dựng nên mẫu nhân vật thuộc loại đi trên mây này, theo tôi, không có nghĩa là ông chủ trương hay cổ xúy cho lối sống như vậy trong cuộc sống. Dù nhân vật và nhà văn có mẫu số chung, giữa họ vẫn có một đường ranh giới. Cũng như để có được hình ảnh độc đáo của một gã say, thì bắt buộc người dựng nên hình ảnh đó phải ở trong khoảnh khắc tỉnh táo. Và quan trọng hơn hết, không vì hình ảnh gã say đó mà cho rằng nhà văn cổ vũ cái say quên đất, quên trời. Vì thế, dựng được nhân vật *đi trên mây* một cách ngoạn mục, nhà văn phải là người đạp chân xuống đất, tinh tế nhìn quanh cuộc đời, gạn lọc thật kỹ lưỡng, mới nhào nặn được mẫu người tiêu biểu này, dù rằng cái tiêu biểu này có khi rất đáng ghét đối với không ít độc giả.

Đọc Nguyễn Xuân Hoàng, độc giả dễ làm một sự so sánh, dù vẫn biết chẳng có so sánh nào là hoàn hảo. Cùng một "lớp" với Nguyễn Xuân Hoàng, người đọc dễ liên tưởng đến những nhà văn khác, những người ông đã từng nhắc đến trong tác phẩm của mình, như Ngô Thế Vinh, như Phan Nhật Nam chẳng hạn. Thì cứ lấy họ làm ví dụ.

Sự khác biệt giữa Ngô Thế Vinh và Nguyễn Xuân Hoàng rõ rệt. Cái xông xáo vào đời cũng như sự chọn lựa ở những nhân vật của Ngô Thế Vinh là cách thế biểu lộ mình với thời cuộc. Cái sống ở những nhân vật của Ngô Thế Vinh là cái nhập cuộc, bừng bừng. Cái sống ở những nhân vật của Nguyễn Xuân Hoàng là cái đứng bên lề, nguội lạnh.

Sự khác biệt giữa nhân vật của Phan Nhật Nam và Nguyễn Xuân Hoàng cũng tương tự. Ở Phan Nhật Nam, nhân vật ông hừng hực một ngọn lửa vào đời và cho đời. Ở Nguyễn Xuân Hoàng, ngược lại, nhân vật của ông hững hờ với thế sự, thờ ơ với thời cuộc, lãnh đạm với tha nhân, và để ngoài tai tất cả những gì không trực tiếp chạm vào tim mình. Ở Phan Nhật Nam, nhân vật của ông đạp lún mặt đường-số-một, chạy đua với từng tích tắc đồng hồ để mưu tìm sự sống. Ở Nguyễn Xuân Hoàng, họ có thừa mứa thời gian để nhẫn nhơ, hầu như trong mọi tình huống; họ sống bám vào kẻ khác ở những nơi chốn an toàn quanh quẩn Sài Gòn.

So sánh Nguyễn Xuân Hoàng với những nhà văn cộng sản cùng thời, thì chỉ như nước với lửa. Nhà văn cộng sản được "chỉ đạo" đưa lửa vào những trang sách của mình để phục vụ chính trị. Nguyễn Xuân Hoàng thì đối nghịch. Ông không tạo ra những anh hùng trong chiến tranh, những chiến sĩ thi đua trên mặt trận sản xuất, mà ngược lại đã tạo nên những nhân vật không giống ai, tính cách của họ như cơm nguội và nước lạnh trước cuộc đời và xã hội.

Sự so sánh giữa nhân vật của nhà văn này với nhân vật của nhà văn kia không phải để tìm cái đồng thuận, mà là để nẩy lên cái khác biệt. Tuy nhiên, không vì cái khác biệt này mà cho rằng văn chương người này hay hơn người kia. Sự so sánh chỉ góp phần làm sáng tỏ thêm một điều: nhân vật của Nguyễn Xuân Hoàng thuộc lớp người ngủ đứng. Nói một cách nôm na, họ thuộc lớp người xé khô mực theo chiều dọc, chẳng giống ai.

*

Ở *Người Đi Trên Mây*, Thăng là một kẻ lơ là với chuyện chính trị. Thăng là một kẻ ghê tởm chiến tranh. Anh chỉ như con đà điểu chôn đầu dưới cát, chạy trốn sự thực (NĐTM, trang 144). Ở *Bụi và Rác* Thăng lại có ý thức rõ rệt về chính trị. Không những rõ rệt mà còn sâu sắc. Mâu thuẫn chăng? Thực ra không phải thế. Thăng đã thay đổi cách nhìn về thời thế. Bởi thời thế đã tạo nên những cảnh ngộ đau lòng chạm vào tim anh. Thời thế đã mở ra những thay đổi lớn, những thay đổi chỉ có xấu đi chứ không hề tốt hơn, ở thế nhìn của Thăng. Thời thế đã khoát cho mọi người một chiếc áo lạ lùng. Thời thế đã khắc trên từng khuôn mặt của mỗi người dân những đường nét quái gỡ, tạo cho *"mỗi khuôn mặt của người Sài Gòn luôn luôn có một chữ vô hình nhưng rõ nét. Ngụy! Ngụy! Ngụy!"* (BvR, trang 205). Vinh và Nhật mang trên vai những năm lính, lội nát núi rừng: Ngụy. Ký và Lộc mang thân phận biệt phái: Ngụy. Trần Lâm Thăng đứng trên bục giảng, ấm ớ với chủ đề hợp tác xã: Ngụy. Cả một thành phố, hay nói rộng hơn là cả miền Nam, chỗ nào người ta cũng thấy Ngụy và CIA. Sự nghi ngờ của chính quyền mới bao trùm lên cả xã

229

hội tạo ra những nỗi bất an. Người ta sợ một ánh mắt lạ, e dè trước một tiếng gõ cửa. Sau những tháng ngày đầu chờ đợi trong phập phồng, người ta rõ dần với "cách mạng". Và rồi, người ta bàn tính chuyện lao ra biển đông bất chấp mọi hiểm nguy đang chờ chực. Bởi nếu không ra đi, họ *"phải cúi xuống gánh tiếp những tai ương còn đầy rẫy trong một thời đại của "Chủ Nghĩa"."* (BvR, trang 76). Cuộc sống mới sau 1975, đầy nghi ngờ và gãy đổ niềm tin giữa người với người như thế, không phải là chỗ dung thân cho những văn nghệ sĩ đúng nghĩa. Càng không phải là chốn nương tựa cho những người đi bên lề cuộc đời như Thăng. Khi vào đường cùng, bản năng sinh tồn phải tìm lối thoát. Khi vào ngõ cụt, con người phải cố xoay sở để tìm đường sống. Vì thế, cái khác biệt trong ý thức chính trị của Thăng ở giai đoạn trước và sau 1975 là một hiển nhiên. Nhưng trước và sau: Thăng vẫn là Thăng, một kẻ bước đi trên những đám mây.

Có thể nói Nguyễn Xuân Hoàng đã giữ được điều tâm huyết của mình: không để chính trị lấn áp văn chương, trong một tác phẩm văn chương, điển hình là nhân vật chính, Trần Lâm Thăng.

*

Cuộc sống mới sau 1975 thực ra là một cuộc sụp đổ khá đớn đau của dân tộc Việt. Cái đáng sợ nhất: Sụp đổ về niềm tin mới đáng sợ. Không ai còn tin được ai, ngay cả những người thân quen, ngay cả những người tưởng là bạn bè xưa cũ. Khi mất niềm tin, con người như mất tất cả. Xã hội như cạn kiệt nhân tình. Con người như mất dần nhân tính. Quan hệ giữa những người tự xưng là bạn dân và người dân chẳng khác nào quan hệ của quan lại và dân đen trong thời đại phong kiến. Quan hệ giữa người và người trong xã hội không

230

còn là mối quan hệ bình thường. Mà dường như đằng sau đó thường là những mối trục lợi, nếu không thì cũng e dè, khiên cưỡng. Tuy phần lớn là thế, nhưng cuộc đời luôn có những ngoại lệ. *"Bụi và Rác"* cho thấy những ngoại lệ đó. Và dù là bình thường hay ngoại lệ, Nguyễn Xuân Hoàng đã gần như đi đến đích trong những điều ông muốn diễn tả. Nói rõ hơn, cuộc sống sau tháng tư 1975 dưới ngòi bút của Nguyễn Xuân Hoàng rất rõ nét. Ông đã đi vào thế giới nội tâm của nhân vật thật xuất sắc, từ những người cũ như Tâm, Nguyễn Giang, Phước v.v. đến những "con người mới của thời đại mới" như Mười Tân, Nhị Hà, Lê Hiên, hay những người một thời đóng góp máu xương cho "cách mạng" như Ba Trương Phi, chẳng hạn.

*

Nguyễn Xuân Hoàng viết đều tay và cẩn trọng với chữ nghĩa của mình, ngay cả ở những dấu chấm, dấu phẩy. Đặc biệt ông có lối diễn tả rất bắt mắt: đầy hình tượng và giàu âm sắc. Nói một cách khác, văn chương của Nguyễn Xuân Hoàng: đẹp. Không những đẹp mà còn đầy chất sống. Ở nhiều chỗ, ông có những hình ảnh so sánh lạ, tạo nên những liên tưởng mạnh, hiếm thấy các nhà văn khác sử dụng. Tất cả những điều này giúp cho những trang sách của ông chống lại sự bào mòn của năm tháng.

Có một nét khá đặc thù trong chữ nghĩa của Nguyễn Xuân Hoàng, tưởng cũng nên nhắc ở đây. Ông thường dùng chữ "rất" đứng đằng trước một danh từ để diễn tả những điểm riêng tư, hay cá tính của một nhân vật mà ông muốn nói, như: *rất đàn bà* (NĐTM, trang 22, 74, 77), *rất con gái, rất phụ nữ* (NĐTM, trang 76), *rất Sài Gòn* (BvR, trang 209), *rất Hà Nội* (BvR, trang 213) v.v…

Không phải chỉ ở bộ *Người Đi Trên Mây*, mà trên những trang sách khác, ở những tác phẩm khác của ông, người đọc cũng thấy cách diễn đạt này. Chẳng hạn như:

"Ba má Đông đã già. Đó là một gia đình người Nam rất Nam kỳ quốc." (Căn Nhà Ngói Đỏ, trang 121)

Và không chỉ trên những trang sách của mình, mà khi viết về những người khác, Nguyễn Xuân Hoàng cũng dùng một lối diễn tả như vậy. Như trong bài bạt cho một tập truyện của Đỗ Kh., chẳng hạn, ông viết:

"Bằng một làn điệu riêng, ông hát những ca khúc của chính ông sáng tác, rất Đỗ Kh., và thuần túy Đỗ Kh." (Không Khí Thời Chưa Chiến, trang 162).

Ở khía cạnh sử dụng "rất+danh từ" này, nhiều trường hợp Nguyễn Xuân Hoàng cô đọng được điều mình muốn nói. Tuy nhiên, cũng có nhiều chỗ, cụm chữ "rất+danh từ", không chở nổi điều ông muốn diễn đạt. Nó chỉ như một hình thức khái-quát-hóa, chung-chung-hóa. Nó chưa bẩy lên được cái riêng tư của nhân vật, chưa tách được họ ra khỏi đám đông.

Đẩy một danh từ ra khỏi vị trí thường hằng của nó để làm thành một tính từ, không những một, mà là nhiều lần, gần như làm thành một đường dây nối liền tác phẩm này qua tác phẩm kia trong thế giới chữ nghĩa của Nguyễn Xuân Hoàng, cho thấy một khía cạnh về cá tính của nhà văn: khi ưng ý một cách diễn đạt nào, nhà văn thường lập lại cách diễn đạt đó. Nhưng cũng có thể đây là một thói quen của người viết: lười. Cái lười đi tìm một chữ nghĩa riêng, một hình ảnh riêng để diễn tả cho từng trường hợp. Trong cái lười này, trước tiên, ông là một người thiệt thòi. Nhưng người thiệt thòi nhiều hơn, chính là độc giả, những người đọc đã "lỡ" yêu văn chương của ông, yêu nhiều hình tượng bén nhọn mà ông

232

từng dựng nên, muốn tìm thấy thêm những lối so sánh mới lạ, độc đáo như ông đã từng, trên những trang sách khác.

*

Qua *Người Đi Trên Mây*, chúng ta dễ dàng nhận thấy ngay một điều: văn chương để đấu tranh giai cấp, không có Nguyễn Xuân Hoàng. Văn chương để tải đạo, hiểu theo nghĩa *"chở bao nhiêu đạo thuyền không khẳm"*, không có Nguyễn Xuân Hoàng. Văn chương để ca tụng lãnh tụ và dựng nên những anh hùng, không có Nguyễn Xuân Hoàng. Vì thế bản sắc của *Người Đi Trên Mây* càng trở nên đặc biệt. Nó như một thứ tuyên ngôn, mà người đọc thấy được, của Nguyễn Xuân Hoàng: văn chương của *Người Đi Trên Mây* là văn chương vì văn chương. Và ở đó, nhân vật chính, Trần Lâm Thăng, đã bứt ra khỏi cái chờ đợi trong lối thưởng ngoạn quen thuộc. Kết quả cuối cùng: hình ảnh và cá tính của Thăng rất dễ làm người đọc dị ứng.

Trong khu vườn tiểu thuyết Việt Nam, có muôn vàn nhân vật được dựng nên. Trong số đó, có rất ít ở lại với người đọc. Đó là những nhân vật, dù yêu hay ghét, mà mỗi khi được nhắc đến, người ta nghĩ ngay đến nhà văn, và ngược lại. Ở bộ *Người Đi Trên Mây*, Trần Lâm Thăng của Nguyễn Xuân Hoàng nằm trong con số không nhiều này

Đoàn Nhã Văn

(11/2000, sửa lại 1/2005, xem lại 08/2013 cho chuyên đề Nguyễn Xuân Hoàng)

Đức Phổ

Nguyễn Xuân Hoàng,
Bao Điều Nói Được

Mới ngày nào đây
Gặp anh
Với chiếc jean xanh cài sơ mi trắng
Tôi bảo anh trẻ hơn so với tuổi
Anh ngập ngừng kể lại
Chuyện năm xưa 21 tuổi ra trường đi dạy
Nữ sinh trêu anh là nam sinh sao đi nhầm vào trường nữ
Trái tim con trai lúc ấy hốt hoảng đến bơ thờ
Bây giờ nhìn lại anh
Tuyết đời đổ đều trên mái tóc
Nét hiền xưa vẫn nói được bao điều!...
Thời gian trôi êm mà thế sự thăng trầm
Nơi nào có anh bằng hữu trăm người tấm lòng chỉ một
Anh điềm tĩnh giữa bạn bè cuồng nhiệt
Văn – và – người anh cùng nói được bao điều!...
Đá kia cũng mòn dưới dòng nước chảy
Huống hồ con người trôi nổi với trầm luân!
Văn anh viết ra triệu người cùng đọc
Mà căn bệnh trầm kha anh cam chịu một mình

Giá như là gánh nặng trên vai
Là trước phong ba bão táp
Bằng hữu có thể sẻ chia, che chắn cho anh
Trời xanh cao chắc cũng hiểu được
Tình cuối đời nhau sẽ nói được bao điều!...

Đức Phổ

Savannah, 16-8-2013

Hoàng Xuân Sơn

Tự Sự

tặng Nguyễn Xuân Hoàng
một đêm
tóc xóa bạch.   phần
thanh niên cần một chút
phân vân
ngồi
cùng lưng
đọ thẳng vai trời
cùng nghe chiếu lệ
mùa vui nhập bầy
thẳng hoặc. chiều
ngậm ngón tay
cùng tơ tưởng sớm
kéo ngày   dài hơn
thân thế nhẵn lại
đâu
còn
cành hoa tráo một nhánh
tồn vong
khi
đường quanh co chỗ thầm thì

Nguyễn Xuân Hoàng & Hoàng Xuân Sơn (San Jose, 10.2012)

chỗ kín bưng miệng tùy nghi
tập tành
nghe hồn chìm một vẻ
xanh
cho mây còn ở ngọn ngành mai khoa
thôi về đâu nắng chan hòa
tay đo lượng giác
cùng toa rập
mình

HoàngXuânSơn
11 juillet 2013
ở Denver

Hồ Đình Nghiêm

Đã Mười Ba Năm Hơn

Trí nhớ đã suy, mình ngồi hồi nhớ. Lần khân đếm số, ảnh hình cóc nhảy vô hang rồi lại nhảy ra. Xác quyết là chữ mang nhiều hàm oan, thôi cứ hàm hồ cho là năm bận. Chẳng bận nào ở ngay California. Mình là con cóc chân ngắn chưa biết qua hình thù đôi hia bảy dặm. Nhảy một cú khá xa là lần vượt biên sang tới Boston. Gặp anh Nguyễn Xuân Hoàng chị Trương Gia Vy bất ngờ "Đứng dưới trời đổ nát". Phải không, đêm ra mắt thơ Phan Xuân Sinh? Bốn bận khác thì cứ đè Montréal cố quận mà sum vầy.

Năm lần. Vậy thì lần nào cả gan mặc thế chiếc áo Lê Lợi vừa giũ tà huy bay? Chỉ quen biết nhau, đứng ngó xa xăm trong một khu vườn rộng, chỉ hưởng chung một thứ khí hậu biệt lệ mà nghe tuồng như tình thâm tựa thủ túc? Phải có cái gì đó hơi thất thường trong động thái người trao kẻ nhận, và song phương đều tường mười mươi, giờ này Lê Lai chỉ là sản phẩm của tưởng tượng. Nguồn cơn nào đã biến "định bụng" thành hiện thực? Dạo ấy chưa có email. San Jose cách xa phố Mộng lệ này những sáu tiếng ngồi siêu cơ. Cả hai lại không rõ số phone của nhau. Một lá thư (xanh) hay (hồng)? Chỉ còn có mỗi thứ ấy thôi. "Bạn lo giùm tôi bài vở một số báo Văn, được không?". Ra bưu điện dán 52 xu lệ phí hồi âm sang Hợp chủng quốc. "Được chứ anh, ba mươi giây, dễ như ăn ớt".

Rất to gan. Rất điếc không sợ súng. Và rất hồn nhiên trong sự xởi lởi phanh áo trạc ngực nọ. Vậy mà không bị đắp mô, cầu đường chẳng bị giật sập, mình say sưa bu sau xe: Tới luôn bác tài. Tờ báo văn số 42, tháng 6 năm 2000 đến hẹn lại lên, trình làng đúng hạn kỳ.

Như thưa ở trên, mình gặp mặt anh Nguyễn Xuân Hoàng đúng năm lần. Đó là những bận mà tiếng động chẳng mỏi mệt để lan tràn suốt năm canh, của tiệc tùng, của đám đông, của cười đùa, tuồng như muốn quên giới hạn của đêm ngày, của một xa rời sẽ diễn. Đám đông vui nhộn nhưng đám đông sẽ giết đi những tâm sự, những thì thầm khi kẻ này muốn dốc lòng riêng cho kẻ kia. Không bao giờ giữa mình và anh Nguyễn Xuân Hoàng có điều kiện để nói tới một điều gì gần như quan niệm về việc sáng tác. Thế hệ trước hẳn sẽ nhặt ra những gai nhọn mả thế hệ sau khi nhìn ra, một là tránh bước. Hai là đạp bừa vào đó để tự thân chứng nghiệm vết thương. Mình tin, anh Nguyễn Xuân Hoàng sẽ sẵn lòng truyền đạt những vấp ngã mà anh từng gặp phải, nếu ngồi trong một khung cảnh khác. Quán cà phê chẳng hạn, và tuyệt đối lánh xa đám đông.

Điều ấy chưa hề tới. Thiên thời địa lợi nhân hòa thảy đều chẳng ra cơm cháo gì sất. Tuy vậy, đâu đó, tình cờ, cả hai đều đồng thuận: Quay lưng làm ngơ những "Chàng" "Nàng". Dị

ứng. Không cho nó xuất hiện trong chữ viết. "Nó làm sao ấy!".
"Thì nó sến chứ còn gì nữa". Ít ra thì Lê Lai cũng tâm đắc Lê
Lợi một cái gì đó. Cho dẫu nét điển trai đã phôi pha, cho dù
khi không tóc trắng phủ mái đầu. Thứ màu tóc chỉ riêng của
Đặng Dung, đặc thù của: "Gươm mài vầng nguyệt đã bao
ngày!".

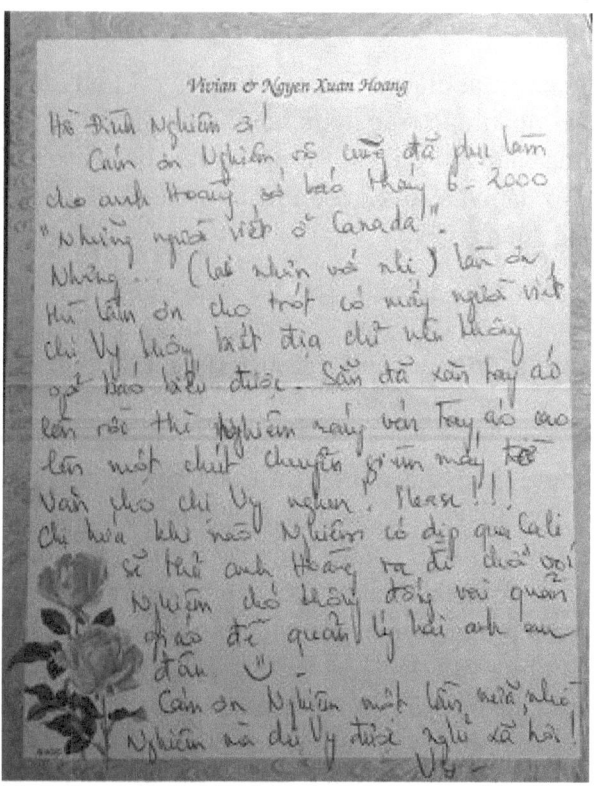

Mình đã có lần lo được một số báo Văn. Bạn tin không? Ừ,
cũng chẳng có gì to tát. Do bởi những người góp mặt, cho bài,
họ đã vị tình mình mà san sẻ. Và sau hết, chỉ vì cái bảng hiệu
có chưởng môn nhân Nguyễn Xuân Hoàng đứng tên. Một tên

gọi, tự thân cũng nói lên được nhiều điều. Một chủ nhà đáng yêu, khách khứa mới siêng giỏi chân lai vãng. Chưởng môn một võ quán (văn chương) phải có bí kíp mới quần tụ được anh hào.

Không to tát, nhưng dù sao nó ủ vào trong từng ngăn kỉ niệm của mình. Mình xin chia sẻ chút kỉ niệm có rất ít với anh Nguyễn Xuân Hoàng, chị Trương Gia Vy. Đã là kỉ niệm thì khó quên mà cách bảo tồn hữu hiệu là vay mượn vùng đất của Da Màu để lưu trữ. Mình mạn phép sao chụp lại lá thư ngắn của chị Vy, chỉ duy một dụng ý: Giữa chúng tôi, vô tình đã nối kết một sợi dây, không gì khác hơn đó là tình cảm giữa những người cầm bút.

Mình đã đọc lại nhiều lần. Những hàng chữ thật thân tình, thật ấm áp. Xin hãy giữ cho nhau thứ khí hậu ấy, chị Vy nhé, anh Hoàng nhé. Người anh "Lê Lợi" của riêng mình, một mai sẽ ra tuyến đầu như "lịch sử" buộc phải thế. Duy một lối đi. Long bào vẫn thiết thân phủ người, bởi "Lê Lai" vẫn có lối về của riêng nó. Không ai nợ nần ai. Ngoảnh mặt, tha hồ mây trắng bay.

Hồ Đình Nghiêm

Hồ Như

Nơi Đâu, Bao Giờ?

(Bất cứ Lúc Nào, Bất cứ Ở Đâu từ phía nhân vật Vy)

Mình đã từng hứa hẹn viết thư cho nhau, phải không anh? Mình đã hứa đã thề rất nhiều thứ, nhưng chẳng giữ được một lời. Có phải anh sẽ nói thế, với một nụ cười lẫn lộn đâu đó trong giọng nói của anh, nụ cười rất riêng tư, không hề chia sẻ, cho dù lúc ấy anh đang ôm em rất chặt trong tay chăng nữa. Nụ cười cho em thấp thoáng thấy khoảng cách rất thật giữa chúng ta, không phải là hồ sâu núi thẳm, những con đường đèo ngoằn nghoèo tưởng chừng không dứt giữa nơi chốn của em và nơi chốn của anh, hay khoảng không gian dù thu hẹp cách mấy giữa làn da em và làn da anh.

Bây giờ, thì nụ cười của anh nằm ở một khóe miệng hơi trễ xuống. Anh vẫn phục cái tài lan man của em, những tư tưởng của em quanh co và bất định hơn cả những vòng khói thuốc của anh. Phục sự tự do của em, vì em không bao giờ cảm thấy cần thiết phải đuổi theo những tư tưởng ấy, giam chúng vào từ ngữ, sắp xếp chúng cho vừa lòng hoặc gây ấn tượng với những độc giả tương lai (nếu có). Thế thì, anh hẳn đã phải biết, hoặc ít nhất đoán ra, em không thể giữ lời hứa viết thư cho anh.

Anh có giữ lời hứa không? Em không nhận được thư anh, vì anh không viết, hay viết rồi lại không gửi? Anh có như em, mỗi lần trời mưa lại nghĩ đến những khoảnh khắc ngắn ngủi mình thực sự nhìn thấy nhau, thực sự ở bên nhau, thực sự là của nhau? Lúc ấy em không thích sự im lặng của anh trong cơn mưa, còn bây giờ em đoán có thể anh sẽ dành một khoảng không tim lặng ấy cho em, cho những hồi tưởng từ đây sẽ đẹp hơn với thời gian. Phần còn lại, có thể thuộc về những thứ lo toan của tờ báo, hoặc chiến tranh và mất mát, hoặc những truyện ngắn chuyện dài anh sắp viết. Không có em trong những thứ ấy, và những thứ ấy không có trong cuộc sống của em. Trong khung cửa sổ phòng em xanh màu lá cây và màu núi lam xa xa, tờ báo không có niềm đam mê, chiến tranh chỉ là một khái niệm em không hiểu hết, và những dòng chữ biết vẽ biết nói cũng như thần chú phù thủy, luôn dấu lại một điều gì phía sau.

Em muốn tình yêu là tất cả. Anh đã nói thế, đúng không? Hay lại là một mẩu nhớ tưởng tượng, một sự lừa my của tâm thức em? Anh đã nói thế, với một chút gai góc em diễn dịch là chê trách. Tại sao những chữ bình thường nhất cũng cần diễn dịch từ người nói đến người nghe? Đôi lần em muốn hỏi lại anh xem diễn dịch của em có đúng không, nhưng khi em nghĩ đến những vòng tròn diễn dịch từ câu hỏi ấy càng lúc càng lan rộng và không thể kết thúc, em lại thôi. Có lẽ em đã biết những giờ phút bên anh là giới hạn, chẳng thể hoài phí. Có lẽ em không như anh, từ ngữ vừa là hàng rào vừa là cửa ngõ. Có lẽ em biết dù mở bao nhiêu cánh cửa, em, và anh, vẫn nằm trong mê trận của từ ngữ. Có lẽ em không muốn mở đến cánh cửa tận cùng...

- Tại sao con ngồi trong bóng tối như thế? Ngủ quên à?

- Này, mẹ nói nhé. Còn con gái mê tiểu thuyết thì không sao, mai này bỏ bớt đi. Đừng để như mẹ, bị mắng cho đến bây giờ.

- Ngày mai phải đi thử áo, con có nhớ không?

- Đứng dậy vào giường ngủ sớm đi con. Cũng gần ngày rồi, mắt quầng da thâm, khó trang điểm lắm. Để cuốn báo sang một bên... Bất cứ nơi nào, bất cứ ở đâu. Là nghĩa gì nhỉ? Văn chương thời nay thật là...

...em đã muốn tình yêu là tất cả. Em đã ngồi trong căn phòng thinh lặng của mình, nhìn ra cửa sổ ít nắng nhiều sương mù nhiều mưa và chờ đợi. Chờ thư của anh. Chờ tiếng xe lambretta của anh. Chờ một dấu hiệu nào đó của anh. Em đã muốn nắm bắt tình yêu, cho dù phải lao mình vào miệng vực. Vâng, sự liều lĩnh cực đoan của tuổi trẻ còn rất gần với trẻ con, em biết.

Giờ đây thì em đã hiểu. Bất cứ nơi nào, bất cứ ở đâu, cũng chỉ có hai ta. Vì chúng ta có thể nhớ nhau. Khi nhung nhớ đã thành thói quen, gặp gỡ chẳng còn là cần thiết, phải không anh?

Em với anh. Chẳng bao giờ nữa. Chẳng nơi nào nữa.

Hồ Như

8/13

244

Lê Chiều Giang

Lên Đồng

Gửi Trương Gia Diệu Trữ để
cùng nhớ NĐ và nghĩ tới NXH

T

a ngồi một mình trên nóc nhà
Buổi sáng,
trước ngày bỏ đi
Khói thuốc tan trong mây
Rượu đổ đầy máng xối
Ơi ngày xưa
nhà xưa
người xưa . . .
Ta hét
ta la khô quắt phổi
Ta đứng rất cao
không với tới
Những hồn ma trôi nổi
Lãng đãng, vật vờ bay
Nhưng ta nghe ra rõ tiếng người

Ta nghe ra
Lời xưa to nhỏ . . .
Ném hết,
Nhang tàn tung tóe trời xanh
Ta hát như điên trong cơn đồng thiếp

(Bỏ San Diego)

Lê Quỳnh Mai

Phỏng Vấn Nhà Văn
Nguyễn Xuân Hoàng

(Trích: Lê Quỳnh Mai, Tác Giả, Với Chúng Ta, nxb. Khôi Nguyên: 2004, Canada)

LQM: Xin ông giới thiệu vào dòng về tạp chí Văn và tuần báo Việt Mercury mà hiện nay ông là Tổng Thư Ký.

NXH: Tạp chí Văn do ông Nguyễn Đình Vượng sáng lập tại Saigon năm 1964- giấy phép xuất bản ngày 4 tháng Mười Hai, 1963, với Trần Phong Giao trong vai Tổng Thư Ký. Năm 1972, ông Trần Phong Giao thôi việc, ông Nguyễn Đình Vượng mời tôi làm công việc của Trần Phong Giao. Cùng làm việc chung trong thời gian này, có nhà văn Mai Thảo. Sauk hi cụ Nguyễn Đình Vượng qua đời năm 1974, tôi có nhiều việc phải làm, người trông coi là Mai Thảo.

Sau năm 1975, khi vượt biên đến được Hoa Kỳ, nhà văn Mai Thảo cho dựng lại tờ Văn năm 1982. Đầu năm 1996, sức khỏe Mai Thảo sa sút, và ông đã trao lại cho tôi trông nom từ tháng Tám, 1996. Số báo đầu tiên tôi thực hiện từ tay Mai Thảo ghi tháng Chín năm 1996 trong một bữa cùng với họa sĩ

Khánh Trường đón anh về từ Seattle. Vì thời gian đó tôi đang làm Tổng thư ký nhật báo Người Việt, nên dù rất thích, tôi bắt đầu làm tờ Văn khá vất vả. Nếu không có Nguyễn Mộng Giác, Khánh Trường và nhà thơ Nguyên Sa giúp sức, chắc không xong.

Về tờ tuần báo Việt Mercury, ấn bản tiếng Việt của nhật báo San José Mercury, tôi vào làm với vai trò Tổng thư ký qua cuộc tuyển người của tờ báo này. San José hiện có khoảng 100.000 người Việt sinh sống và làm việc tại đây. Việt Mercury khổ tabloid, khởi đầu ước chừng 40 trang, nhưng số đầu tiên có ngay 88 trang và số Xuân vừa qua có đến 216 trang.

LQM: Ông có ý định thay đổi(sáng tạo) về hình thức và nội dung của tạp chí Văn không?

NXH: Nếu cô để ý, có thể cô đã nhận thấy tờ Văn trong ba năm qua có nhiều thay đổi từ hình thức đến nội dung. Nhiều người viết mới, nhiều tác giả từ lâu không viết cho Văn nay đã đến với Văn. Đặc biệt Hoàng Ngọc Tuấn và Nguyễn Hưng Quốc ở Úc. Mặc dù tôi vẫn không ngừng tìm cách thay đổi tờ báo này để phù hợp với khung cảnh mới, nhưng phải nói là tôi chưa ưng ý cả hình thức lẫn nội dung của tờ báo hiện nay.

LQM: Xin ông cho vài nhận xét hoặc ý kiến về tình trạng văn hóa tại hải ngoại hiện nay?

NXH: Đó là một câu hỏi khó. Tại sao cô không hỏi về tình trạng văn học? Nói về văn hóa rộng lớn quá!

LQM: Là một nhà văn đồng thời là một giáo sư về bộ môn viết. Xin ông cho biết ý kiến về lối giáo dục của học đường tại Bắc Mỹ.

NXH: Từ ngày sang Mỹ đến nay, tôi không hề được tham dự vào sinh hoạt học đường nên không thể trả lời câu hỏi của cô. Thật ra từ những ngày trong nước, tôi không phải là một người có suy nghĩ nhiều về đường lối giáo dục. Tôi thích công việc của một người sáng tạo hơn là một nhà nghiên cứu. Có lần đài phát thanh Sài Gòn mời tôi nói chuyện về chương trình giáo dục Việt Nam bậc Trung học. Tôi có phát biểu một câu đại khái chương trình giáo dục mà chúng ta nói là khai phóng và dân tộc, thực ra chỉ là sao chép của Tây, rời của Mỹ. Ví dụ, ở các lớp đệ nhất cấp, đang học về Nguyễn Du, Cao Bá Quát, Nguyễn Khuyến, Hồ Xuân Hương... bỗng nhảy lên lớp Đệ Nhất (12) học về các ông Triết Tây, chẳng ra làm sao cả. Người học sinh không được trang bị trước một kiến thức cầu nối giữa những món ăn.

LQM: Ông có nhận xét gì về dân tộc Việt Nam so với dân tộc Đông phương khác (khi những dân tộc này cùng định cư tại hải ngoại như chúng ta).

NXH: Vẫn là một câu hỏi khó! Tôi nghĩ để trả lời câu hỏi này, cần có một công trình của nhiều người và nhiều nỗ lực hơn.

LQM: Theo ông, làm sao để người Việt nam hiện nay có thể hòa nhập với thế giới chung quanh mà vẫn giữ được bản sắc của mình.

NXH: Người Nhật, người Hoa và nhiều sắc tộc khác đã sống ở Mỹ, ở Canada, ở Pháp, ở Úc... Cá nhân tôi, mặc dù đã ở Mỹ được 15 năm, vẫn chưa hội nhập được đất nước này. Bức rào ngôn ngữ, văn hóa và phong tục tập quán luôn luôn ngăn cản tôi. Tôi thiếu kinh nghiệm đó và như vậy cô hiểu tại sao tôi không thể trả lời câu hỏi của cô.

LQM: Ông là nhà văn. Nhưng trong quá khứ cũng như hiện tại đều chăm sóc cho các tạp chí hoặc nhật báo, tuần báo. Xin ông cho biết sự khác biệt giữa hai lãnh vực này – viết văn và làm báo.

NXH: Làm báo đôi khi giết chết công việc viết văn. Nhất là làm báo tin tức, thời sự. Thời sự – actualité – là cái sẽ qua đi. Còn tác phẩm văn chương là cái còn lại. Người làm báo chạy theo thời gian, người viết văn đôi khi có thể nhẩn nhơ. Làm báo là ăn fastfood, làm văn là ngồi vào bàn ăn từ từ thưởng thức nghệ thuật nấu nướng.

LQM: Theo ông, hạnh phúc lớn nhất của một người viết văn là gì?

NXH: Hạnh phúc của một người viết văn là khi chấm dứt chữ cuối cùng của một sáng tác. Hạnh phúc lớn nhất của họ là được người đọc. Nhưng tại sao cô không hỏi nỗi đau khổ của người cầm bút?

LQM: Trong nhiều năm hoạt động, vừa là nhà văn vừa là nhà báo. Điều gì làm ông thích thú nhất? Và điều gì làm ông chán ghét nhất?

NXH: Tôi nghĩ cái thích thú của người làm báo khác với cái thích thú của người viết văn. Người làm báo thích thú thấy những gì mình viết ra tác động tích cực trên khía cạnh xã hội và đời sống thực tế. Trong khi cái thích của nhà văn là mang lại niềm vui của tâm hồn. Khía cạnh nhân bản là cái lớn lao nhất mà cả hai cùng chia sẻ.

LQM: Cuộc sống của một nhà văn nổi tiếng có gây khó khăn gì cho gia đình hoặc cá nhân ông không? Nếu có, thì đó có phải là cái giá đánh đổi cho sự nổi tiếng không?

NXH: Tôi không thể trả lời cô câu hỏi này vì trước hết tôi chưa hề nổi tiếng, nghĩa là tôi chưa có kinh nghiệm của một người nổi tiếng. Tôi mong mình cứ mãi là một người bình thường trong những người bình thường. Viết văn thì có gì ghê gớm chứ!

LQM: Nếu cho ông đánh đổi giữa danh vọng và tuổi trẻ, ông chọn điều nào? Và nếu cho làm lại từ đầu, ông sẽ đi theo con đường nào?

NXH: Tôi thích tuổi trẻ và tôi không cần danh vọng. Mặc dù tuổi trẻ và danh vọng cũng là những thứ sẽ qua đi, như bóng mây. Nhưng tuổi trẻ là điều tôi thích thú, bởi vì mới ngày nào... và bây giờ...

Nếu cho làm lại từ đầu, tôi sẽ chọn việc viết văn. Tôi yêu chữ nghĩa hơn những thứ khác...

LQM: Ông cũng từng làm thơ. Tại sao không tiếp tục trong lãnh vực này?

NXH: Tôi đã bắt đầu chuyện viết lách bằng thơ. Nhưng tôi thấy thơ không đủ. Vả lại tôi tự thấy mình không có cái khả năng của một thi sĩ. Làm thơ thật khó!

LQM: Trở lại những tác phẩm của ông. Võ Phiến đã nhận định rằng: Truyện NXH vốn không rườm rà, lòng thòng, đối thoại thường vắn tắt ỡm ờ (Văn Học Miền Nam- 1990). Võ Phiến cũng nói rằng: Chính tác giả cản trở chúng ta. Ông có đồng ý về nhận định này không? Nếu không, tại sao? Nếu có, xin ông giải thích tại sao thường cắt xén, sửa chữa dù tác phẩm của ông đã xuất bản.

NXH: Nhà văn Võ Phiến cũng như mọi người đọc khác, luôn luôn có cái nhìn chủ quan của ông. Khi người viết để trang sách của mình viết dưới mắt người đọc – bất cứ người đọc nào- có quyền phê phán. Tôi muốn hỏi cô nghĩ sao về những gì tôi viết, hơn là ông A hay ông B nào đó, dù ông ấy là một tác giả lớn. Một tác giả thành danh thường đã có một bút pháp, phong cách của mình. Võ Phiến còn chủ quan hơn người đọc bình thường. Vả lại, tôi chưa hiểu mệnh đề – chính tác giả cản trở chúng ta- của ông. Tôi là một người đọc rất yêu thích những tạp bút của Võ Phiến. Trong văn chương, ông ấy là ông anh của tôi. Không có Võ Phiến, tập truyện đầu tay của tôi, cuốn Mù Sương, đã không ra đời.

LQM: Hầu hết những tác phẩm của ông đều có đoạn kết bi quan về hạnh phúc gia đình, thường có dáng dấp của sự đổ vỡ, lạnh lẽo, tàn nhẫn như Nguyễn Mộng Giác đã phê bình. Đây có phải là biểu tượng thời thơ ấu của nhà văn Nguyễn Xuân Hoàng không?

NXH:-Nhà văn Nguyễn Mộng Giác như con mắt nhìn rõ trái tim tôi.

LQM: Ông đã viết: Trong thời chiến, tình yêu đôi khi chỉ là xa xí phẩm (Dưới Tàn Cây Trứng Cá; Bất Cứ Lúc Nào bất cứ Ở Đâu). Theo ông, tình yêu có còn được xem là xa xí phẩm nơi cộng đồng Người Việt chúng ta đang lưu vong – nơi không có chiến tranh- hay không?

NXH: Tôi viết câu đó trong một truyện ngắn ở thời điểm cuộc chiến Việt Nam đang hồi gay gắt. Những người bạn cùng lứa tuổi tôi ra mặt trận. Nhiều người đã ngã xuống. Nhiều người đã trở về không nguyên vẹn. Nhiều người có địa vị và giàu có nhờ chiến tranh. Có kẻ sống trong âm mưu. Có kẻ sống trong ngây ngô trước một thời đại đầy nghi hoặc. Tôi thấy chiến tranh dã man (chiến tranh nào mà không dã man?) và tôi thấy mình tồi tệ. Một con đà điểu dấu đầu trong cát. Tôi tưởng Tình Yêu là món quà xa xỉ. Nhưng câu nói đó giờ đây nghe cô nhắc, tôi thấy mình thật sai lầm. Phải nói là chính trong hoàn cảnh chiến tranh, khi mà cái chết không biết lúc nào chụp xuống đời mình, khi đó Tình yêu thật vô cùng cần thiết. Còn giờ đây giữa một đất nước thanh bình và vĩ đại như nước Mỹ, nơi vật chất thừa thãi, nơi tự do gần như tuyệt đối, tôi thấy Tình yêu mới là xa xí phẩm, nhưng là xa xí phẩm vô cùng cần thiết. Thiếu Tình yêu thì còn phương hướng nào mà sống!!!!

LQM: Trong video Dòng Thời Gian do Trung Tâm Thùy Dương thực hiện cách đây không lâu tại Cali. Nhà thơ Du Tử Lê đã phát biểu: Tình yêu không đi đôi với tình dục là tình yêu tật nguyền. Xin ông cho biết ý kiến về lời phát biểu trên.

NXH: Tôi hoàn toàn đồng ý với Du Tử lê. Đã qua rồi, từ lâu lắm thứ tình yêu trống trơn, tình yêu platonique. Nhưng tôi không thích thứ tình yêu giả chỉ để lấy cớ đi đến kết thúc bằng tình dục. Tình dục trống trơn là công việc của sinh vật(?) Tình yêu trống trơn là chuyện của mấy ông Thánh. Chúng ta không phải là thánh thần. Chúng ta cũng không phải chỉ là loài vật.

LQM: Như Nietzsche đã nói,"Khi người ta thản nhiên trước tất cả mọi sự thì người ta đã hoàn toàn tự do." Ông sống ở hải ngoại cũng khá lâu, Vậy ông thấy bản thân đã hoàn toàn tự do theo đúng nghĩa chưa?

NXH: Tôi nghĩ khái niệm tự do là một khái niệm luôn luôn cần phải xét lại. Nói một cách khác, tự do tùy theo mình đứng ở vị trí nào để nhìn nó. Có thật là có một thứ tự do thuần túy không? Người chủ và người nô lệ có cùng một ý niệm về tự do không? Người giàu và người nghèo có cùng một thứ tự do không? Người sống dưới chế độ dân chủ và người sống dưới chế độ độc tài có cùng một tự do không? Tôi thích câu chuyện ngụ ngôn của Esope về ý nghĩa của chữ Tự Do.

LQM: Có một công việc hữu ích, viết hồi ký, về những năm tháng hoạt động trong lãnh vực văn học. Ông có nghĩ đến sẽ làm công việc này trongt thời gian sắp tới không? Ngoài ra ông có ý định xuất bản tác phẩm mới không?

NXH: Tôi có đọc hồi ký của những nhân vật chính trị, quân sự, khoa học, có ảnh hưởng lớn trong lịch sử xã hội, một dân tộc. Hồi ký, của ông vua như Bảo Đại, quân sự như ông Nguyễn Chánh Thi, Trần Văn Đôn, Đỗ Mậu, một học giả như Nguyễn Hiến Lê, nhà văn như ông Võ Phiến, nhạc sĩ như ông Phạm Duy... tôi nghĩ rất hay. Phần tôi, tôi không nghĩ và chưa nghĩ đến chuyện này. Mình phải biết mình là ai chứ.

Về xuất bản sách. Tôi đang viết cuốn thứ ba của bộ ba Người Đi Trên Mây. Vẫn chưa xong. Viết rồi xóa, rồi viết rồi xóa. Tôi không bao giờ bằng lòng với những gì tôi đã viết. Tôi cần thời gian. Mà tôi luôn luôn thiếu thứ này. Tất nhiên cũng còn nhiều thứ thiếu khác mà tôi không muốn kể ra đây.

LQM: Cả một đời cống hiến cho văn học. Bây giờ nhìn lại, nếu có một điều đáng tự hào về mình. Ông tự hào điều gì?

NXH: Trước hết tôi thấy cuộc đời tôi đâu có đóng góp gì cho văn học. Một vài truyện, một vài cuố tiểu thuyết, đôi ba bài báo. Những thứ đó quá nhỏ so với nhiều tác giả viết trước tôi, những người cùng thời với tôi, và cả những tay bút mới viết bây giờ. Tôi thấy những người đó lớn hơn tôi nhiều. Tôi không thấy có gì để tự hào. Tôi nghĩ nếu mình có thể làm lại từ đầu, tôi sẽ viết những cuốn đã viết bằng một phương cách khác.

LQM: Xin ông cho biết cảm tưởng khi bắt đầu sống vào đầu thiên niên kỷ thứ ba. Và ông ước muốn điều gì cũng như nuối tiếc điều gì?

NXH: Tôi ước sao đất nước của chúng ta giàu mạnh hơn. Con người Việt Nam trong nước cũng như ngoài nước được đối xử trân trọng hơn. Tôi ước sao không ai nghèo. Tôi ước sao cuộc đời chỉ có Tình yêu, không thù hận. Ước nhiều quá, cô còn muốn tôi ước nữa không?!

254

Cám ơn nhà văn Nguyễn Xuân Hoàng đã gởi tặng thính giả một phỏng vấn thú vị.

Luân Hoán

Nguyễn Xuân Hoàng

Ông, *Người Đi Trên Mây*
tôi là là mặt đất
người chạy cùng người bay
cách xài đời có khác?
tôi bổn mạng con rồng
chẳng mấy khi nhào lộn
ông cầm tinh mãnh long
thảnh thơi cả trời rộng
con gì cũng thua con
ông có tôi cũng có
để làm đẹp nước non
điểm son cho hoa cỏ
chúng ta kể như quen
biết nhau qua giấy viết
tình bạn chưa đủ nhen
tiếng "mày, tao" thân thiết
ông gọi tôi bằng tên
tôi gọi anh, cung kính
ông xứng đáng bề trên
già hơn tôi mấy tháng

chẳng khiêm nhường bấy nhiêu
ông còn trội nhiều bậc
hình thức lẫn nội dung
mặt nào cũng cao ngất
ông là dân Nha Trang
ra lò trường Võ Tánh
Pétrus Ký Saigon
đại sư phạm Đà Lạt
cuộc đời đi làm thầy
của ông thật bằng phẳng
con đường làm nhà văn
cũng thênh thang lối thẳng
khoa triết học giúp ông
giàu có nhiều ý tưởng
truyện ngắn lẫn truyện dài
sâu sắc cùng lãng mạn
ai cho tôi nói chơi
nói lấy được, bá láp?
mời đọc những: *Mù Sương*,
Sinh Nhật, *Bụi Và Rác*,
không ngại ghiền văn chương
đọc *Khu Rừng Hực Lửa*
chắc chắc sẽ mê luôn:
Kẻ Tà Đạo, *Sa Mạc*
tiểu luận và tạp ghi
chữ nghĩa ông đều đẹp
phảng phất nét phương phi
khuôn mặt nhiều em mết
trời cho viết có duyên
nhưng ba hoa chưa giỏi
cũng bởi thật và hiền
bay bướm không mấy cõi

ấy, tôi đoán thế thôi
thực hư khó rõ được
ông rất mực chịu chơi
dễ gì thiếu lả lướt
gặp được ông mấy lần
bát phố chơi vài đoạn
vui chơi trời chia phần
ai trước ai đáo hạn?
trong danh sách cáo tồn
tôi cố tình bỏ sót
ngại chị Vy hết hồn
giữa cho không kịp vuốt
nhớ hồi tôi viết bài
tiếc nhớ Vũ Hữu Định
ông đăng rồi rỉ tai
cái tôi bạn nhiều quá
ông chê đúng y bon
cái bịnh tôi là vậy
chừ chẳng cải thiện hơn
ngay bài vẽ này đấy
nhưng ông khó nghĩ ra
thằng nào là Cự Hải
điểm sách ông ba hoa
trên tờ Sóng thuở nọ.
ông viết văn nhà nghề
ông làm báo sáng nghiệp
danh lợi thật đề huề
đời tặng ông quá phải
vẽ ông vụng chọn lời
tay run bởi thiếu chữ
đương nhiên lỗi tại tôi
non tài và hời hợt

258

chỉ một Nguyễn Xuân Hoàng
của *Căn Nhà Ngói Đỏ*
với *Bất Cứ Lúc Nào...*
cùng *Ý Nghĩ Trên Cỏ*
vẫn cứ vẽ lăng nhăng
chêm tôi vào nhiều chỗ
làm như thiếu hơi nhau
nét chân dung thiếu sắc
không biết sáng hôm nay
ông anh làm gì đó
San Jose nắng đầy
ngóng áo dài đầu ngõ?
nghe tin ông nhát chơi
bởi cánh lưng xương sống
cơn nhức nhối từng hồi
chẳng đợi khi trời động
tôi rành chuyện nhức xương
nhiều khi muốn chết trớt
nghĩ đến ông thật thương
chẳng thể chia sẻ được
chỉ khuyên ông lạc quan
điều ông giàu có sẵn
mươi câu nói tàm xàm
vẫn mong thêm ngọn nắng
xưa nay vốn xã giao
đâu ngờ chợt thân thiết
mưa phùn hay mưa rào
giọt tình không phân biệt

Luân Hoán

Lữ Quỳnh

Hãy Vượt Qua, Vượt Qua...

... Buổi trưa ngồi cà-phê Starbucks với Nguyễn Xuân
Hoàng
Nhắc bài viết Ban Mai trên Văn Chương Việt
Lòng yêu nước! Tại sao không?...

đọc đoạn thơ viết dở từ nhiều năm trước
khi Nguyễn Xuân Hoàng còn lái xe ra Starbucks
ngồi uống với nhau ly cà-phê đen
nói với nhau nhiều chuyện
những chuyện thường không vui
ngậm ngùi nhìn nắng xuống tàn cây
và mây bay trên núi Evergreen

anh bây giờ nằm yên một chỗ
chuyện nước non đâu còn nghĩ đến

những lần thăm anh
nhìn chị Vy bón anh từng muỗng cháo
tay chị run theo ngấn nước lưng tròng
chị ôm anh đứng dậy bước vào phòng
chỉ chị ôm anh thôi

vì tiếng trái tim anh chị là người thấu hiểu

Lần nào thăm anh về
lòng cũng nặng bầu trời mây
những đám mây không có dấu chân Hoàng
cầu mong anh vượt qua, vượt qua, vượt qua được ...

Yết đế, yết đế, bala yết đế, balatăng yết đế...
câu chú ngày xưa Trịnh Công Sơn thường niệm
nay tìm thấy trong Nghĩ Từ Trái Tim của Đỗ Hồng Ngọc
gửi lại anh, Nguyễn Xuân Hoàng bình an nhé.

San Jose, June 28, 2014

Lưu Diệu Vân

Vy Lực

Khi ta mười sáu, ta nghi nhận cuộc đời qua ánh mắt của hai người: đứa trẻ lên mười và em bé lên sáu. Tính hiếu kỳ [mọi người] của tuổi lên mười và sự vòi vĩnh [mọi thứ] thơ ngây của tuổi lên sáu. Khi ấy, tôi đọc *Bất Cứ Lúc Nào, Bất Cứ Ở Đâu* bằng hai đôi mắt băng tâm của hai thực thể chưa-phải-là-của-mình, nhân vật nam gần như chiếm trọn sự chú tâm của tôi. Đó là một người chững chạc, lãng mạn, thâm trầm, hút liền tay những ngụm khói bi quan, thở bằng những luồng nhớ da diết, sống trong không khí tràn ngập tình yêu nồng nàn nhưng vẫn trăm năm cảm thấy mình cô đơn. Nhân vậy ấy toát ra vẻ bí ẩn, bạt mạng, khích động sự hiếu kỳ của tuổi lên mười và cùng lúc khơi gợi lòng chiếm hữu nằng nặc của tuổi lên sáu. Tôi bắt đầu ý thức bản lĩnh đầy quyền lực của một người nam.

Nhân vật nam, một người có *"sự khỏe mạnh của thân xác, cái chiều cao của cơ thể, vóc dáng vạm vỡ của những thớ thịt"* – những nét bề ngoài đặc thù của một người đàn ông lý tưởng – dường như còn là một người sống nội tâm, chìm trong cô đơn, có vẻ từng trải, có địa vị, đầy tham vọng, và tràn đầy tự tin về sức ảnh hưởng của sự hiện diện mình trong trái tim nhân vật nữ. *"Anh coi trời bằng vung, anh khinh bỉ cái bọn trọc phú, anh ghét bọn háo danh rởm chung quanh như những con múa rối...*" Đó là quan niệm sống của một người hùng, không sợ cường hào, bất cần sự phê chuẩn. Lòng can đảm, sự dũng cảm là một trong những cá tính có sức mê hoặc người nữ vì nó tạo cho nàng cảm giác an toàn trong cuộc sống chung thân, một thái độ truyền từ gene thời tiền sử cho đến bây giờ. Những người đàn ông mạnh mẽ thường là những người có quyền lựa chọn và được chọn. Nhân vật nam hiểu sự thu hút của anh nằm ở điểm anh không muốn mình biến thành "*cái bóng nhòe nhoẹt của người nữ.*"

"*Nếu không có anh, nếu anh đừng có mặt trong đời sống này, chắc gì em đã chông gai và phiền lụy như thế.*" Lời cân nhắc ủi an tuy tha thiết nhưng ẩn náu hơi hướm kiêu căng không chủ tâm. Theo tiềm thức, nhân vật nam thiết lập uy quyền của mình trong thế giới tình yêu vì anh hiểu rõ tác động được phiền lụy của nàng đồng nghĩa với sự củng cố tầm quan trọng và sức ảnh hưởng vượt gia phong của mình. "*Những ngọn nến sinh nhật [...] đêm đó đã tắt, nhưng tôi bất ngờ trở thành một người đàn ông đầy quyền lực.*" Người đàn ông ấy tự cho mình là "cộc cằn", "thô lỗ", "xấu tính", nhưng lối suy nghĩ, trực giác biểu lộ sự tự tin tuyệt đối, đôi khi lấn sát ranh giới ngạo mạn. Và đặc tính đó toát ra mùi vị pheromone-tinh-thần đầy lôi cuốn, trong tâm tình bất định của một thiếu nữ đang lớn như tôi.

Và như rất nhiều cô gái mười-sáu-đang-tiếp-chuyển, tôi trở thành người "may mắn bất hạnh" trong những cuộc tình vọng tưởng, may mắn trong cuộc-sống-toàn-quyền-tự-do nhưng bất hạnh trong những sự chọn-lựa-không-thể-tự-chủ. Hoàn toàn tin mình bất lực trước mọi diễn biến chung quanh mình. Thụ động trước những đúng/sai, ân/oán, được/mất, quy lỗi cho mình qua những nghi ngờ tự sự. Tự trách, tự nó, biểu lộ sự thụ động hèn nhát. Rồi khổ-lụy-tự-trút như những mẫu lego xếp hình, biến dạng theo tâm tư, lúc vươn cao như rìa vực lúc chùng xuống như mặt biển, nhào nặn để chuyển hóa thành bản-ngã-nguyên-thủy theo thời gian.

Khi ta lên hai mươi sáu, phản chiếu trong đôi mắt ta nhận thức của chỉ một người: một ta đã qua thời định vị bấp bênh. Ta nhận diện ngay ra chính mình ở Bất Cứ Nơi Nào, Bất Cứ Ở Đâu, Bất Cứ Với Ai, Bất Cứ Trạng Thái. Tôi đọc lại cuốn sách yêu thích thời niên thiếu và nhân vật nam hầu như không còn tồn tại trên những trang giấy ấy, anh lùi hẳn vào sau bức màn tái hiện hiện thực của tôi. Bao nhiêu nét phác họa về người đàn ông bị tôi đặt vào góc não bên trái – góc điều khiển nghi vấn. Tôi cảm thấy sự cô đơn huyền bí của người đàn ông nay trở thành đầy kịch tính. Một người đang yêu cuồng nhiệt và được yêu trọn vẹn sao lại luôn cảm thấy cô đơn, phải chăng đó là một thứ cô đơn tự áp đặt để lấp liếm che phủ tầm quan trọng của ái-lực đang dần xâm nhập, điều khiển trọn vẹn người đàn ông? *"Trong thời chiến tình yêu đôi khi chỉ là xa xí phẩm"*, người đàn ông tuyên bố, nhưng có thật sự thuyết phục được chính mình không khi thú nhận *"Vy, anh đang gọi tên em để làm thơm đời anh. Em là đôi cánh chắp vào thân anh để anh có thể bay cao hơn... Em là trái tim đập mỗi phút giây trong lồng ngực anh để anh còn có sự sống."* Nghe như giọng điệu của một người đang bấu víu vào tình yêu tìm sự sống, không còn là người cao ngạo vung vãi ái tình như tôi đã ghi nhận.

Lần này, và rất đỗi tự nhiên, vùng não hyphothalamus của tôi – vùng kiểm soát cảm giác – hoàn toàn bị chinh phục bởi nhân vật nữ, một người con gái đài các, xinh đẹp, thông minh, thánh thiện, sở hữu nụ cười rụt rè đầy mê hoặc, đầy sẵn lòng hy sinh và sự tha thứ, tận tụy và thủy chung, mạnh mẽ trong đức tin của tình yêu. Tôi nhận ra quyền lực vô song của người nữ, không phải người nam, như đã từng ngây thơ ngộ nhận.

Nguyễn Xuân Hoàng & Trương Gia Vy lúc mới cưới

Nhân vật Vy nhỏ bé ở mọi khía cạnh: tuổi nhỏ, vóc dáng nhỏ, có hai bàn chân nhỏ và những giấc mơ hạnh phúc nhỏ nhoi, nhưng nàng khống chế trọn vẹn tâm tư người tình tưởng chừng như đã qua bao phen trưởng thành. Sự hiện diện của nàng gần như toàn năng, luôn "có-mặt-kiếm-diện", dù nàng "choàng áo len dầy, đang ngồi trên chiếc xích đu ngoài sân nhà," cách xa bao nhiêu "hố thẳm", "thung lũng","biển trời", "Khổng Tử", "gia phong", nhưng nàng diện hiện mọi nơi, bên cạnh người tình lúc nào cũng đang bất lực, sự bất lực gần như bi đát trước nỗi nhớ nhung nàng quay quắt và tình cảnh đất nước bi thảm. Quyền lực nàng truyền tiếp khả năng liên tưởng cho người tình, như Chúa đầy quyền năng với khả năng cứu rỗi sự sống loài người. "Hình như tôi đang nghe thấy giọng cười của Vy trong tiếng kêu khan của một trái cao su lăn dưới chân mình." Giọng cười, ánh mắt, ngay cả những dấu chân nàng cũng đủ tạo nên những trận mưa tầm tã, những cơn tuôn trào cảm giác thương yêu trong lòng người tình. Chúa cần nước mới biến được thành rượu. Vy không cần bất cứ thứ gì để tạo nên cả một thế giới luôn mới, một vũ trụ sinh sôi, một không gian đầy hy vọng trong lòng người đàn ông sống ngay ranh giới giữa sống còn thoi thóp và cái chết chập chờ. "Anh còn tiếp tục sống cái đời sống tưởng như sót lại của anh, anh còn tiếp tục hoạt động những công việc mà anh đã mất lòng tin tưởng, anh còn đi trên con đường mà anh đã từng nhiều lần vấp ngã đau nhói, cũng là nhờ tình yêu của em dành cho anh." Vy chỉ cần là chính Vy, với tất cả sự dịu dàng và tình thương yêu thiêng liêng của riêng Vy. Một Vy toàn năng.

Và Vy bằng xương bằng thịt của ngày nay, sắp đi hết trọn vẹn con đường tình yêu chồng vợ, vẫn là một Vy đầy quyền năng, tác động hy vọng bằng tình thương tận tụy. Vẫn là một Vy nhỏ bé, trước gió giông bệnh tình ngặt nghèo của mình, của chồng. Vẫn là một Vy với nụ cười rụt rè mê hoặc của thời con gái pha thêm nghị lực của một người đàn bà được điểm xuyết bởi muôn vạn tâm tư buồn vui phúc khổ đời người.

266

Quyền năng sẵn có của Vy vẫn nguyên vẹn, có lẽ còn phi thường hơn, trong tâm thức của người tình, người bạn đời của Vy. Nỗi cô đơn, giờ đây, bỏ cuộc, tuẫn tiết. Tình-yêu-vợ-chồng-đã-qua-thử-thách, giờ đây, hiện rõ trước mặt, trong lòng người đàn ông trước kia mãi sống trong liên tưởng bất diệt.

Giờ đây, tôi luôn tin vào sức mạnh của người nữ, nhưng tôi không muốn gọi đó là nữ quyền (dù "quyền lợi" hay "uy quyền") bởi "quyền" hay khiến ta liên tưởng đến sự thao túng, chiếm lĩnh, lộng hành: những điều phụ nữ chân chính không hề thấy thú. Tôi muốn gọi sức ảnh hưởng của người nữ, khả năng tạo dựng và cưu mang sự sống, biệt tài truyền linh cảm, năng lực khởi động hy vọng, bản lĩnh đối đầu với mọi thử thách, và nghệ thuật chăm chút yêu thương là nữ lực. Với nữ lực của Vy, chắc chắn tác giả *Người Đi Trên Mây* sẽ luôn bước trên những đám mây mịn màng, bồng bềnh, thư thái nhất giữa nụ cười e lệ đã chinh phục người trọn suốt một đời có đôi, và vì thế, nhẹ tênh.

Nam Dao

Người Đi Trên Mây,
Người Bay Trên Mây

Tin Nguyễn Xuân Hoàng nằm bịnh không mấy bất ngờ với tôi. Cách đây độ một tháng, chị Trần thị NgH báo có tin Hoàng, kể nhà văn bảo bây giờ ông là Nguyễn Đông (chứ hết Xuân rồi) Hoàng. Hôm sau tôi gửi điện thư cho Hoàng, nhắc hết Đông thì lại sang Xuân, trụ lại để tôi hẹn (sau nhiều thất hẹn) gặp anh. Vâng, anh đến cùng hai cậu con trai đến thăm tôi cách đây đâu cũng 10 năm, đi dạo phố cổ Quebec một buổi trưa nắng êm đềm, rồi hôm sau về mảnh vườn của tôi, uống bia ăn bún chả nói chuyện trên trời dưới đất. Thế rồi sau, hai ba lần qua quận Cam, tôi gọi lên San Jose hẹn đi thăm anh, có lần đã mua vé xe Hoàng (?) rồi, nhưng cứ thế thất hẹn, khi thì vì ba cái lăng nhăng không muốn chừa, nhất là... ôi cái chuyện tình tang ở đời.

Tôi quí Hoàng qua 2 tập *Người đi trên mây* (1987): viết, cẩn thận chi li từng chữ. Tình, văn anh đầy ắp, và đôi khi có muốn chống lại chữ tình anh cũng chẳng đặng với cái chất yêu người vốn sẵn đó trong anh – nói với triết ngữ – là phạm trù tự thân tiên thiên và bẩm sinh (tôi trêu mấy ông như Hoàng vốn học Triết thời những năm 60-70 với ngôn từ kêu hơn pháo nổ). Nhưng hiểu Hoàng hơn là khi tôi đọc *Tự Truyện của một người Vô tích sự* (1990). Không một dấu vết ngôn ngữ rỗng, gỗ, chỉ những chữ chân và thành, với chính mình, và như hệ luận, với người đọc. Văn chương như thế đi vào phần hồn, và cho đến nay, trong tôi vẫn lung linh hình ảnh chị Thảo của Hoàng đi mất tích sau khi bị T hãm hiếp, vẫn sắc như dao gọt của người anh cả của Hoàng tìm giết T một cách bình thản. Và là công thần của cái người ta gọi là triều đại Cách Mạng, ông cũng thản nhiên tự kết thúc đời mình bằng họng súng ông kê vào đầu và bóp cò, khi biết mình bị phản bội, vì chao ôi, cái tụng xưng Cách Mạng lại đi bội phản lại con người, thứ sinh vật ở Việt Nam sau khi cách mạng thành công có sống là chỉ để qua ngày. Trong blog VOA, Hoàng bảo tự truyện nói trên chỉ là hư cấu, tác giả Hoàng thì không là hư cấu, có xương có da, và có thật. Anh nói thế nhưng tôi không tin, vì tác giả và truyện – dẫu là hư cấu hay tự truyện – là một.

Chị Vy thân mến, lần nào gặp Hoàng nơi xa anh cũng cứ loay hoay nôn nóng về nhà để chăm nom chị. Thế mà không ngờ hôm nay anh lại chẳng biết chờ chị. Và xin chị đọc cho Hoàng nghe một câu thôi: hỡi người đi trên mây, người sẽ bay trên mây. Bay vì không còn sức hút của trái đất. Bay không trọng lượng, anh sẽ bay cao, bay xa. Như Từ Thức, có một ngày anh sẽ rời bỏ cõi mây để trở về trái đất nhỏ nhoi này. Ngày ấy, hy vọng trái đất đó cưu mang được những con người tin vào hạnh phúc là điều tất phải có.

(12-08-2013)

Về Quê, Gửi Nguyễn Xuân Hoàng

1

Ô ng bạn Nguyễn Bá Trạc như "ngọn cỏ bồng" [i]'.

Bạn mai về nhà?

Ờ, thì mai trở lại San Jose.

Rồi bạn hắng giọng, tại sao lại về? Mình ở đâu khi quay lại nơi đó thì nói là về! Nhưng tôi trú ở Phần Lan sau khi ngụ tại Mỹ khá lâu, miệng lại bảo về Việt Nam, nơi tôi vắt chân lên cổ thoát thân đã gần 40 năm, mà không nói như nói tôi đi Pháp, sang Ý, ghé Nga, trở lại Mỹ...Khỉ thế! Có lẽ về, là về nơi mình gắn bó hơn mọi nơi khác trên trái đất này chăng?

Sợ "ngọn cỏ bồng" lại lăng quăng vòng vo chuyện đi-về-ở... tôi hỏi có đọc "Nguyễn Xuân Hoàng trên con dốc tử sinh" mới đây của Ngô Thế Vinh chưa? Nhà thương thuộc Đại Học Stanford danh tiếng nay bó tay, Hoàng xuất viện rồi. Bạn buồn buồn, chúng mình đến tuổi sắp "về quê" thôi.

Về quê, về quê...

Muốn về, phải đi.

Người đi ừ nhỉ người đi thật! "Đời" thà coi như hơi rượu cay! [ii]

2

Tháng 8 năm ngoái 2013, Phùng Nguyễn làm chuyên đề về Nguyễn Xuân Hoàng trên Da Màu. Có bài của Trần thị NgH, cô em gái tôi gọi là xí muội. Em tôi khai Hoàng bị sarcoma. Tôi kêu ô, đau lắm! Đọc lại "Telecom" của NgH, vẫn cái phong cách bó mọi thảm kịch vào cái giọng "cứ như" là cười cợt thách đố, chính vì thế mà thảm kịch lại càng thảm. Nghe NgH kể, xưa khi còn bé, em núp dưới gầm bàn nghe lén ông Hoàng nói chuyện văn thơ với chị Kim Lan. Vẫn còn nhớ đấy. Tôi hỏi sao không viết lại? Viết làm chi, xí huynh!

Ừ, dăm ba con chữ trượt trên con dốc cuối liệu có ý nghĩa gì!

3

Tháng 2 năm nay 2014, cùng ông "ngọn cỏ bồng" phiêu lãng, tôi bắt xe đò từ quận Cam đi San Jose thăm Hoàng, không hứa cuội như vài ba lần trước. Nghe tin ốm đau nhưng Hoàng vừa phải dọn nhà. Đến nơi, ngay cửa vào là tượng Phật trên một cái bệ. Hoàng bảo, nghe nói là tượng cổ, không biết thực hư ra sao. Tôi đáp, Phật thì có thực, và chắc chàng ít nhiều cũng là Phật tử.

Sàn nhà còn đầy hộp giấy đựng đủ thứ đồ đạc giấy tờ. Hoàng nhỏ nhẹ, cười và nói, may mà có một số bạn bè trước là học trò đến dọn giùm. À, nhớ ra, xưa thầy Hoàng dậy Triết thời còn Sài Gòn. Chàng quảng giao, hành xử thân tình, tròn trĩnh, nên được cảm tình nhiều người. Tôi biết ít lâu nay Hoàng làm hóa trị, hình như là lần thứ tư thời gian chúng tôi gặp nhau. Chàng có vẻ lạc quan, tươi tỉnh, báo nhà thương ĐH Stanford sẽ mổ và làm ghép một cái "trụ" chống cột sống giúp cho Hoàng đỡ đau. Tôi thầm nhủ, sarcoma, sarcoma... mi đang làm chi bạn ta!

Chúng tôi ngồi bên nhau. Chàng không nói gì. Im lặng. Trong bóng tối căn phòng khách mành rủ, tôi nhìn bạn. Tôi cũng chẳng biết nói gì. Tự nhủ trước khi đến thăm Hoàng tôi sẽ hành xử như bạn tôi chẳng bệnh tật gì, sẽ không chép miệng, không an ủi, không thừa một lời. Tự nhủ, tôi sẽ vui, hay cố vui, nói đùa được thì nói, không thì để im lặng thay những lời lẽ thừa thãi vô duyên.

Và rồi, tôi chỉ nắm tay bạn.

4

Trưa hôm đó, Hoàng có hẹn với Bác Sĩ, tiếc rẻ không đi cà phê với Trạc và tôi được. Lên đường rời Hoàng, tôi quyết không ngoái lại nhìn, sợ lưu luyến kìm chân. Ngửng mặt, tôi nhìn lên mây. Hôm ấy mây xuống thấp, tôi thấy hình dạng một người đi trên mây, trong lòng giữ chút nắng mùa đông chưa nỡ bỏ lại thế gian này đã chớm màu u ám.

Bước cạnh, Trạc ngậm tăm được một lát, rồi bật nói, bạn bè chúng nó rủ nhau đi cả.

Đi? Chúng tôi chẳng nói chi nhiều nhưng cùng hiểu là sống gửi thác về. Nhưng về đâu?

Về đâu?

5

Khoan, trước khi đi, hãy nắm tay nhau bạn ơi!

Nghiêng ngả cuối đời

Mây trôi

Người đi trên mây **[iii]**

Người trôi trên mây

Người đi một đời

Người trôi một đời

*

Nhưng đám mây gió thổi

Ngừng ở đâu bây giờ

Đến ngồi bên cạnh bạn

Giờ đây

biết nói gì

Thôi, chỉ nắm tay thôi

*

Chỉ nắm tay

năm ngón gày gò

mái tóc phau phau trắng như giấc mơ dang dở

Giờ chuông điểm

người đi kẻ ở

Đi, đi đâu?

Ở, cũng ở đâu?

*

Mây cao, trôi vẫn ngang đầu

Mây trời ngã xuống nhuốm mầu thời gian

Ngửa tay thả hết lỡ làng

cho xuôi đến cuối địa đàng, rồi quên...

6

Về đâu?

Cuối địa đàng ư? Ai biết nói giùm tôi cái nơi ấy là cái chi chi!

Một nơi ngoài vật chất, rất có thể phi vật thể, thuần chỉ là cõi sóng vi ti của linh thức. Theo tín ngưỡng Kitô, nơi đó phân ra thiên đàng và địa ngục, cái thiện vĩnh viễn tốt đẹp, cái ác vĩnh viễn xấu xa. Theo nhà Phật, thiện ác tiếp tục tiến hóa, cuộc tái sinh luân hồi không kết thúc, và một chuyến đi khác rồi lại bắt đầu mở những chặng đường tiếp nối nhau trong trùng trùng duyên khởi.

Ông "Ngọn cỏ bồng" gọi về nơi ấy là "về quê", nơi ai cũng trút bỏ mọi gánh đời đa đoan, rồi bắt đầu lại tất cả. Và về như thế là lẽ công chính ai cũng như ai trong mọi cuộc phù sinh hữu hạn. Nên Tham làm gì? Sân làm gì? Si làm gì?

Phải chăng, biết vậy, ta nắm tay nhau là điều cuối cùng trước khi cất bước trên con đường "về quê"?

Mà này, Quê nhà xa lắc xa lơ đó/ Ngoảnh lại tha hồ mây trắng bay [iv]. Thế thì bạn tôi, người đi trên mây, sẽ bay trên mây, tiếp tục phiêu du về phía muôn trùng. Và rồi chúng ta sẽ gặp lại nhau, nhất định thế.

Ảnh Nguyễn Xuân Hoàng và Nam Dao do Nguyễn Bá Trạc chụp

[i] Tên tác phẩm của nhà văn Nguyễn Bá Trạc.

[ii] Thơ Thâm Tâm, xin đổi một chữ trong " . "!

[iii] Tên một tiểu thuyết của Nguyễn Xuân Hoàng

[iv] Thơ Nguyễn Bính.

Ngô Nguyên Dũng

Một Chặng Đường Văn Chương

Niên khoá 1968-1969, đậu xong Tú tài một, tôi được vào trung học Pétrus Ký học lớp đệ nhất. Giảng dạy môn triết học là một giáo sư trẻ vừa tốt nghiệp đại học sư phạm Đà lạt, khoa triết, kiêm văn sĩ đang được nhiều độc giả trẻ ngưỡng mộ: Nguyễn Xuân Hoàng.

Tôi chú ý đặc biệt đến ông, vì từ năm học lớp đệ ngũ tôi đã bắt đầu tập tểnh viết văn, làm thơ thiếu nhi gởi đăng trang Búp-bê do nhà văn Duyên Anh phụ trách trong nhật báo Sống. Giữa thập niên 1960, tôi khởi sự dọ dẫm làm quen với sách báo văn học ảnh hưởng đậm nét trường phái văn chương tây phương đang được giới độc giả trẻ tuổi ở Sài gòn ưa chuộng.

Bữa nọ, chị tôi được bạn cho mượn quyển "Vòng Tay Học Trò" của Nguyễn thị Hoàng. Tôi xin đọc. Chị nói không được, bảo tôi chưa tới tuổi. Tôi nài nỉ. Cuối cùng chị xiêu lòng.

Cảm xúc tôi, khi mở đọc những trang sách đầu tiên, lạ lắm. Tôi thấy mình tuồn tuột rơi theo những trang chữ diễm lệ óng ả của tác giả diễn tả tâm tư cô giáo Trâm vướng víu khắc khoải vào mối tình cấm kỵ với cậu học trò tên Minh. Không khí xứ lạnh Đà lạt ấy, thứ bút pháp bóng bẩy dục tính ấy mới lạ, rất khác, hoàn toàn khác với văn phong của các tác giả trong những cột tiểu thuyết tình cảm xã hội đăng nhiều kỳ trong nhật báo. Cũng không giống những "Điệu Ru Nước Mắt" hay "Trần thị Diễm Châu" của Duyên Anh, là vài quyển tiểu thuyết người lớn đầu tiên chính tôi bỏ tiền túi mua về đọc.

Bắt đầu từ đó tôi tìm đọc những tác phẩm kén độc giả như "Con Sâu" của Dương Nghiễm Mậu, "Bếp Lửa" của Thanh Tâm Tuyền, "Sống Chỉ Một Lần" của Mai Thảo, "Sau Giờ Ra Chơi" của Nguyễn Đình Toàn, "Khung Rêu" của Nguyễn thị Thuỵ Vũ,...

Cho tới lúc đọc được văn chương Nguyễn Xuân Hoàng, một lần nữa, tôi khám phá thêm một khuynh hướng sáng tác khác: tính đẹp của tư tưởng bi quan ẩn trong chủ nghĩa hiện sinh. Ở tuổi mười tám, tôi tìm đọc văn ông, ngoài vai trò độc giả, còn với tâm trạng tò mò của một đứa học trò, hy vọng nhặt ra những mảnh vụn tâm tư ẩn náu giữa những dòng chữ về con người và đời sống của người thầy mà tôi mến mộ. Tôi tìm thấy không nhiều, mà vặt vãnh như những mẩu giấy ráp một bức ảnh lỗ chỗ nhiều mảng trống.

Với cương vị giảng viên môn triết, Nguyễn Xuân Hoàng là một người thầy linh động hoạt bát. Ông dẫn dắt tuổi trẻ chúng tôi bước vào ngôi nhà triết học tây phương với những luận lý, tâm lý và đạo đức học cổ điển. Thầy Hoàng là người

277

trẻ nhất, dáng vẻ hào hoa và diện mạo điển trai nhất trong ban giáo viên lớp mười hai của chúng tôi.

Là văn sĩ, Nguyễn Xuân Hoàng đã khai mở trong tâm thức tôi những cánh cửa bước vào cõi chữ nghĩa huyền mộng. Cuối năm 1969, tôi rời nước du học. Bạn tôi biết tôi để ý tới văn chương Nguyễn Xuân Hoàng, cho nên mỗi khi có tác phẩm mới ấn hành của ông ở quê nhà, đều gởi cho tôi. Từ đó, những "Ý Nghĩ Trên Cỏ", "Khu Rừng Hực Lửa", "Kẻ Tà Đạo", "Bất Cứ Lúc Nào, Bất Cứ Ở Đâu" rắc mầm trong tâm tư tôi những chồi cây.

Trong "Khu Rừng Hực Lửa" tôi đã gạch dưới vô số câu và những chương tâm đắc. Tôi đã xúc động dào dạt sau khi đọc xong đoản văn "Cha và Anh", mà tôi nhớ được in trong tập truyện "Bất Cứ Lúc Nào, Bất Cứ Ở Đâu", ấn bản in ở Sài gòn khi trước. Ngoại trừ "Kẻ Tà Đạo" là một quyển tiểu thuyết với nhiều tình tiết gút mắc, những truyện ngắn, truyện vừa hoặc tuỳ bút khác của ông là những suy tư, những ý tưởng, những nhân sinh quan của riêng ông, một trí thức gia chịu ảnh hưởng triết lý tây phương và trào lưu chủ nghĩa hiện sinh trong văn chương, về cuộc đời, tình yêu và thân phận con người trong một đất nước chiến tranh.

Trong văn chương Nguyễn Xuân Hoàng, rải rác đây đó là những tư tưởng bi quan, vô vọng trước những bất toàn của con người, tầm hữu hạn của hạnh phúc, những bất trắc của đời sống. Chính những đặc điểm ấy làm nên bản sắc văn-chương-Nguyễn-Xuân-Hoàng, không trùng lặp với ai khác. Sau "Khu Rừng Hực Lửa", một truyện vừa gây nhiều tiếng vang trong giới yêu thích văn chương, tiểu thuyết "Kẻ Tà Đạo" là tác phẩm thành công rộng rãi của ông, ấn hành năm 1973. Quyển truyện là một phim bản linh động kể lại sinh hoạt của giới trẻ, giới văn thi sĩ và chính trị gia Sài gòn vào cuối thập niên 1960 với những phân cảnh yêu vội sống cuồng loạn trong tình huống chính trị rối reng, không lối thoát. Cá tính và cách ứng xử của những nhân vật nam qua bút pháp Nguyễn Xuân Hoàng, như Thăng trong "Kẻ Tà Đạo", không cường điệu thái quá, không công-tử-tính cổ điển như một tay chơi đất Hà thành vào những thập niên 40, 50 của thế kỷ 20 qua ngòi bút Mai Thảo, mà hờ hững, lãnh đạm trước thực trạng chính trị và xã hội như một kẻ mộng du giữa ban ngày. Và Thăng đi về phân vân giữa những nhân vật nữ.

Loại văn phong được Nguyễn Xuân Hoàng sử dụng, gán ghép cho những vai trò văn chương rất thời thượng, rất "tây", rất trí thức, nhiều phim ảnh tính. Và thụ động.

"... Tôi là một người đàn ông thụ động. Tôi không biết sục sạo tìm kiếm như con gà bươi móc trong đống rác ngoài sân để mổ được chút hạt gạo thừa.

Tôi thụ động trong tận cùng xương tuỷ..." ([1])

Không phải chỉ riêng những nhân vật nam trong tiểu thuyết Nguyễn Xuân Hoàng chất chứa tâm trạng thụ động ấy, mà không ít người thuộc giới trí thức cũng như văn thi sĩ thời bấy giờ cũng cùng quan điểm như họ. Phần lớn, có lẽ, bắt nguồn từ bối cảnh chiến tranh. Ranh giới sống chết quá mong manh. Cánh cửa hướng về tương lai khoá kín. Quan niệm về cuộc sống trong văn chương ông tuy mù mờ bảng lảng, nhưng vẫn khiến người đọc nghĩ ngợi. Nó bóc vỏ những bí ẩn về tính hiện hữu của đời sống, mặc dù không sắc sảo, tinh tế như văn chương Võ Phiến, nhưng đủ đậm để khắc dấu thành một ấn tượng Nguyễn Xuân Hoàng.

Sau biến cố 1975, tôi trực tiếp tham dự vào các diễn đàn văn chương hải ngoại. Khi được tin thầy tôi, nhà văn Nguyễn Xuân Hoàng, cùng gia đình sang Hoa kỳ định cư, tôi tìm cách liên lạc. Trong lá thư đầu tiên trả lời tôi, ông đề nghị sửa cách xưng hô, gọi bằng "anh" thay vì "thầy". Kể từ đó, tôi thường xuyên theo dõi văn nghiệp ông. Ông viết không nhiều, không bền bỉ dài hơi như Nguyễn Mộng Giác, nhưng tương đối đều đặn.

Những sáng tác ở ngoài nước của ông, tôi được ông gởi tặng bốn quyển: truyện dài "Người Đi Trên Mây", tái bản của "Kẻ Tà Đạo" với nhiều nhuận sắc và sửa đổi, là quyển một trong trường thiên tiểu thuyết cùng tựa ([2]), tập truyện "Căn Nhà Ngói Đỏ", truyện dài "Sa Mạc" và tập truyện tái bản "Bất Cứ Lúc Nào, Bất Cứ Ở Đâu".

Đọc "Người Đi Trên Mây", tôi bỡ ngỡ vì không thấy lại những chương, những đoạn và những câu văn đã từng làm tôi rung động trong "Kẻ Tà Đạo". Cá nhân tôi ưng ý bản chính hơn bản nhuận sắc ấn hành ở Hoa Kỳ, vì "Kẻ Tà Đạo" sắc nét và đậm đà cảm tính hơn "Người Đi Trên Mây", với những ý nghĩ thú vị về văn chương và điện ảnh của nhân vật Thăng. Hoặc, có lẽ chỉ vì "Kẻ Tà Đạo" đã bầu bạn thân thiết cùng tôi suốt nhiều năm tha hương đầu tiên.

Mở tập "Căn Nhà Ngói Đỏ", lòng tôi chùng xuống, khi đọc lại dòng chữ ông ghi thêm trên truyện ngắn "Tự Truyện Một Người Vô Tích Sự": "Tặng Ngô Nguyên Dũng tự truyện này. N.X.H.". Chi tiết thân ái này của ông dành cho tôi, từ lâu rồi tôi quên bẵng. Tôi tần ngần đọc lại đoản truyện, lần này với nhiều xúc cảm sâu xa như thể chính tôi là người hứng chịu những nghịch cảnh, những mất mát.

Chuyện kể kết thúc như sau:

»... Buổi sáng sớm rừng còn đầy sương mù, gió thổi luồn qua những vòm cây lạnh. Trên những ngọn cây cao, tôi nghe tiếng chim kêu từng hồi buồn bã. Giẫm trên những ngọn cỏ ướt sương, bập bập điếu thuốc lá chưa kịp khô, tôi thấy mình già hẳn. Như giờ đây, gần bốn mươi năm sau tôi thấy tôi mới già bằng thuở đó.« ([3])

*

Một hôm, đã lâu, tình cờ tôi xem được một cuốn phim Ý đen trắng cũ của đạo diễn Federico Fellini chiếu trên truyền hình: "La Strada", Anthony Quinn diễn vai chính. Phim kể về cuộc sống lang bạt nay đây mai đó của một gã đàn ông cục súc hành nghề xiếc dạo, giang hồ mưu sinh cùng một thiếu nữ phụ việc... Sực nhớ lại, trong một tác phẩm nào đó của nhà văn Nguyễn Xuân Hoàng, đã có lần ông đề cập tới một cuốn phim có nội dung tương tự với nhạc phim là một khúc kèn đồng não nuột, mà không nhắc tới tựa. Soạn lại những gáy sách cũ, tôi tìm thấy độc nhất một quyển của ông: "Kẻ Tà Đạo". Những cuốn khác thất lạc đâu mất. Tôi bâng khuâng lật từng trang sách úa vàng hoài niệm. Và tôi tìm ra đoạn văn ấy ([4]), cũng như những suy nghĩ rời của nhân vật Thăng, xưng tôi, đôi ba lần đề cập tới W. Somerset Maugham. Luôn cả câu văn trích từ một truyện ngắn của Maugham đã được Nguyễn Xuân Hoàng đem in lên bìa sau, làm nền cho quyển sách, đã bám víu tôi một khoảng thời gian dài:

»Thảm kịch của tình yêu không phải là cái chết hay sự chia phôi... Thảm kịch của tình yêu chính là sự dửng dưng.« ([5])

Những mẩu chuyện nhắc nhớ bên lề của ông, từ một cuốn phim không đề tựa cho tới câu văn trích dẫn nói trên, đã bắt tôi lùng mua tất cả sách truyện của W. Somerset Maugham được chuyển sang Đức ngữ, để tìm cho ra manh mối, được trích dẫn từ truyện ngắn nào. Nhờ vậy mà tôi đã đọc sạch ráo toàn bộ trước tác của Maugham. Văn chương của Nguyễn Xuân Hoàng, vì vậy, có thể nói, là tác động làm vỡ mạch những đam mê văn chương, âm nhạc, điện ảnh trong tôi. Và tôi viết. Viết để giải toả những ứ nghẽn của tư tưởng. Viết để thăng hoa ý nghĩ thành những trang chữ hào nhoáng. Viết để khai sinh những bóng hình hư cấu. Viết để biểu lộ thái độ tự mãn, rúng ép những nhân vật hành động theo ý mình.

Năm 2002, trong chuyến đi Cali thăm bạn, tôi và bạn có tham dự một buổi nhạc thính phòng vinh danh nhạc sĩ Phạm Duy. Sau giờ trình diễn, ca sĩ Quỳnh Giao dẫn tôi vào dự buổi tiếp tân, gặp gỡ ca nhạc sĩ. Tình cờ tôi tái ngộ nhà văn Nguyễn Xuân Hoàng cùng hiền thê là chị Trương Gia Vy. Chào hỏi nhau xong, ông nhoẻn cười nhìn tôi:

"Ngô Nguyên Dũng thấy anh ra sao?"

Tôi không nhớ tôi đã trả lời ông như thế nào, vì trong khoảnh khắc ấy, thú thật, tôi đang bối rối. Ồn và đông, quá đông những khuôn mặt vang tiếng trong giới ca nhạc sĩ hiện diện, mà tôi chỉ là một tham dự viên "đi ké", không được mời, cũng không phải khán giả mua vé hạng nhất. Tôi nán lại thêm chốc lát, rồi lên về.

Từ đó tới nay, tôi và ông gần như bặt tin nhau.

Giờ đây, đọc và ngẫm lại, tôi nhận ra có điều gì dường như nghịch lý trong câu văn ghi trên của W. Somerset Maugham. Ví dụ như, thay "tình yêu" bằng "đời sống" và hoán đổi mệnh đề, thành:

"Thảm kịch của đời sống không phải là sự dửng dưng... Thảm kịch của đời sống chính là cái chết hay sự chia phôi", thì sao?

Theo thời gian, sở đọc văn chương của tôi có phần thay đổi. Đọc lại dăm ba quyển sách đã một thời làm tôi ngẩn ngơ đêm ngày, tôi không còn xúc động như xưa. Bi thảm hơn nữa, tôi cảm thấy có điều gì đó không thật giữa những hàng chữ.

Không phải tôi thất vọng. Đúng hơn, tôi hoài nghi. Nhưng những trang sách của Nguyễn Xuân Hoàng là một trong vài ngoại lệ nằm trong sở thích tôi. Thỉnh thoảng có dịp, tôi lấy ra, đọc lại. Những bóng ảnh quá khứ trồi lên, quay quắt. Thời hoa niên hừng hực nắng Sài gòn. Những khuya tha hương quạnh quẽ, tôi viết nằm trong căn phòng hẹp. Chữ ứa ra giấy. Băn khoăn dập xoá. Lắm khi rúng động theo tâm tình của nhân vật. Đôi lúc gục đầu ngủ quên trên bản thảo.

Gấp sách, tắt đèn, tôi mở cửa sổ. Nhà trọ hai gian như hai hộp diêm kề cận nhau trong ngõ cụt. Cũng khung cửa ấy, những sáng mùa hè mở ra vườn nắng, nhác thấy con bồ câu trên đầu hồi mái nhà hàng xóm, cúc rúc rời rạc. Cứ vậy, lẻ loi, nhẫn nại nhiều sáng liên tiếp. Cho tới sáng nọ, sau một lúc cúc rúc, bất chợt nghe tiếng cánh xoạc. Một con bồ câu khác sà xuống, cách đoạn rụt rè một sải tay. Lắc ngấc dè dặt ngó nhau một chặp, đoạn con trống đập cánh, liệng một vòng biểu dương tài mọn. Rồi đậu lại, gần hơn, vờ vĩnh ngó mông. Tưởng xong, ngờ đâu một con thứ ba, rồi thứ tư xúm lại, ngúc ngắc xum xoe. Không biết tính toan ra sao, đột ngột cả bốn vỗ cánh túa lên, mất dạng.

Đứng yên như vậy một đỗi lâu. Hương đêm tháng tám lùa vào, se se dịu dàng. Đêm ngoài chập chùng úp tay lên vườn cây. Không một hơi gió. Ngoài kia tịch mịch, rỗng rang. Nhưng trong tôi chật chội những ý tưởng, những hình bóng. Không dưng một câu hát lướt ngang trí: "Để lại cho ai. Buồn như giọt máu..." ([6]). Đam mê văn chương trong tôi như một thương tích, tưởng lành, không dưng loét đau, rỉ máu. Hồi tưởng nhiều thập niên dài. Đọc và viết, chỉ mình tôi với chữ, thâu đêm. Chuyện văn chương, cũng như kiếp nhân sinh, phải chăng chỉ là những vui buồn phù du chất nặng chiếc thuyền bào ảnh, là một giấc huyễn mộng dài?

283

Nhưng dù là gì đi nữa, tôi tin rằng, những tác phẩm của thầy tôi, nhà văn Nguyễn Xuân Hoàng, vẫn vững chãi với thời gian. Chữ nghĩa của ông hội đủ sức đề kháng, chống chọi lại những huỷ diệt không thương tiếc của năm tháng qua dòng biến động lịch sử. Cùng với nhiều văn nhân thi sĩ tài danh khác, ông là một tên tuổi, một khuôn mặt quan trọng góp phần gầy dựng một nền văn học rực rỡ của miền Nam, thời kỳ 1954-75 nói riêng, và của toàn cõi Việt nam nói chung.

Một lần nữa, tôi cám ơn đời đã cho tôi cơ hội góp mặt trên văn đàn, để tôi có dịp cùng đi với ông, nhà văn Nguyễn Xuân Hoàng, trên nẻo về văn chương vô tận. Dẫu chỉ một chặng đường ngắn ngủi.

(Đức, tháng 8. 2013)

Ngô Nguyên Dũng

[1] Kẻ Tà Đạo, tr. 22, nxb. Nguyễn Đình Vượng, Sài gòn, 1973. (Không tìm thấy trong ấn bản "Người Đi Trên Mây".)

[2] Bụi và Rác: quyển hai của bộ tiểu thuyết "Người Đi Trên Mây", tôi không được đọc.

[3] Căn Nhà Ngói Đỏ, tr. 27-28, nxb. Văn Nghệ, Hoa Kỳ, 1989.

[4] n. tr., tr. 192-193. (Không tìm thấy trong ấn bản "Người Đi Trên Mây".)

[5] "The tragedy of love is not death or separation... The tragedy of love is indifference.", Red, W. Somerset Maugham. (Trong "Người Đi Trên Mây", tái bản của "Kẻ Tà Đạo", đoạn văn được nhân vật xưng tôi nhớ và thuật lại

rành rẽ truyện ngắn nói trên của W. Somerset Maugham – Kẻ Tà Đạo, tr. 335-336, nxb. Nguyễn Đình Vượng, Sài gòn, 1973 – được rút gọn: "Rồi chị Quỳnh sẽ hiểu. Yêu nhau mà không lấy nhau được đến nỗi phải chia tay, hoặc phải đi tìm cái chết... thì tình yêu ấy vẫn tồn tại. Thảm kịch của tình yêu chính là người nầy dửng dưng dưới mắt người kia trong khi vẫn sống bên nhau." Tôi nhớ lại một truyện ngắn của nhà văn Anh, ông Somerset Maugham, mà có lần tôi đã thấy trên kệ sách trong nhà này... – Người Đi Trên Mây, tr. 245, nxb. Người Việt, Hoa Kỳ, 1987.)

[6] Trích đoạn ca khúc "Lặng Lẽ Nơi Này", Trịnh Công Sơn.

Ngô Thế Vinh

Nguyễn Xuân Hoàng
Trên Con Dốc Tử Sinh

Gửi Nguyễn Xuân Hoàng
cùng với Chị Trương Gia Vy và Các Cháu

Nếu bảo qua tuổi 70 xưa nay là hiếm, thì Nguyễn-Xuân Hoàng cũng đã bước qua tuổi 77, đó là ý niệm tuổi tác của thế kỷ trước. Sang đến thế kỷ 21, với tiến bộ của y khoa, qua tuổi 80 nay cũng không còn là hiếm. Quen được Nguyễn-Xuân Hoàng trong hoàn cảnh nào thì tôi không nhớ, nhưng đó là một tình bạn khá lâu năm. Khoảng giữa thập niên 1960-1970 Nguyễn-Xuân Hoàng đã cùng với Huỳnh Phan Anh, Nguyễn Đình Toàn, Đặng Phùng Quân, Nguyễn Nhật Duật và Nguyễn Quốc Trụ chủ trương nhà xuất bản Đêm Trắng. Họ đều ở lứa tuổi trên dưới 30, với sức sáng tác đang sung mãn với phong cách riêng mỗi người, được coi như là nhóm "Tiểu Thuyết Mới", với quán La Pagode như một điểm hẹn sinh hoạt. Và tên tuổi mỗi người trong nhóm, sau này đều trở thành nhân dáng những nhân vật tiểu thuyết của Nguyễn-Xuân Hoàng.

Giữa những năm giông bão của cuộc chiến tranh lúc đó, thỉnh thoảng tôi được đọc và cả quen biết họ trong những giai đoạn và các hoàn cảnh khác nhau, do rất khác về môi trường sinh hoạt và tôi thì cũng ít có thời gian ở Sài Gòn. Ra tới hải ngoại, hai người trong nhóm Đêm Trắng mà tôi còn giữ được mối liên lạc là Nguyễn-Xuân Hoàng và Nguyễn Đình Toàn.

Nguyễn-Xuân Hoàng và Ngô Thế Vinh tại tòa soạn Việt Tribune 2008 (photo by Trương Gia Vy)

Mấy dòng viết vội và muộn màng này chỉ là những hồi tưởng đứt đoạn để gửi tới một người bạn là Nguyễn-Xuân Hoàng. Xong bậc trung học 1959, khởi đầu Hoàng có ý định học Y khoa, là sinh viên PCB Đại học Khoa học Sài Gòn một năm, thấy ngành học không thích hợp, Hoàng chuyển sang học ban Triết, Đại học Đà Lạt, sau Hoàng Ngọc Biên một năm. Tốt nghiệp 1962, là giáo sư Triết trung học Ngô Quyền ở Biên

Hoà một niên khóa và sau đó được chuyển về trường Petrus Ký Sài Gòn cho tới 1975. Nhưng Nguyễn-Xuân Hoàng lại được biết tới nhiều hơn như một nhà văn một nhà báo tên tuổi từ những năm 1970. Hoàng là tổng thư ký tạp chí Văn Sài Gòn từ 1972, tiếp nối Trần Phong Giao, cùng với những tác phẩm đã xuất bản gồm tuyển tập truyện ngắn: *Mù Sương, Sinh Nhật*; tuỳ bút: *Bất Cứ Lúc Nào Bất Cứ Ở Đâu*; tạp ghi: *Ý Nghĩ Trên Cỏ*; và hai truyện dài: *Khu Rừng Hực Lửa, Kẻ Tà Đạo*...

Sau 1975, bị kẹt lại và như mọi người, Hoàng cũng trải qua những năm tháng thăng trầm theo vận nước, nhưng rồi cuối cùng 10 năm sau, Hoàng và gia đình cũng tới được đất nước Mỹ 1985. Không còn là nhà giáo, Hoàng sinh hoạt toàn thời gian trong lãnh vực báo chí và văn học: tổng thư ký hai tờ nhật báo Người Việt California (1986-1997) và tạp chí Thế Kỷ 21 (1989-1994), trong ban chủ biên tạp chí Văn Học cùng với nhà văn Nguyễn Mộng Giác, sau đó kiêm thêm chủ bút tạp chí Văn chuyển tay từ nhà văn Mai Thảo 1996. Tưởng cũng nên nói thêm tờ báo Văn này đã khiến vợ chồng Nguyễn-Xuân Hoàng mang món nợ không nhỏ với cơ sở in báo Văn, mà mãi lâu mới trang trải hết. Tác phẩm Nguyễn- Xuân Hoàng do ông Từ Mẫn Võ Thắng Tiết, giám đốc nhà Văn Nghệ xuất bản ở hải ngoại gồm các tập truyện và tuỳ bút: *Căn Nhà Ngói Đỏ*, và hai truyện dài trong bộ trường thiên ba tập [trilogy]: *Người Đi Trên Mây, Bụi và Rác*...

Năm 1996, di chuyển theo công việc mới, San Jose thung lũng hoa vàng là chặng định cư cuối cùng của hai vợ chồng Hoàng. Nguyễn-Xuân Hoàng vẫn sinh hoạt báo chí toàn thời gian, ban đầu với chức vụ tổng thư ký tuần báo Việt Mercury thuộc San Jose Mercury News và sau đó là chủ bút tờ tuần báo Việt Tribune như một *"family show"* của hai vợ chồng Nguyễn-Xuân Hoàng – Trương Gia Vy cho tới nay. Quen biết thân thiết với vợ chồng Peter Zinoman Nguyệt Cầm, dịch giả

Số Đỏ / Dumb Luck của Vũ Trọng Phụng; Hoàng được mời làm lecturer thỉnh giảng cho môn Văn học Việt Nam đương đại tại UC Berkeley.

Nguyễn-Xuân Hoàng rất quảng giao, mặc dù anh luôn than là ít bạn. Cũng vì vậy mà các bạn thân đặt tên cho anh là Nguyễn Đông Hoàng. Và khi biết bạn mình ngã bệnh, đã có rất nhiều học trò cũ và bằng hữu đến thăm và cả viết về Nguyễn-Xuân Hoàng, một số bài đã được Phùng Nguyễn cho phổ biến trên Da Màu trong nhiều tuần lễ, số trang viết ấy đủ cho chiều dày của một cuốn sách.

Từ ngày Trịnh Y Thư báo tin cho biết căn bệnh của Nguyễn-Xuân Hoàng, vậy mà cũng đã gần 12 tháng. Các tin tức về sức khoẻ và bệnh tình của Hoàng tôi được biết hoặc trực tiếp từ Nguyễn-Xuân Hoàng hoặc qua hai người bạn Phùng Nguyễn và Trịnh Y Thư.

Trước đó, cũng khoảng 3 năm, Nguyễn-Xuân Hoàng thường kêu đau lưng, đối với người bệnh ở lứa tuổi ngoài 70 như Hoàng thì một chẩn đoán thông thường của bác sĩ gia đình là đau lưng do "thoái hoá cột sống". Tới một giai đoạn đau nhiều hơn, bác sĩ cho chụp lại hình quang tuyến cột sống, cũng vẫn với chẩn đoán như trên. Nhưng vì lần này bác sĩ quang tuyến thấy có những đốm trắng như miếng kim loại quanh cột sống nên đã hỏi là Hoàng có bị thương do miếng đạn ngoài chiến trận khi còn ở Việt Nam hay không, Hoàng xác nhận là không.

Tới một giai đoạn mà các thuốc chống viêm giảm đau kể cả *opiates* cũng không còn mấy hiệu quả thì Hoàng được gửi vào một bệnh viện, để qua một loạt các thử nghiệm và cuối cùng với chẩn đoán là Hoàng bị một căn bệnh khá hiếm: *sarcoma* ở sống lưng; sarcoma là loại bướu ung thư mô liên

289

kết/ *connective tissue* như xương, sụn, mô mỡ, bắp thịt, mạch máu...

Có lẽ đây là một chẩn đoán "không sớm" nếu không muốn nói là khá trễ, và cũng từ đây Hoàng được chuyển sang một bệnh viện chuyên khoa thuộc Đại học Stanford. Không được tiếp cận với hồ sơ bệnh lý của Hoàng, nhưng được biết Hoàng cũng đã trải qua các giai đoạn trị liệu như hoá trị / *chemotherapy*, xạ trị/ *radiation therapy* và nhưng hình như Hoàng không còn ở giai đoạn sớm để được điều trị phẫu thuật/ *surgery*. Nguyễn-Xuân Hoàng rất can đảm đi hết "đoạn đường chiến binh" đã đi tới bước cuối cùng của các phương thức điều trị, dĩ nhiên với không ít những chịu đựng do các tác dụng phụ/ *side-effects*.

Trong suốt thời gian ngã bệnh, và cả mới đây thôi, trong giai đoạn 6 tuần được chuyển sang khu phục hồi của bệnh viện, Nguyễn-Xuân Hoàng vẫn không ngừng làm việc với *laptop và cell phone*. Hoàng không chỉ lo cho tờ báo Việt Tribune vẫn ra hàng tuần, báo chí đã như một cái nghiệp và cũng là nguồn sinh kế của gia đình. Cũng trong giai đoạn này, Nguyễn-Xuân Hoàng còn phối hợp với Đinh Quang Anh Thái báo Người Việt trong việc hiệu đính và layout hai cuốn sách: *Người Đi Trên Mây* [đã đăng hết từng kỳ trên nhật báo Người Việt], *Bụi và Rác* [đang đăng tới kỳ thứ 100 cũng trên Người Việt]. Cũng từ trong bệnh viện, chính Hoàng là người quyết định chọn bài viết của Nguyên Sa và Phạm Công Thiện cho phần trích dẫn bìa lưng của hai cuốn sách.

Khi tìm hình tác giả NXH cho bìa lưng, Hoàng đã chọn tấm hình đang cầm điếu thuốc hút, có lẽ nơi một góc phố nào đó trên "con đường báo chí" Phạm Ngũ Lão khoảng năm 1980, và cũng do "méo mó nghề nghiệp" tôi bảo đùa là đó là một chọn lựa không đúng / *potitically incorrect*, tạo gương xấu cho đám trẻ sẽ bắt chước hút thuốc để được trở thành nhà văn nổi tiếng như Nguyễn-Xuân Hoàng. Hoàng thì không xem đó là câu nói đùa nên đã trả lời rất nghiêm túc rằng đó là bức hình thời còn trẻ mà Hoàng rất thích, và thời tuổi trẻ ấy ai mà không hút thuốc, và nó cũng rất phù hợp với bối cảnh của cuốn sách. Mặc dầu được Hoàng eMail *"mình giao phó hết cho NT Vinh quyết định thay NX Hoàng"* nhưng thực ra mọi sự đều làm theo ý Nguyễn-Xuân Hoàng. Tôi nhắc nhở Đinh Quang Anh Thái là Nguyễn-Xuân Hoàng còn nguyên sự minh mẫn nên mọi chuyện liên quan tới hai cuốn sách nên hỏi thẳng anh Hoàng. Không làm thay những gì người bệnh vẫn còn làm được, đây là cũng là nguyên tắc tôi học được trong ngành y khoa phục hồi; và phương cách cách điều trị *occupational therapy* hay nhất là làm cho Hoàng luôn luôn bận rộn. Và cả trên giường bệnh Nguyễn-Xuân Hoàng cũng đã vui với sự bận rộn ấy. Hoàng còn cho biết là sau khi đăng hết *Bụi và Rác*, Hoàng sẽ viết tiếp bộ trường thiên Trilogy, Tome III sẽ có một tên sách rất ngắn gọn một chữ là *"Lửa"* cảm xúc từ những cơn bão lửa cháy rừng của bang California và rồi cũng sẽ cho đăng tiếp từng kỳ trên nhật báo Người Việt.

Riêng tôi và các bạn của Hoàng không dấu được niềm vui khi biết bạn mình, giữa những cơn đau hành hạ của bạo bệnh mà vẫn cứ nuôi dưỡng những dự định cùng hướng về tương lai.

Trong suốt gần một năm trời, Nguyễn-Xuân Hoàng ra vào bệnh viện Stanford gần như thường xuyên, khi dài ngày khi ngắn hạn. Niềm đau ung thư là nỗi thống khổ ròng rã nhất của người bệnh Nguyễn-Xuân Hoàng.

* Sáng ngày 1 tháng 6, 2014 Nguyễn-Xuân Hoàng từ nhà phone cho tôi, nói một vài câu rất ngắn và rất yếu: "Vinh ơi, mình đau quá và chỉ muốn chết". Lúc đó, bỗng thoáng hiện

trong đầu óc tôi một thuật ngữ y khoa *euthanasia / painless death* với Jack Kevorkian, phương pháp giúp người bệnh nan y quá đau đớn được chết yên thấm. Kervorkian được báo chính mệnh danh là Doctor Death thì đã bị kết án tội sát nhân bậc hai / *second degree murder*, phải ngồi tù 8 năm trước khi được tại ngoại. *Physician-assisted suicide* cho đến nay vẫn bị coi là phạm pháp. Chọn lựa một cách chết ra sao là do quan niệm và niềm tin của mỗi người. Và rồi tôi cũng chỉ có thể khuyên Hoàng là nên vào lại Stanford để được chăm sóc điều trị giảm đau. Cùng ngày, chiều hôm đó chị Trương Gia Vy đưa Hoàng vào bệnh viện. Khi phone thăm, Hoàng cho biết đã phần nào bớt đau nhưng lúc nào cũng chỉ muốn được về nhà.

Rồi cũng buổi tối hôm đó, qua internet tôi gửi cho Nguyễn-Xuân Hoàng bài điểm sách mới của anh Dohamide về cuốn Cửu Long Cạn Dòng Biển Đông Dậy Sóng, từ nhiều năm tôi thì vẫn gửi bài viết cho Việt Tribune của Nguyễn-Xuân Hoàng, và không ngờ rất mau chóng, Hoàng eMail ngay cho tôi:

"Cám ơn Ngô Thế Vinh, mình xin phép Vinh cho đăng trên VOA và Việt Tribune. Việt Tribune thì không có vấn đề gì nhưng bên VOA thì bài chưa đăng ở đâu hay chưa post ở đâu mới được. Vinh cho mình biết trước khi mình gửi cho VOA nhé." Nxh Sent from my iPhone. Tôi trả lời ngay là bài *non-exclusive*, đã được Phùng Nguyễn mới post trên Da màu và anh Nguyên Giác Phan Tấn Hải đăng trên Việt Báo. Hoàng hồi âm: *"Tiếc quá! Vậy thì mình chỉ có thể đi bài trên Việt Tribune thôi."* (Nxh Sent from my iPhone)

Để rồi tôi cũng được biết thêm một điều là trong bấy lâu, không phải chỉ có tờ tuần báo Việt Tribune đều đặn ra hàng tuần, Nguyễn-Xuân Hoàng vẫn còn duy trì cả sinh hoạt Blog's NXH trên VOA.

Mẫu bìa 2 cuốn sách xuất bản sau cùng của Nguyễn-Xuân Hoàng

* Sáng ngày 7 tháng 6, 2014 Hoàng phone cho tôi và Phùng Nguyễn báo tin: toán bác sĩ điều trị Stanford đã gặp chị Vy và các con Hoàng, báo tin cho biết họ đã *"give up"* không có thể làm thêm gì được nữa và sẽ cho Hoàng xuất viện về nhà. Hoàng nói: *"Mình biết sẽ phải như vậy, nhưng Vy thì khóc quá"*. Không khóc sao được khi biết người bạn đời của mình đang gian nan trên dốc tử sinh và cạn dần sự sống từng ngày. Và bạn bè ai cũng biết là sức khoẻ của chị Vy bấy lâu cũng không khá gì, bị suy thận mãn tính *ESRD / End Stage Renal Disease* từ nhiều năm, chị vẫn phải tự làm công việc lọc máu qua màng ruột / *peritoneal dialysis* tại nhà mỗi đêm thay vì tuần ba lần tới lọc máu tại các trung tâm thận nhân tạo / *hemodialysis.*

* Phan Nhật Nam thì nghĩ rằng tôi chưa được biết tin, nên buổi tối đã khá khuya, Nam phone báo tin cho biết tình trạng ở giai đoạn cuối của Nguyễn-Xuân Hoàng, khi toán bác sĩ ở Stanford quyết định cho xuất viện. Tôi hiểu rằng thay vì chuyển tới khu hospice chăm sóc người bệnh cận tử, Hoàng đã chọn về nhà, sống với gia đình bao giờ cũng dễ chịu hơn.

*Sáng ngày 10 tháng 6, 2014 tôi gọi thăm Hoàng qua cell phone, và được biết Hoàng đang trên xe với chị Vy đi vào Stanford. Tôi khựng lại và hỏi Hoàng là họ lại có quyết định điều trị tiếp hay sao, thì Hoàng nói không, chỉ vào bệnh viện cho mấy buổi *"xạ trị giảm đau / palliative radiation"*. Tôi hiểu rằng đây chỉ là bước "điều trị xoa dịu / palliative treatment" cho người bệnh nan y. Cho dù không thể chữa khỏi nhưng "điều trị xoa dịu" với ứng dụng kỹ thuật cao / high tech, có khả năng giúp người bệnh sống những ngày tháng ngắn ngủi còn lại với phẩm giá, làm sao cho bớt đau đớn và cả phần nào thanh thản cho tới phút lâm chung.

* Sáng ngày 12 tháng 6, 2014 phone thăm bạn, Hoàng cho biết sau vòng xạ trị, đã bớt đau và buổi tối thì ngủ được. Như từ bao giờ, tôi vẫn tránh tối đa những câu hỏi về bệnh tình của Hoàng – điều sẽ làm cho người bệnh rất mệt, hai người bạn chỉ lãng đãng nói chuyện văn chương, nói về Nxb Đêm Trắng và nhóm Tiểu Thuyết Mới. Nouveau Roman là một khuynh hướng văn học có khởi đầu từ Pháp vào giữa thập niên 1950's với các tên tuổi như Alain Roble-Grillet, Nathalie Sarraute, Michel Butor, Claude Simon. Theo Nguyễn-Xuân Hoàng, thì ý kiến khởi đầu lập Nxb Đêm Trắng là từ Huỳnh Phan Anh, để chỉ xuất bản các sáng tác của nhóm. Nhóm 6 người ấy đa số xuất thân nhà giáo, trừ Nguyễn Đình Toàn và Nguyễn Quốc Trụ.

Nguyễn-Xuân Hoàng ở một góc phố Sài Gòn?

Từ 1954, trong vòng 20 năm của Miền Nam, các phong trào văn học được tự do nở rộ. Tự Lực Văn Đoàn tiếp nối với Văn Hoá Ngày Nay của Nhất Linh, Nhóm Sáng Tạo của Mai Thảo, Thanh Tâm Tuyền phủ nhận nền văn học tiền chiến với nỗ lực làm mới văn chương, rồi tới nhóm tự nhận là Tiểu Thuyết Mới nhưng theo Nguyễn-Xuân Hoàng thì Hoàng Ngọc Biên tuy không trong nhóm Đêm Trắng nhưng chính Biên mới thực sự là người khởi đầu nghiên cứu về phong trào Nouveau Roman của Pháp, dịch một số tác phẩm của Alain Roble-Grillet và cũng thể hiện quan niệm tiểu thuyết mới ấy qua tập truyện *Đêm Ngủ ở Tỉnh* do Cảo Thơm xuất bản, Saigon, 1970. Cũng theo Hoàng Ngọc Biên, thì ngoài danh xưng, những năm trước 1975 thực sự đã không có một phong trào Tiểu Thuyết Mới tại Sài Gòn.

* Kỹ thuật y khoa ngày nay thì có thể đã tiến xa, nhưng quan niệm thì không mới; vì từ xa xưa người sinh viên khi mới vào học trường y đã được dậy dỗ đức khiêm cung trong y thuật: *"chữa khỏi đôi khi; xoa dịu thường xuyên; và luôn luôn an ủi / La médecine c'est guérir parfois, soulager souvent, consoler toujours."* Ambroise Paré, bác sĩ phẫu thuật Pháp thế kỷ 16 đã là người đầu tiên nhắc tới câu nói ấy nhưng nguồn gốc thì có lẽ đã có từ một nền y khoa cổ đại xa xưa hơn rất nhiều. Bản thân người viết, cũng hơn 45 năm đã và đang hành nghề y khoa với những hoàn cảnh khác nhau trong cũng như ngoài nước, thì với cái chết của mỗi người bệnh, cho dù đã biết trước, thì cảm giác vẫn hụt hẫng như một phần mất mát của cuộc sống.

Sự mất mát ấy càng thấm thía hơn khi đó là chính là mấy người bạn thân của mình. Phải chứng kiến một Nghiêu Đề, người bạn tấm cám với những cơn đau ung thư tuỵ tạng vật vã đến xanh xao; một Cao Xuân Huy Tháng Ba Gẫy Súng can trường ngần ấy cũng đã oằn người vì những cơn đau di căn

296

từ ung thư mắt hành hạ. Nay tới một Nguyễn-Xuân Hoàng cũng đang khắc khoải với những trận đau bướng bỉnh và rất quái quỷ như vậy. Cũng để thấy cái bể khổ của sinh lão bệnh tử và nhận ra rằng khả năng y khoa hiện nay còn giới hạn tới dường nào. Bể khổ thì mênh mông, nhìn lại chẳng thấy đâu là bờ. Cảm xúc đọc lại mấy câu thơ của Vô Ngã Phạm Khắc Hàm, không phải Nguyễn-Xuân Hoàng mà chính tôi cũng tìm được nguồn an ủi.

Ta tụng ngàn năm Quán Thế Âm,
Chúng sinh ta khóc nỗi mê lầm
Ngàn năm quỳnh nở trong đêm vắng
Rung động ba ngàn cõi viễn thâm.
... Người thích câu rùa đọc Lạc thư
Vớt con cá nhỏ thấy chân như
Ta nâng trang sách nghìn thu đọng
Trời đất rưng rưng giữa mịt mù
... Từ đấy ngàn năm vách lắng tai
Lời kinh vi diệu thấm linh đài
Tình thương từng giọt rơi trên đá...

Buổi trưa hôm ấy, trong giờ *lunch break* bên ngoài bệnh viện, tôi và ba bác sĩ khác: một gốc Do Thái, một Trung Đông, một Ấn Độ ăn trường chay, bốn người ngồi chung bàn với nhau, nhân sau cái chết mới mẻ của một đồng nghiệp bị ung thư với những ngày cuối cùng thống khổ ra sao, họ bàn là liệu nếu có thể lựa chọn cho mình một cách chết. Ba khả năng thông thường nhất đưa tới cái chết ở thời đại hiện nay: cơn truy tim chết ngay, cơn tai biến mạch máu não có thể đưa tới tàn phế, và căn bệnh ung thư ác tính... và mọi người đã có cùng một chọn lựa cho một cái chết nhanh nhất là bệnh tim. Và rồi cũng trong ngẫu hứng, trưa hôm đó họ đã order các món ăn không thiếu chất mỡ động vật và dĩ nhiên là không theo tiêu chuẩn của dinh dưỡng của Hiệp Hội Tim Mạch Hoa Kỳ.

Hoàng Ngọc Biên & Ngô Thế Vinh (hình do Nguyễn Xuân Hoàng chụp)

Thực ra không ai có thể chọn lựa một căn bệnh để được chết theo ý mình, ngoại trừ thứ tự do chọn lựa rất bạo động là tự sát cũng thường thấy ở các nhà văn như: Ernest Hemingway *Ngư Ông và Biển Cả* bằng súng (1961), Yukio Mishima *Đền Vàng* bằng gươm (1970), Yasunari Kawabata *Ngàn Cánh Hạc* bằng hơi ngạt (1972), Nhất Linh *Đoạn Tuyệt* bằng thạch tín (1963), Tam Ích *Nghệ Thuật và Nhân Sinh* treo cổ (1972)...

Hoàng thì đã và đang sống một cuộc sống tràn đầy, nên tôi cũng hiểu rằng *bất cứ lúc nào bất cứ ở đâu*, bạn tôi cũng đã sẵn sàng chuẩn bị cho dặm cuối của một chặng đường cheo leo trên con dốc tử sinh. Mark Twain thì bao giờ cũng với một cái nhìn rất nhẹ nhàng về cái chết: *"A man who lives fully is prepared to die at any time."* Và rồi ra, đến một lúc nào đó, ở một nơi nào đó chắc Nguyễn-Xuân Hoàng cũng sẽ ngoảnh lại rồi mỉm cười mà nhắn với bằng hữu rằng: *"Tường thuật về cái chết của tôi có phần quá đáng/ The report of my death was an exaggeration"* (Mark Twain).

Vẫn cứ chúc Bạn Ta những ngày tháng còn lại an lành.

NGÔ THẾ VINH

Long Beach 15/06/2014

Nguyên Sa

Bụi và Rác của Nguyễn Xuân Hoàng

Người Đi Trên Mây Trần Lâm Thăng trong Bụi Và Rác, cuốn truyện thứ nhì của bộ tiểu thuyết Người Đi Trên Mây, vẫn tiếp tục đi trên mây.

Nhưng những đám mây ở dưới gót chân của Trần Lâm Thăng trong Bụi Và Rác màu đỏ lòm và có hình tượng búa liềm. Có cả những hình tượng súng ống, cùm kẹp, rút cục cũng chỉ là những búa và liềm biến dạng.

Đám mây màu đỏ hất thầy giáo Trần Lâm Thăng ra khỏi trường học, nơi anh dạy Triết, khi mà triết học dưới màu mây đó chỉ còn là "một môn học bá láp." Mây đỏ đẩy "người đi trên mây" vào nhà giam ở vùng Phan Thiết, ném anh xuống đáy xà lim ở Kiên Giang.

Trần Lâm Thăng bị những đám mây màu đỏ xô đẩy đi từ phi lý này đến phi lý khác, sự phi lý nghẹn họng của các thầy cô trước những giáo án, giáo trình, những lớp học bị dòm ngó, phi lý cuộc đời của Tư Long, phi lý khi trở về nhà sau những năm tháng giam cầm vợ con đã biến đi mất, phi lý bị tống vào xà lim chỉ vì cao hơn những người tù khác một cái đầu.

Nhưng thật kỳ lạ, đứng trên những đám mây của quê hương tự do, thầy giáo Triết Trần Lâm Thăng quả thực đi trên mây, nhưng hôm nay, đi trên những đám mây màu đỏ hình tượng búa liềm, "người đi trên mây" Trần Lâm Thăng lại di chuyển bằng những bước thật vững vàng. Trần Lâm Thăng từ chối không dạy học cho một trường trung học đã bị biến thành một nhà giam, từ chối và thúc đẩy bà chị dâu không cho bọn công an cướp sống ngôi nhà, từ chối đứng về phía Mười Tân, một khuôn mặt rất Trần Bạch Đằng của Việt Nam sau bảy mươi lăm.

Đối chiếu "người đi trên mây" Trần Lâm Thăng với những người đi dưới đất, thực tế cùng mình của Việt Nam thời kỳ quốc nạn này, Thăng hiện ra như một con người can đảm, có tự hào và tự tin mà người đi trên mặt đất nhiều người không có được.

Hai trăm sáu mươi hai trang, Bụi Và Rác – do Thanh Vân xuất bản – là một tác phẩm rất lôi cuốn. Tốc độ của bút pháp phù hợp vừa khít với nội dung gồm sự kiện nhiều hơn hồi tưởng hay nội quan, động tác nhiều hơn tâm sự.

Tách rời ra khỏi toàn bộ Người Đi Trên Mây – vì chưa chấm dứt – Bụi Và Rác một mình nó là một cuốn tiểu thuyết có giá trị cao.

Nền tảng triết học khởi đầu của bộ sách vẫn được gìn giữ trong Bụi Và Rác, được phong phú hoá bằng đông đảo những sinh hoạt và sự việc cụ thể, có khi làm buồn, có khi làm khóc, có khi làm cười, thường thì làm đau, làm thành Nguyễn-Xuân Hoàng, một Nguyễn -Xuân Hoàng khác biệt với Võ Phiến, với Mai Thảo, với Tự Lực Văn Đoàn. Khác biệt với những nhà văn Nhà Nước Hà Nội. Khác biệt với cả Nguyễn-Xuân Hoàng của những ngày tháng trước. Nghĩa là làm cho Nguyễn-Xuân Hoàng thành một nhà văn có vóc dáng không phải chỉ trong dòng văn chương hải ngoại, mà còn trong văn chương Việt Nam nữa.

Tháng Chín, 1992

Nguyên Sa

Nguyễn Hưng Quốc

Nguyễn Xuân Hoàng
và Mỹ Học của Cái Phù Phiếm

Nếu tôi phải làm một tuyển tập những truyện ngắn hay nhất ở hải ngoại sau năm 1975, trong số các tác phẩm được chọn, nhất định phải có truyện ngắn "Tự truyện một người vô tích sự" của Nguyễn Xuân Hoàng. Đó là một cuốn tiểu thuyết được nén lại thành một truyện ngắn. Nó rất cô đọng và vì cô đọng nên vô cùng mạnh mẽ. Nó là một thứ bonsai. Lại là thứ bonsai không có hoa, thậm chí, không có lá. Chỉ có cành thôi. Cành, xương xẩu và gai góc, đâm tua tủa nhưng nhìn chung, lại theo một trật tự khá hài hoà. Không những hay, đó là một trong những truyện ngắn tiêu biểu; ngay trong nhan đề, đã thâu tóm được hai yếu tố vốn là đặc trưng nổi bật nhất trong phong cách của Nguyễn Xuân Hoàng: "tự truyện" và "vô tích sự".

Theo tôi, mọi tác phẩm của Nguyễn Xuân Hoàng, từ truyện dài đến truyện ngắn, đều bàng bạc tính chất tự truyện. Đã đành tính chất tự truyện, với những mức độ nhiều ít khác nhau, rất dễ tìm thấy ở hầu hết các tác giả văn xuôi, nhưng có lẽ ít có ở đâu, nó lại nhiều và đậm đặc như ở Nguyễn Xuân Hoàng. Ở phương diện này, Nguyễn Xuân Hoàng rất gần với

Mai Thảo: Các nhân vật nam trong tác phẩm của cả hai thường là những người đàn ông đẹp trai, hào hoa và đào hoa. Chỉ khác một điểm: bao quanh các nhân vật ấy, ở Mai Thảo, là một không khí thấp thoáng màu sắc lãng mạn chủ nghĩa, với những tình yêu nhiều say đắm; ở Nguyễn Xuân Hoàng, lại có chút hiện sinh chủ nghĩa, lúc nào cũng xa cách, chán nản, dửng dưng, nói chung, "vô tích sự".

Trong tiểu thuyết truyền thống, các nhân vật thường theo đuổi một cái gì đó hay ít nhất cũng làm một cái gì đó, một cách lý thú hay dằn vặt khổ sở. Ngay cả Chí Phèo cũng làm một cái gì đó, chẳng hạn, đòi nợ và ăn vạ; sau đó, cũng theo đuổi một cái gì đó, chẳng hạn, tình yêu với Thị Nở; và một ước mơ, ước mơ làm một người lương thiện. Ngay anh Bốn Thôi trong truyện của Võ Phiến, tuy bị bệnh bất lực, cũng không ngớt theo đuổi mùi hương của phụ nữ, hết cưới người vợ này đến cưới người vợ khác để lại nhìn cảnh hết người này đến người khác lần lượt ra đi hoặc, nếu không, cũng ngoại tình. Nhân vật các nhà văn khác, bao gồm hầu hết các nhà văn hiện thực, và nhất là, hiện thực xã hội chủ nghĩa, thì lúc nào cũng hùng hục tranh đấu và phản – tranh đấu.

Còn nhân vật của Nguyễn Xuân Hoàng? Thường, họ chẳng làm gì cả. Họ có nghề nghiệp, có tiền bạc, có điều kiện để đi cà phê, đi nhảy đầm, đi du lịch, nhưng dường như họ chẳng gắn bó gì với công việc của họ. Họ là thường là những trí thức hay trăn trở về thời cuộc nhưng dường như họ không bao giờ có được một lựa chọn nào thật dứt khoát. Họ sống lãng đãng, bềnh bồng bên trên dòng chảy của thời cuộc nhưng không bao giờ cố tình bơi ngược hay lặn sâu xuống đáy. Họ hay triết lý nhưng hầu hết đều chỉ triết lý vặt, không theo đuổi hay say mê bất cứ một hệ thống tư tưởng nào. Họ có nhiều tình nhân, thường ăn nằm với các tình nhân ấy, nhưng cũng không thực sự tha thiết lắm. Họ, nói theo chữ của Nguyễn Xuân Hoàng, như những "người đi trên mây". Tất cả đều phù phiếm. Phù phiếm từ cảm xúc đến ý nghĩ và hành động. Không có gì thực sự có ý nghĩa chính trị, xã hội hay văn hoá. Mọi thứ đều lơ mơ, phất phơ.

Ngay trong sổ tay thường đăng trên tạp chí Văn trước đây, Nguyễn Xuân Hoàng cũng chỉ quan tâm đến những điều có vẻ như khá phù phiếm. Sổ tay là một hình thức bút ký. Bút ký vốn là một thể loại mang tính báo chí, và với tư cách báo chí, nó gắn liền với thời sự; mà bản chất của thời sự là sự kiện, là biến cố. Sổ tay của Nguyễn Xuân Hoàng lại rất ít biến cố. Chúng toàn là những chuyện hết sức bâng quơ và vu vơ. Đọc các bài gọi là sổ tay ấy, chúng ta không mấy khi thấy bức tranh mang tính xã hội học của văn học. Chúng ta thường chỉ bắt gặp một số cảm nghĩ thoáng hiện nhẹ nhàng. Chúng không phải là những tư tưởng lớn, đã đành. Chúng cũng không liên thông được với một hệ thống tư tưởng lớn nào cả. Chúng lửng lơ. Chúng chơi vơi. Chúng hoàn toàn có tính phù phiếm.

Ở trên, tôi cố tình lặp đi lặp lại chữ "phù phiếm" nhiều lần. Nhưng xin đừng lẫn lộn tính phù phiếm với sự hời hợt. Hời hợt liên quan đến tầm tư duy trong khi phù phiếm liên quan đến ý nghĩa văn hoá. Hời hợt là một khuyết điểm trong khi phù phiếm là một chọn lựa; trước hết, đó là sự lựa chọn một thế đứng: ngoại cuộc; sau nữa, một cách sống: hờ hững; cuối cùng, một giọng điệu: lạnh nhạt. Hai chọn lựa đầu có thể tìm thấy ở khá đông trí thức ở miền Nam trước 1975. Nhưng, ít nhất trong giới cầm bút, không có mấy người đi tiếp đến chọn lựa thứ ba. Nguyễn Xuân Hoàng là một trong số ít ấy. Bằng một giọng văn cố tình tiết chế cảm xúc, ông biến sự phù phiếm từ một trạng thái sống thành một phong cách văn học, ở đó, tính chất phù phiếm bỗng dưng có sức nặng của sự khái quát: Nó thể hiện được tâm trạng của một thế hệ bất lực trước vô số các xung đột dữ dội hầu hết đều vượt ra ngoài tầm nhận thức và kiểm soát của họ. Trong ý nghĩa đó, tính chất phù phiếm, ở Nguyễn Xuân Hoàng, là một phát hiện; trước hết, đó là một phát hiện mang tính lịch sử: nhận diện đặc điểm tâm lý của một thời đại, sau nữa, một phát hiện mang tính mỹ học: biến phù phiếm trở thành một cái đẹp: cái đẹp của sự phù phiếm. Giống cái đẹp của mây. Hay, đúng hơn, của khói.

Sau này, khi bao nhiêu sóng gió của thời cuộc lắng xuống, bình thản hơn, nhìn lại giai đoạn 1954-75 cũng như sau đó, biết đâu người ta sẽ thấy không phải chỉ có những "mùa lũ" hay những "mùa biển động" như những nhan đề hai bộ trường thiên tiểu thuyết của Nguyễn Mộng Giác mà còn có, bên cạnh đó, những khoảng trống, rất rộng, thuộc về thế giới của những "người đi trên mây". Lúc nào cũng phất phơ, lơ mơ. Và lửng lơ.

Như khói.

Nguyễn Mạnh Trinh

Nguyễn Xuân Hoàng,
Vài Nét về Tác giả và Tác phẩm

Thời đại của Nguyễn Xuân Hoàng là một thời thế đặc biệt. Ở đó, đầy những biến cố từ thuở kháng chiến chống Pháp, đến thời đệ nhất, đệ nhị Cộng Hòa, từ những cuộc di cư đến ngày di tản, từ cuộc vượt tuyến di cư vào Nam đến vượt biển tị nạn xứ người. Những biến cố ấy tạo cho cả một thời đại những nét chung mang nhưng lại là những điều riêng biệt trong ký ức mỗi người.

Đọc sách viết về thời kỳ ấy hay viết để kể lại, cái nét chung ấy nhiều khi chuyển thành riêng biệt. Trong văn chương, lấy cái chung làm cái riêng của mình chẳng phải là dễ dàng. Nguyễn Xuân Hoàng là một tác giả mà trong tác phẩm của mình đã mang độc giả đi qua những cảm giác tiền chế của cái chung để đi vào cái riêng của mình một cách rất nghệ thuật. Chính cái nét sống động, của những mảnh đời thật, của biến cố thực, của cảm giác thực đã làm độc giả đi vào một thế giới với sự tò mò qua nhiều câu hỏi. Nguyễn Xuân Hoàng? Trần Lâm Thăng của Người Đi Trên Mây và Bụi và Rác? Là tôi trong Tự Truyện Một người Vô Tích Sự, trong Ngôi Nhà Ngói Đỏ?

Hay là tôi của Mang Mang với thi sĩ Hoang Vu hoặc trong câu thơ "Nha Trang Hang Động Tuổi Thơ"? Nhà văn? Nhà giáo? Nhà thơ ? Nhà báo? Don Juan hết thời? Người đi trên mây?...

Là một phần hay tất cả trong văn chương và đời thường? Những câu hỏi như thế cứ quanh quẩn trong tâm cảm người đọc. Dù có thắc mắc, nhưng tác giả đã khẳng định ở bìa sau Người Đi Trên Mây: "Cái tôi trong truyện đương nhiên không phải là cái tôi ngoài đời. Tôi là một người khác." Tác giả nói như thế.

Vậy, tôi là ai, ai là tôi? Một câu hỏi khó cho một thi sĩ đã viết:

"Người Đi Trên Mây

Tôi. Hay chính ai?

Sa Mạc dặm dài

Ai. Hay riêng tôi? Ý Nghĩ Trên Cỏ

Tôi? Nguyễn Xuân Hoàng

Ngôi Nhà Ngói Đỏ Nguyễn Xuân Hoàng. Tôi?

Trong Bụi Và Rác

Sinh Nhật. Mù Sương

Bắt đầu trôi dạt

Câu thơ. Mang Mang

Một Kẻ Tà Đạo

Người khác hay tôi?

Trong thời dông bão

Nỗi hoặc bời bời.

Người Vô Tích Sự

Tự Truyện một đời

Chân dung lịch sử

Vài giọt nắng soi
Tôi hay kẻ khác
Tôi hỏi tôi hoài
Gọi tôi lạ mặt
Ẩn dấu mốt mai
Ngày nào xa khuất
Gió lộng hiên ngoài.."

Những tác phẩm của một đời và cũng của một thời. Cái nợ văn chương dường như chẳng bao giờ làm vui người gánh nghiệp. Những nhan đề sách như cùng chuyên chở một nỗi băn khoăn của thời đại như những viên gạch nối tiếp nhau của ngã đường đến một phương trời nào mà đêm và ngày không còn phân biệt và thiên thần và quỉ dữ chẳng khác gì nhau. Sống trong chiến tranh, chịu những cuồng nộ của chiến tranh và mong đợi hòa bình. Nhưng, chỉ là cơn mộng. Cho nên vẫn đi trên mây như cả một thế hệ cũng đi trên mây. Mây không phải chỉ là mây hồng tươi đẹp hay mây vàng hôn phối mà còn là mây của bụi và rác, của những trận cuồng phong, của những cõi người thất tán. Nguyễn Xuân Hoàng viết khác với những người đi trước, không giống những người đi sau và nhiều khác biệt với người cùng thời. Ông chẳng thích đóng vai nhân chứng mà cũng chẳng muốn làm người kể chuyện. Mỗi cuốn tiểu thuyết, mỗi một bài thơ, mỗi trang tùy bút, cũng chỉ là một giai đoạn trong hành trình tìm cái đẹp. Vượt qua. Những định kiến thế nào là văn chương cổ điển hay hiện thực, hiện đại hay hậu hiện đại. Ghé qua tân tiểu thuyết rồi để trở lại với mình, với một Nguyễn Xuân Hoàng luôn luôn vật vã với ước vọng làm mới văn chương. Triết học Tây phương hình như cũng có chút ảnh hưởng trong suy nghĩ nhưng làm văn chương ông thoát ra khỏi cái niền kim cô của luận lý muôn đời có sẵn.

Phạm Công Thiện vẽ Nguyễn Xuân Hoàng

Có những người yêu tiểu thuyết Nguyễn Xuân Hoàng. Hay mến chuộng những trang tùy bút.Và yêu những bài thơ viết rất hiếm hoi. Và tiếc sao Nguyễn Xuân Hoàng không là thi sĩ. Bài thơ đầu tiên ký tên Hoang Vu, một bút hiệu lạ đăng trên tạp chí Hiện Đại của nhà thơ Nguyên Sa với lời giới thiệu: "Có phải nỗi buồn tập hợp trên mắt những người trẻ tuổi ấy phảng phất niềm đau của thế kỷ bây giờ", bài thơ Mang Mang của âm điệu một thời, ngữ ngôn một thuở của những năm đầu thập niên 60 thế kỷ 20. Một bài thơ lục bát đã có lúc thành dòng thi ca thời thượng:

Từ xa phố chợ đến giờ
chân quen bỏ lệ gõ bờ lộ quen
hoang vu chín đến độ thèm
lạnh tàn nhẫn rót vào đêm lên đường

mùa sương phố núi mờ sương
nhịp buồn hút gió hồn nương sao rừng
chuyện linh hồn với bản thân
bàn tay thượng đế mộ phần chiêm bao

đồi thông xanh tóc nghẹn ngào
ngập ngừng lạnh xuống từ bao lâu rồi
còn tôi, còn chỉ mình tôi
mây bay đầu núi kéo trời lên xa

bàn tay thoáng nổi da gà
thầm sâu lòng đất nhà ga luân hồi.”

Bài thơ có một cái gì của khởi đầu, của những điều không có lúc chấm dứt, của mở ra rồi bỏ trống. Không gian có lúc không còn của đồi thông, của phố chợ mà là những hình ảnh khác, của thế giới khác, sâu lắng hơn và cũng... hoang vu hơn. Có một điều tôi nghiệm ra, thơ từ cội nguồn như thế nên những cuốn tiểu thuyết, những bài tùy bút Nguyễn Xuân Hoàng đều có “mang mang” một dòng thơ ở trong dù ở trong phong thái lạnh lùng, của cảm giác bị nén xuống để thành ám ảnh thành kỷ niệm. Thơ có phải là nguồn của dòng chữ viết văn xuôi?

Đọc truyện dài Nguyễn Xuân Hoàng, người đọc như đi vào một thế giới mà ở đó, những cảm giác vỡ tràn trong những nhận thức man mác của một cuộc sống nửa mê nửa tỉnh. Kỷ niệm, như bóng tối làm nền cho những dương bản chói rọi , và những đối nghịch của thực và mộng là căn bản cho những phận đời tuy trong tiểu thuyết nhưng bàng bạc trong thực tế...

Đọc Khu Rừng Hực Lửa, Sa Mạc, Người Đi Trên Mây, Bụi Và Rác,...thấy thân phận của người trí thức trong một cuộc sống thật nhiều biến cố.Những thay đổi đến tận gốc rễ của một thế hệ mà con đường trường hành là nẻo song song của cõi binh lửa, của những cái chết ở ngoài xa tiền tuyến mà lại tác dụng đến những cuộc đời của những người thành phố. Những nhân vật dường là hình tượng tổng hợp của nhiều người, gần cận bên ta mà cũng xa lạ với chúng ta. Có những suy tư, có những dằn vặt, và hình như ở bất cứ cảnh ngộ nào, cũng là những ngõ cụt, của những nỗi niềm tràn ứ mà không lối thoát...Cái tâm cảm bất lực ấy dường như đã quen thuộc với thế hệ chúng tôi. Những cảnh ngộ , mà, mọi toan tính cố gắng đều vô dụng. Con người, cuốn trôi theo cơn lũ thời thế...

Nhiều người gán cho Nguyễn Xuân Hoàng cái tên của chính tác phẩm ông – "Người đi trên mây". Hình như nhà thơ Nguyên Sa có nói ai mà chẳng có lúc đi trên mây. Nhưng có nhiều thứ mây, có loại êm đềm thơ mộng nhưng cũng có loại gây ra cuồng phong bão tố. Ông nhắc đến đám mây của Trần Lâm Thăng, nhân vật chính của Người Đi Trên Mây, của Bụi Và Rác:

Đám mây mầu đỏ hất thầy giáo Trần Lâm Thăng ra khỏi trường học, nơi anh dạy Triết, khi mà triết học dưới màu mây đó chỉ là "một môn học bá láp". Mây đỏ đẩy "người đi trên mây" vào nhà giam ở vùng phan Thiết, ném anh xuống đáy xà lim ở Kiên Giang.

Trần Lâm Thăng bị những đám mây màu đỏ đổ xô đẩy đi từ phi lý này đến phi lý khác, sự phi lý nghẹn họng của các thầy cô trước những giáo án, giáo trình, những lớp học bị dòm ngó, phi lý cuộc đời của Tư Long, phi lý khi trở về nhà sau những năm tháng giam cầm vợ con đã biến đi mất, phi lý bị tống vào xà lim chỉ vì cao hơn những người tù khác một cái đầu.

Nhưng thật kỳ lạ, đứng trên những đám mây của quê hương tự do, thầy giáo Triết Trần Lâm Thăng quả thực đi trên mây, nhưng hôm nay, đi trên những đám mây màu đỏ hình tượng "búa liềm" "người đi trên mây" Trần Lâm Thăng lại di chuyển bằng những bước thật vững vàng. Trần Lâm Thăng từ chối không dạy học cho một trường trung học đã bị biến thành một nhà giam, từ chối và thúc đẩy bà chị dâu không cho bọn công an cướp sống ngôi nhà, từ chối đứng về phía Mười Tân, một khuôn mặt rất Trần Bạch Đằng của Việt Nam sau bảy mươi lăm..."

Đọc "Ngôi Nhà Ngói Đỏ", những truyện ngắn như những nhát cọ của lưỡi dao sắc, bén, và phác họa được cảnh sống của những người luôn lầm lũi trong sương mù. Cái bàng bạc của triết học dường như làm nền tảng cho những cảm giác thăng hoa trong cõi ngôn ngữ mở rộng trong nhiều cánh cửa. Những cuộc đời trôi theo những lượn sóng, để cảm giác lênh đênh của những hàng chữ mãi bềnh bồng. Mô tả bằng vài phác họa, trong cái chắt lọc cô đọng những xúc cảm. Và, có một lúc, xúc cảm vỡ òa trên trang giấy.

Đọc "Tự Truyện Một Người Vô Tích Sự", để những câu hỏi đặt ra mà nhiều khi thấy thừa thãi câu trả lời. Có những điều nói hoài mà chẳng đủ nhưng có những việc, chỉ trong một sát na ngắn ngủi cũng đủ hiểu thấu. Vẽ chân dung từng người trong gia đình, để vẽ lại chân dung chính mình, nhân vật xưng Tôi trong truyện dường như có tham vọng vẽ lại cả một không gian, thời gian mà trong đó, những chuyện tử sinh, những bên này, bên kia quốc gia, cộng sản là những chất liệu của một thời thế hỗn mang của lịch sử. Có nhân vật chỉ là cái bóng, nhưng lại là những ám ảnh khôn nguôi. Xuất hiện trong chuyện kể, từ người cha, người mẹ, người anh cả, người anh thứ, người chị tên Thảo, tất cả bị cuốn vào một cơn lốc, mà, ở đó, nỗi chết là một phương cách giải quyết hợp lý cho từng nút thắt của truyện.

"... Khi còn ở đảo tôi hay tin người anh lính Không quân đã chết trong trại giam. Ông anh cả tôi cũng không còn nữa. Một lá thư từ bên nhà gửi qua cho biết ông ấy chết hơi khác thường: tự tử bằng một viên đạn bắn vào đầu. Qua thư từ tôi biết thêm sau khi ông đi thăm người anh lính Không quân bị bệnh nặng nằm chờ chết trở về, ông đã chọn cái chết của chính mình như một cách nói lời tuyệt vọng. Mười năm sau khi lấn chiếm miền Nam, đất nước càng ngày càng tan nát, đời sống người dân ngày càng xuống thấp, trong khi máu mủ ruột thịt bỏ đi xa hay vẫn còn nằm trong lao tù của chế độ mà mình phục vụ, có lẽ đã là động cơ thúc đẩy họng súng quay về phía ông. Đôi khi tôi nghĩ cái lẽ sống mới quan trọng hơn là sự sống. Có phải vì thế mà ông anh cả tôi hành động kiểu đó chăng? Đó là tôi suy nghĩ vậy, chớ tôi không dám chắc lắm đâu..."

Chuyện ấy, người bên này, kẻ bên kia trong một gia đình, có lẽ quen thuộc. Nhưng cái kết cuộc khốc liệt ấy, thì hiếm hoi hơn. Người chiến thắng, kẻ chiến bại trong một cuộc chiến "vô tích sự". Và , những hy sinh xương máu, những đổ vỡ chia ly là những hệ quả tất yếu của một tấn thảm kịch của dân tộc kéo dài nhiều thập niên. Lấy gia đình mình làm đề tài, người kể chuyện xưng tôi hình như vượt qua vai trò của ngôi thứ nhất số ít. Nỗi đau, của một thế hệ có lẽ sâu lắng ngậm ngùi hơn từ những chủ quan của những cuộc sống mù mịt hướng đi, của những ngã rẽ mà khi quyết định là những trò chơi dỡn đùa với may và rủi.

Đọc "Ngôi nhà ngói đỏ", đọc "Barbara", đọc "Giáng sinh , hãy chờ",... để thấy được một tâm cảm lãng mạn. Những quá khứ như những kỷ niệm không thể quên và tách rời khỏi đời sống, mãi mãi về sau, lẩn khuất bên cạnh. Chúng ta, ai mà chẳng có nỗi niềm riêng, nhưng phong thái biểu lộ thì có người trầm lắng có người sôi động.

Ở tác giả "Ngôi nhà ngói đỏ", là một trường hợp đu dây giữa thực và mộng. Thấp thoáng là sương mù Đà Lạt, là mưa giọt phố Saigon, là bãi cát hoang vu Nha Trang thời thơ ấu. Có phải đó là hành trang để đi vào một cõi văn chương mà tình yêu đã trở thành bông hoa trang sức. Trái tim vẫn có nhịp đập của nó, dù ở bất cứ trạng huống nào và sự ngưỡng vọng, đôi khi là niềm tin để bước đến và đi cùng tận cuộc sống.

Nhân vật của ông, có khi xưng tôi, có khi là ngôi thứ ba nhưng, không phải là biểu hiện của một người. Mà, là tổng hợp của nhiều khuôn mặt. Có thể, một người mà đa diện phong phú đến như thế chăng? Để , nhiều người , đọc và nhìn vào đó, soi gương để thấy bàng bạc nhân dáng, cảnh ngộ mình. Nhưng, cái tâm cảm chung thì rõ nét. Tâm cảm của những người hình như không bao giờ vừa lòng với cái mình hiện có. Họ nhìn về quá khứ, ngơ ngác với tương lai và ngập ngừng trong hiện tại. Nguyễn Xuân Hoàng có phương cách diễn tả của ngôn ngữ, gọn và sắc, bén như những nhát gươm nhưng cũng lạnh lẽo như kỹ thuật tiểu thuyết không tiểu thuyết, truyện không truyện. Chất mơ hồ làm đặc quánh lại những không gian thời gian để những tác động với con người

315

thành những gián tiếp cho cảm xúc. Trong mô tả, là tâm tình dồn nén vào trong suy tư của mình. Giữa hư cấu và hiện thực, có biên giới khá mơ hồ . Ông hay viết về những cơn mơ, của ước muốn luôn luôn ấp ủ về những hình bóng lúc xa lúc gần nhưng hiện diện hàng ngày trong cuộc sống.

Nhà văn Nhật Tiến thấy truyện "Barbara" làm ông xúc động. Nhà văn Hoàng Khởi Phong tâm đắc với "Tự Truyện Một Người Vô Tích Sự". Riêng tôi, tôi đọc "Đoản Văn Viết ở Cali" nhiều lần và mỗi lần đọc, tôi lại thấy mình phiêu du vào những thế giới cảm quan khác nhau. Tôi đọc, thấy lại những ngày tháng qua. Gần hai mươi năm rồi có phải? Tác giả "Người Đi Trên Mây" có lúc như đã cho tôi chia sẻ để "share" những trang nhật ký. Có lãng mạn, có thơ mộng, có bồng bềnh. Có những cơn mưa,ở nơi này nhớ nơi kia. Có Pasternak và có Đỗ Phủ, có mùa hạ bãi trường và mùa thu tựu trường, có Paris và Virgina,… nghĩa là tràn ứ những dữ kiện , những cảm giác. Với tôi, đó là những đoản văn tuyệt vời tuy có người đã cho rằng đó chỉ là những ghi chép vụn vặt. Tôi yêu cái lãng mạn nhưng gần gũi với cuộc sống. Ai trong chúng ta mà không có lúc thấy xao động cùng trời cùng đất? Ai trong chúng ta mà không có lúc lái xe một mình mà đãng trí nghĩ về ngày tháng xưa, kỷ niệm cũ. Nhất là, với văn phong bay bướm của một nhà văn đi tìm cái mới lạ trong cái cổ điển như Nguyễn Xuân Hoàng.

Tôi đọc. " Mưa Cali nhớ Phạm Ngũ Lão":

"Cali mưa cơn mưa nhỏ chợt đến chiều nay trên đường Westminster như một người khách lạ không hẹn mà tới, Những hạt mưa lớn,thưa, gõ từ tốn trên mặt kính chắn gió nghe như tiếng mưa thuở nào rơi trên mái tôn trước hiên nhà.

Bầu trời ẩm đục, thấp và nóng. Cali đang mùa hè. Cơn mưa tuy không đủ sức làm dịu những cục than hồng, nhưng có thừa cái sắc bén của con dao cau rạch trong tôi những vết thương hoài niệm.

Mưa gõ đi từ góc ngã tư đường Harbor-Westminster là những mũi kim xoi đắm trí nhớ. Mưa dẫn tôi đi trở về trên những con đường quen, khu phố cũ, những bạn bè xa xưa..."

Tôi lấy làm lạ tại sao Nguyễn Xuân Hoàng ít làm thơ. Bởi vì tôi thấy cõi thơ bát ngát trong những đoạn văn vừa đọc. Cảnh làm gợi nhớ người, thơ làm cho cảm giác chơi vơi hơn trong cái trơ trọi của thực tại.

Cái trí nhớ ấy có lẽ đầy chật những ý thơ, những câu của ca dao ngàn xưa nhưng còn sống mãi. Sau này, khi ông phụ trách tạp chí Văn, viết những trang sổ tay, tôi vẫn thích những dòng chữ ghi lại từ những ngày tháng thực, dù vội vàng nhưng có nét đáng yêu của những vần thơ tiềm ẩn bên trong...

Ngôi Nhà Ngói Đỏ in năm 1989. Tôi đã đọc một trong những cuốn đầu tiên mang từ nhà in về. Đến nay, đã mấy chục năm. Bây giờ, thỉnh thoảng giở ra đọc, vẫn tìm được những nét xao động của tâm tư một thời. Chủ quan tôi, đây là một tập truyện ngắn xuất sắc. Xin nhấn mạnh, đối với tôi, một độc giả . Những truyện viết đều tay, có cảm xúc chân thực làm người đọc dễ chia xẻ. Văn phong bay bướm của từ ngữ nhiều hiển lộng như những viên đá tảng lót đường cho những bước chân đi tìm cái đẹp. Thời gian qua, nghĩ đến Sai Gòn, Đà Lạt , Nha Trang,.. tưởng về người cũ, tôi lại giở những trang sách và như một lúc trở về chốn xưa. Có như thế. tưởng tượng như mình trẻ lại , của mới thuở nào. Và, để nhớ lại cái nỗi tức bực của tác giả Người Đi Trên Mây khi trang đầu là "Ngôi Nhà Ngói Đỏ " khi ngoài bìa là "Căn Nhà Ngói Đỏ"của ấn bản đầu tiên. Phải, dường như mới ngày nào, gần lắm, như hôm qua , hôm kia của cuộc đời... Những câu chuyện vẫn còn sức sống, có phải?...

Nguyễn Mạnh Trinh

Nguyễn Lương Vỵ

Ghi Chú Thơ Nguyễn Xuân Hoàng

Nhân đọc bài thơ "Biển, Nghe Không" của Nguyễn Xuân Hoàng

B iển, nghe không? Biển, nghe không?
Lạnh mênh mông! Lạnh mênh mông!
Dấu hỏi xanh dấu than trắng
Câu trả lời: Sóng như bông!!!
Sóng như bông – Bông như sóng
Ru. Thét. Gào. Im. Ngất. Động
Sóng nở gió – Bông nở em
Em nở ta. A! Cõi mộng!!!
Cõi mộng bay! Cõi mộng bay!
Đời chẳng hay! Người chẳng hay!
Nắng chảy dài trên vách mộ
Mộ chảy dài trong kẽ tay
Thấy hết! Không cần thấy nữa!
Biết hết! Không cần biết nữa!
Nghe không? Nghe không? Nghe không?
Nghe hết! Không cần nghe nữa!!!

Sơ thu, 2013
Nguyễn Lương Vỵ

Nguyễn Phước Nguyên

Chút Duyên Giao Ngộ
Cùng Nguyễn Xuân Hoàng

anh làm bộ không biết cầm lấy tay em
lời thú chưa trao tình yêu đã nhận
nxh

i held your hand pretending obliviousness
love unuttered, yet love avowed
npn

Hơn mười năm trước đây, tôi dịch một bài thơ ngắn của Jaques Prévert đăng trên Văn Học Nghệ Thuật Liên Mạng để tặng hai người bạn như sau:

L'Automne
Un cheval s'e'croule au milieu d'une alleé
Les feuilles tombent sur lui
Notre amour frissonne
Et le soleil aussi.
(Jacques Prévert, trích từ Paroles, 1958)

321

Thu
Một con ngựa ngã quị giữa một đường hẻm
Lá rụng trên nó
Tình yêu chúng ta rung rẩy
Và mặt trời cũng thế.

Sau khi bài được đăng vài ngày, tôi nhận được một email nhắc tôi rằng chữ *'alleé'* dịch là *'đường hẻm'* không được chuẩn, nên dùng *'đường mòn... đường nhỏ... hay tiểu lộ...'* thì chính xác hơn. Nội dung email rất chuẩn mực và chừng mực, chia sẻ mà không chỉ trích, nhắc nhở mà không khoe khoang. Cuối email ký tên Nguyễn Xuân Hoàng.

Đó là giao ngộ trực tiếp đầu tiên và duy nhất giữa Nguyễn Xuân Hoàng và tôi. Nhưng ấn tượng của tôi với ông thì thật là đậm sâu. Cho tới hôm nay.

Và từ tri ngộ đậm sâu đó, hơn mười năm sau, tôi thử thách mình, dịch bài thơ **Nụ Hôn** của ông qua tiếng Anh, và gửi tặng chính tác giả -

Thay một lời chào, và một lời mời, ông mau trở lại cuộc chơi ngôn từ đa dạng đa đoan...

Nguyễn Phước Nguyên

Nụ hôn
Hãy cho anh biết em muốn gì
có phải những cụm mây trắng trôi trên trời mà em thường nhắc?
có phải con đường hoa hồng mà mỗi chiều chúng mình vẫn đi qua?
có phải nụ cười mà anh đã cho em lần đầu?
hay những lời kỳ lạ mà anh đã gửi trong lá thư tình thứ

322

nhất?

anh sẽ tặng em.

Hãy nhìn thẳng mắt anh và đừng lắc đầu như thế

nói cho anh biết em cần gì

vụng nước có sâu anh sẽ đứng ở giữa

vai anh làm cầu cho em bước qua

đời có ghét em anh sẽ chia ra một nửa

hai đứa mình cầm tay lướt qua

trời có mưa to em cứ yên tâm ngồi trong nhà

anh sẽ một mình ướt xối tới thăm em

anh còn giúp em gì được nữa không em?

em chớ cười anh hoài như thế

Dù mái tóc anh có những sợi trắng rất sầu

khi anh chưa đầy ba mươi tuổi.

anh cũng sẽ tặng em những mùa xuân còn lại

hôm nay đã là một chín sáu năm

chúng mình còn có thể sống thêm năm mươi năm nữa

năm mươi năm năm mươi mùa xuân

anh sẽ tặng em năm mươi triệu lần

bởi em vẫn lắc đầu chối mãi những gì anh tưởng mình sẽ
có

nên anh rất ngại ngùng

khi phải đem tặng em những đêm dài không ngủ của quê
hương mình

những đêm dài sặc sụa chiến tranh

ở đó súng nổ trong lòng mỗi người

súng nổ âm vang trong từng cơn mộng mị

súng nổ liên miên nên anh không làm sao có thể nghĩ

ngoài ra còn có em.

Em nhớ chăng hồi chúng mình mới quen nhau

bữa nói chuyện lần đầu chìm trong tiếng súng

anh làm bộ không biết cầm lấy tay em

lời thú chưa trao tình yêu đã nhận

nhưng mỗi đêm tiếng súng cứ làm anh thức giấc
và tự hỏi thầm
liệu chúng mình đã thật thương nhau chăng?
Dẫu sao anh cũng sẽ tặng em
như Trần Dạ Từ đã tặng cho người yêu
tiếng plastic nổ ở một khu phố nào đó
cùng với tiếng khóc của một bà mẹ vô danh
và những giọt máu chảy ròng xuống một ống cống dẫn
nước của thành phố.
Anh cũng sẽ tặng em những cánh tay đã rời khỏi thân
những con mắt đã lọt khỏi tròng
những xác chết không tên không tuổi
đã ngã xuống cho chúng mình sống
và sau cùng là nỗi hôi tanh của chúng ta.
Còn tiếng nổ của những quả bích kích pháo
nổ từng giây trong đầu anh và em
nổ từng giây trong thớ thịt trong trái tim
trong xương máu trong cuộc đời đau đớn
anh sẽ tặng hết cho em.
Anh cũng sẽ tặng em những nón sắt và những lưỡi lê cận
chiến
những ngôi nhà cháy nát vì bom
những ruộng những nương lúa gục tre còm
những dòng lệ khô đem buồn lên mắt
những chua xót tù đày
những đớn đau dằn vật
và nhục nhằn của kẻ đầu thai.
Và sau hết còn lại những cuộn dây kẽm gai
anh xin tặng em bằng cách quấn em vào đó
kèm với nụ hôn cuối cùng này
nghe em?

The kiss

Let me know your wish
is it the floating white clouds above you often mentioned?
is it the rose-lined path we strolled each evening?
is it my first smile at you?
or is it the peculiar phrases in my first love letter to you?
all, my gifts to you.
Look directly into my eyes and shake not your head
tell me what you need
in the middle of the deep lagoon i will stand
my shoulder, your bridge to cross
i will split all the hatreds you bear
we will skitter over them, holding hand
in the deluge just wait calmly inside
i will come to you alone, drenched
can I help you with whatever else?
laugh not at me the way you always do
Though my hairs sadly stranding white
even when I am yet thirty.
i will bequeath to you my remaining springs
today is already nineteen sixty five
we may live another fifty years
fifty years, fifty springtimes
fifty million times i will confer all to you
since you will perpetually shake your head, refusing all i
imagined i would have
so i would become very timid
when I must give you all the sleepless nights of our
homeland
the long nights choked of war
where gunfires blazed in our cores
gunfires echoed in every dream

gunfires boomed ceaselessly, barricading you
from my thoughts.
Do you recall when we first met
our conversation drown in gunfires
i held your hand pretending obliviousness
love unuttered, yet love avowed
but gunfires made my nights insomnious
and i questioned myself
are we surely in love?
Nonetheless, i will give you
as a poet gifted his beloved
the sound of bomb blast at some part of town
with the wail of a nameless mother
and the rivulets of blood coursing down the city sewers.
I will also entrust to you arms that were severed
eyes that were gouged
corpses without names
lifeless, so we can live
and finally, our stenches.
Moreover, the artillery barrages that
incessantly explode in your head and mine
in each fiber of our body in our hearts
in our fleshes and bones in our afflicted lives
all, i gift to you.
I will as well give you the helmets and the bayonets
the napalm-incinerated houses
the parched pastures the withered rice fields
the barren tear ducts that saddened the eyes
the imprisoned bitterness
the agonizing torments
and the wretchedness of being reborn.
And lastly, all that's left are the rolls of concertina wire
which i will wrap you in as (like) a gift

enclosing this last kiss of mine
you want?

rendered to English
*by **Nguyễn Phước Nguyên***

Nguyễn Tà Cúc

Nguyễn Xuân Hoàng và Vài "Ý Nghĩ Trên Cỏ"

Quốc phá sơn hà tại,
Thành xuân thảo mộc thâm.
Cảm thời hoa tiễn lệ,
Hận biệt điểu kinh tâm
Nước tàn sông núi còn đây
Thành xuân, cây cỏ mọc đầy khắp nơi
Cảm thời, hoa cũng lệ rơi
Chim kia cũng sợ hận người lìa tan
(Đỗ Phủ, Xuân vọng-Trần Trọng San dịch
-Ngắm cảnh xuân)

Trong bài "Những Đoản Văn Rời Về Tạp Chí Văn" (đăng trên Giai Phẩm Xuân Người Việt 2012), nhà văn Nguyễn Xuân Hoàng (1) có viết: "Nhà văn không thể tồn tại nếu trước hết không tồn tại trong một cộng đồng. Anh ta chỉ là một thành viên của xã hội. Anh ta không phải là một đơn vị biệt lập hay cô lập. Như một miếng ngói, một viên gạch, một hòn sỏi, một vại nước phía sau hè, một vòm mái cong, một cành lá nằm ngang bên ngoài khung cửa sổ, một tiếng chim hót buổi sớm,... nhà văn là một trong muôn một làm thành đời sống." Chính vì thế, chính vì quan niệm "Nhà văn không thể tồn tại nếu trước hết không tồn tại trong một cộng đồng" này mà mười ba năm trước (2000), tôi đã chỉ trích ông nặng nề qua cái nhìn của một người phải tham dự vào một công việc

chung lúc ấy, một công việc mà cái thảm trạng *Nước tàn sông núi còn đây/Thành xuân, cây cỏ mọc đầy khắp nơi* khiến phải đặt lại vấn đề với tình cảnh sử dụng văn chương vào những việc không phải văn chương, không từ ông, nhưng rất gần quanh ông. Mười hai năm sau, tôi viết một bài khác (2), đưa ra một cái nhìn khác, cũng trên tinh thần này, nhưng chỉ dựa riêng trên tác phẩm của ông nhiều hơn.

Bài viết hôm nay, không bàn đến tác phẩm-và-tác giả Nguyễn Xuân Hoàng nữa, mà nhắm vào một vấn đề cả ông và tôi cho là quan trọng: cung cấp tài liệu về/cho Văn học Miền Nam. Sự quan tâm ấy giúp tôi và ông vượt qua được bài viết "dữ dội" năm 2000 vì chúng tôi đồng ý rằng, tài liệu là vấn đề sinh tử của Văn học Miền Nam. Có hai điều bất lợi hiển nhiên cho việc nghiên cứu về Văn học Miền Nam. Thứ nhất, rất nhiều tác phẩm đã bị hủy hoại trong cơn sốt "giải phóng" sau 1975 khiến cho sự hiếm hoi trở thành một trở ngại tài chính hầu như không thể vượt qua được. Một bộ Phổ Thông (chủ nhiệm&chủ bút Nguyễn Vỹ) nay giá ba nghìn mỹ kim, bộ Bách Khoa bốn nghìn mỹ kim vv. Có những bộ như Khởi Hành (Bộ cũ, Sài gon) không còn đủ số để bán trọn bộ. Thứ hai, một số sách báo Miền Nam thoát được cơn phần thư vì "di tản" trước qua các đại học Hoa Kỳ thì bị dần dần hủy hoại vì giấy xấu. Tôi đã từng cầm cuốn "Thơ đen" (Tú Kếu) mà giấy giòn như bánh đa nướng quá, hẳn chỉ mươi năm nữa là nát vụn. Những tài liệu Miền Nam trước đó có liên quan trực tiếp đến Văn học Miền Nam 1953-1975 như sách báo của Nữ Lưu Thư quán (Phan Thị Bạch Vân làm Giám đốc kiêm Chủ nhiệm& Chủ bút) hầu như hoàn toàn biến mất. Một số rất hiếm hoi giữ lại được bằng microfilm thì trừ phi là một sinh viên hay giáo sư trong một Đại học Hoa Kỳ, người ta không cách nào mượn được.

Tôi muốn nhấn mạnh ở đây là các khó khăn này chỉ dành cho những người nghiên cứu độc lập, dĩ nhiên. Nếu được tài trợ thì còn nói làm gì nữa. Nhưng chính vì thế mà vấn đề phổ biến tài liệu thuộc Văn học Miền Nam càng cấp bách hơn: càng cần nhiều người nghiên cứu càng tốt, nhất là những người nghiên cứu độc lập, để cuộc chạy đua đi tìm sự thực không bị giới hạn vào các quỹ tài trợ và có khi, vào thiên kiến của người được nhận tài trợ.

Đó là một sự thực không thể chối cãi được: sau khi cuộc chiến đã chấm dứt trên các địa danh đẫm máu như Đồng Xoài, Pleime vv., một cuộc chiến khác đã âm thầm khởi đầu từ lâu nhân danh "văn chương, văn học" và "lịch sử, sự thực" tại các trường Đại học Hoa Kỳ nơi hiện diện một số đông giáo sư chuyên về Việt Nam học mà nhiều người vốn xuất thân là những người chống lại sự tham dự của Hoa Kỳ vào Chiến tranh Việt Nam. Bởi thế, những cựu quân nhân phản chiến nay trở thành giáo sư hay học giả này nếu không có mấy cảm tình thì cũng không có bất cứ kiến thức hay nhu cầu tìm hiểu nào về nhà văn và Văn học Miền Nam, một lãnh vực mà họ không quan tâm. Cho nên, bãi chiến trường lần này càng không kém phần ác liệt vì sẽ để lại di tích muôn đời trên sách vở, không phải tại cổ thành đổ nát Quảng Trị mà tại những tòa nhà thâm nghiêm, lưu dụng các bộ óc danh tiếng đại diện chung cho lịch sử Hoa Kỳ.

Như vậy, tưởng đâu cuộc chiến lại mất quân bằng lần nữa chăng? Không, may mắn thay, sự phát triển của Internet đã khiến việc trao đổi, cung cấp, số hóa tài liệu để nghiên cứu không còn là một vấn đề nan giải nữa. Từ Talawas (Phạm Thị Hoài chủ trương), Gió-O (Chủ trương Lê Thị Huệ), Da Màu (do rất nhiều các chị và các anh có thiện tâm điều khiển), Tiền Vệ (Nguyễn Hưng Quốc chủ trương) vv. tại Hoa Kỳ cho tới Phong Điệp (ký giả & nhà văn Phong Điệp chủ trương) Diễn đàn Sách Xưa (gồm rất nhiều anh em chơi sách cũ hay mua bán trao đổi nhưng đồng thời sử dụng các sách báo cũ ấy để lưu lại tài liệu) vv. tại Việt Nam, không riêng gì người đọc mà người nghiên cứu khắp thế giới cũng có thể lọc ra những tài liệu cần thiết tưởng chừng như không thể nào tìm lại được.

Hơn thế nữa, nếu chúng ta vẫn nói đùa "một người Việt Nam là một nhà thơ" thì nay chúng ta cũng có thể nói không đùa rằng "mỗi nhà văn, mỗi nhà nghiên cứu, mỗi thường dân Việt Nam là một blogger"! Từ các loại blog hay diễn đàn cá nhân này, người ta có thể tìm kiếm tài liệu về Phan Khôi (Lại Nguyên Ân) hay tình hình xã hội nhân văn hiện nay tại Việt Nam hoặc nhân dáng các nhà văn Miền Bắc qua blog của nhà phê bình Vương Trí Nhàn. Qua blog Phong Điệp, tôi đã được đọc lời nhà nghiên cứu Lại Nguyên Ân minh xác một số vấn đề mà ông nghĩ tôi đã hiểu nhầm khi đặt ra vài câu hỏi với ông về việc nghiên cứu Văn học Miền Nam (3). Cũng từ một website khác, tôi đã được đọc bài của Giáo sư Phan Nam Sinh (thứ nam của Phan Khôi, nhà văn/dịch giả Kinh thánh Tin lành Việt ngữ) có một chi tiết tối cần thiết (4) cho loạt nghiên cứu của tôi về việc phiên dịch Kinh thánh Tin lành Việt ngữ và một vụ án văn học Thế kỷ XX (5). Cách đây hơn một năm, tôi sẽ không viết được bài sưu khảo về Nguiễn Ngu Í nếu tôi không được một nhóm bạn văn –vẫn theo dõi và hỗ trợ từ Sài gòn– gửi cho hơn 300 trang scan một số bài viết của ông trên tạp chí Bách Khoa. Trước đó tôi cũng sẽ không tái tạo được áo Lemur và có bài viết về thái độ tiêu cực của Tự lực Văn đoàn với đồng nghiệp cấp tiến Miền Nam nếu tôi không được trao cho tài liệu từ một người không quen nhưng quan tâm đến văn học ở Hà nội (6).

Viết ra kinh nghiệm của riêng tôi không phải để nói về mình (một điều khả ổ) mà để qua thí dụ giữa tôi và nhà văn Nguyễn Xuân Hoàng, tôi muốn nói lên rằng, thứ nhất, sự phê bình, dù "dữ dội" đến đâu không bao giờ có thể lại là cái rào cản giữa những người cùng suy nghĩ về một vấn đề nào đó. Thứ hai, tôi muốn cổ võ cho cái quan niệm rằng chính chúng ta, những người có lòng với Văn học Miền Nam, nên giúp nó tồn tại bằng cách cung cấp và chia sẻ tài liệu. Chỉ có hai cách đó mới giúp các thế hệ đi sau một cách thực tiễn trong việc tái tạo chân dung của một nền văn học rực rỡ với cả ưu lẫn nhược điểm của nó mà ngay chính các nhà phê bình sinh trưởng và được giáo dục tại Miền Bắc cũng phải công nhận rằng đã hay vẫn còn vượt xa người anh em bên kia dòng Bến Hải.

Trong tinh thần ấy, tôi trao cho các bạn Da Màu số tài liệu ông đã gửi cho tôi vào năm 2010 khi tôi yêu cầu để Da Màu tiện sử dụng nếu muốn. Những tài liệu này gồm có:

-Truyện ngắn *Tự truyện của một người vô tích sự* mà ông đã hoàn chỉnh lại vì theo ông, đó là truyện mà ông thích nhất: "Thật ra viết xong, in xong, đọc lại vẫn chưa thích cuốn nào cả. Tuy nhiên có 1 truyện ngắn in trong CĂN NHÀ NGÓI ĐỎ, có tựa là TỰ TRUYỆN CỦA MỘT NGƯỜI VÔ TÍCH SỰ có thể là truyện ưa thích nhất, nếu có nói như vậy cho đến lúc này" (Email Nguyễn Xuân Hoàng trả lời Nguyễn Tà Cúc).

-Bài *Bụi Và Rác của Nguyễn-Xuân Hoàng* cùng thủ bút của nhà thơ Trần Hồng Châu (giáo sư Khoa Trưởng Đại học Văn khoa Sài gon Nguyễn Khắc Hoạch)

-Bài phỏng vấn "ĐẠI HỌC BOSTON Phỏng Vấn Nguyễn Xuân Hoàng", 2000.

-Bìa tạp chí Văn số cuối 125-129 , Tháng 2&3. 2008. Theo Nguyễn Xuân Hoàng, tờ này không bao giờ phát hành vì không có ruột dù đã làm xong.

-Ảnh chụp Bùi Giáng, Thanh Tâm Tuyền, Mai Thảo và Nguyễn Xuân Hoàng tại trước Tòa soạn Tạp chí Văn, Sai gon.

Trên nguyên tắc, tôi không bao giờ chuyển tài liệu cho người khác mà không có sự xin phép trước. Nhưng trong trường hợp hết sức đặc biệt này, tôi rất tự tin rằng ông sẽ hài lòng là đằng khác (nếu ông chỉ gửi cho tôi những tài liệu đó) khi tôi thực hiện điều rất nhiều người trong chúng ta đã quan tâm. Tôi thành thực hy vọng những tài liệu kèm theo sẽ giúp được cho bất cứ ai nghiên cứu về Nguyễn Xuân Hoàng nói riêng–một nhà văn không bao giờ ngừng viết, nghĩa là đúng như ông nói "không đi trên mây" –và Văn học Miền Nam nói chung, nơi đã có sự góp mặt của ông. [NTC]

Chú thích

333

(1) Trong nước, cũng có một nhà văn –trẻ hơn, đã qua đời– cũng trùng tên Nguyễn Xuân Hoàng khiến nhà văn Nguyễn Xuân Hoàng, mà tôi đang viết về đây, thuộc Văn học Miền Nam, phải thêm một dấu gạch nối vào tên ông Nguyễn-Xuân. Riêng trong bài này, tôi sẽ giữ nguyên tên Nguyễn Xuân Hoàng như nó đã xuất hiện trên các tác phẩm của ông trước 1975 để các nhà nghiên cứu đi sau không bị nhầm lẫn. Thí dụ điển hình là cuốn *Ý nghĩ trên cỏ* mà tên tác giả "Nguyễn Xuân Hoàng" không hề có dấu gạch nối giữa hai chữ Nguyễn-Xuân.

(2) Bài này đã đăng trên Tạp chí Khởi Hành, Chủ đề Nguyễn Xuân Hoàng, Số tháng 5&6, 2012

(3) Lại Nguyên Ân, Trả lời ký giả Nguyễn Tà Cúc ,20/6/2009

(4) Phan Nam Sinh (Đồng Nai), Về những nghi vấn xung quanh hai tác phẩm của Phan Khôi, 25.6.2012

(5) Nguyễn Tà Cúc, Phan Khôi và Công trình phiên dịch Kinh thánh Tin lành Việt ngữ, 2013

(6) từ áo dài "lemur" đến thái độ tiêu cực của tự lực văn đoàn với nữ đồng nghiệp cấp tiến miền nam – 18.07.2013

Nguyễn Thị Minh Ngọc

Tôi Không Còn Thời Gian

Tháng 8, ngày 4, 2013, có dịp ghé San Jose, dự định đến nơi diễn xong là biến ngay, tưởng không có giờ để gặp cả hai. Nàng rao trước, vì nhiều lý do, có thể không đến nơi chúng tôi biểu diễn được. Bất ngờ, màn chưa mở, cô gái ấy đã đến, cho hay: "Anh Hoàng kêu em phải tới giúp con N."

Thử coi, 18 ngày trước buổi diễn, cái rạp trên 600 chỗ ở Santa Clara bán được có 15 vé. Thiên hạ đồn nhau chương trình này lãnh 4 đứa VC sang, chính là 4 ca sĩ khuyết tật của chúng tôi. Ban tổ chức sau đó tung vé đi mời, giờ chót bạn tôi muốn mua thì hết nhẵn cả vé. Nàng cùng với một cô bạn bưng hai thùng quyên góp tiền đi dọc xuống khán giả trước giờ quy định vì Nàng nói với tôi: không để Chàng nằm một mình ở nhà lâu được. Nếu không có Nàng, chúng tôi khó đủ trang trải vì nhiều người lên sân khấu đưa check, ghi người nhận là Pearl of Heart, sau đó mới biết họ tặng cho một ngôi trường nuôi trẻ mồ côi ở Việt Nam. Diễn xong, lên xe về ngay Orange County, tôi không hề biết Chàng bệnh nặng đến độ ngày hôm sau, bạn bè khắp nơi loan truyền báo động. Còn gọi Nàng hỏi chắc là tin vịt, Nàng nói, ai dám bịa chuyện động trời như vậy

335

và cho hay đang tự đến bác sĩ cho mình, còn Chàng thì bịnh viện vừa khuyên nên đưa về nhà vì sợ chàng không kham sự đau đớn không cần thiết của cuộc giải phẫu.

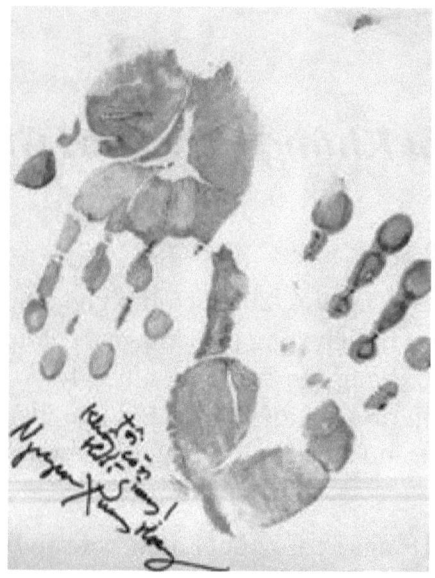

Sáu tiếng từ SJ về OC, tôi nằm mơ mòng giữa tiếng hát chúc mừng sinh nhật tôi của các chàng ca sĩ khiếm thị mà một trong số đó là Nguyễn Đức Đạt, người vừa được nhắc đến hai tháng trước đây trên blog's Nguyễn Xuân Hoàng. Rồi bỗng nhiên những chi tiết sống giữa chúng tôi cách đây gần 40 năm bỗng trở về như mới. Mà nhớ lại quá khứ, không có nghĩa lôi ra chuyện riêng tư giữa chỉ Chàng, Nàng và Tôi mà còn lôi bật kéo nhau ra theo một núi dính chùm, những khuôn mặt cuộc đời chết sống ở thời điểm tiền và hậu chiến, với cái mốc ngặt nghèo 1975.

336

Đầu tiên, tại sao tôi quen Nàng, thật tình không nhớ. Chỉ nhớ như in, ngày thân phụ của nàng đứng ở vườn hoa trước Nam Thạnh Lầu thị xã Phan Thiết nói chuyện với cử tri. Ông là dân biểu Trương Gia Kỳ Sanh, hiệu Trúc Viên của tỉnh Bình Thuận, thuộc dòng dõi của nhân vật lịch sử Trương Gia Mô – người đã gieo mình xuống chân núi Sam vì nỗi đau đời, Tại Hạ Viện, ông còn có biệt danh FM Đầu Bạc. Hình như ông có đụng độ với nhóm cầm quyền lúc đó nên đã bị mấy người trà trộn trong đám đông cầm lọ mực xanh tạt vào chiếc áo trắng tinh. Mẹ tôi đang đi chợ, thấy vậy, quẳng chiếc giỏ cho tôi, nhảy lên diễn đàn chiếm micro la rầy những kẻ thất lễ với một nhân sĩ trí thức như thầy Trúc Viên, người mà bà biết đã có lúc lập gánh hát với Nam Nam, cô đào chính có nhan sắc và giọng hát mê hồn.

Lúc đó, thỉnh thoảng có dịp từ Phan Thiết vào Sài Gòn, tôi ghé lãnh báo biếu của tờ Tuổi Ngọc. Tờ tuần san này nằm chung nhà với bán nguyệt san Văn, nên tôi thử viết gửi cho Văn, không những được đăng, mà lại còn có nhuận bút. Sau đó, tôi mới biết cô bạn văn ký tên Trương Gia Vy chính là Trương Gia Diệu Trữ, ái nữ của thầy Trúc Viên, và cũng là nàng thơ của X, một nhân vật văn hay chữ tốt ngoài Phan Thiết của tôi. Tôi cũng đọc được những chuyện Chàng viết, về Nàng, và cho Nàng đăng trên Tuổi Ngọc. Truyện ngắn "Đồi Cát" của tôi có phần mượn chi tiết từ ba người viết mà tôi quen là Chàng, Nàng và X.

Có hôm tôi vào Sài Gòn trùng với ngày mai là đám dạm của Nàng với X. Chàng nghe tin Nàng chống cuộc hôn nhân này bằng cách... muốn làm Juliet, đoạn gần kết kịch. Thế là trên chiếc xe đò chạy thẳng ra Phan Rí Cửa năm đó có tôi cùng Romeo – Chàng. Gần đến nhà Juliet, phải giấu Romeo ngồi ở một quán ven Quốc lộ Một, riêng tôi đến nhà nàng, với tư cách con gái của người đàn bà đã nhào lên cướp micro mắng lũ trẻ trâu bênh thầy Trúc Viên, rủ nàng đi dạo một vòng để họ hội ngộ nhau trong vòng non tiếng. Còn nhớ khuôn mặt trẻ thơ của Trữ khi kể lại thắc mắc của cha: "Thằng X ngon như vậy, sao con không ưng?" Ngay sau đó nàng cười hắc hắc: "Con người mà thầy biểu ngon lắm, làm như canh chua, cá kho tộ không bằng." Sau khi trả Juliet về với gia đình, tôi đi kiếm một cái hotel gần bờ sông Cà Ty cho Romeo vì lúc đó đã chiều, còn mình thì lang bạt bạn bè để sáng hôm sau đến đón Chàng cùng về lại Sài Gòn.

Lúc đám cưới cặp này, tôi không dự vì hình như lúc đó tôi ra Huế thi chơi vào lớp dự bị y khoa, ai dè đỗ, phải ra đó học. Khi rời Huế về Sài Gòn, thăm họ ở căn nhà gần thành Ô Ma và rạp Quốc Thanh thì Romeo-Chàng và Juliet-Nàng đã có hai nhóc. Diệu Trữ phong tặng tôi ngay hỗn danh Tào Thị để cân xứng với tiểu gia đình của họ có đủ Phạm Công, Cúc Hoa cùng Tấn Lực, Nghi Xuân.

Trong những bạn chung của chúng tôi sau 1975, có anh Lưu Quang Vũ mà Chàng có đưa ít nhiều vào cuốn *Bụi và Rác* với tên Lâm Quốc Vũ. Ngày anh Vũ mất, ở Sài Gòn, tôi được đề nghị viết vài dòng đọc trong lễ tang anh. Khi tôi viết những dòng nầy, cũng sắp là ngày giỗ của anh. Chưa kể đến tâm và tài của anh Vũ, điều khiến cả Chàng và tôi đều thấy dễ gần người thi sĩ, kịch tác gia tài hoa này là nỗi đau đời của một người Việt trong anh, cùng sự trân trọng chúng tôi là những người viết của miền Nam mà anh Vũ có cơ hội đọc trước khi gặp mặt. Trong cuốn tiểu thuyết có tựa *Ký Sự Người Đàn Bà Bị Chồng Bỏ*, tôi không thể không nhắc đến anh Vũ cùng cái chết oan khiên của cả nhà anh.

Suốt thời gian Chàng, Nàng cùng gia đình sang Mỹ định cư, bạn bè khi nhắc đến Chàng đều nói điệp khúc của anh ấy từ bên kia đại dương vọng về thường là: Sao Muốn Chết Quá!

338

Trong ngôn ngữ kịch nghệ của chúng tôi, đỉnh cao của Bi là Hài và ngược lại. Y như khi Khuất Nguyên kêu cô học trò theo mình 15 năm: "Đi lấy chồng đi!" trong vở *Hồn Xuân Thu*, tôi đã nghe ra đó là một lời tỏ tình đau đớn.Có thể dịch hai chữ "muốn chết" của Chàng ra là Tiếng kêu bầy của Người-vô-cùng -tha-thiết-với-Cuộc-Đời-này.

Từ bấy đến nay, chúng tôi vẫn có dịp thoáng chốc gặp nhau, hoặc Nàng về công tác hay làm từ thiện, hoặc tôi sang với những dự án bên sân khấu. Chàng chỉ về đúng một lần và có vẻ không hào hứng việc về lần thứ hai. Những lần gặp nhau, tôi như được gặp... tri âm, cứ tuôn ào ào những nỗi bi phẫn của mình—Người-Cứ-Tưởng-Là-Sẽ-Nói Giùm-Được-Những-Người-Không-Nói-Được–hóa ra ngay chính mình cũng đã nói hết được những gì cần nói đâu. Tôi không thể hào sảng như cô bạn đạo diễn của tôi đã vang danh là Người Đàn Bà Đức Hạnh. Trong buổi chuẩn bị 2 giờ chiều duyệt vở kịch cùng tên, chúng tôi còn loay hoay với đoạn kết dự kiến cho Cô Đào Hát Điên và toàn thể diễn viên chỉ mặt khán giả cười ngất, cậu producer đang sợ vở bị cấm, rón rén đến nhờ tôi khuyên cô gái ấy kìm chế bớt, tôi lắc đầu kêu cậu tự nói, sau đó cả không chỉ khán phòng mà cả Trung Tâm Văn Hóa Pháp đều nghe tiếng nói trong micro có echo: "Đ.M. tao đã hèn rồi, tên bầu nầy còn hèn hơn cả tao".

Chàng nghe, miệng tủm tỉm cười, ít ra thì cũng tạm nguôi ngoai cơn thèm chết trước cơn điên trút rác của tôi, rồi sẽ sàng hỏi: Ở Việt Nam, còn sôi sục bức bối kiểu như em nãy giờ, có nhiều không? – Lặng một chút, nhớ ra, và đếm thử, thấy cũng còn kha khá. Như dịp kỷ niệm Sài Gòn 300 năm, có ba con "nữ tặc" bỗng dưng xuống tóc, đứa đội tóc giả đi diễn (như Phương Hồng Thủy), đứa phơi cái sọ đẹp đi dựng (như Hoa Hạ), đứa quấn khăn đi dạy (như tôi). Ngoài Bắc, có người đồn ba con tỏ thái độ với lãnh đạo sân khấu. Nhưng sự thật thì cũng như Chàng Đi Trên Mây, một lúc nào thấy Mù Sương hay Bụi và Rác nhiều quá, thì tìm cách phủi bớt bụi trần, để còn có thể tiếp tục lơ lửng ở một tầng mây giữa hai bờ Sinh và Tử. Vậy thôi!

Một MC mới gặp Chàng lần đầu, ghi trên facebook: *"He said years ago, he could not understand why some famous writer like Ernest Hemingway [or] a famous painter like Van Gogh... wanted to kill themselves... Now he does understand.... Scary, I would appreciate every single moment of life now."*

Rồi trên đường kiếm chồng cho em gái, tôi lập gia đình ở tuổi 50. Năm ngoái suýt chết trong một tai nạn xe trên xa lộ liên bang. Cứ nhủ mình phải cố viết và làm gì cho xứng với phần số của một người vừa thoát chết. Sau đó, đi diễn "chùa" cho một cái chùa ở San Jose, gặp nhau ở một buổi biểu diễn ca nhạc có khá nhiều ca sĩ hạng A, đa phần từ Hà Nội sang mà Nàng có tham gia tổ chức, Chàng ngồi hàng ghế VIP còn kể chuyện mới té ngã gãy xương trong chuyến sang Pháp thăm thân nhân, còn kêu không hiểu nổi tuổi trẻ nghĩ gì mà vẫn có những cô bé liều lĩnh muốn xin được "kết bạn" với Romeo trên bảy mươi này, bất chấp tất cả. Vẫn thấy sự sống và tình yêu tràn trề trong cả hai người dù Juliet ôm căn bệnh ác hơn chục năm nay.

Và bây giờ thì đến lượt Romeo. Tôi nói qua phôn, nè sao giống bài thơ "Màu Tím Hoa Sim" quá vậy, *nhưng không "tiêu" người trai khói lửa, mà "tiêu" người gái nhỏ...* Nàng vẫn cười dòn, như tiếng cười năm nào khi so sánh câu của cha mình khen X ngon với canh chua, cá kho tộ. Mày biết Phạm Công của mày, vốn dĩ đã rất trầm cảm, nay lại nghe tin dữ này, chỉ biết mình nên làm gì một cái gì đó để gầy cho Chàng niềm vui sống. Những trang viết thư từ thăm hỏi Chàng sau đó có lẽ đều với mục đích này.

Tôi tản mẩn đọc gần hết những bài của bạn bè viết về Chàng, và dĩ nhiên không thể thiếu bóng Nàng. Tôi thích cái ý tưởng của Đinh Từ Bích Thúy nói về V của Chàng. "Vy" của ông, V/Vi/y (tiếng Anh) hoặc "Vê" trong tiếng Pháp, chính là **v**ăn hóa, **v**ăn chương **Vi**ệt Nam–một **v**ũ trụ phức tạp, tinh **vi** và dễ méo bẹp như cái hộp chứa con cừu tí hon của chàng hoàng tử bé trong truyện của St. Exupéry."

(Mà biết đâu, V cũng là Việt Nam, như vở kịch "V come Việt Nam" của nhà viết kịch Pháp Armand Gatti?)

Cái ông Trương Gia Mô có liên hệ máu thịt với V. kia, đã nghĩ gì trước khi trèo lên tháp cao của Pháo đài trên núi Sam rồi thả rơi mình vào khoảng không? Cho dù hiện tại vẫn có trường và đường mang tên ông ở Việt Nam, nhưng theo tôi, đó là giây phút hạnh phúc nhất đời ông, chứ không phải những lúc làm bạn với Phan Chu Trinh hay lang bạt lúc Huế, khi Thuận Khánh, Hà Tiên, càng không phải lúc ngây thơ gởi bản điều trần cho vua gồm các các điều: *dạy ngoại ngữ để mở mang dân trí, chấn hưng công nghệ thực nghiệp, khẩn hoang, chữa bệnh dân nghèo, cách chức quan tham, loại bỏ thư lại vô dụng, lập nghị viện, mở báo quán để rộng đường dư luận, đẩy mạnh giáo hóa trong xã hội, ngăn ngừa sự đồi bại.* Ít ra ông được sống như chính mình trong giây phút đó, không còn những ngộ nhận, phản trắc chập chùng của một đời bão giông nhiệt huyết.

341

Trong hai bàn tay bệt cà phê nâu ngào đường trên trang web của bạn bè dành cho mình, Chàng ghi: "Tôi không còn thời gian!"

Chẳng thời gian nào đủ cho những người viết Việt trong lúc này. Nơi mà hơn lúc nào hết, cả trong lẫn ngoài nước, cuộc sống như cơn triều cường không mưa bão báo trước, cứ từ dưới đất, cống, trồi lên cùng bao bùn, rác, bụi cuốn trôi đi những son sắt thuở mới vào đời.

Chỉ định ghi lại đây một cái gì đó về Chàng và Nàng để họ đều còn có thể đọc được, hay Nàng đọc cho Chàng nghe, trước khi quá muộn. Và tôi biết, cả hai còn có thể hiểu được nhiều điều nữa, đằng sau những giòng chữ nầy. Sau bao biến thiên của đời, ít ra cũng còn một điều gì đó chung giữa chúng ta. Ví dụ như Nỗi Ám Ảnh Không Rời về Những Người Đã Chết. Mình đã mơ muốn *Nói Giúp Họ, Những Người Việt Nam...* đã chết, oan hay ưng, chết trước hay sau cái mốc nghiệt ngã 1975, chết biển, chết rừng, chết sông, chết suối .... "chết tình cờ, nằm chết như mơ." Để rồi ngó lại, còn, và mãi còn, bao nhiêu khúc khuất trong chính mình, vẫn dang dở đến giây phút tạm gọi là cuối, của cơn triều cường cuộc đời, vĩnh viễn không xứng hợp được với phần sống được trời – nếu có - bonus thêm.

Bismarck, ND Aug 22 2013

Nguyễn Thị Minh Ngọc

Nguyễn Trọng Khôi

Nguyễn Xuân Hoàng:
Thân Thiện và Hào Hoa

Ngồi chơi, vẽ phác chân dung Nguyễn Xuân Hoàng (mẫu giấy còn sót lại)

Có hai điều đối với tôi để nghĩ về Nguyễn Xuân Hoàng đó là sự mềm mỏng và hào phóng.

Năm 1972 tôi mon men vào làng báo, văn nghệ. Khi ấy tôi làm việc cho nhà xuất bản Vàng Son trụ tại 32/1 Nguyễn Bỉnh Khiêm Q.1 Saigon với vai trò phụ trách về mỹ thuật cho sách báo... một nhà xuất bản nhỏ chỉ được biết đến khi cho ra được hai đầu sách bán chạy đó là cuốn Papillon – Người Tù Khổ Sai của Henri Charrière và Tầng Đầu Địa Ngục (The First Circle) của Alexandre Solzhenitsyn – công việc của tôi thường xuyên và gắn bó nhiều nhất vẫn tại nhà phát hành Sống Mới (trên đường Phạm Ngũ Lão)- nơi có nhiều mối cho tôi kiếm tiền từ trình bày bìa sách của các nhà xuất bản khác tụ về. Tôi đã chỉ thấy mà chưa quen Nguyễn Xuân Hoàng trong thời gian này. Có một lần ghé qua Nguyễn Đình Vượng (gần bên Sống Mới) cùng với vài người, gặp anh và nhận từ đó một nụ cười không biểu lộ rõ cảm xúc, nhưng có thể thân thiện... thế thôi, vì chúng tôi không quen biết nhau.

Ngồi chơi, vẽ phác chân dung Nguyễn Xuân Hoàng (mẫu giấy còn sót lại)

Gần mười năm sau tôi gặp lại nụ cười ấy ở tại chợ trời khi anh đang đi mua một ổ khoá... kỷ niệm khởi đầu của tôi với Nguyễn Xuân Hoàng nhàn nhạt như vậy. Thế mà cũng thấy vui vui.

Tôi có thói quen tin vào những gì trực giác mách bảo. Gặp một người hay bắt tay một người nào mình cảm thấy gờm gờm, ái ngại thì dứt khoát không thể quen hay thân thiện được. Nguyễn Xuân Hoàng luôn có nụ cười hiền lành đi trước khiến cho người mới gặp thấy an tâm, gần gũi.

Từ trái: Nữ Họa Sĩ Trương Thị Thịnh, Nguyễn Trọng Khôi, Nguyễn Xuân Hoàng

Thời gian thoát qua mau. Năm 1989, khi chân ướt chân ráo vừa định cư tại Hoa Kỳ, gặp lại anh, anh tiến dẫn tôi vào làm việc trong báo Người Việt, phụ trách layout cùng với Nguyễn Đồng và chị Nguyễn Thị Hợp, chúng tôi có dịp gặp nhau mỗi ngày. Thời gian sau đó gắn bó hơn vì tờ Thế Kỷ 21 ra đời. Anh vẫn hiền lành, tháo vát và linh động. Tôi chưa thấy anh giận giữ hay la hét bao giờ. Trong toà soạn báo Người Việt, ngày lại ngày mọi chuyện bình thường như những cư dân ngụ cùng thôn xóm. Chỉ có điều sự bình thường này nó ngấm vào tôi lâu ngày, tự bản chất có sự sắp xếp thành ngăn nắp. Để rồi mỗi khi gặp lại anh sau này tôi luôn thấy rất vui.

Thế rồi một thời gian sau, vì vài chuyện nhạy cảm xảy ra cùng với một số nhà văn có liên quan, tôi quyết định nói với anh tôi sẽ nghỉ làm tại Người Việt. Tôi thấy anh có chút thoáng buồn. Tôi trở về Boston và anh vẫn tiếp tục công việc của báo Người Việt.

Chúng tôi, thỉnh thoảng hay e-mail hoặc phone cho nhau và anh hay nói về quỹ thời gian để thấy rằng nếu mình muốn làm điều gì thì nên làm ngay. Nói chuyện qua phone hay gặp gỡ tuyệt nhiên chúng tôi không đề cập đến chuyên môn, vì có nhiều sự khác biệt giữa văn học và hội họa. Tôi không đủ chữ nghĩa để nói chuyện về văn chương với anh, chúng tôi tránh nói đến những gì mình không thông suốt... tuy nhiên, mỗi lần gặp nhau chúng tôi đều không tiếc thời gian cho buổi gặp gỡ. Chúng tôi đều quý mến nhau.

Tôi tự định đặt cho cuộc sống của mình những giới hạn chọn lựa. Trong tôi hai dòng máu chảy song song là hội họa và âm nhạc. Tôi đã chỉ dùng âm nhạc như một mối giao hảo nhanh chóng với những người chung quanh, đồng thời cũng giống như văn chương nó làm đẹp cuộc sống tôi và bồi dưỡng trong tôi những cảm xúc cần thiết cho việc sáng tạo nghệ thuật, và khiến cho tôi tự tin, yêu đời, yêu cuộc sống và yêu mến những người tôi quen biết. Tôi nghiệm ra rằng cho đi và nhận lại ít nhiều cũng rất cân bằng.

Ngày xưa tôi hay tìm những cuốn sách dịch của Guy de Maupassant để đọc, tôi thích những không gian, những hoàn cảnh cuộc sống được dàn trải một nỗi cô đơn mênh mang... nhiều bộ mặt xã hội. Khi đọc Nguyễn Xuân Hoàng tôi thấy thích ngay. Đọc Nguyễn Xuân Hoàng, tôi không bao giờ mong tìm ở anh những bút pháp hay không gian làm chấn động hoặc những tàn bạo, mãnh liệt cao độ... ngay cả khi anh viết về những bi kịch, những hoàn cảnh cùng cực trong cuộc sống. Tôi tìm thấy những kỹ lưỡng và kiến thức, kiến thức văn chương, kiến thức suy luận.

Từ trái: Nguyễn Trọng Khôi, Trần Nghi Hoàng,
Nguyễn Xuân Hoàng, Đinh Cường

Tôi là một họa sĩ, chắc chắn chỉ thế thôi. Thỉnh thoảng Nguyễn Xuân Hoàng khuyến khích tôi viết, cho tạp chí Văn hay cho Blog trên Voa của anh. Nhưng tôi đã không đáp ứng được điều anh muốn. Từ bé đến tận bây giờ tôi mới chỉ viết được khoảng 6 truyện ngắn trong đó có một truyện hai mươi năm nay vẫn chưa hoàn tất vì một chi tiết tôi viết về một địa danh mà hiện nay tôi chưa có dịp đến. Tôi luôn để cho bản thân mình được tự do, kết nạp những tinh túy của trời đất rồi ứa ra điều gì tôi hoàn toàn tuân theo luật tự nhiên. Viết truyện, làm thơ, hay viết ca khúc... cho mình, cho bạn bè hay những gì liên đới đều tự trào ra trong tôi. Tôi không cần phải cố gắng hay o ép tâm trí mình.

Với Nguyễn Xuân Hoàng trong cuộc triển lãm
tại Green Gallery – San José June 2006

Lúc gần đây, ngẫu hứng tôi hay vẽ chân dung những bạn bè văn nghệ. Gặp ai tôi cũng tìm cách để thực hiện một chân dung bằng viết chì hay bằng than. Tôi lo sợ cho mình sẽ đánh mất cơ hội như một số trường hợp. Bạn bè cũng không phải lúc nào mình cũng có thể gặp mặt và cũng không thể biết chắc được lúc nào để thực hiện điều mình muốn. Nên tôi hay đem theo bên mình tôi một thỏi than hay viết chì để bất cứ lúc nào có sự gặp gỡ là tôi có thể vẽ. Thế nhưng, không phải chân dung nào mình cũng có thể vẽ ngay được. Có nhiều khuôn mặt bộc lộ cá tính rõ nét vẫn dễ vẽ hơn. Vẽ giống như thật với tôi là điều dễ dàng, nhưng cho ra một nhân vật lại là một điều khác. Đôi khi nó như biển cả, những chuyển động bão bùng bên dưới một bề mặt bình lặng. Tôi gặp anh Nguyễn Xuân Hoàng nhiều lần mà vẫn chưa vẽ được anh. Tôi hay âm thầm nhìn ngắm anh để tìm một góc độ đắt giá, vẫn chưa thoả mãn. Mặt anh không quằn quại như Dostoyevky, không lồng lộng như Tolstoy... lại không nghiêm trang như một nhà giáo hay đăm chiêu, khó hiểu của một triết gia... nói chung nó không biểu lộ ra ngoài những nặng lực của anh. Anh đẹp, đẹp từ ngoại hình đến nụ cười. Thế thì vẽ Nguyễn Xuân Hoàng thế nào bây giờ. Chân dung Nguyễn Xuân Hoàng là một chân dung không thể vẽ vội vàng ngay được.

Tôi là một họa sĩ có một thời gian dài trình bày bìa sách cho các nhà xuất bản tại Saigon. Cũng vì bệnh nghề nghiệp, khi cầm một cuốn sách trên tay, tôi thường hay mân mê cái hình thức của nó; nhất là những sách của tác giả yêu mến, quen biết. Tôi đã tự nói với chính mình rằng tôi sẽ làm tốt công việc này cho bạn bè tôi, và điều này đối với tôi như một trách nhiệm. Thời gian trong quỹ còn lại, tôi rất muốn trình bày cho anh Nguyễn Xuân Hoàng một bìa sách vừa ý.

Tạo hoá! Hai tiếng này vang trong tôi ở cả hai mặt đời sống và tâm linh. Nó khiến cho ta suy tưởng về sự *sinh, hủy*. Đang khi không nghe tin Nguyễn Xuân Hoàng ngã bệnh. Thật ra chung quanh ta hiện đang có nhiều người ngã bệnh... tôi biết, không phải chỉ riêng tôi thấy lo lắng thay, thương quá những người ngã bệnh. Ngã bệnh tức là phải ngưng lại toàn bộ sinh hoạt bình thường, ngã bệnh là phải nhận cùng một lúc sự chán nản và đau đớn... những hình ảnh được post lên net lại càng cảm thấy xao động hơn. Hôm tôi điện thoại nói chuyện và hỏi thăm sức khoẻ anh và có nhắc đến sự nguy kịch của Lê Thiệp, anh còn nói với tôi, tiếc là anh cũng bệnh hoạn không thể đi thăm Lê Thiệp được. Hôm nay nhìn thấy những tấm hình Nguyễn Xuân Hoàng trên facebook tôi không nghĩ là anh xuống sắc đến như vậy. Nhìn thân thể tiều tụy và sự hốt hoảng trong tia mắt thật thương anh quá đỗi. Tuy vậy thấy cảnh đoàn tụ cả gia đình trong không khí vui vẻ hỗ trợ cũng cầu mong anh vì thế mà khoẻ mạnh thêm lên.

Hát cho nhau nghe

Tôi là một Kytô hữu. Tôi tin vào hai điều: những gì thuộc trong quyền hạn con người hãy tin và hy vọng vào hành sự của con người; những gì không thuộc quyền hạn con người tôi chỉ biết cầu nguyện. Tôi cầu nguyện cho anh dầu thế nào cũng luôn được bình an.

Nguyễn Trọng Khôi

(Boston/August/2013)

350

Nguyễn Văn Sâm

Nguyễn Xuân Hoàng, Nhà Văn Lững Thững Trong Đời

Chúng tôi quen nhau khi cả hai cùng dạy môn Triết ở năm cuối Trung học tại trường Petrus Ký Sàigòn cuối thập niên 1960. Ngoài giờ dạy, Hoàng ít xuất hiện ở trường, anh bận bịu lo chuyện bài vở cho tờ tạp chí Văn của Nguyễn Đình Vượng ở đường Phạm Ngũ Lão, anh dạy tư nhiều nơi. Tôi rảnh rang hơn vì ngoài giờ dạy chẳng làm gì khác hơn là lo cho xong cái Cao học mà cha Thanh Lãng luôn hối thúc phải hoàn thành. Thỉnh thoảng lái xe vô trường, ghé phòng Giáo sư kiếm người đánh cờ tướng, tôi gặp Hoàng loáng thoáng giữa những giờ đổi lớp. Chúng tôi chào nhau, thân thiện nhưng không thân thiết.

Rồi cả lứa chúng tôi cùng đi thụ huấn quân sự chín tuần ở Quang Trung dành cho Giáo chức cấp 3, khóa 6/68 DBTĐ. Nơi đây tôi có dịp gặp Hoàng thường xuyên hơn, cũng chỉ mầy tao chuyện quân trường mà chẳng nói gì đến văn chương chữ nghĩa. Hoàng có nhiều bạn, anh có vẻ được đồng nghiệp nể trọng và thích kết thân dầu anh ít nói. Tướng cao, ốm, đẹp trai, tóc dày bồng bềnh, anh có dáng của một nghệ sĩ với nét mặt lúc nào cũng như đăm chiêu lo lắng, có khi ngồi bên nhau cả bọn chục đứa, tôi ít nghe Hoàng nói, vậy mà sao bạn bè vẫn thích. Có lẽ từ thái độ tự tin của anh trong lời nói, trong cử chỉ vung tay hay cả trong thái độ dứt khoát đứng dậy trước, bước ra khỏi sự ồn ào của nhóm.

Sau thời gian thụ huấn quân sự, chúng tôi gần gũi nhau hơn. Thỉnh thoảng có ghé nhà Hoàng rút canh xì phé còm giữa những đồng nghiệp cùng lứa tuổi. Vài lần bạn bè rủ rê vào quán La Pagode, để nghe những nhà văn thời thượng lúc đó bàn tán chuyện văn chương Tây phương hay tình hình văn học Sàigòn. Tôi nghe mà không thấm về văn chương đương thời vì còn mải mê với chuyện văn chương Nam Bộ 1945-1954, nên chuyện bàn luận ở đây chỉ vào tai này lọt qua tai kia. Công việc viết lách của Hoàng và các bạn văn buổi đó tôi đón nhận trong lơ đãng, hờ hững hờ...

Chúng tôi ít liên lạc từ khi tôi đổi đi trường khác. Sau đó bạn bè tứ tán lao đao. Trong thời xa cách đó, thỉnh thoảng tôi theo Đặng Phùng Quân đến La Pagode, thấy Hoàng đã ngồi đó với nhiều người, chỉ trao đổi bâng quơ "mầy lúc nầy khỏe không, thầy đồ Nho?" Tôi được gọi là Đồ Nho để phân biệt với các bạn văn trong nhóm của Hoàng là Đồ Tây như Huỳnh Phan Anh, Đặng Phùng Quân, Nguyễn Quốc Trụ, Hoàng Ngọc Biên, và có thể thêm Nguyễn Đình Toàn. Những nhà văn đương làm mưa làm gió trên văn đàn Sàigòn lúc đó với phong cách văn chương mới theo kiểu viết của nouveaux romans hay anti roman. Họ viết với nhiều đoạn phân tích nội tâm thiệt tỉ mỉ, câu văn phá cách, không cần theo văn phạm thường, nhân vật đi vào chiều sâu tâm hồn, những sinh hoạt, hành vi của nhân vật chỉ là thứ yếu.

Tôi xa lạ với loại văn chương này, nói rõ hơn là tôi không thấu đáo nó nên không mấy thích khi thưởng thức, nói gì đến sáng tác kiểu đó. Và tôi đứng ngoài việc sáng tác văn nghệ, chỉ quan sát bạn bè mình vẫy vùng với bút mực. Hoàng ở trong nhóm đó trong một chừng mực nhứt định. Anh được sự chú ý của người đọc dầu viết ít, được coi là một tác giả thông minh, có chiều sâu tư tưởng.

Thời cuộc đẩy chúng tôi đi xa hơn vào dòng xoáy đảo điên của đất nước, tôi qua Mỹ và Hoàng cũng lững thững sau đó vài năm, định cư ở miền Đông với gia đình, tôi gởi thơ chia vui với bạn và mách ở nước người viết như Hoàng nên đến vùng Sàigòn Nhỏ của CA, nơi đó anh sẽ có dịp phát triển tài năng bằng viết lách hay làm việc liên quan xa gần đến báo chí. Và bạn tôi đã về làm việc suốt thời gian dài cho công ty Người Việt, một thời gian mà sau nầy tôi nghĩ là uổng phí đối với một nhà văn vì phải bận bịu những chuyện chuyên môn ngoài văn chương. Thời gian này Hoàng chẳng in được bao nhiêu quyển. Tâm sự với tôi, Hoàng cũng tỏ ra là tiếc mình bỏ lỡ đi những tháng ngày đáng lẽ nên viết vì còn nhiều sức sáng tạo. Bây giờ thì hết rồi. Tao muốn buông thả hết mọi chuyện, kể cả đời sống này.

Câu nói như tiếng thở dài, tôi nghe mà thương bạn quá. Tôi không hiểu tại sao bạn mình lại thả dốc nhanh đến như vậy? Tôi hỏi gặng "Chán đời à?" "Không, tao vẫn vậy, vẫn sống và làm việc của đời, nhưng không coi trọng cái đời của mình, chẳng quí nó nữa". Anh hờ hững nhấn mạnh. Nếu bây giờ ngã ra chết liền, tao vẫn không có gì phàn nàn, không tiếc rằng đã bỏ cuộc đời quá sớm. Đời sống có những cái kỳ hoặc của nó. Giải quyết cách nào cũng làm cho mình đau lòng vì không bao giờ mình vừa ý." Hình như Hoàng triết lý ngay cả trong đời sống thường nhật. Và rất nhạy cảm. Tôi nhìn dáng đi của anh, lững thững, nhận ra ngay được trong đám đông với cái áo thung và quần Jean xanh muôn thuở. Nhìn mái tóc bạc trắng của bạn gần đây, bạc như những nhà hiền triết nhưng vẫn

353

còn bồng bềnh như một nghệ sĩ, dáng gầy gò hơn trong chiếc ghế rộng thinh, tôi cảm giác Hoàng cô đơn ngay với chính mình!

Trong một truyện ngắn mới đây, truyện Vô Đề, in trong tập "Quê Hương Vụn Vỡ" tôi đã lấy hình ảnh và những phát biểu của Hoàng, nhào nặn với hình ảnh một nhà văn khác để tạo nên nhân vật Ngữ. Thế giới chung quanh cung cấp cho ta muôn ngàn hình ảnh, nhà văn nào dùng nó nên cám ơn đời và cám ơn nhân vật cụ thể đã cho ta chi tiết đó.

Trong số năm mươi truyện ngắn của tôi chỉ có một truyện viết cách nay hơn hai mươi năm tôi có lời đề tặng ba người bạn mình là Đặng Phùng Quân, Viên Linh, Nguyễn Xuân Hoàng. Những người bạn văn thân thiết cho tôi tấm gương đã đi hết đời mình với văn chương. Với sự chân thành tha thiết, không lợi dụng văn chương, coi nó là phương tiện áo cơm, buông thả.

Truyện của Hoàng khó đọc, ta không thể nuốt trơn tru một mạch như những tác phẩm lem nhem, làm bội thực người đọc. Các nhân vật tiêu biểu trong ngòi viết của anh cũng khó mà nhận dạng được ở ngoài đời. Đó là những con người lững thững như tác giả của nó, đứng trong đời nhưng bất cần đời, giải quyết những vấn đề coi như thiệt là quan trọng nhưng với cử chỉ hững hờ, như bất cần...

Tác phẩm văn chương lúc nào cũng nằm một trong hai đối cực: loại khó nuốt và loại dễ tiêu. Loại dễ tiêu thường xuyên được đương thời nhắc đến, luôn luôn là đa số, kể về độc giả lẫn số lượng in ấn.

Nhưng loại khó nuốt bao lâu nay được giới nghiên cứu coi chính nó là tác nhân của sự tiến bộ văn hóa của dân tộc.

354

Bạn tôi là cây viết loại đó. Viết với thái độ nghiêm chỉnh thận trọng, nhưng với tâm trạng lững thững, như anh đã lững thững trong cõi đời...

Nguyễn Xuân Thiệp

Lời Viết Gởi Nguyễn Xuân Hoàng

mảnh trăng
tặng Nguyễn Xuân Hoàng

vẫn chiếc áo sờn cổ
đôi giày của gã lãng du
tôi đi. với mảnh trăng. mùa đông
này bạn văn xưa
còn không những nét dao trên đá
về số phận. của một người. một đời
và đốm lửa
tôi nghe thơ anh. cùng tiếng chuông. ngân
giã từ
giã từ
những mùa của quỷ
hồi tưởng
những năm tháng đó
mảnh trăng mùa đông
cùng ta đi
qua mái nhà. góc phố. đường ray
về hổ khê

về vùng lau thưa. thăm mộ bạn
mùa này cây đào cẩm nhân đã trổ bông
hồn oan. đêm cầm đèn. gọi cửa
đường tăng
đầm suối tây phương như kiếm sắc
dốc hiểm
khe oan
về đâu
ngọn gió mùa đông. thổi. tím
mảnh trăng còi
bay. bay. như chim. qua mây
dưới trăng. trâu bon. ngựa mỏi
hoa ác ăn người
yêu quái. chờ ai. nơi lều cỏ
đường tăng
thuyền đã ghé bờ
hãy quên. như trăng
quán cháo khuya. đèn đỏ
mở chân trời. cuộc đời thôi đã khác
tháng mười hai, 1997

Tôi viết bài thơ này năm 1997, một thời gian ngắn sau khi qua Mỹ. Bài thơ đề tặng bạn Nguyễn Xuân Hoàng, ghi lại hành trình của một người thơ qua chiến tranh và ngục tù, với tâm nguyện khắc văn mình trên đá và nhóm lên ngọn lửa giã từ thế giới và thời của cái ác. Hành trình đó, ít nhiều Nguyễn Xuân Hoàng cũng đã trải qua như trong tác phẩm *Bụi Và Rác* của bạn. Tôi hình dung nó như con đường Huyền Trang đi thỉnh kinh, và mỗi nhà văn chúng ta kinh qua nó với sứ mạng của Đường Tăng là mang những nét đẹp nhân văn đến cho cõi người. Con đường đó muôn vàn khó khăn, hiểm trở, cái ác rình chờ khắp mọi nơi. Huyền Trang đã vượt qua được. Còn

357

nhà văn chúng ta, bạn và tôi và Nguyễn Xuân Hoàng đã tới bến bờ nào. *Bên kia sông là ánh mặt trời* hay một cõi lãng quên nào đó, cũng không là quan trọng.

Giấc mơ của Balakirev

Trong những dòng viết cho Nguyễn Xuân Hoàng ngày hôm nay, tôi muốn nói tới một cuộc hành trình khác -cuộc hành trình của Balakirev trong mùa đông băng giá trên một chiếc xe ngựa thời cổ. Mily Balakirev (1837- 1910), là pianist, nhạc trưởng và là nhà soạn nhạc danh tiếng của Nga, người đã ảnh hưởng đến nhiều nhạc sĩ đương thời trong đó có Tchaikovsky (1840-1893) trong vở nhạc kịch *Romeo and Juliet* và bản giao hưởng *Manfred Symphony*. Bài thơ của tôi gởi Nguyễn Xuân Hoàng được viết lại từ bài *Giấc Mơ Của Balakirev* (Balakirev's Dream), thơ Tomas Transtromer, theo bản tiếng Anh và bản dịch của Cao Thu Cúc trên Văn Chương Việt.

balakirev đang dự một cuộc hòa nhạc
và rồi ông ngủ thiếp đi
chợt ông mơ thấy mình đang đi trên cỗ xe ngựa thời nga
hoàng
chiếc xe ngựa lăn bánh trên con đường lát đá
chạy thẳng vào vùng bóng tối của tiếng quạ kêu
balakirev ngồi một mình trong xe. nhìn ra ngoài
có khi ông bước xuống chạy cùng với những chú ngựa
mảnh trăng mùa đông cũng chạy theo cỗ xe. qua những
hàng bạch dương. dưới trời khuya a.cuộc hành trình dường
như đã dài lâu
trên ngôi nhà thờ cổ. chiếc kim đồng hồ bây giờ chỉ năm.
thay vì chỉ giờ
và trên cánh đồng có một chiếc cày bỏ quên
chiếc cày là con chim gãy cánh
trong vịnh. giờ này. một chiếc tàu đang neo đậu
chung quanh tuyết phủ. không một ánh đèn

thủy thủ lên đứng hết trên boong tàu
chiếc xe ngựa chạy qua vùng băng tuyết. bốn bánh quay.
quay. tiếng lụa xé
balakirev tới gần một chiếc tàu chiến nhỏ
chiếc sebastopol
giờ đây ông đang ở trên tàu. các thủy thủ vây quanh
một người trao ông cây đàn cổ:
"ông sẽ không chết nếu ông chơi đàn"

Như thế đó, cuộc hành trình của Balakirev kết thúc. Như đời tôi, đời bạn, đời Nguyễn Xuân Hoàng sẽ kết thúc. Nó kết thúc với một hy vọng (hay ảo vọng?) rằng "ông sẽ không chết nếu ông chơi đàn", có nghĩa là nhà nghệ sĩ, người sáng tạo đã ca hát trước cuộc đời và hiến dâng cho đời sẽ sống mãi với thời gian.

Với hai bài thơ, *Mảnh Trăng* và *Giấc Mơ Của Balakirev*, tôi muốn trao tới Nguyễn Xuân Hoàng một nhắn gởi và một tâm tình. Hoàng ạ, chúng ta đã cùng với mảnh trăng mùa đông đi qua vòng đầu của địa ngục, ghi khắc lời mình trên đá, và đã tới bờ. Bên kia bờ, cuộc đời thôi đã khác. Và cùng với nhà soạn nhạc lừng danh của nước Nga, chúng ta đi trên chiếc xe ngựa cổ vượt qua mùa đông tuyết phủ tới con tàu nằm trong vịnh giá băng, với hy vọng là những nghệ sĩ đã ca hát cho niềm vui và nỗi buồn của con người sẽ không bao giờ chết.

Bây giờ, tôi xin trích đọc cùng với Nguyễn Mạnh Trinh một đoạn văn rất đẹp của Nguyễn Xuân Hoàng trong *Đoản văn viết ở Cali*. Bài "Mưa Cali nhớ Phạm Ngũ Lão":

"Cali mưa cơn mưa nhỏ chợt đến chiều nay trên đường Westminster như một người khách lạ không hẹn mà tới, Những hạt mưa lớn, thưa, gõ từ tốn trên mặt kính chắn gió nghe như tiếng mưa thuở nào rơi trên mái tôn trước hiên nhà.

Bầu trời ẩm đục, thấp và nóng. Cali đang mùa hè. Cơn mưa tuy không đủ sức làm dịu những cục than hồng, nhưng có thừa cái sắc bén của con dao cau rạch trong tôi những vết thương hoài niệm.

Mưa gõ đi từ góc ngã tư đường Harbor- Westminster là những mũi kim xoi đẫm trí nhớ. Mưa dẫn tôi đi trở về trên những con đường quen, khu phố cũ, những bạn bè xa xưa..."

Trong những ngày này, ước mong Nguyễn Xuân Hoàng có tâm bình an với hành trình của mình. Trở về hay đi tới thì cũng là hoan ca như cây sáo của Tagore đã được Đấng Chí Tôn *phả đầy âm nhạc vào trong đó...* Và xin nhắc lại lời chia tay của thi hào xứ Ấn Độ:

Tôi đã được mời tới lễ hội trần gian này, và tôi cảm thấy đời tôi tràn đầy ơn phước. Tôi đã được nhìn và được nghe bao điều. Trong hội vui, phần tôi là chơi nhạc trên cây đàn của mình, và tôi đã chơi hết sức tận tình.

Giờ đây xin hỏi, đã đến giờ chưa để tôi được phép bước vào diện kiến Người và dâng lên Người lời chào kính lặng thầm?

Tôi phải ra đi rồi đây. Anh em ơi, hãy nói lời từ biệt tôi! Tôi cúi đầu chào tất cả và cất bước lên đường.

Đây tôi trả lại chìa khoá cửa, và trao ngôi nhà lại cho anh em. Tôi chỉ xin anh em lời tử tế cuối cùng.

Khi tôi từ giã nơi đây, xin nhớ lời tôi chia tay, rằng những gì tôi đã được hân thưởng thật đã quá tràn đầy.

Tôi đã được nếm mật ủ trong lòng bông sen đang nở cánh trên biển ánh sáng, và như thế đã là diễm phúc rồi, và đây là lời từ biệt của tôi. (Gitanjali-Tagore)

NXT
18.8.2013

Phạm Phú Minh

Đi Thăm Nguyễn Xuân Hoàng

Để chuẩn bị cho cuộc hội thảo về Tự Lực Văn Đoàn vào tháng Bảy 2013 vừa rồi, tôi đã mời nhà văn Nguyễn Xuân Hoàng tham dự ban điều khiển các buổi hội thảo, và anh đã nhận lời, khoảng nửa năm trước. Tôi rất yên tâm, vì ban điều hành gồm Bùi Bích Hà, Đỗ Quý Toàn và Nguyễn Xuân Hoàng thì coi như là "mạnh"; đề tài nào, tình huống nào những nhà cầm bút lão luyện này cũng có thể lèo lái xuôi chèo mát mái được.

Thế nhưng hai tuần trước ngày hội thảo thì Hoàng gọi cho tôi từ San Jose, giọng yếu ớt, cho biết không thể xuống quận Cam tham dự hội thảo được, vì lâm trọng bệnh một cách bất ngờ. Vé máy bay đã mua nay đã phải trả lại, chứng đau lưng tưởng là thông thường hóa ra có nguyên do trầm trọng từ cột sống, và đang chuẩn bị một chương trình chữa chạy dài ngày trong nhà thương. Hoàng tỏ ý tiếc bỏ lỡ một chương trình hội thảo quan trọng và hứa hẹn nhiều hào hứng. Tôi vội trấn an Hoàng là đừng lo gì về cuộc hội thảo, mà hãy lo chữa bệnh, sức khỏe của bạn là cái quan trọng nhất hiện nay. Tuy vậy trong lòng tôi dấy lên một nỗi tiếc nuối và lo lắng về chỗ trống do Hoàng vừa để lại trên bàn chủ tọa đã phác họa, vì

361

Hoàng là một người điều khiển các chương trình hội thảo văn học đầy kinh nghiệm và kiến thức. Cách đây sáu năm, vào năm 2007, khi tổ chức hội thảo về văn học Việt Nam hải ngoại cũng tại Little Saigon, tôi cũng đã mời Hoàng vào ban điều khiển chương trình, và buổi hội thảo đã diễn ra rất tốt đẹp. Hoàng tiếp nhận nội dung thuyết trình nhanh và chính xác, tóm tắt ngắn gọn và thông minh để khán giả nắm vấn đề, từ đó lèo lái cuộc thảo luận lịch sự và xây dựng.

Từ trái: Phạm Phú Thiện Giao, Hà Tường Cát, Phan Huy Đạt,
Nguyễn Xuân Hoàng, Phạm Phú Minh, Trương Gia Vy,
Đinh Quang Anh Thái, Đỗ Quý Toàn

'Nghe Hoàng đau, nhóm anh em báo Người Việt nóng lòng muốn đi thăm. Chuyến đi đã được thực hiện ngày thứ Bảy, 10 tháng 8, 2013, chúng tôi sáu người từ quận Cam đi San Jose lúc 6 giờ sáng, phải đi sớm vì còn phải lái xe về trong ngày. Rất thường gặp nhau, nhiều người trong nhóm vì công việc còn gặp nhau hàng ngày, nhưng khi ngồi trên một chiếc xe lái đi xa thì câu chuyện của chúng tôi tự nhiên đổi khác, toàn những đề tài ra khỏi công việc hàng ngày của tòa báo. Nhiều lúc nói về Nguyễn Xuân Hoàng, về các kỷ niệm thời gian 11 năm Hoàng làm Tổng thư ký tòa soạn Người Việt, và quãng sáu năm làm Tổng thư ký tạp chí Thế Kỷ 21. Đinh Quang Anh Thái bỗng lên tiếng hỏi: "Ra hải ngoại, anh Hoàng đã xuất bản thêm được các tác phẩm nào nhỉ?" Một câu có vẻ dễ, nhưng không ai trả lời được đầy đủ, người thì nói Căn Nhà Ngói Đỏ, kẻ nói Người Đi Trên Mây, riêng tôi thêm được Bụi và Rác vì nhớ có một bài điểm sách rất hay của Trần Hồng Châu trên Thế Kỷ 21 về tác phẩm này.

Đến San Jose khoảng hơn 12 giờ trưa chúng tôi ghé ăn tại tiệm phở có tên là "90 độ" giữa một khu thương xá đông đúc ở đây. Các khu thương xá của người Việt Nam tại San Jose khang trang hơn Little Saigon ở quận Cam nhiều. Ở "thủ đô tị nạn" Nam Cali của người Việt chẳng có tiệm phở nào có quy mô như Phở 90 độ, từ nhà cao cửa rộng, lối trang trí tân tiến sáng sủa, đến cách tiếp đãi nhanh chóng lịch sự một cách chuyên nghiệp và thực khách đông đảo như thời điểm trưa thứ bảy chúng tôi tới nơi. Ngoài những tô phở truyền thống, bạn có thể gọi phở đuôi bò, phở bê thui v.v… nghe rất mới lạ. Nói chung Phở 90 độ thuộc loại ngon, có điều chúng tôi không hiểu vì sao nó có tên gọi như thế. Như một bảo đảm cho sự nóng sốt nơi các tô phở của nó chăng? Nếu như vậy thì "độ" ở đây là độ C chứ không phải độ F.

Chúng tôi có hẹn một vài người bạn tại San Jose đến cùng ăn trưa để Đỗ Quý Toàn ký tặng cuốn sách Đứng Vững Ngàn Năm mới xuất bản. Đây là một công trình khảo sát một cách công phu và khoa học các yếu tố giúp dân tộc Việt Nam đứng vững không bị Hán hóa dù đã trải qua một ngàn năm bị Tàu đô hộ. Trao tặng cuốn sách này giữa một hiệu ăn gìn giữ đúng truyền thống ăn uống của người Việt Nam dù đang trôi giạt nơi góc bể chân trời, thì cũng ý nghĩa lắm.

Ăn xong tất cả lên xe trực chỉ thành phố Milpitas là nơi gia đình Hoàng đang cư ngụ. Chỉ độ 20 phút là tới. Vy, vợ Hoàng, đón mọi người vào phòng khách và nói vừa đủ nghe là đang có một nhóm bà con đang thăm Hoàng tại phòng ngủ, nhưng cũng cho biết là Hoàng có thể ra phòng khách nói chuyện được. Vy mô tả qua về bệnh tình của Hoàng, bị ung thư cột sống, hiện ba đốt cuối của xương sống đang bị hủy hoại. Tình hình khó khăn. Ai cũng hình dung được là khó khăn đến mức nào. Bệnh viện Stanford đã chế tạo riêng cho Hoàng một dụng cụ để mang quanh bụng nhằm giữ cho lưng được thẳng trong tình trạng những đốt xương sống quá yếu không giữ vững thăng bằng cho thân thể được nữa. Nhưng Hoàng lười đeo nó vào người mà vẫn đi lại được, chứng tỏ các đốt xương sống vẫn còn tự chống đỡ được.

Từ buồng ngủ Hoàng xuất hiện như một tiên ông, tóc dài trắng xóa, người gầy, mặt trắng, đôi mắt mở to vẫn linh hoạt, chống gậy bước đi rất chậm có Vy đỡ bên cạnh. Nhìn một lượt các bạn đến thăm từ xa, Hoàng tỏ ra cảm động. Từ giã báo Người Việt đã gần hai thập niên để đi làm tờ Mercury tiếng Việt tại San Jose, bây giờ nhìn lại anh em cũ thì vẫn bấy nhiêu người, trừ Phạm Phú Thiện Giao thuộc thế hệ trẻ mới vào sau, và đã vắng đi Trần Đại Lộc, Lê Đình Điểu, Đỗ Ngọc Yến… San Jose với quận Cam thì có xa xôi gì, anh em vẫn có dịp lên xuống gặp nhau luôn, nhưng buổi gặp gỡ hôm nay bỗng mang một không khí khác hẳn, khi Phan Huy Đạt trao cho Vy món quà của anh em Người Việt, khi Đỗ Quý Toàn ký tặng Hoàng cuốn Đứng Vững Ngàn Năm, và những lời hỏi han ân cần khác hẳn bình thường của mỗi người. Thì đúng rồi, đây là đi thăm người bệnh chứ đâu phải gặp nhau ở Cà phê Factory hay một cuộc hội thảo nào. Thế nhưng không khí hình thức chóng qua đi, nhường chỗ cho những trao đổi quen thân lệ thường. Con người văn học, con người báo chí giữa chủ và khách trở về rất nhanh, với những câu hỏi, câu nói đùa làm vang lên tiếng cười khiến căn phòng khách trở nên ấm cúng. Và vẻ mặt của Hoàng cũng linh động hẳn.

Tôi nhắc lại câu hỏi trên xe của Đinh Quang Anh Thái. Hoàng ngửng mặt nhìn trần nhà nhẩm tính, sau 75 truyện dài có Người Đi Trên Mây, Sa Mạc; truyện ngắn và tùy bút thì có Căn Nhà Ngói Đỏ; Bụi và Rác cũng là truyện dài, coi như là Người Đi Trên Mây 2...

Tôi hỏi tiếp: "Năm 1993, từ tháng Tư cho đến tháng 12, tạp chí Thế Kỷ 21 có đăng một loạt bài chín kỳ có tên gọi là 'Một hoàn cảnh mới cho sáng tác văn nghệ', ký tên hai người: Võ Phiến và Nguyễn Xuân Hoàng. Các bài đều dưới hình thức đàm thoại. Vậy cách thức hình thành của loạt bài này như thế nào?"

Sở dĩ tôi đặt câu hỏi này là vì gần đây tôi lục lại những bài cũ có giá trị của Thế Kỷ 21 để đăng lại trên báo mạng Diễn Đàn Thế Kỷ, và đã đăng gần trọn loạt bài này. Hai nhà văn này đã nhìn ra lắm cái hoàn cảnh mới cho sáng tác văn nghệ, ví dụ sự tương quan giữa sách và người, ngày nay con người không còn chịu nhiều ảnh hưởng của sách như các thế kỷ trước, mà chịu ảnh hưởng của tin tức, của TV, của đời sống xã hội nhiều hơn. Rồi đề tài sách và nhà, rồi cuộc sống vội vàng v.v... Câu chuyện đối thoại nào cũng hấp dẫn, cũng thấu tình đạt lý. Và một hôm tôi bỗng nhận ra điều này: dù là dưới dạng đàm thoại, văn phong tất cả các bài này là của Võ Phiến, vậy cuộc chuyện trò đã diễn ra như thế nào giữa hai nhà văn? Tôi định đến thăm nhà văn Võ Phiến để hỏi vấn đề này, nhưng sực nhớ ra từ mấy năm nay trí nhớ của nhà văn lão thành này đã lãng đăng lắm, chắc là khó có được câu trả lời chính xác. Và định bụng hỏi Nguyễn Xuân Hoàng. May quá trong chuyến đi thăm Hoàng lần này, cái trí nhớ cũng đã bắt đầu lãng đăng của tôi lại nhớ ra chuyện này, và tôi vội vàng đem ra hỏi Hoàng. Chứ lỡ không còn dịp để hỏi nữa thì làm sao? Thì tôi lại ân hận như đã lỡ dịp hỏi nhiều điều tôi cần biết, với Lê Trọng Nguyễn, với Đỗ Ngọc Yến, với Phạm Duy... May quá, Hoàng đã trả lời một cách rõ ràng.

"Hồi đó ông Võ Phiến và tôi có trao đổi với nhau về tình hình văn nghệ, tình hình viết lách. Và nhận ra mình đang ở trong một thời đại có quá nhiều đổi thay. Chúng tôi quyết định sẽ quan sát về các đổi thay ấy, trao đổi cùng nhau, rồi ông Võ Phiến sẽ là người chấp bút viết lại các trao đổi của chúng tôi. Trong thực tế, chúng tôi không có mấy dịp chuyện trò trực tiếp, mà tôi viết xuống các ý tưởng hay quan sát của tôi về một vấn đề nào đấy rồi gửi cho ông Võ Phiến, từ đó ông nghiên cứu thêm và viết nên một bài đàm thoại."

Tôi nói: "Đó là những bài đọc rất thú vị, chắc hẳn nhà văn Võ Phiến đã thêm thắt ý tình, tạo ra những câu trao đổi thật là duyên dáng và dí dỏm giữa hai người..."

"Đó là cái tài của ông ấy," Hoàng cười nói.

Như vậy, lần này tôi đã giải được một thắc mắc của chính tôi, và tôi ghi lại đây để tặng cho những ai có cùng thắc mắc như tôi. Tên các tác phẩm đã xuất bản thì có thể tìm biết dễ dàng ở nhiều nguồn, nhưng những vấn đề chìm sâu trong việc sáng tác như thế này, không hỏi thì không thể biết được.

Cuộc đối thoại dù có phần hào hứng nhưng chúng tôi cũng nhận ra vẻ mệt mỏi của Hoàng sau gần một giờ trò chuyện. Đôi chân của bạn bắt đầu run run, giọng nói trở nên nhẹ nhàng, đó là cách nói của một người bắt đầu cảm thấy mệt nhọc nhưng cố giấu sự mệt nhọc. Nhớ lại dặm về còn xa mà bóng chiều xem chừng đã ngã, chúng tôi đứng dậy từ giã Hoàng và Vy. Trả lại ngôi nhà vắng vẻ chỉ có hai người như phần đông chúng tôi hiện nay: con cái đã ở riêng cả, vào ra lại chỉ có hai người.

Rồi sẽ đến lúc chỉ còn một. Và đến một lúc nữa, sẽ không còn ai cả.

Phạm Phú Minh

15 tháng 8, 2013

Phùng Nguyễn

Nửa Đường

Điểm hẹn nằm phía bên kia đường. Đó là tiệm café Starbucks duy nhất của trạm nghỉ chân Buttonwillow, một thị trấn bụi bặm nằm dọc xa lộ xuyên bang số 5. Chuyến xe đò Hoàng khởi hành từ San Jose vào buổi sáng sớm sẽ dừng lại ở đây và người khách tóc trắng tên Hoàng chỉ cần bước xuống và băng qua đường là đến nơi. Theo dự tính, mày đến trước và chờ ông ở đó. Trên thực tế thì ngược lại, ông đã có mặt trong quán café khi mày đến nơi.'

Nụ cười mở ra một vùng ánh sáng trên khuôn mặt ông khi mày hướng về phía chiếc bàn tròn nhỏ ở một góc quán.

"Anh đến lâu chưa?"

"Chỉ mới vài phút. Uống gì anh gọi luôn?"

Mày đi theo ông đến quầy. Ông sẽ trả tiền café, như một thỏa thuận ngầm. Trong những năm sau này, ông luôn giành trả tiền café khi chỉ có hai người với nhau. Không hiểu vì sao, và mày không bao giờ hỏi.

Trên đường trở lại cái bàn tròn nhỏ ở góc quán, ông hỏi:

"Có cần phải đi ngay không ?"

"Không," mày trả lời. "Đâu có gì gấp đâu anh!"

Ông tóc trắng ra dấu chấp thuận phát biểu của mày qua cái gật đầu. Quả thực không có gì để phải gấp gáp. Chút nữa đây, mày sẽ đi cùng ông đến quận Cam, khoảng 150 dặm về phía Nam. Ở đó một người nằm, không chờ đợi bất cứ một ai, không cần đến bất cứ điều gì. Nhưng ông tóc trắng và mày vẫn cứ phải đến để còn có thể gặp ông ấy thêm một lần nữa trước khi ông thành tro thành bụi.

Hai hôm trước mày gọi phone ông tóc trắng.

"Anh Hoàng, mình đi chung xe xuống dự đám tang anh Giác cho vui."

Câu này tất nhiên không ổn, "đám tang" và "vui" hiếm khi nằm chung trong một câu. Cũng may mà mày chỉ nói ra chứ không viết xuống.

"Đi làm sao?"

"Dễ lắm, anh leo lên xe đò Hoàng ở SJ, leo xuống ở B, em mang xe ra đón, rồi mình đi tiếp đoạn đường còn lại." Anh Hoàng, tức ông tóc trắng, có vẻ thích kiểu sắp đặt này, "OK, vậy đi."

*

"Có gì lạ không?" Anh Hoàng hỏi khi xe chạy được một quãng.

"Không... eh... có. Mới đọc một gã tên Junot Diaz ."
"?"

"Truyện tình, 'Cẩm nang tình yêu cho gã lừa tình'."(1)

"Đọc được không?"

Mày không trả lời thẳng vào câu hỏi. Truyện về một gã Dominican hoang đàng *lãng phí* sáu năm trời để chữa bệnh thất tình! Tất nhiên tác giả và hầu hết độc giả của hắn ta sẽ cho rằng mày khắc nghiệt. Biết làm sao được, mày biết có người bỏ ra nửa phần đời chỉ để gìn giữ một mối tình!

"Trong truyện này, Junot Diaz dùng ngôi số hai để kể chuyện."
Mày biết mày cũng muốn thử kiểu viết này khi có dịp. Mày không nói ra nhưng hình như anh nghe được. "Kỹ thuật mới thì tốt thôi. Nhưng viết truyện ngắn thì phải biết dừng đúng lúc."

Câu này khiến mày chột dạ. Anh Hoàng đã từng nói với mày như thế nhiều năm về trước khi mày đưa anh xem một truyện ngắn vừa viết xong. Đúng như cái tựa, đó là chuyện thần tiên, nghĩa là ở hồi kết cuộc những điều tốt đẹp phải xảy ra đúng như ý tác giả muốn cho... chính hắn. Anh Hoàng, vào lúc đó tóc mới lưa thưa vài sợi bạc, bảo mày nên cho truyện chấm dứt lúc nhân vật nữ lên máy bay về lại nhà. "Để độc giả có cơ hội thử tìm lấy đoạn kết cho chính mình." Tất nhiên là mày không chịu, mày không thể để độc giả làm hỏng giấc mơ của mình. Cho nên nhân vật nam phải leo lên máy bay đến tận nơi "nàng" ở, lôi cả nhà "nàng" ra ngồi đó để lên lớp họ về mãnh lực ái tình. Tất nhiên là họ khóc ròng vì hối hận. Không lâu sau đó, đến phiên mày hối hận! Đoạn kết mày viết xuống đã không hề xảy ra, và điều này chỉ khiến cho nhân vật của truyện càng trở nên ngốc nghếch hơn.

Mày gặp anh Hoàng lần đầu tiên tại nhà của người quá cố, anh Giác, vào một trong những ngày cuối cùng của năm 1994. Hai người này quen biết nhau đã lâu và có nhiều điểm tương đồng. Họ dạy học, viết văn, làm báo văn chương. Cũng may là những điều tương tự giữa họ chấm dứt ở đó, nếu không thì sẽ chán phèo, cho mày. Người ta không nên có hai người bạn, ngay cả bạn vong niên, giống hệt nhau. Đó là một hoang phí không thể tha thứ.

Thực khó để hình dung hai nhân vật tài hoa này là chủ tiệm... phở. Tuy nhiên, thử cho là như vậy đi. Khoan hãy đề cập đến khả năng nấu nướng, nêm nếm của họ, mày chỉ muốn nhìn qua cái thực đơn. Thực đơn của một tiệm phở thuần túy chỉ nên liệt kê các món phở [na ná/khang khác nhau], cùng lắm thì thêm món chả giò và không nên có thêm gì khác. Đó là phở Giác, biên khảo, phê bình, tiểu luận, bút ký, thơ, truyện ngắn, truyện dài,... trường thiên! Tác giả, tác phẩm, trong nước, ngoài nước, trước 75, sau 75, đủ để no say mỗi lần gặp gỡ. Khó mà gọi lầm món ăn, quanh quẩn một chút đâu đó rồi cũng phải trở lại với những món này. Phở Hoàng ư? Thực đơn của "tiệm" này có đủ những món phở Giác có, cộng thêm khá nhiều những món không tìm thấy ở phở Giác. Tuy chúng không phải là phở, nhưng không phải là không ngon. Chẳng phải mày vẫn luôn cảm thấy thoải mái hơn với phở Hoàng hay sao? Mày có thể nói hoặc nghe nói về bất cứ điều gì khác hơn là văn chương trong suốt buổi café. Vậy mà cũng chính là mày đã đôi lần băn khoăn về chuyện có khi cái bóng của Nguyễn-Xuân-Hoàng-ngoài-văn-chương đã phần nào làm khuất lấp cái văn-chương-Nguyễn-Xuân-Hoàng.

Lúc này xe đang bò lên con dốc ngoằn ngoèo bắt đầu từ một nơi có tên là Grapevine. Câu chuyện giữa anh Hoàng và mày bây giờ hướng về anh Giác. Đây là điều tất nhiên, anh ấy là đích đến của chuyến đi.

"Giác như vậy là yên ổn rồi." Anh lên tiếng.

Hai người bạn này gọi nhau bằng tên và xưng tôi. Hoàng và tôi, Giác và tôi. Còn "yên ổn?" Ngàn thu yên giấc hay là yên thân, không còn bị quấy phá?

"Anh sẽ nói vài điều về anh ấy chứ?"

"Có lẽ sẽ viết xuống."

"Về cái 'thôi kệ' của Giác." Anh tiếp.

"Đây là quan niệm sống, hoặc hẹp hơn, phản ứng, của anh hay của anh ấy?"

"Của chúng tôi, có lẽ!"

Mày đang nghĩ đến truyện "Ở quán café Starbucks" mới đây của anh Hoàng. Nỗi hồ nghi lớn hơn, sâu hơn, và đậm đặc. Điều gì đã xoi mòn niềm tin vào tình người của người đàn ông tóc trắng này? Ông sẽ không nói ra trừ phi điều này thực sự cần thiết. Nếu phải như thế, có lẽ câu chuyện sẽ được kể lại bằng những phương tiện và cách thế thích hợp, mày nghĩ như vậy.

Quãng đường còn lại ngắn dần, và bây giờ thì anh Hoàng và mày đang ở trên xa lộ 405. Xa lộ này có một lối đi dành riêng cho các xe chứa hai người trở lên, gọi là *carpool lane*. Mày đã có thể đưa xe vào lối đi ưu tiên này để có cơ hội đến nơi hẹn sớm hơn. Ở đó có anh Giác, nằm "yên ổn," không chờ đợi anh Hoàng, không chờ đợi mày, không chờ đợi bất cứ ai.

Chiếc xe tiếp tục lăn bánh một cách chậm chạp trên xa lộ 405. Mày vẫn chưa đưa xe vào *carpool lane*. Không có phản ứng gì đặc biệt từ anh Hoàng. Liệu anh có gấp đến nơi? Mày nghĩ là không!

29.08.2013

PN

(1) Junot Diaz, fiction , *"The Cheater's Guide To Love"*, The New Yorker, July 23, 2012

Quan Dương

Viết Về Anh Nguyễn Xuân Hoàng

Nghe tin anh Nguyễn Xuân Hoàng bị vướng vào một căn bệnh hiểm nghèo mà cuộc sống có thể đếm được từng tuần thậm chí từng ngày làm tôi bàng hoàng và bất ngờ quá sức. Mới năm ngoái đây thôi nhân một chuyến đi Cali đến tham dự chương trình âm nhạc những sáng tác mới tại Le Petit Trianon Theatre, San Jose tôi còn gặp anh Hoàng và chị Vy tươi rói và khoẻ mạnh. Lần không hẹn nhưng tình cờ gặp lại đó anh tỏ ra mừng rỡ thân tình. Nhớ lại cách đây 10 năm lần đầu tiên tôi còn chân ướt chân ráo từ New Orleans bay lên San Jose được anh đón tiếp cũng y như vậy. Anh dư biết tôi là dân nhà quê lên tỉnh, để tránh cho tôi khỏi bỡ ngỡ, anh đã ân cần chu đáo như thể là anh từng quen biết tôi từ thời lâu lơ lâu lắc. Ngay lần đó tôi đâm ra cảm mến và cả nể. Anh Nguyễn Xuân Hoàng là vậy, lúc nào cũng niềm nở nên không lấy gì làm ngạc nhiên khi thấy trong cuộc sống của anh có rất nhiều bạn bè thương mến. Với tôi anh Hoàng đặc biệt hơn người khác vì gốc gác của anh là dân Ninh Hòa, địa danh này cũng chính là nơi tôi được sinh ra và lớn lên. Anh cũng là cựu học sinh Trường Võ Tánh Nha Trang thời trung học, đó cũng là ngôi trường cuối cùng của tôi trước khi bỏ lại giữa đời chiếc áo trắng quần xanh để khoác vào người chiếc áo nhà binh. Suy ra giữa tôi và anh Nguyễn Xuân Hoàng là người cùng quê quán và học cùng một trường dù anh ra đời trước tôi gần một thế hệ.

Quan Dương , Lê Thu Ba, Trương Gia Vy, Nguyễn Xuân Hoàng
Hình chụp tháng 9/2012 trước Le Petit Trianon Theatre, San Jose

Từ ngày được qua Mỹ định cư muộn màng, tôi kiếm sống bằng nghề công nhân. Tôi phải làm việc bằng tay chân cho một hãng xưởng đóng tàu, do đó công việc viết lách phải dùng đầu óc đối với tôi không phải là một công việc dễ dàng. Tôi hiểu điều đó bằng kiến thức vô cùng hạn hẹp của mình. Nhưng tôi thích thơ văn, đôi lúc rảnh rang không biết làm gì tôi cũng tập tành viết lách với mục đích giải tỏa bớt những suy nghĩ lan man thỉnh thoảng mắc mứu trong cảm xúc của mình. Nhờ anh, tôi làm quen với tạp chí *Văn*, tôi có thêm nhiều bằng hữu, bạn bè dễ thương mà trước đó tôi không hề dám nghĩ đến. Những lần nói chuyện qua phone với anh, anh luôn tạo cho tôi một cảm giác an tâm và thân thiện. Giọng nói của anh hiền lành từ tốn pha chất tếu của người Nha Trang. Anh luôn tỏ ra lạc quan và bình thản dù đôi khi trên con đường anh đi gặp phải không ít tiếng chì tiếng bấc của những người không cảm hiểu được anh. Với tôi anh là một người khiêm cung dạt dào tình cảm.

Trên một võ đài hai võ sĩ cùng múa may quay cuồng cố tung cho nhau những cú đấm rất là hung hăng, khán giả vỗ tay rầm rầm khen ngợi khiến ta có cảm tưởng hai võ sĩ đó đều là cao thủ mà tất cả ngón nghề trong thiên hạ đều nằm trong tầm tay của họ. Nhưng một võ sư không làm thế. Một võ sư chỉ ngồi im lặng quan sát. Anh Nguyễn Xuân Hoàng đối với tôi là một võ sư. Ngay cả những ngày tháng này có thể gọi là từng những giây phút còn lại trên đời này, anh vẫn lạc quan để đón nhận. Nhìn nét mặt anh bình thản qua những tấm hình chụp trên giường bệnh không ai nói rằng đó là một người sợ phải ra đi. Tôi chưa bao giờ được chết cho nên không có kinh nghiệm nói về điều đó, nhưng tôi đã từng được sống và trên thế gian này nếu sống chỉ là một sinh hoạt theo nhu cầu ngày hai buổi và cứ thế tiếp diễn đến ngày nằm xuống gọi là cái chết thì sống và chết có gì khác nhau? Vì thế cái chết chưa chắc hẳn đã là điều phải sợ.

Đêm nay tôi phải theo chiếc hộ tống hạm LPD 25 ra khơi trong vùng vịnh Mexico một tuần lễ để thử trước khi giao nó

375

lại cho Hải quân vì đã hoàn tất. Chiếc chiến hạm này mà một số sắt dùng để đóng nó được lấy từ chiếc máy bay United Airlines Flight 93 bị khủng bố khống chế rơi ở Pennsylvania nhân sự kiện 9/11/2001. Khi ra đến hải phận quốc tế mọi tín hiệu sẽ nằm ngoài vùng phủ sóng. Như vậy có nghĩa là tôi không có phương tiện để liên lạc được với bạn bè trong bờ để biết tin tức về anh. Nhưng tôi biết chắc chắn rằng đêm nay và những đêm sau đó, mình tôi giữa biển trời mây nước bao la, trong tận cùng của một tia hy vọng nhỏ nhoi nào đó, tôi cầu nguyện Phật trời sẽ ban cho anh một nhiệm mầu.

Đó là điều duy nhất tôi có thể làm được cho anh.

New Orleans 12 tháng 8 /2013

Quan Dương

Thường Quán

Như Cây Cối

gởi anh Nguyễn Xuân Hoàng

Bước vào – đâu? – sức cháy sáng ở đằng đuôi
ở đôi tay Marốc, bạn chăn bò, màu than
con mòng bay, giấy vấn thuốc, đường bay rách, đầu hay
cuối?
tôi đi lại khu rừng nguyên sinh đó
ông cụ cười xong việc, bà thở phào, người anh cả
đang rửa sạch phấn, người anh lái máy bay thở, Ôi dào!
và chị Thảo chào tất cả ở góc phông, mấy bó lai dơn của
khán giả
Marcus Aurelius đánh ngựa trở đầu và Zeno
cùng những hiền nhân trong thân bách, thân sồi khắc kỷ,
thời giác đấu
nói "Hãy hướng dẫn họ, nếu không hãy chịu đựng họ!"
Anh đã đốt sạch bản thảo cuốn cuối, thực tiếc
thời bụi và rác, của ẩn dụ lẫn nguyên mẫu hiện thực,
nguyên vẫn tự truyện
tôi đi qua phố ấy Phạm Ngũ Lão một khách ba lô
những lầu đài của giai cấp mới

vẫn đổ bóng, tiếp tục, lên câu này của Pushkin
'Xét trong toàn bộ những nguyên tố cấu thành,
con người hoặc là bạo chúa, tù nhân, hay kẻ phản bội'
Người thuộc phân loại thứ hai đã đi hẳn
hay đang tiếp tục xa, xa tuyệt mạng Ngôi Nhà
rừng tịch dương, kẻ kiên gan gắng chịu, ngực sườn thúc
bách
da thịt thời gian làm, ngoài mòn sờn, những chiếc cổ áo
lọt vào tầm ngắc của kẻ loại ba
phép rỉ tai trong lúa ấu
áp sát đất, gió rắn, những chân sậy, tế thiêng
cho con mắt xếch ấm
loại thứ nhất.

*

Trong khung cửa, anh, một người đứng, nói, Không sao
giả hiện thực tiếp tục đánh gãy hư cấu
nó là câu chuyện của người tới, một dòng tích mới
Lối nhìn Sau Rốt Là Tuồng Huyễn như Mahabharata
cũng là một cách. Cho truyền đạt. Ai biết giữa
những ranh giới, con lộ nào trung thực nhất cho một
người?
Đêm tối, đám trẻ trong rừng đã đắp lên người giấc ngủ
đơn
người ngồi uống trà tìm lại được một trang sách cũ
Borges bàn về Long Thọ, về phép phản chứng vô ngã
về cái biết của con người giới hạn
ngọn nến nhỏ giữa trước đó vô thủy băng giá
và sau đó điệp trùng bôi xóa
Bước vào – mái vòm – căn nhà, người bước
những cảm xúc, thọ tưởng, tư chất, hơi ấm của nắng sớm
tiếng gọi trong phố, một người, da thịt, sự bí ẩn thanh lịch
những điều có thể, được phép, dưới bầu trời, vì sự bất ngờ
vì sự chờ, có thể, vì màu xanh, chuyến đi không hẹn

giữa những chiếc áo cánh, vị nếm, cái tôi đã rấp ranh tan
biến
Người đi băng ngang đường, để kịp bắt tay, choàng ôm,
những người xong việc
bằng một vài bước thư thả, đã là một người đứng ngó ra
khoảng cách vừa vặn, con sông, bên sông: thành phố
những chiếc mái đâm ra, lề đường sạch sẽ
những tiếng động vào ngày, những tiếng nói có thể
như cây cối

Thường Quán

Trangđài Glassey-Trầnnguyễn

Căn Nhà Ngói Đỏ:
Nguyễn Xuân Hoàng
Giữa Trập Trùng Tiềm Thức

Nguyễn Xuân Hoàng, người thật, là một con người vui vẻ, ý tứ, kín đáo. Ít ra là trong lần duy nhất tôi gặp ông. Ngoài ra, tôi chỉ thỉnh thoảng giữ liên lạc với ông qua điện thư. Nhưng ông luôn là một người thân thiện, vui vẻ, và lịch sự. Chưa bao giờ ông chậm hồi âm. Chỉ trừ khi tôi gửi email đến địa chỉ đã rơi khỏi quỹ đạo sinh hoạt của ông.

Bằng sáu năm mất liên lạc. Tôi vẫn giữ những tác phẩm của ông ký tặng. Ông tặng cho tôi những tác phẩm in của ông, như tất cả những tác giả muốn tìm cha mẹ nuôi cho những đứa con tinh thần của mình. Và tôi nuôi ba đứa con của ông thật kỹ. Chúng vẫn tinh tươi, nõn nà, như những quyển sách tặng khác, ngay cả trong những khi tôi phải chống chọi với ba đào.

Tôi có thử đến "Căn nhà ngói đỏ." Lần đầu đi ngang, ngập ngừng chưa dám vào. Có vẻ ảm đạm quá. Tâm hồn trẻ con của tôi lưỡng lự. Thời khóa biểu của tôi quá đầy. Tôi không gõ cửa.

Vài năm sau, tôi trở lại. Tôi đã đi qua những miền đất cổ của Việt Nam cận đại, đã thu nhận chứng từ của người Việt tha hương cho các dự án nghiên cứu. Tôi đã lưu vong, không tự toại với sự dễ chịu của Little Saigon. Tôi đủ can đảm để đối diện với cái ảm đạm của "Căn nhà ngói đỏ," mà trong đó, NXH-nhà-văn ẩn hiện như một bóng ma: khi thì là người kể chuyện, khi thì là kẻ chứng kiến, lúc thì là triết nhân rách óc để thấu đời, và cũng là một sử gia, ghi lại cái manh mún của người và đất Việt giữa bể dâu sôi lịch sử.

NXH-nhà-văn viết từ tiềm thức, một tiềm thức khá cô đơn 'và buồn thảm' (cái chữ buồn thảm này, ông đã bao nhiêu lần lạm dụng nó?). Có phải NXH đã cố tình chọn cho mình cái tâm thức cô đơn, để làm một người viết đúng nghĩa? Vì để viết, thì người cầm bút cần một khoảng trống tâm linh và tâm thức. Để cho chữ thở. Để được một mình.

Tôi chưa bao giờ đọc các tiểu thuyết ghê rợn của Stephen King, vì tôi không quan tâm đến thể loại này, nhưng tôi đã tham khảo quyển "On Writing" và đồng ý với ông về điều tiên quyết của quá trình viết. Đóng cửa để viết.

NXH-nhà-văn đóng cửa, dựng cô đơn, tránh tiếng động của nhân gian. Ông viết.

Ông viết. Từ đổ nát của đời sống xung quanh. Từ thất vọng với cuộc đời, với thế sự, với ngòi nổ của chết chóc. Ông viết, với cái chân thành của trẻ thơ, và cái xót xa của người lớn. Cái nhãn quan lưỡng mạch ấy cho ông giàu có trong nhận xét và vô hạn trong cảm xúc.

Tôi tự hỏi, có phải khi viết về cái đổ nát, thì chính ông tìm được sự thanh thản nào đó? Viết về hy vọng, là tìm được cho mình niềm hy vọng trên trang sách. Viết về tình yêu (mà ông gọi là 'một xa xí phẩm' giữa thời chiến), là nắm lấy tình yêu vốn đang bị "con yêu quái ăn thịt người" mang tên Chiến Tranh thất cổ?

Ông viết. Viết từ những gót chân của quá khứ, xiêu vẹo trong chiến tranh, rổn rảng mùi cay đắng. Văn của ông có thể là người ở chỗ ông đặt mình vào hoàn cảnh, tâm trạng của nhiều người khác. Người = bản thân ông. Người = tha nhân. Ông dám đi vào những "Căn nhà ngói đỏ" không quen, và ở lỳ trong đó, cho dù có những bóng ma hay yêu quái đang làm ông kinh động.

"Tự Truyện" chẳng hạn, bắt người đọc phải giật mình. Bất cứ người đọc nào. Vì ông thiết kế bao tấm gương soi mà trong đó, bất cứ ai cũng có thể tìm thấy một mảnh đời mình. Những bức tranh tả thực não nuột. Những ảnh soi rợn người. Những ảo ảnh mập mờ giữa mong và mất.

"Giáng Sinh, hãy chờ" là một vũ điệu héo hắt của hy vọng đi vào bể tuyệt vọng, đắm đuối trong một tình yêu tức tưởi, một quyết liệt gãy cánh. Thời gian có thể giết người ta bằng cái mòn mỏi và vô vọng. "hãy chờ." Đến bao giờ? Chờ cho đến khi hy vọng và tình yêu đều đã trầm mình giữa rừng cao su đô hộ?

Còn "Barbara," ôi, cái lãng đãng buông chùng của điệu thơ, cái chới với hốt hoảng của đất sập người tan. Người ta yêu nhau khi có thể, và 'hẹn hò' nhau trong tâm thức khi thế cuộc bắt phải biệt tin. Náo nức tìm, chỉ để hụt hẫng. Hớn hở mong, chỉ được di thư. Cán nát cái nhớ mong, thì chỉ còn một lời "xin mãi mãi chia tay..."

Là một triết nhân, NXH-nhà-văn luôn xây mỗi căn-nhà-truyện của ông với bao giai tầng suy nghĩ, lợp mái ngói đỏ nhưng lại phả sương mù và ném lựu đạn lên nó, để ở cuối nhiều câu truyện, căn-nhà-truyện của ông cũng tan thành mây khói. Có phải đây chính là hệ quả trực tiếp, tàn khốc, mãnh liệt nhất của chiến tranh lên tâm-hồn-nhà-văn-triết-nhân?

Tôi sinh sau chiến tranh, nhưng luôn sống giữa chiến tranh, không chỉ chiến tranh như một ký ức, mà chiến tranh như một thực thể, đã thoát thai từ bom đạn, giờ đang hiện diện trên thân thể, tâm khảm, tư tưởng của những người đã sống trong binh lửa. Tôi không thể tách rời tôi với họ, vì họ là quá khứ và hiện tại của tôi. Họ là tiềm thức của tôi. Là kiếp trước của tôi.

NXH-nhà-văn đã bắt tôi sống với chiến tranh trong "Căn nhà ngói đỏ," xô tôi vào tuyệt vọng của cái sống đang cố bấu víu vào vạt đất sạt trên vực thẳm chết chóc, phá sập cái bức tường hôm-qua và buộc tôi chứng kiến cái kinh hoàng mà dân tộc tôi đã chịu trong suốt bao năm.

Đi vào "Căn nhà ngói đỏ" là đi vào một Việt Nam đầy binh đao, ly tán, ngậm ngùi, hấp hối. Ở lại "Căn nhà ngói đỏ" là đối mặt với một quá khứ mà thế hệ hậu 1975 chưa từng đối diện khi ở quê nhà, và sẽ không đối diện nếu không có can đảm đi vào những "Căn nhà ngói đỏ" như căn mà NXH-kiến-trúc-sư đã xây (và biết rằng, thời gian và hoàn cảnh sẽ làm cho chúng tàn sập).

Nhưng trong cái bế tắc ấy, NXH-nhà-văn lại được chính NXH-triết-nhân giải thoát. Ông dám nhìn vào hiện thực của chiến tranh, nhưng cũng dám nhìn tới miền nắng lành đất ấm ở bên kia chân trời, nơi mà bom đạn không bay tới được. Một con tằm trong kén mơ. Ông không đánh mất cái di sản quý nhất của một người làm công việc sáng tạo: viễn ảnh.

Ông đóng cửa để viết. Và tuy NXH-nhà-văn đóng cửa, cánh cửa ấy lại chính là thông lộ giữa trái tim nhạy cảm của ông và vạn cảnh đời thật. Cho nên, ông cô đơn vì ông nhuốm cái cô đơn của kiếp người đang hiển lộng trong muôn trùng cuộc đời quanh ông. Ông tránh tiếng động của nhân gian, nhưng lại nghe rất rõ tiếng gào thét từ trong mỗi nhân linh đang cố bay ngược con-gió-chiến-tranh, dấn bước giữa bão-tố-chết-chóc.

NXH đi nhiều, viết về nhiều nơi như viết về chính một phần cơ thể của ông. Ông có lối diễn tả dầy đặc, dính chặt như kẹo kéo, sánh như nhựa đường. Ông trải những lối đi lạ, vạch những đường mòn chưa có vết chân người. Ông là người cô độc. Nhà-văn-cô-độc. Trên những quang lộ cô độc của riêng ông. Cho đến khi người đọc ghé "Căn nhà ngói đỏ," thì sự cô độc của ông bị phá vỡ. Ông đã tìm được người chịu lắng nghe những lời tâm sự ngút lòng của ông. Giọng văn của ông luôn là một lời tâm sự. Một lời tâm sự khẩn thiết.

Trần Doãn Nho

Một Cái Gì Rất
Nguyễn Xuân Hoàng: Sổ Tay

"Đừng để tờ *Văn* chết!" Mai Thảo nói với Nguyễn Xuân Hoàng như thế.

Và *Văn* sống lại.Một đời sống khác.

Nguyễn Xuân Hoàng (NXH) nhận *Văn* từ Mai Thảo vào giữa năm 1996. Một trong những yêu cầu của Mai Thảo là giữ nguyên mục Sổ Tay vốn do Mai Thảo viết từ ngày ông tái bản *Văn* ở hải ngoại. Lúc đầu, NXH không đồng ý, muốn đổi thành Ghi Chép, nhưng chiều ý của Mai Thảo, bốn số tiếp theo 160, 161, 162 và 163 cho các tháng Chín, Mười, Mười Một và Mười Hai, 1996 do NXH làm chủ biên vẫn có mục Sổ Tay. Nhưng rồi với sự giúp sức và đóng góp nhiệt tình từ bạn bè và văn hữu, đầu năm Đinh Sửu (1997), *Văn* đổi sang bộ mới, được đánh từ số 1, số Xuân Đinh Sửu: *Văn* của Mai Thảo trở thành *Văn* của Nguyễn Xuân Hoàng. Và khác với ý định ban đầu, NXH vẫn duy trì "Sổ Tay". "*Đó là lúc tôi đã tìm một cách viết sổ tay của tôi*", anh cho biết. (Văn tháng 8/2004). Và Sổ Tay NXH đã đi song hành với *Văn* từ lúc đó cho đến ngày tự ý đình bản.

Lúc này đây, trong khi nghĩ đến NXH, đang ở cách tôi những ba múi giờ, không thể trực tiếp đến thăm anh được, tôi tìm gặp anh qua *Văn*. Những *Văn*, cuốn dày cuốn mỏng, có cuốn một tháng có cuốn ghép đôi hai tháng, đẹp nhất là hình bìa. Mỗi bìa là một tấm tranh, toàn là tranh có hạng. Cầm những *Văn* trên tay, tôi nhìn thấy công lao của một NXH đối với văn học. Tất cả, từ bìa đến "ruột", tạo thành một thứ "chỉnh thể thẩm mỹ", một chỉnh thể mà thấp thoáng đằng sau là cá tính của người chủ biên, theo cách nói của Nguyễn HưngQuốc[i]. Và với Sổ Tay, cá tính người chủ biên càng hiện rõ nét hơn, đầy đặn hơn. Qua Sổ Tay, NXH xuất hiện như một chân dung tươi, sống, đa dạng. Sổ Tay viết về người, về vật, về sự, về những chuyện linh tinh, lỉnh kỉnh. Viết ngay. Viết liền. Viết y như thể chúng như thế, ở đây, lúc này. Không thể khác. Đọc Sổ Tay như đọc lại cả một quảng đường, thậm chí cả một giai đoạn văn học, tìm lại được những khuôn mặt tưởng chừng như không còn hiện hữu, tìm lại những cảm giác tưởng chừng đã biến mất, tìm lại những ý nghĩ tưởng chừng như tan loãng trong thời gian.

Sổ Tay tràn đầy thao thức. Thao thức người. Thao thức chữ.

Sổ Tay trước hết là sự kiện: xã hội, văn học, chính trị, bóng đá, thời tiết, ra mắt sách, tác phẩm mới, tác giả mới, phim mới...Lan man. Tản mác. Rời rạc. Nhưng đầy hơi thở, đầy hiện thực: gặp bạn bè ở Paris, ở Houston, ở Sài Gòn, lụt ở miền Trung năm 1999, ra mắt sách người này người nọ, những người bạn đến thăm, những người bạn đau, những người bạn qua đời, những chuyến đi, Đức Đạt Lai Lạt Ma ở quận Cam, những tác phẩm vừa xuất bản, cảm giác về những ngày mưa, ngày nắng, ngày tuyết, về giải bóng đá thế giới, về chuyến đi của Clinton sang Tàu, vân vân...

Sổ Tay là những hồi ức sống động.

386

Một buổi tối, trong căn phòng hẹp nằm sau "ngõ hẻm" Song Long, chủ nhà Mai Thảo tiếp Thụy Khuê, Bùi Bảo Trúc, vợ chồng nhà báo Đỗ Ngọc Yến vợ chồng luật sư Đỗ Xuân Hòa, Khánh Trường...Nhà có ba chiếc ghế. Khách ngồi bệt xuống sàn, xung quanh là những cuốn sách, những chai rượu. Mọi người nói đủ thứ chuyện: cuộc sống, văn chương, thời sự,....nhưng tuyệt nhiên không ai nói về sức khỏe của Mai Thảo và Khánh Trường. Từ gần một năm nay, cả hai nhà văn này không khỏe. Khánh Trường luôn cười nói, lạc quan hơn một người có sức khỏe bình thường. Thế nhưng, người ta biết ông đang bị sa sút về thể lý. Trong một tháng, hơn ba lần Khánh Trường vào bệnh viện. Có đôi lúc, tiếng nói ông thấp xuống, không còn cái "ồn ào sang sảng" mỗi khi trêu ghẹo bạn bè. Rõ ràng là Khánh Trường không muốn nói và cũng không muốn nghe ai nói về tình trạng sức khỏe của mình. Còn Mai Thảo, chuyện di chuyển của ông đã bắt đầu khó khăn. Ăn rất ít. Chỉ những giọt rượu là những thang thuốc bổ còn giữ được ông ở lại với chúng ta. (Văn tháng 7/1997)

Sổ Tay là chuyện đời sống nhưng là một thứ đời sống đẫm mùi văn chương. Bên dưới những mảnh vụn, những chi tiết bề bộn đan xen nhau đâu đó luôn ẩn dấu những kẽ nước ngầm, âm thầm chảy len lỏi qua những con chữ, những con chữ thản nhiên, đôi khi vô cùng thản nhiên.

Có tiếng gõ cửa. Cái nút chuông có trên vách sao họ không bấm mà lại gõ? Tôi bước ra. Một người đàn ông da đen cao lớn, mặc bộ suit màu đen, đeo kính trắng, mũ đen rộng vành, cầm trên tay một xấp giấy, đứng trước mặt tôi. Ông tự giới thiệu là Thomas Donahey, người của Thượng Đế. Ông nói thế giới đầy tội lỗi, đã đến lúc mọi người trên trái đất này phải sám hối. Tội ác như một nồi nước đang sôi sùng sục, và cầu nguyện là rút những thanh củi đang cháy ra khỏi bếp. Tôi nói với ông là tôi chưa bao giờ phạm tội, tại sao tôi phải cầu nguyện? Ông lấy một tờ giấy màu xanh trong xấp giấy đưa cho tôi. "Đây là những lời kinh sám hối. Ông đọc sẽ rõ. Ông nói ông chưa bao giờ phạm tội à? Thật sao? Trong suốt đời ông, ông chưa bao giờ phạm tội thật à?" "Thật chứ!" tôi nói. Ông Thomas nhìn tôi, tay ông vẫn chìa tờ giấy màu xanh về phía tôi. Đầu ông hơi nghiêng, gọng kính trụt thấp dưới sóng mũi, mắt ông to, nhưng tròng trắng nhiều hơn tròng đen. Tôi không muốn cầm tờ giấy nhưng thật là bất lịch sự nếu cứ để ông giữ nguyên tư thế đó. Tôi đành đưa tay ra. Ông Thomas tiếp, trên thế gian này không một ai, không trừ một ai – ông nhấn mạnh – mà không phạm tội. Sinh ra đời đã là phạm tội. Làm người đã là phạm tội.

Lúc đó hình như gió thổi mạnh hơn và bầu trời xuống thấp mịt mù mây đen cùng với những giọt mưa lạnh buốt tạt vào mặt chúng tôi. Tôi đẩy rộng cửa, mời ông vào nhà. Ông khoát tay, kẹp xấp giấy vào nách, bật chiếc dù đeo ở cánh tay lên. "Cám ơn. Tôi còn nhiều nhà phải đi. Tôi sẽ trở lại với ông một vài ngày sau, nếu ông còn muốn nói chuyện với tôi." Ông kẹp gọng dù vào cổ, chìa tay cho tôi bắt. Tôi nắm bàn tay to bè của ông, những ngón tay dài mập màu nâu nhưng lòng bàn tay nhạt màu cà phê sữa. Ông bước đi, lưng thẳng, giương chiếc dù lên cao, nhìn về đẳng trước. Bỗng nhiên tôi thấy ông giật mình đứng sững lại. Vô tình, ông đã giẫm lên cây ớt trước nhà vừa bị trận gió thổi ngã xuống. Cả một cành ớt chín đỏ nát dưới chân ông.

"Xin lỗi! Xin lỗi!" Ông quay lại nhìn tôi trước khi tiếp tục rảo bước. (Văn tháng 1 &2/2006)

Sổ Tay là những nhận xét cô đọng về người, về văn.

Cái chết của một người bạn: *"Tối thứ hai 24 tháng Năm, Phạm Phú Minh từ quận Cam gọi lên San Jose cho biết Lê Đình Điểu đã từ giã bạn bè ra đi. Giờ đó tôi vẫn còn ngồi trong tòa*

388

soạn. Đồng hồ chỉ 10 giờ hơn. (...) Điều là người không hút xách, không rượu chè, không bài bạc, anh sống ngăn nắp và đàng hoàng. Sống ngăn nắp và đàng hoàng là một điều rất khó trong đời sống của chúng ta." (Văn tháng 6/1999)

Chuyến đi của đức Đạt Lai Lạt Ma ở quận Cam: "*Sự đơn giản chinh phục người ta dễ hơn là sự bác học. Và bất cứ ngôn ngữ nào bắt được hơi thở của đời sống đều dễ mở cánh cửa của trái tim ta hơn. Tuy nhiên, đừng hiểu sự đơn giản với điều thông tục.*" (Văn tháng 7/1997)

Chữ nghĩa Nguyễn Văn Sâm: "*Nguyễn Văn Sâm đã nhìn Sài Gòn từ cái phía trái của nó. Bóng tối và sự khốn khó. Sài Gòn của mồ hôi và nước mắt. (...) Nguyễn Văn Sâm là người kể chuyện hơi rề rà nhưng có duyên.*" (Văn tháng 4/2000)

Một nhà thơ đã mất: "*Cao Đông Khánh là một hiện tượng trong thi ca Việt Nam. Chữ nghĩa trong tác phẩm ông cũ một cách rất mới, nồng nàn và sôi nổi, say sưa và mê sảng. Ông có đôi mắt của một vị thần lưu linh, và có lối đọc thơ của một người đồng thiếp.*" (Văn tháng 7/1997)

Một cây bút nữ, Dương Như Nguyện: "*Một lối đi gai góc mà kiêu hãnh. Cô viết như người đi trong rừng với chiếc dù dự dạ hội, cô Tây phương hóa trong một thân xác rặt Á châu.*" (Văn, tháng 1/2001)

Một nhà văn tên Nguyễn Xuân Hoàng trong những ngày tuyệt vọng: "*Tôi là một thứ người vô gia cư trong chữ nghĩa – khác nào một homeless trong một thành phố của một nước Mỹ giàu có (...) Đầu óc tôi trống rỗng. Trái tim tôi nguội lạnh. Tôi đi tìm hoài tìm mãi, tìm khắp nơi mà chẳng thấy hơi ấm ở đâu. Sao tôi chỉ thấy lòng tôi đầy tro than! Tôi cần một ngọn lửa.*" (Văn tháng 8/2004)

Tôi cần một ngọn lửa! Câu nói đơn giản này trong Sổ Tay được Huỳnh Hữu Ủy đưa vào trang đầu của một cuốn sách vừa xuất bản của anh (trước một câu khác của Honoré de Balzac).[ii]

Sổ Tay là những dòng bút ký cô đọng.

Về thăm lại quê sau hàng chục năm xa vắng, anh nhìn thấy Nha Trang là "*Một thành phố gập ghềnh. (...) Thành phố có bộ mặt cau có.*" (Văn tháng 11/2001). Còn Sài Gòn thì "*Sài Gòn ngày xưa đã bị xóa hết. Xóa hết những con đường, hàng cây. Xóa hết hơi thở của những trận mưa đầu mùa. Xóa màu nắng. Xóa bóng mây. Xóa trí nhớ của ai.*" (Văn tháng 12/2001)

Viết về Giáng Sinh và Tết là những dòng tùy bút mặn mà, đầy cảm xúc và loáng thoáng mùi vị... *La Nausée:*

"*Sáng hôm nay, trời xanh, nắng vàng, nhưng sao mà lạnh buốt. Thành phố tôi đang sống bắt đầu vào đông. Thang lũng đầy sương mù và buốt giá, đầu tôi như đóng băng. Trí nhớ tôi lẫn lộn giữa quê nhà và xứ người, giữa một hiện tại lạnh lẽo và một quá khứ buồn bã. (...) tôi đáng chán đời, tôi thấy cuộc sống này không có gì đáng sống nữa, tôi chỉ muốn chết nhưng tôi là một tên hèn nhát, nên mỗi buổi sáng thức dậy, tôi vẫn nhìn thấy tôi trong gương, một khuôn mặt xa lạ đang nhìn ngó chính mình. Tôi đó sao? Tôi sẽ phải làm gì sáng nay? Tôi sẽ nói câu gì với người đồng nghiệp? Tôi sẽ uống ly cà phê ở quán quen, nhưng tôi sẽ ăn cái gì? Sẽ làm gì khi trở về vào mỗi buổi tối?*" (Văn Xuân Giáp Thân/2004)

Trong khi đưa tin một giọng ca nổi tiếng người Pháp, Juliette Gréco, trở lại sân khấu sau một thời gian dài vắng bóng, anh nhớ về một bài hát và một giọng ca trong một thời nào đã xa, rất xa: "*Tôi nhớ khoảng thời gian đó, Nửa Đêm Ngoài Phố có vẻ như là ca khúc được viết riêng cho một tiếng hát: Thanh Thúy. Đó là một tiếng hát ẻo lả, mềm nhão, ray rứt, nức nở, rụng rời. Tiếng hát như tiếng nấc nghẹn ngào mà chán chường, tuyệt vọng và đầu hàng số mệnh. Đó là một tiếng hát có thể gắn vào những tĩnh từ tiêu cực và chúng tôi đã rống lên để nửa đêm ngoài phố trở thành những lời ca ngợi cuộc sống, là những tiếng cười của tuổi trẻ."* (Văn tháng 9/1999)

Cũng thật bất ngờ, qua Sổ Tay, tôi giật mình khi đọc lại (đúng ra là đọc lần đầu, vì trước đây quên... đọc) một nhận định của nhà văn Nguyên Ngọc khi trò chuyện với NXH về nguyên nhân tại sao nền văn học Việt Nam (trong nước) vẫn chậm, còn chậm và cứ chậm:

"Vì mình có một nhược điểm rất lớn, đó là lớp người cầm bút trẻ hiện nay trong nước không được chuẩn bị một nền văn hóa cơ bản. Họ thiếu một cái base, nên họ không thể có những bước đột phá, không thể đi xa được." Ông nhắc đến trường hợp của nhà thơ Bùi Giáng, và ông cho rằng tài năng của Bùi Giáng rất khác với các tài năng phía Bắc, bởi vì ngoài tài năng trời cho ra Bùi Giáng còn có một nền tảng triết học căn bản. Ông cũng nhắc đến trường hợp Hoàng Phủ Ngọc Tường, mà theo ông, *"mặc dù tài năng không có gì ghê gớm lắm đâu"* [chữ của Nguyên Ngọc], nhưng Hoàng Phủ Ngọc Tường vẫn hơn một số anh em được đào tạo phía Bắc vì anh Tường có một nền tảng triết học." Có lẽ ông muốn nói đến kiến thức cơ bản triết học của người cầm bút.

"Nền giáo dục Việt Nam phía Bắc suốt mấy mươi năm nay hoàn toàn không dạy triết học. Ngay cả môn chủ nghĩa Mác-Lê Nin, cũng không được dạy như một hệ thống triết học. Người ta chỉ dạy chính trị thôi." Và ông tiếp, như thế thì văn học khó mà có được những đột phá mới, mặc dù cũng không thể đoán trước được những trường hợp bất ngờ. Như trường hợp Nguyễn Huy Thiệp và sau đó là Bảo Ninh. Tuy nhiên, vẫn theo

ông, cho dù có những bất ngờ như trường hợp Nguyễn Huy Thiệp và Bảo Ninh đi nữa thì vẫn có một quy luật, nếu thiếu cái căn bản văn hóa làm nền tảng ấy, thiếu cái kiến thức (triết học) của một người cầm bút, tài năng chưa đủ để đưa ngòi bút kia đi xa hơn." (Văn tháng 6&7/2003)

Nhận định của Nguyên Ngọc cực kỳ hữu lý!

Sổ Tay cũng là nơi của bạn bè văn nghệ, bạn cũ bạn mới bạn trong nước bạn ngoài nước bạn quen lâu bạn mới quen. Bạn, chao ôi là bạn. Ở đâu cũng có bạn, đi tới đâu cũng bạn. Đầy ắp bạn. Bạn, tự nó cũng là một thứ văn chương. Cái thế giới bạn bè của NXH cũng là thế giới của văn chương. Anh gặp bạn anh sống bạn anh uống bạn anh viết bạn...

Nếu tôi đoán không lầm thì hầu hết những khuôn mặt viết lách mới cũ gần xa đều được Sổ Tay nhắc đến, cách này hay cách khác. Những câu chuyện xoay quanh bạn bè đôi khi không là văn chương, chưa là văn chương. Nhưng hãy tưởng tượng, nếu không có bạn bè, thì văn chương (tôi tự hỏi) sẽ nằm... ở đâu!?

*

Xin dẫn lại một vài trích đoạn trong Sổ Tay (Văn tháng 1/2002) có tựa đề *Mưa ở Berkeley:*

(...)

"Cider nóng của em đây!" Huy đặt hai ly nước xuống mặt bàn.

"Cám ơn anh." Mía kéo người đàn ông về phía mình, hôn lên những ngón tay anh, sau đó chị ấp hai bàn tay vào ly nước như muốn lấy hơi ấm. Chị uống từng ngụm nhỏ. Mắt chị không rời Huy. Và chị nói chậm rãi: *"Huy là một điều hay của tôi."* Chị lại

nắm bàn tay người đàn ông, tiếp: "Và cũng là điều suy nghĩ của tôi. Nếu không gặp Huy có lẽ tôi đã bỏ xứ này để về lại dưới kia từ lâu rồi."

"Vậy sao?" Tôi nhìn người phụ nữ, rồi nhìn người đàn ông. Tôi muốn biết cái gì đã gắn họ lại với nhau. Cả hai đều không còn trẻ. Mặc dù, rõ ràng là chị trẻ hơn anh rất nhiều. Trên khuôn mặt mỗi người tôi đọc thấy một nỗi khắc khoải. Những nếp nhăn ở đuôi mắt của chị, những vết hằn trên trán của anh. Dù vậy tôi thấy trong sự chăm sóc của cả hai toát ra một đam mê, một thứ tình yêu cuồng tín.

"Xin lỗi ông, thế ông làm gì ở đây?"

"Tôi hả? Tôi không phải dân ở đây." Tôi không muốn nói việc làm của tôi. "Tôi ở San Jose. Tôi lên đây có chút việc."

"Anh Huy?" Chị quay sang người đàn ông. "Chân em lạnh quá!" Chị đặt cả hai chân lên đùi anh.

Người đàn ông cúi xuống. Anh bóp chân chị, vụng về kéo từng ngón, khôn mặt ánh lên một vẻ say mê kỳ lạ. Đột nhiên tôi nhìn thấy chiếc vớ màu xanh sẫm của chị tuột ra rơi xuống, và Huy nâng bàn chân trần của chị lên, hà hơi giữa những kẽ chân, và tôi có cảm tưởng như anh cắn ngón chân út và hôn cổ chân chị.

"Huy! Trời ơi!" Chị kêu lên giọng thảng thốt.

Có gì đâu!" Tôi nói. "Cô đã thấy đỡ lạnh chưa?"

"Đỡ lắm rồi. cám ơn ông." Và chị nói với người đàn ông. "Anh bóp mạnh chân em, mạnh nữa đi!" Chị chồm người qua mặt bàn hôn người đàn ông. Họ hôn nhau say đắm tưởng như trái đất này chỉ có hai người. Tôi nghĩ tình yêu của họ chắc phải là mãnh liệt lắm mới khiến cho họ không nhìn thấy trời đất gì chung quanh. Những người khách trong quán vẫn đọc

sách, báo, vẫn viết, vẫn cười nói, chuyện trò quanh ly cà phê. Người chủ quán đang nghe điện thoại, đứng bên cạnh anh ta, sau quầy là một thanh niên chải tóc ngược kiểu mồng gà, hai cánh tay xâm hình chằng chịt, cạnh bàn chúng tôi là hai cô gái tóc vàng châu đầu vào một trang sách cười khúc khích."

Một người khách vừa bước vào, đứng giữa cửa, đang xếp dù rủ nước bám trên vải...Ông ta lớ ngớ nhìn quanh phòng. Mưa đã giữ khách lại. Vẫn không còn một bàn nào trống.

Tôi thấy mình thừa thãi.

Bên ngoài, chiều đã xuống. Mùa này ngày ngắn đêm dài. Và trời đang mưa...

Tôi hớp thêm một ngụm cà phê, đứng dậy.

"Chào cô Mía, chào ông. Có lẽ tôi phải về."

"Về? Ông về đâu?" Người đàn ông hỏi.

"Về Milpitas."

"Mưa lớn lắm. Sao ông không ngồi thêm một chút. Trời này lái xe nguy hiểm!" Cô Mía nói. "Chúng tôi cũng sắp chia tay rồi."

"Chia tay? Thế hai người không cùng về chung à?" Tôi ngạc nhiên.

"Không, tôi phải trở lại San Fran. Huy thì về Palo Alto. Tại sao ông nghĩ là chúng tôi phải về chung?" Cô Mía nói.

"Tôi tưởng vậy thôi."

"Chắc là ông nghĩ rằng khi người ta yêu nhau là phải ở chung dưới một mái nhà? Chúng tôi mỗi người đều có một nơi để trở về." Chị nói với một giọng đều đều và buồn. Có vẻ như chị cũng không muốn tin vào điều mình nói nữa. Tôi không nghĩ là chị đang nói với tôi.

(...)

Tôi mặc áo khoác, cầm tờ báo, quyết định.

"Xin chào!" Tôi đưa tay về phía người đàn bà. Cô Mía bắt tay tôi và nói: "So long my friend, don't say goodbye..."

Tôi nghe tiếng chị nói như hát. "So long my friend, don't say goodbye..." Đúng là câu tôi vừa đọc thấy lúc nãy. Tôi lớ ngớ nhìn chị, và tôi bắt gặp nụ cười của người đàn ông:

"Tôi biết tại sao ông lúng túng! Ông đọc được câu đó trong phòng vệ sinh phải không?"

"Phải. tại sao ông biết?"

"Tại vì tôi cũng đã đọc được câu đó."

"Bộ ông và cô đây quen thuộc cái quán này lắm sao?"

"Chúng tôi vẫn thường hẹn nhau ở đây. Cái bàn này gần như dành cho chúng tôi. Nói đùa đấy, tôi làm sao đủ tiền mua cái bàn này."

"Nhưng tôi nhớ không lầm, sau cái câu cô Mía vừa đọc còn mấy câu nữa mà. Chẳng lẽ ông cũng thuộc?"

"Không, tôi thì không. Nhưng cô Mía thuộc đấy. Mía, em đọc cho ông bạn chúng ta nghe bài này đi. Bài gì mà em bảo là của ban Ataris đó!"

"Đó là một ca khúc của bọn trẻ ở đây có tên là Hello & Goodbye. Ông có muốn nghe tôi đọc không?"

"..."

"So long my friend, don't say goodbye.
Just give me one last kiss beneath this glowing sky
We'll go walking through the park
And hang out in the rain..."

Người đàn ông ôm hôn cô, vội vã như sợ cô biến mất:

"Đừng anh!" Mía nói. "Đã đến giờ rồi, em phải về thôi." Chị đứng dậy, choàng qua vai anh, kéo đầu anh xuống, hôn anh và thì thầm trong tai anh, rồi chị cầm tay người đàn ông lên hôn và ngậm trong miệng rất lâu một ngón tay của anh. Người đàn ông nói:

"Còn sớm mà! Mía có biết là anh cần em đến chừng nào không?"

Anh rút bàn tay ra, ôm siết người đàn bà.

"Còn mấy hôm nữa là tết rồi. Từ giờ tới đó, em sẽ không gặp anh được đâu!" Chị lấy hai tay đập đập lên ngực anh. Tôi thấy mắt chị có ngấn nước. Và chị quày quả bước ra cửa. Không nhìn anh. Không nhìn bất cứ ai.

NXH kể chuyện điềm nhiên, dửng dưng. Như chính bản thân cuộc sống. Chẳng có gì to tát. Chẳng có gì ghê gớm. Cứ thế, cứ thế…Nhưng không chỉ như thế. NXH viết tiếp:

Những dòng chữ trên thật ra chỉ là cái cách kể lại một câu chuyện trong một chiều mưa ở thành phố Berkeley. Và hình ảnh buồn rầu của khuôn mặt người đàn ông khi anh ôm người phụ nửa trong tay, khi bóp bóp bàn chân cô, khi cúi hôn những ngón chân khẳng khiu xanh xao của cô giữa một quán cà phê đông người, và cảnh chia tay kỳ lạ của họ cứ bám theo tôi mãi về tận nhà.(....)Tôi vẫn nghĩ đôi khi hư cấu không bắt kịp hiện thực. Hiện thực có lúc còn vượt quá cả sức tưởng tượng của con người nữa là đàng khác....

Với tôi, *Mưa ở Berkeley* không chỉ là một ghi chép mà là một truyện (thật) ngắn. Một truyện (thật) ngắn hay.

*

Các bạn ạ, nhớ Nguyễn Xuân Hoàng, cách hay nhất là tìm đọc lại Sổ Tay. Ở đó, ta luôn bắt gặp một NXH rất người, rất thân, rất bạn bè, rất văn chương. Một nhân vật luôn luôn có mặt ở đâu đó, thân tình và ấm áp, một kẻ rất như mọi người nhưng lại rất không giống bất cứ ai.

Đó là một thế giới riêng riêng chung chung lạ lạ quen quen.... Vào đó, nhấp một cốc rượu đỏ, đọc lại và biết đâu, bạn có thể tìm thấy lại chính bạn trên những dòng chữ mà NXH viết ra ở một lúc nào đó (không chừng, bạn đã quên bằng mất rồi). Và cảm thấy cái *quỹ thời gian* (mà NXH đã đề cập đến đâu đó, đôi lần, trong Sổ Tay) chưa cạn, không cạn.

Vẫn còn đầy!

Trần Doãn Nho

(26/8/2013)

---

[i] Nguyễn Hưng Quốc, *Vài ý nghĩ thoáng về báo văn học*, trong tập *"Sống với chữ"*, nxb Văn Mới, California, 2004, tr. 131-141

[ii] Huỳnh Hữu Ủy, *Mấy chân dung văn nghệ hiện đại*, nxb Văn Mới, California 2013

Trần Hồng Châu

Bụi Và Rác
của Nguyễn-Xuân Hoàng

Chẳng hiểu vì sao tôi lại mang theo *Bụi Và Rác* trong mớ sách đọc bên bờ biển, vào một ngày nắng ấm khác thường của mùa Thu Huntington Beach. Biển mênh mông, trời trong như pha lê. Sự khác biệt trong khung cảnh có tác động làm dịu bớt, hay ngược lại, thấm thía hơn, cái tù túng, chật hẹp, đầy ô nhiễm của *Bụi và Rác*?

Trần Lâm Thăng, vai chính cũng như đa số chúng ta, cũng trải qua ba màn dâu biển, đối tượng của trường thiên Nguyễn-Xuân Hoàng. Trước cuộc "đổi đời" Thăng là người đi trên mây (tập I). Sau 75, Thăng cũng với dáng dấp đó, chập choạng, mờ mờ nhân ảnh, di động trong bụi và rác Saigon. Màn cuối, sau lần vượt biển, chưa được tác giả cho ra mắt. Trần Lâm Thăng sẽ ra thế nào ở tập III? Vẫn đi trên mây, lạc lõng, choáng váng vì miền đất lạ gây chấn động, vì hiện tượng acculturation(1) với những đảo lộn thường xuyên của hội nhập? Hay anh chàng sẽ bắt buộc phải hạ cánh xuống đất vì ảnh hưởng ngược chiều của một xã hội duy vật, thực tiễn vào bậc nhất thế giới? Vì có thể Nguyễn-Xuân Hoàng, với những đặc tính cần thiết của tổng thư ký một nhật báo lớn (tỉnh táo, ngăn nắp, thực tế, óc tổ chức…) sẽ "nhập" nhiều hơn nữa vào con người Trần Lâm Thăng? Nói thế cũng là để phân định phần kỷ niệm sống thực và phần hư cấu trong tác phẩm. Đã đành "tôi là một người khác", đã đành tiểu thuyết gia có khả năng bước ra khỏi bản ngã để đem lại sinh khí cho những nhân vật khác mình, ngoài mình. Nhưng nhân vật, dù trốn chạy cách mấy, cũng vẫn là máu thịt của người sáng tạo, vẫn mang một dấu ấn khó phai mờ nào đó. Khoảng cách, nếu có, thì cũng chỉ là tương đối và giới hạn.

Trường thiên nhiều tập là thể thích hợp cho tác giả muốn ôm trọn trong vòng tay cả một không gian và thời gian có kích thước lớn như thời đại chúng ta. Tùy kiến trúc tinh thần mỗi tác giả. Có người ưa phóng tầm mắt rộng ra ngoài để vẽ những bích họa lịch sử, xã hội lớn. Có người hướng nội, ưa phân tích những tâm cảnh hơn. Tôi nghĩ Nguyễn-Xuân Hoàng thuộc về loại thứ hai. Nhưng phân chia như vậy cũng chỉ để dễ nhận định thôi. Thực ra, khi sáng tác cả hai phong cách đều hiện diện, đan xen. Đây chỉ là vấn đề liều lượng thôi. Và theo hướng nào, khi viết, cũng có cái dễ lẫn cái khó. Không thể đưa ra một phê phán, mang tính cách đánh giá, về chọn lựa của mỗi tác giả. Chỉ còn cách là đi sâu vào tác phẩm, xem trong địa hạt, trong khuynh hướng riêng của mình, tác giả đã thể hiện được tới mức nào.

*

Bi kịch Trần Lâm Thăng là nỗi đau của tất cả chúng ta trong cuộc đổi đời đi xuống. Nhà tù nhỏ của cá nhân, nhà tù lớn của toàn dân trong một bầu không khí ngột ngạt, với những con người cùng máu mủ đồng bào, những tưởng như xa cách chúng ta hàng… ngàn năm ánh sáng!

399

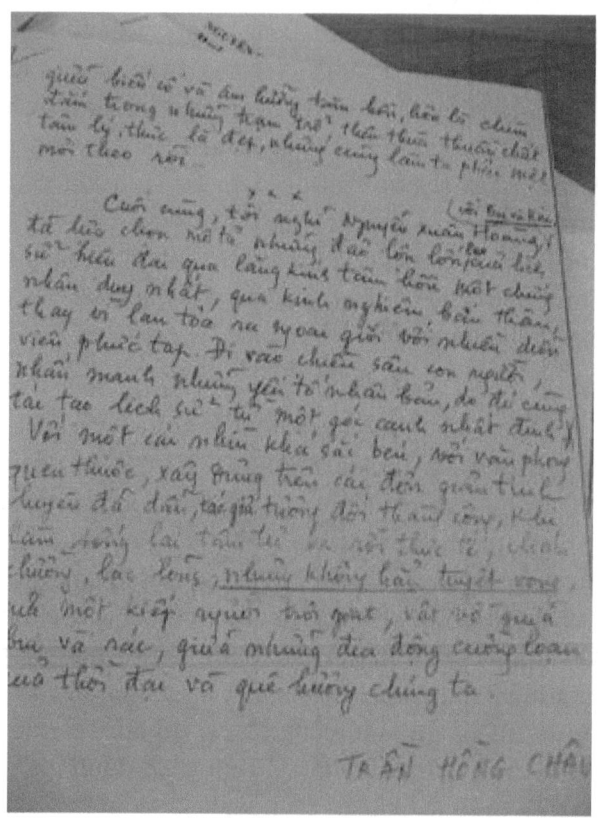

Thủ bút của Trần Hồng Châu*

Giữa cái hỗn loạn cùng cực, tranh sáng tranh tối, dầu sôi lửa bỏng của những năm sau 75 đó, Thăng sống như một con rối, một động vật không xương, thường trực buông xuôi, để thời cuộc xô đẩy: *Tôi cũng không biết mình phải làm sao... Tôi trả lời như một cái máy.. Tôi cứ để cho mọi việc lấp lửng, không quyết định gì cả....*

Từ tâm trạng vật vờ không định hướng, luôn luôn thụ động, nhẫn nhục, thiếu khả năng hành động có suy nghĩ, Thăng đi đến những nhận định hoàn toàn tiêu cực về bản thân: *Có thể tôi là một người hèn nhát... Tôi thấy mình luôn luôn sai trong mọi quyết định... Con heo còn có thể đem bán, chứ như mình giá không đáng một xu...Tôi là cái thá gì chứ!* Mặc cảm bất lực trong cuộc sống, mặc cảm của kẻ thất bại, lỡ thời (raté), thường trực chiếm lĩnh tâm hồn Thăng, gây nên một nỗi chán chường bi đát, bao trùm gần như toàn bộ tác phẩm.

Cũng trong chiều hướng đó, chúng ta hiểu rõ thái độ của Thăng khi "làm việc" với công an, khi luôn luôn tự hỏi *Phải làm gì đây?* khi bị Tuấn *cách mạng 30*, chỉ mặt sỉ vả, khi lặng lẽ vào ngồi tù, cắn răng chịu đựng mọi ngộ nhận. Ở nhân vật này có cái gì như một thiếu sót khả năng thể hiện hạnh phúc, một cái gì không đi đôi, không phù hợp, một cái gì dị ứng với hạnh phúc(2) (hạnh phúc hiểu theo nghĩa thông thường, dung tục, ít ra là của bà Phan chẳng hạn). Vì Thăng đã từ chối cái học bổng bên Mỹ, đã *trốn nhà tù này, để tự trói tay chui vào nhà tù khác*, đã luýnh quýnh, chậm chạp, do dự, để rút cục không đi thoát, trong những ngày cuối tháng Tư 75, đã mất tự do và thầm lặng, nhẫn nhục chấp nhận mọi hình thức đàn áp....

Có một cái gì rã rời, tan loãng, làm ta nhớ lại hình ảnh và tác phong những nhân vật ít nhiều nhuốm màu hiện sinh một thuở nào (3). Hình ảnh những con rối (*pantius*) của Beckett, những cá nhân nhu nhược, mất hướng (*êtres veules*) của Sartre, những con người không hề biết quyết định dứt khoát trong cuộc sống vì "theo hướng nào cũng thế" (Camus). Hình ảnh loài nhuyễn thể, nhầy nhụa (*visqueux*), những con sứa nổi trôi theo nhịp sóng biển. Hình ảnh Trần Lâm Thăng, giáo sư triết học, chơi vơi, vật vờ, mất hướng, sau 1975, với những vòng quay 180 độ, những trắng thành đen, đen thành trắng, những đổ vỡ, tan tác, gây nội thương trầm trọng trong thể xác và tâm hồn....

Nỗi yếu hèn và tính cách nhuyễn thể của Trần Lâm Thăng có thể coi là khía cạnh bụi và rác của Việt Nam, sau tháng Tư 75 định mệnh. Tâm trạng cô đơn, khắc khoải, gắn liền với kiếp người, càng nổi bật hơn với không gian nhà tù nhỏ đầy bong tối, khi con người chỉ là loài sói ác độc đối với đồng loại. Không gian ngột ngạt, hãi hùng của Koestler trong *Le Zéro et L'infini*. Không gian *Đáy địa ngục*, không gian *Đại học máu* của nhiều thế hệ Việt nam đã bị tước đoạt mất tuổi thanh xuân và những giấc mơ đẹp nhất. Bóng những hung thần cai ngục và công an chấp pháp. Bóng lũ tù nhân bị hạ xuống hàng súc vật: Tư Long, Thăng, Ba Trương Phi, cha Minh... Có người như *đã chết vừa đội mồ đứng dậy*, có người đói thường trực, *đói như chưa bao giờ đói như thế*.

Ở những chương về nhà tù này tác giả đã cố gắng đi sâu vào tâm tư nhân vật trụ cột, đề cập đến nỗi khổ đau được coi như một chiều hướng cơ bản, một thuộc tính định nghĩa của kiếp người. Phải nhận là ở đây ông là một quan sát viên tinh tế, có nhiều nét khởi sắc.

Nhưng, giữa đêm đen dầy đặc bao phủ, Trần Lâm Thăng, người gầy như bộ xương, bẩn thỉu, lam lũ, mắt dại đi vì bóng tối nhà tù nhỏ, hay, sau này, đi lang thang, chơ vơ, lạc lõng trong nhà tù lớn, vẫn còn một vài vầng ánh sáng, một vài điểm tựa, một vài phù tiêu để bám víu trong cơn nguy biến, hầu làm dịu bớt cô đơn, tuyệt vọng. Cuối đường hầm vẫn còn chút ánh sáng. Trong màn đêm bỗng rực lên một dự phóng bình minh.

Đó là hy vọng được tự do, niềm lạc quan ủ ấp như đốm lửa không tắt giữa tro tàn. Như hy vọng, mặc dầu đượm buồn, của Verlaine khi thấy trời xanh và lá cây đong đưa ngoài cửa sổ nhà tù Petits Carmes, Thăng đã có những dự định tương lai nếu được phóng thích, đã mơ tưởng những ngày vui bên Quỳnh sau ngày tái ngộ. Vào buổi sáng có thăm nuôi, anh đã *đánh răng, rửa mặt thật kỹ*, vuốt sửa lại bộ quần áo nhầu nát với lời tâm niệm: *Tôi không bịnh. Tôi không bịnh*, để mong gặp lại Quỳnh ở ngoài cửa, trong tư thế tốt nhất. Rồi, không thấy người thân, nhưng tôi vẫn hy vọng. Hy vọng đẹp như nụ cười trên môi một nữ tù nhân làm Thăng chợt hiểu rằng *đời không đến nỗi bi thảm như tôi tưởng*. Người đọc chắc khó mà quên được những đoạn Thăng, từ bóng tối, mơ và nhớ đến *Quỳnh và con tôi*. Quỳnh với chiếc răng khểnh, nét mặt thơ ngây, thân thể no tròn sau khi sinh ở, và nhất là mùi bồ kết thanh khiết toả ra từ mái tóc, *làm tôi nhớ mẹ tôi*.

Đó là những chi tiết giản đơn như cuộc sống, rất người, rất thực mà tác giả đã nắm bắt được. Tình yêu thăng hoa mọi vật. là đôi cánh thiên thần, là vầng sáng chiếu rọi vào đôi mắt mù loà vì bóng tối nhà giam để người tù nương theo tìm ra lẽ sống. Tình yêu thăng hoa người tù lưu đầy Jivago bằng những bài thơ tuyệt vời riêng tặng Lara. Và Thăng cũng được tình yêu Quỳnh giải thoát khỏi những kiềm toả của bóng tối phi nhân.

Tình yêu đó, nói rộng ra, là tình người, giữa con người với con người. Tình người giữa Tư Long với Thăng, giữa cha Minh với Thăng, cùng chia nhau một chỗ nằm chật hẹp, bẩn thỉu nhất, cùng mặc chung quần áo, cùng tâm sự, cùng lo lắng, vui mừng và hy vọng với nhau.

Và sau đây có thể là cảm tưởng chung về nhân vật chính chăng? Màn lưới hiện sinh thời thượng cách đây vài thập niên *đã chụp xuống đầu Trần Lâm Thăng, nhưng chỉ nắm bắt được nửa người anh chàng thôi*. Vì Thăng, nhân vật không xương, vật vờ, mất hướng, vẫn còn đủ tỉnh táo để thoát thân, nhờ tin tưởng mãnh liệt vào ánh sáng cuối đường hầm mà điểm rực rỡ nhất là Quỳnh, đẹp như loài hoa đồng âm. Như vậy, Thăng với tính cách đa diện, phức tạp như cuộc đời, là một nhân vật tiểu thuyết có bề dầy, thực hơn, nhất là Việt Nam hơn(4).

Nguyễn-Xuân Hoàng đã được đào tạo về Triết học theo đường lối chính thống. Nhưng ông nhuần nhuyễn, bình dị, kín đáo và không cồng kềnh. Con người "văn" và cuộc đời có lẽ gần gũi ông hơn các triết thuyết. Nên ông đã may mắn văn chương hoá được triết học hơn là triết học hoá văn chương. Trong chừng hạn nào, ông đã thuần hoá được triết học, con quái vật khả ái. Ở đây chúng ta sẵn sàng "khuyên" một điểm son cho tác giả Bụi Và Rác.

*

Ngoài Trần LâmThăng thì những nhân vật vệ tinh ra sao? Chúng ta chỉ được biết họ qua ánh mắt Thăng. Họ là hồi quang, là tiếng dội của người đi trên mây.

Chúng ta đã biết Quỳnh. Quỳnh đến với nhân vật chính, đơn độc, chân chất, là chính mình, và chỉ là chính mình, không vương chút gợn tiền tài như "con ông Lý" hay ngọn lửa say mê quyền lực như "con ông Phan". Quỳnh, niềm hy vọng bừng sáng trong những ngày tù tội, cái đích gần kề, nhưng đã trôi tuột mất, sau ngày được tha. Quỳnh là phần tích cực trong... chân dung Trần Lâm Thăng. Quỳnh, tuy "thấp thoáng bên mành", nhưng luôn luôn hiện diện, là một nửa, là tiềm thức và chiều sâu của người đi trên mây, là "vai phụ xuất sắc nhất" trong cuộn phim, là phần xanh tốt trong cái cộng sinh tình yêu mong manh giữa thời ly loạn.

Hình như Nguyễn-Xuân Hoàng sở trường về mô tả khung cảnh và nhân vật bình dân. Cảnh và người hợp như đóng khuôn với Trần Lâm Thăng, kẻ tự nhận mình là bụi rác và bụi rác là mình. Khu Mã Lạng với những căn nhà nhỏ hẹp, lộn xộn hẻm nhỏ ngang dọc, những hàng chè cháo, những anh Sáu sửa xe, thím Tư, cây đèn hột vịt, những nén nhang châm thuốc lá lẻ....

Không phải thứ tả chân thô sơ, "populist", với những nét loè loẹt, "xã hội", kiểu mặt trận bình dân của những tiểu thuyết luận đề, cứng nhắt và giả tạo. Cái nhìn của Nguyễn-Xuân Hoàng có thi vị, tuy chưa đậm nét bằng Thạch Lam của phố huyện Cẩm Giàng, nhưng trực tiếp, dấn thân hơn, vì nó tự môi trường đó phát ra, không phải từ nơi xa và ở trên cao phóng tới. Nó thực, cân bằng, nói lên đúng mức lòng yêu đời và sức sống mãnh liệt của bình dân Việt Nam "nghèo nhưng không khốn khổ"(5), không yếm thế, tàn tạ; héo hon như bình dân Ấn Độ chẳng hạn. Rất đáng yêu là cái bình dân phơi phới, cái lòng nhân, có hậu, của những vai rất phụ như Tám, người làm công của Thăng (*Cậu còn nhớ em không? Em bé dễ thương quá... Nó giống cô cách gì...*), như vợ chồng ông Ngô (*Trời ơi, sao cậu ra nông nỗi này... Cậu xanh quá đi...Chút cậu qua nhà ăn cơm...*).

Nét sống động đó cũng được thấy trong khuôn viên trường học miền Nam sau ngày đổi đời, trong đám hiệp sĩ bàn tròn của quán la de Chợ Đũi, bạn của Trần Lâm Thăng, như Ký Thi-sĩ, Tâm Thiền-sư, Lộc-Sorbonne,... những người có thực trong đời sống thực của Sài gòn những năm tháng bụi rác....

Về phía những người đem bụi rác tới, về phía nhân vật phản diện, chúng ta cũng có thể ghi nhận thái độ và bút pháp quen thuộc của tác giả. Không ồn ào, la hét, nhưng nỗi giận

.

được ghìm lại, lan toả, thấm vào sâu, và như thế đánh thức cảm quan của độc giả nhiều hơn, mạnh hơn.

Sáu Phận "đồng hồ", Nhị Hà cứng cỏi mất cả nữ tính, Tuấn Ba Mươi Tháng Tư, lố bịch và hỗn xược... Nhất là Mười Tân. Mười Tân, tóc ngắn và bạc, tay run, mắt dần dật, thuốc lá giây chuyền, đúng là hình ảnh nhân vật thực ngoài đời, một Nga Hoàng không khoan nhượng của nền văn nghệ "Mặt Trận". Phải kể thêm vào đó những nhà ngục tối đen như khuôn mặt những hung thần chấp pháp, những sợi giây trói "thúc ké", những buổi kiểm tra nửa đêm, tịch thu ban ngày, những giáo án, học tập, lý lịch, tự phê, những trắng đen hỗn loạn.... Cả một trời bụi và rác mà đa số những người chạy thoát từ 75 có lẽ không ý thức nổi!

Tất cả được vẽ lại bằng một bút pháp chuyên nghiệp, kỹ thuật sắc bén, tiềm ẩn một niềm tự tin, mặc dù bề ngoài có vẻ lỏng lẻo, buông lơi cho phù hợp với tác phong người đi trên mây. Tôi nghĩ Nguyễn-Xuân Hoàng tuy không lộ ra ngoài, nhưng là một con người viết rất kỹ, luôn luôn tỉnh táo và làm chủ được ngòi bút cũng như tâm tư. Đây là một tác giả "cổ điển", hiểu theo nghĩa tốt đẹp của từ: *cổ điển chính là lãng mạn được kiềm chế*(6).

Biến cố và sự kiện khá nhiều, nhưng chính từ đấy xuất phát cái nhìn vào tâm hồn. Cái nhìn nhẹ nhàng, nhưng tinh tế, không làm ta mệt mỏi như cái nhìn nặng về nội quan (introspection) của trường phái tiểu thuyết tâm lý thuần tuý, mà cũng không hời hợt như trường hợp những người chỉ biết kể chuyện vì say mê chuyện. Liều lượng gia giảm đúng độ. Toàn bộ Bụi và Rác nằm trong nguồn cảm và bút pháp đó, một cách nhịp nhàng và nhất quán. Điểm son nữa cho Nguyễn-Xuân Hoàng.

Đạt nhất là những chương về bóng tối nhà tù, về những xáo trộn, hoang mang. Sau 75, về nhớ Quỳnh, nhớ con, về lang thang, vật vờ ngoài đường phố Sàigon. Ngoại trừ hai chương cuối có vẻ hơi mélo, rối rắm (nhưng ngược lại ở đấy đã có những nỗ lực tìm tòi về kỹ thuật đan xen, chồng chéo những không gian, thời gian và nhân vật, bên cạnh sự khai thác triệt để hình thức đối thoại...). Có thể tác giả viết vội ở cuối truyện để khép lại cánh cửa ngôi nhà Trần Lâm Thăng? Có thể vì sở trường tác giả là ở những đối tượng và hoàn cảnh khác?

*

Còn phải nói thêm gì nữa về văn phong người viết?

Nguyễn-Xuân Hoàng đã đi vào thế giới truyện ngắn và tiểu thuyết rất sớm nên, như đã biết, về phương diện "làm", "dựng", "thể hiện" tác phẩm, ta thấy một cái gì khá nhuyễn, một tay nghề (tour de main) không chối cãi được. Khi ông khước từ "chàng" và "nàng", ít nhiều đã xói mòn sau thời Tự Lực Văn Đoàn, chúng ta có thể đồng ý với ông. "Tôi" và "cô ấy" là một công thức tạm chấp nhận được. Dĩ nhiên tác giả vẫn có thể dùng ngôi thứ ba (ông ta, hắn, gã, nó, anh, chị, cô, v.v... hay tên nhân vật...), nhưng nói chung những từ thay thế này vẫn chưa ổn, vì đang còn ở thời kỳ thử thách(7). Ngược lại, ông đã chọn ngôi thứ nhất (tôi) và chấp nhận mọi mặt hay, dở của nó.

"Tôi" sẽ là cột sống, là trụ cái, nâng đỡ cả cốt truyện. Người kể chuyện quan sát mình và người, kể lại những biến cố đã xảy ra ở ngoại giới cũng như nội tâm.., còn gì tự nhiên và hợp lý bằng! Nhưng, chính vì thế mà điểm đứng và nhìn (standpoint, viewpoint) ít thay đổi. Ít có sự tham dự của tập đoàn ngôi thứ ba. Thiếu vắng cái nhìn khởi từ nhân vật này

407

rồi chuyển sang nhân vật khác, với nhiều "thế" không giống nhau. Cái nhìn cho ta cảm tưởng là tác giả đã biến thành tạo hoá của một vũ trụ đa cực.

Ngược lại, Trần Lâm Thăng là cái nhìn trung tâm và duy nhất trong môi trường *Bụi Và Rác*. Hạn hẹp, co cụm, thiếu sót, nhưng người viết, khi dùng ngôi thứ nhất, lại có ưu thế là đào sâu được tâm lý nhân vật chính, đi vào những gì có tính chất nhân bản hơn. Đi vào một cách tự nhiên, thoải mái hơn, trong khi phương pháp nội quan, áp dụng vào ngôi thứ ba, phương pháp cho phép tác giả cảm nghĩ *thay thế* nhiều kẻ khác, chắc chắn sẽ gây ấn tượng là giả tạo.

Lối kể chuyện tự sự, với "tôi", vai chính, được thể hiện theo hình thái truyền thống, đơn giản, "tự nhiên", theo một đường thời gian vạch dài, thẳng. Cái tuần tự, điều hoà, trước sau, cái *linéarité* của truyện cổ tích và đa số tác phẩm cổ điển (đã đành là ở trường hợp *Bụi Và Rác* vẫn có những cảnh hồi tưởng, những flashbacks quen thuộc).

Toàn thể cốt truyện đều dựa lên nhãn quan người kể chuyện. Hình như đó là sự tìm về cái nhìn hồn nhiên, đơn sơ (đơn sơ hay đơn giản, nhưng nhất định không phải thô sơ), và gần gũi cuộc đời của nghệ sĩ truyền thống Đông Phương, hay của các tiểu thuyết gia Tây Phương từ thế kỷ 18 trở về trước (thế kỷ 19 đã chứng kiến sự khai sinh tiểu thuyết hiện đại với những thành công và thất bại của loại thể này). Dĩ nhiên ở trường hợp những tác giả đã dầy kinh nghiệm (kể cả cha đẻ Trần Lâm Thăng) đó là một đơn giản tinh luyện, có ý thức, một đơn giản *không phải là khởi đầu, điểm đi, mà là cuối cùng, điểm đến*, sau một quá trình thanh lọc, với một kỷ luật tự giác ở nơi một người viết mà chúng ta biết cơ bản là siêng năng và cẩn trọng.

Cái đơn giản trần trụi đó (dépouillé) ta cũng thấy ngay cả ở giọng, ở âm và sắc độ câu văn. Cũng như đã thấy ở mức độ phân tích tâm lý. Bình dị, chừng mực, điều tiết gọn gàng, không bất cập, không thái quá, cốt đủ nắm được cái phức tạp của tâm lý nhân vật. Về phương diện này ta có cảm tưởng tác giả gần gũi Maupassant và Hemingway hơn là Proust hoặc H. James, gần những phối hợp nhịp nhàng giữa biến cố và âm hưởng tâm hồn, hơn là chìm đắm trong những chạm trổ, thêu thùa thuần chất tâm lý, thực là đẹp, nhưng cũng làm ta phải mệt mỏi theo rõi....

*

Cuối cùng, tôi nghĩ Nguyễn-Xuân Hoàng với *Bụi Và Rác* đã lựa chọn mô tả những đảo lộn lớn lao của lịch sử hiện đại qua lăng kính tâm hồn một chứng nhân duy nhất, qua kinh nghiệm bản thân, thay vì lan toả ra ngoại giới với nhiều diễn viên phức tạp. Đi vào chiều sâu con người, nhấn mạnh những yếu tố nhân bản, do đó cũng tái tạo lịch sử từ một góc cạnh nhất định.

Với một cái nhìn khá sắc bén, với văn phong quen thuộc, xây dựng trên cái đơn giản tinh luyện đã dẫn, tác giả tương đối thành công, khi làm sống lại tâm tư xa rời thực tế, chán chường, lạc lõng, *nhưng không hẳn tuyệt vọng*, của một kiếp người trôi giạt, vật vờ giữa bụi và rác, giữa những địa động cuồng loạn của thời đại và quê hương chúng ta.

Trần Hồng Châu

Ghi Chú

* *Bài viết và thủ bút của Trần Hồng Châu do nhà phê bình Nguyễn Tà Cúc cung cấp*

(1) Hiện tượng tiếp xúc và thích nghi với một nền văn hoá khác.

(2) *Une certain inaptitude au bonheur*, theo ngôn ngữ các tiểu thuyết gia Pháp hiện đại.

(3) Thực ra từ ngữ đó bao gồm nhiều khuynh hướng tư tưởng và cá tính khác nhau. Nó lại càng thêm nhiều biến thái khi được di chuyển từ địa hạt Triết sang phía Văn nghệ. Về ba tác giả kể trên, riêng chỉ có Sartre nói tới chủ nghĩa hiện sinh. Còn Camus và Beckett, mặc dầu gần gũi dòng chủ lưu đó, vẫn giữ những khoảng cách cần thiết: người thì nói đến phi lý và nổi loạn, người thì nói đến hư vô và yếm thế trong cõi nhân sinh.

(4) *Việt Nam hơn*, vì bản chất dân tộc là *niềm yêu đời* nằm sâu kín trong tiềm thức, ít nhiều dị ứng với một số cảm nghĩ và hành động xa lạ, ngoại lai. Trong văn nghệ, chúng ta mở rộng vòng tay và ý thức rằng con người có những hằng số tương đối cố định, vượt thời và không gian, nhưng không vì thế mà quên những nét độc đáo, gắn liền với toạ độ xuất phát của chúng ta.

(5) Pauvre mais pas misérable.

(6) Định nghĩa này không hề coi thường yếu tố lãng mạn. Ngược lại, nó ý thức vai trò và tương quan biện chứng của hai cực âm, dương, vốn vẫn cùng là chất liệu tâm hồn. Từ "lãng mạn" thường khơi dậy những ý niệm tình cảm bồng bột, tuổi trẻ hăng say, và những ý niệm đổi thay, năng động, cách mạng. Có cái đẹp cổ điển và cái đẹp lãng mạn. Cổ điển là cái đẹp trầm lắng, gạn lọc, hài hoà như lý trí. Nó mang ít nhiều tính cách khuôn mẫu và gần như ở đoạn cuối của một quá trình. Lý tưởng có thể là thế cân bằng giữa những động lực tương phản bắt nguồn từ hai khuynh hướng kể trên.

(7) Thực ra chúng ta vẫn phải giải quyết vấn đề này, vì không thể ẩn náu mãi trong không gian chật chội của ngôi thứ nhất. Nhưng đại danh từ nào, trong ngôn ngữ văn chương Việt Nam, cũng chỉ có giá trị thời gian tương đối. Chúng ta thêm những từ vẫn trơ gan cùng tuế nguyệt, như *il, elle, he, she*....

Trần Mộng Tú

Bóng Chiều

Gửi Nguyễn Xuân Hoàng

Chàng ngồi trong bóng chiều
ngửa hai bàn tay mỏng
cúi nhìn đường chỉ tay
nghe hồn mình thinh lặng
Lòng bàn tay rối bời
khởi từ đường tâm đạo
những cuộc tình đi qua
mối tình nào hư ảo
Ôi cuộc đời bão nổi
ta đi bao dặm dài
văn chương như cái mốc
đặt ở cuối chân trời
Trời cho túi hạt cải
rắc không có định nơi
những bông hoa rất nhỏ
nở ngơ ngác giữa đời
Đường chỉ tay cơ hội
ngắn hơn một tiếng cười

Ta đã sống đủ chưa
vợ con một vai trĩu
ta sống có thiếu không
chữ nào rơi trên chiếu
Ôi chiếc chiếu văn chương
kéo hoài nghiêng một góc
ta ngồi đâu bây giờ
Đường chỉ tay đời sống
lơ lửng như câu thơ
Chàng ngồi trong bóng chiều
nghe tiếng lá cựa mình
lao xao như tiếng bạn
nghiêng xuống bên vai mình
Chàng nhắm hai mắt lại
bóng chiều dần dần loang
khẽ nắm bàn tay mỏng
tay bạn trong tay chàng.

Trần Mộng Tú
8/2013

Thư Gửi Bạn

Anh Hoàng thân,

Sáng nay trời hơi se lạnh, mặt trời mọc rất mềm mại bên kia hồ, ánh sáng vừa đủ ửng lên soi rõ những gợn sóng lăn tăn, lác đác một vài chiếc thuyền nhỏ thả nổi bềnh bồng không thấy trôi đi; mầu trắng mong manh của thuyền trên mặt nước xanh nhàn nhạt, trông xa, giống như vệt cọ quẹt xuống, trang điểm trên một bức tranh vừa vẽ xong.

Trong cái tĩnh lặng yên ả của bình minh sau khung cửa kính, Tú cầm ly cà phê mới pha còn bốc khói thơm hơi, vừa uống một ngụm nhỏ vừa nghĩ đến bức hình Thái gửi hôm qua, hình Hoàng ngồi giữa hai người bạn, Thái và Hà.

Nghe tin Hoàng bệnh, Hà và Thái đã thuê xe, lái từ Nam Cali đến Bắc Cali thăm bạn.

Cái hình trông thật đầm ấm tình bạn! Tú tiếc là mình ở xa quá, không có mặt trong tấm hình đó. Hoàng có gầy đi nhiều, nhưng trên mặt vẫn thần sắc tự nhiên. Thái và Hà cùng cười, nụ cười không nở hết và ánh mắt của hai người đượm chút bâng khuâng. Tú nghĩ đây là một bức hình đẹp của cả ba người.

Mùa hạ năm nay vườn nhà Tú có mấy khóm hoa tự nhiên nở rộ. Năm ngoái khóm hoa tú cầu lưa thưa vài bông, năm nay từng chùm ríu rít hoa cười với nắng, cây mộc lan (Magnolia) với những bông hoa trắng ngần, thơm ngát sau nhà, hương thơm ghé qua cửa sổ vào tận trong buồng ăn. Hoa hồng, thược dược, cúc tím, cúc trắng, mỗi nơi một cụm nhỏ trông như những đứa trẻ ngồi chơi trong vườn nắng.

Mấy cái máng gỗ Tú treo trên cành cây, đựng thức ăn cho chim lúc nào cũng đong đưa vì chim tranh nhau đáp xuống. Cái máng nhựa trong suốt có hình dáng một bông hoa loa kèn đỏ bên trong đựng nước đường là máng cho chim *Hummingbird* .

Hummingbird thích hút mật ngọt trong những nhụy hoa, mình treo nước đường dụ chúng, chúng rủ nhau tới cả ngày. Cặp cánh lúc nào cũng múa tít trong không gian, không thấy mỏi mệt. Tháng trước Hà lên chơi thấy cái máng này, cười, nói: " Cô Tú đánh lừa chim." Tú cãi, em chỉ muốn cho nó không khát và biết *Hummingbird* thích ngọt nên phải pha đường vào nước thôi.

Nếu không bị những con nai ở bìa rừng vào ăn hết nụ của một vài loại hoa vừa nhú, Tú ngồi kể cả ngày không chán về cây cỏ, hoa lá mùa hạ cho các bạn nghe.

Nhưng mỗi lần ra vườn sau, nhìn thấy cái gốc thông còn sót lại của cây thông cắt đi mấy năm về trước, Tú lại nhớ những ngày còn có nó.

Đây là chuyện cây thông trong vườn: Khi Tú gọi thợ đến đặt ống nước cho cái vườn bậc thang sau nhà, người thợ loay hoay thế nào, chặt vào rễ cái của cây thông. Bắt đầu cây nghiêng đi một chút, rồi ngả dần, ngả dần đến như gần ngã hẳn xuống đất. Trông nó tội nghiệp quá, chẳng khác gì một thanh niên còn mạnh khỏe mà bị cong xương sống. Tú gọi người tới kéo lên rồi lấy giây quấn ngang thân nó vào một cái cọc. Nó đứng gượng lại được một thời gian rồi bắt đầu héo từng cành, từng cành, sau cùng nó chết hẳn. Thương lắm, nhưng phải hạ cây xuống, người thợ làm vườn xin nó mang về làm củi cho lò sưởi mùa đông.

414

Tú cứ thương tiếc nó mãi. Nhưng một hôm, cũng vào đầu hạ,Tú leo lên bậc trên cùng của ngôi vườn tầng, ngồi nhìn xuống mặt nước xa xa bên dưới, ngắm chim bay ngang núi, vu vơ; khi quay lại thấy cái gốc thông khô bên cạnh mình, hình như có cái gì rất lạ. Nhìn kỹ thấy một đường viền xanh xanh đang bọc chung quanh cái gốc khô khốc.Trên cái mầu xanh xanh đó lại có mấy đóa hoa bồ công anh mầu vàng be bé.

Các bạn có biết không? Ngắm nghía một lúc,Tú bỗng ngộ ra: hóa ra cây thông đó nó chết đi mà nó vẫn đóng góp vào đời sống của những cỏ hoa chung quanh nó. Nó không đi hẳn như mình tưởng.

Điều này làm Tú liên tưởng cây cỏ cũng như người, sống hết một vòng quay của đời sống, khi bỏ đi vẫn tiếp tục đóng góp vào đời sống bằng một cách nào đó, nhưng là một đóng góp tốt đẹp.

Cây thông này đã sống một đời thật đầy đủ. Nhớ khi nó còn xanh tươi, chim kéo đến làm tổ trên cành, sinh sôi nẩy nở, mang niềm vui cho cả khu vườn; gió thổi, cành cất tiếng hát êm tai cho người đứng dưới gốc cây, những kim lá mang một hương thơm nhè nhẹ thả vào không gian. Khi chết, thân cây lại mang lửa than sưởi những tối mùa đông lạnh lẽo. Trong cái hạnh phúc ấm áp của một gia đình bên lò sưởi, thông đã đóng góp một phần vào đó. Cái chết chỉ là sự chuyển tiếp của một đời sống. Đời sống của con người hay cây cỏ cũng vậy.

Tú nhìn ngắm bức hình của ba người bạn mình quý mến. Tú biết cả ba là những người đã từng cố gắng bằng tất cả cái hạn hữu của mình để sống còn với hoàn cảnh, nhất là lúc đời sống thay đổi trên đất khách. Cả ba người cùng là những

415

người đam mê, gắn bó, với chữ nghĩa và mỗi người đã sống đời mình với bao nỗi thăng trầm, cùng mang cái tâm trạng:

Quê nhà xa lắc xa lơ đó
Trông lại tha hồ mây trắng bay (NB)

Nhưng họ biết yêu cái đẹp của đời sống, biết trải đời mình chia sẻ với những người chung quanh.

Ngày mai, nếu một trong ba người ở bức hình này, hay là người đang ngắm nghía bức hình này, có phải ngã xuống như thông, khi thời gian như người thợ đến chặt mất cái rễ cái của mình. Hãy hiểu rằng, chúng ta đã đi ráp vòng cái chu kỳ của đời sống. Chúng ta đã đóng góp những điều thật nhỏ bé như cây thông đã đóng góp tổ ấm cho chim; hương thơm, bóng mát, tiếng gió, cho đời sống con người.

Trên mỗi phân vuông nơi chúng ta nằm xuống, rồi đây, những cây bồ công anh sẽ mọc lên và chúng sẽ lại, nở tung những đóa hoa vàng đơn sơ dưới mặt trời ấm áp.

Thân Mến.

Trần Mộng Tú

(Tháng 8/2013)

416

Hãy Thong Thả Sống

(Viết hôm các bạn của nhật Báo Người-Viêt và Diễn Đàn Thế Kỷ đi thăm Nguyễn Xuân Hoàng)

Nhiều khi chúng ta sống mà quên bằng đi là mình có thể chết bất cứ lúc nào. Ta hối hả sống, vui, buồn, khỏe, yếu, ta cứ lướt qua rồi không ngoái đầu lại nhìn chuỗi ngày tháng ta đã tiêu hao của một đời người.

Cho đến khi có một người bạn vừa ngã bệnh, bệnh nặng, không biết sẽ mất đi lúc nào, lúc đó ta mới xa, gần, hốt hoảng gọi nhau. Tưởng như chưa từng có người bạn nào "Chết" bao giờ. Hay ta có một người thân trong gia đình, đang rất khỏe vừa báo tin bị bệnh hiểm nghèo. Gia đình, họ hàng cuống lên, sợ hãi như chưa nghe đến ai nói về cái chết bao giờ, chưa chứng kiến cảnh vào bệnh viện, cảnh tang ma bao giờ.

Cả hai người trên có thể đã ngoài 70 tuổi. Lạ thật! Cái tuổi nếu có chết thì cũng đã sống khá lâu trên đời rồi, sao những người chung quanh còn hoảng hốt thế. Hóa ra người ta, không ai muốn nghe đến chữ "Chết" dù chữ đó đến với mình hay với người thân của mình.

Hình như không ai để ý đến mỗi sáng chúng ta thức dậy, nhìn thấy mặt trời mọc (nếu còn để ý đến mặt trời mọc) là chúng ta đã tiêu dùng cái ngày hôm qua của đời sống mình. Có người vì công việc làm ăn, cả tuần mới có thời giờ ngửng mặt nhìn lên mặt trời. Buổi sáng còn tối đất đã hấp tấp ra đi, buổi chiều vội vã trở về lúc thành phố đã lên đèn, làm gì nhìn thấy mặt trời. Nhưng mặt trời vẫn nhìn thấy họ, vẫn đếm mỗi ngày trong đời họ. Họ tiêu mất cái vốn thời gian của mình lúc nào không biết. Tiêu dần dần vào cái vốn Trời cho mà đâu có hay. Rồi một hôm nào đó bỗng nhìn kỹ trong gương, thấy

417

mình trắng tóc. Hốt hoảng, tiếc thời gian quá! Khi nghe tin những người bạn bằng tuổi mình, bệnh tật đến, từ từ theo nhau rơi xuống nhanh như mặt trời rơi xuống nước, họ vừa thương tiếc bạn vừa nghĩ đến phiên mình.

Thật ra, nếu chúng ta bình tâm nghĩ lại một chút, sẽ thấy "Cái chết" nó cũng đến tự nhiên như "Cái sống" . Đơn giản, mình phải hiểu giữa sống và chết là một sự liên hệ mật thiết, vì lúc nào cái chết cũng đi song song từng ngày với cái sống.

Dẫu biết rằng, đôi khi có những cái chết đến quá sớm, nhưng ta cũng đâu có quyền từ khước chết.

Tôi biết có người mẹ trẻ, con của bạn thân tôi. Chị bị ung thư, chị cầu xin Thượng Đế cho sống đến khi đứa con duy nhất của mình vào Đại Học. Chị không cưỡng lại cái chết, chị chỉ mặc cả với Thượng Đế về thời gian vì con chị lúc đó mới lên 3 tuổi. Thượng Đế đã nhận lời chị. Ngày con chị tốt nghiệp Trung Học, chị ngồi xe lăn đi dự lễ ra trường của con và tuần lễ sau chị qua đời. Trong suốt mười mấy năm trị bệnh, chị vẫn làm đủ mọi việc: chị đội tóc giả đi làm, đến sở đều đặn, lấy ngày nghỉ hè và ngày nghỉ bệnh đi trị liệu. Những bạn làm chung không ai biết chị bị ung thư, ngay cả xếp của chị. Khi họ biết ra, thì là lúc chị không đứng được trên đôi chân mình nữa. Chị sửa soạn từng ngày cho cái chết với nụ cười trên môi. Vẫn vừa đi làm, vừa cơm nước cho chồng con, ân cần săn sóc cha mẹ, hiền hòa giúp đỡ anh em trong nhà, chị mang niềm tin đến cho tất cả những người thân yêu của mình. Sau ba năm chị mất, cậu con trai mỗi năm vẫn nhận được một tấm thiệp sinh nhật mẹ viết cho mình (Mẹ đã nhờ qua người dì gửi hộ). Hôm sinh nhật 21 tuổi của cậu cũng vào ngày giỗ năm thứ ba của Mẹ, cậu nhận được tấm thiệp mừng sinh nhật mình, với dòng chữ nguệch ngoạc, chị viết cho con: *Mừng sinh nhật thứ 21 của con. Hãy bước vui trong đời sống và nhớ rằng mẹ luôn luôn bên cạnh con.* Tôi đọc những dòng chữ mà ứa nước mắt.

Tôi nghĩ đến chị với tất cả lòng cảm phục. Chị là người biết sống trong nỗi chết. Khi không thắng được bệnh tật, chị biết hòa giải với nó để sống chậm lại với nó từng ngày cho con mình. Chắc "Cái chết" cũng nhân nhượng với chị, thông cảm với chị như một người bạn.

Một chị bạn kể cho nghe về một bà bạn khác. Bà này mới ngoài sáu mươi, nhanh nhẹn, khỏe mạnh và tính nết vui vẻ, yêu đời. Nhưng khi nào đi ra khỏi nhà bà cũng mang theo một bộ quần áo đặc biệt, đủ cả giầy vớ bỏ vào một cái túi nhỏ riêng trong va-li. Hỏi bà, sao lại để bộ này ra riêng một gói vậy, bà thản nhiên nói: *"Nếu tôi chết bất thình lình ở đâu, tôi có sẵn quần áo liệm, không phiền đến ai phải lo cho mình."* Bà mang theo như thế lâu lắm rồi, tôi không biết có khi nào bà ngắm nghía mãi, thấy chưa dùng tới, bà lại đổi một bộ mới khác cho ưng ý không? Giống như người phụ nữ sắp đi dự tiệc hay cầm lên, để xuống, thay đổi áo quần sao cho đẹp. Đi vào cái chết cũng có thể coi như đi dự một đám tiệc.

Tôi nghĩ đây là một người khôn ngoan, sẵn sàng cho cái chết mà bà biết nó sẽ đến bất cứ lúc nào. Bà đón nhận cái chết tự nhiên, giản dị như đi dự tiệc, hay một chuyến đi xa, đi gần, nào đó của mình.

Nhưng không phải ai cũng nghĩ về cái chết giản dị như vậy. Phần đông muốn được sống lâu, nên bao giờ gặp nhau cũng thích chúc cho nhau tuổi thọ. Thích hỏi nhau ăn gì, uống gì cho trẻ trung mãi. Loài người nói chung, càng ngày càng thích sống hơn chết. Họ tìm kiếm đủ mọi phương thuốc để kéo dài tuổi thọ. Người ta ức đoán, trong một tương lai rất gần, loài người có thể sống đến 120 tuổi dễ dàng với những môn thuốc ngăn ngừa bệnh tật và bồi dưỡng sức khỏe.

Rồi người ta sẽ còn tạo ra những bộ phận mới của nội tạng để thay thế cho những bộ phận gốc bị nhiễm bệnh. Gan, ruột, bao tử v.v, sẽ được thay như ta thay những phần máy móc của một cái xe cũ. Chúng ta, rồi sẽ sống chen chúc nhau trên mặt đất này.

Chỉ tiếc một điều là song song với việc khám phá ra thuốc trường thọ người ta cũng phải phát minh ra những người máy (robot) để chăm sóc những người già này, vì con cháu quá bận (chắc đang chúi đầu tìm thuốc trường sinh) không ai có thời giờ chăm sóc cha mẹ già. Theo tôi, ngắm nhìn hình ảnh một cụ ông hay một cụ bà lưng còng, tóc bạc, đang cô đơn ngồi trong một căn buồng trống vắng, được một người máy đút cơm vào miệng, thật khó mà cảm động, đôi khi còn cho ta cái cảm giác tủi thân nữa.

Nhưng sống như vậy mà có người vẫn thích sống. Một người đàn ông ngoài bảy mươi, bị bệnh tim nặng, đang nằm trong phòng đặc biệt (ICU) lúc mơ màng tỉnh dậy, nhắn với các con cháu là khi nào vào thăm không ai được mặc áo mầu đen. Ông kiêng cữ mầu của thần chết. Ông quên rằng thần chết, đôi khi, có thể đến với chiếc áo mầu hồng.

Thật ra, chính nhờ "cái chết" cho ta nhận biết là "cái sống" đẹp hơn và có giá trị hơn, dù có người sống rất cơ cực vẫn thấy cuộc đời là đẹp.

Những bậc thiên tài, những nhà văn lớn đã tự tìm về cái chết khi họ bắt đầu nhìn thấy cái vô vị trong đời sống như nhà văn Ernest Hemingway, Yasunari Kawabata và họa sĩ Vincent van Gogh, v.v… Chắc họ không muốn sống vì thấy mình không còn khả năng hưởng hết vẻ đẹp của "cái sống" nữa. Họ là một vài người trong số nhỏ trên mặt đất này sau khi chết để lại tên tuổi trên những trang sử, lưu lại hậu thế, còn phần đông nhân loại, sau khi chết một thời gian, không để lại một di tích nào. Con cháu có thờ cúng được một hai thế hệ, sau đó tên tuổi mờ dần, mất hẳn theo ngày tháng, vì chính những kẻ thờ phụng đó lại tiếp theo nằm xuống cùng cát bụi.

Đời sống con người chóng qua như cỏ, như bông hoa nở trong cánh đồng, một cơn gió thoảng đủ làm nó biến đi, nơi nó mọc cũng không còn mang vết tích.(Thánh Vịnh)

Thượng Đế khi đem mình vào đời, có hỏi ý kiến mình đâu. Nên chắc chắn là khi Ngài gọi mình đi cũng chẳng cần thông báo trước.

Chúng ta cứ thong thả sống từng ngày, khi nào chết thì chết, mặt trời mọc rồi mặt trời lặn, bông hoa nở rồi bông hoa tàn, thế thôi.

Tại sao ta phải cay cú với cái chết? Hãy dùng trí tưởng tượng của mình, thử hình dung ra một thế giới không có cái chết(*)

Chắc lúc đó chúng ta sẽ không còn không khí mà thở chứ đừng nghĩ đến có một phiến đất cho bàn chân đứng.

Trần Mộng Tú

Aug. 10,th 2013

(*) "Why this fuss about death? Use your imagination, try to visualize a world without death." *Charlotte Gilman*

Trần Thị Diệu Tâm

Mây Đầu Núi

Tháng tám, Mai Lan viết mail cho biết anh Nguyễn Xuân Hoàng đang bị bệnh nặng lắm. Bên đó yêu cầu các bạn văn viết về chủ đề Nguyễn Xuân Hoàng, để làm một tác phẩm tặng người sắp giã từ...

Tháng tám Paris, ai nấy lo chuẩn bị đi nghỉ hè một nơi khác. Chúng tôi cũng vậy, không ngoại lệ, có rất nhiều chuyện vui thú trong những ngày hè với gia đình con cháu nơi xa về. Tôi không có thời gian tĩnh lặng mà nhớ, mà viết.

Tháng tám qua đi, mọi vui chơi đều hết, Paris sống trở lại cuộc đời thường. Tôi trở về với chiếc máy trong góc nhà , nơi "làm việc" mỗi ngày vài tiếng đồng hồ, xem tin tức thế giới thượng vàng hạ cám. Thế giới đang xảy ra vô vàn chuyện hấp dẫn hơn phim Hàn quốc nhiều tập. Bỗng nhiên mở *Da màu.org*, đọc bài viết của Phạm Phú Minh, thấy Nguyễn Xuân Hoàng, nhân vật đứng giữa tóc bạc trắng, gầy ốm.

"Tôi lúc này không như trước nữa, diệu tâm à, bây giờ là Đông Hoàng rồi" câu nói qua điện thoại trong dịp anh qua Paris, dạo nào chúng tôi mời anh đến nhà . Tôi hơi ngạc nhiên, vì một người đàn ông viết văn hay như anh Nguyễn Xuân Hoàng thì cần gì xuân hạ thu đông. Có cần gì một dáng

vẻ trẻ trung hào hoa đâu . Sức mạnh đẹp nhất của đàn ông là
sức mạnh của trí tuệ. Thể xác hao mòn với thời gian, nhưng
năng lực trí tuệ luôn được bồi đắp với thời gian. Tuy thế,
Nguyễn Xuân Hoàng *"ăn khách"* nhờ ở chữ *xuân*. Tôi không
hiểu thấu được từ ngữ đơn lẻ này, chỉ nhớ thường đi đôi với
tình . Tình xuân hay xuân tình. Chữ xuân rất thích hợp với chữ
tình.

Sau lời mời, tôi điện thoại ngay cho Mai Lan nhờ Mai Lan
đi đón anh đưa tới nhà, vì e ngại Nguyễn Xuân Hoàng lạc
đường lạc xá đến một nơi nào đó, bởi vì người đi trên mây
luôn lãng đãng theo gió đong đưa. Hôm ấy có chị Liễu
Trương, chị Thụy Khuê, Mai Lan, vợ chồng anh chị Bùi Xuân
Quang (lại thêm chữ xuân nữa nhé, cũng rất hào hoa ăn
khách). Thấy dáng vẻ anh Xuân Hoàng chưa đến tiết Lập
Đông, mà chỉ bước qua Thu Phân, một thời tiết đẹp nhất của
ngày tháng. Lúc nào anh cũng từ tốn nhỏ nhẹ chừng mực, anh
nói tóc anh nay đã bạc, tôi nói đàn ông tóc trắng càng đẹp.
Chẳng thế mà tôi luôn dặn dò ông chồng "anh nhớ đừng
nhuộm tóc nghe". Chồng cười nói " có còn tóc đâu mà
nhuộm".

Anh Nguyễn Xuân Hoàng qua Pháp nhiều dịp vì con trai
anh cư ngụ tại đây. Lần cuối anh qua chơi, các thân hữu hẹn
gặp nhau tại một tiệm ăn ở quận 13, có vợ chồng Trọng
Tuyến, vợ chồng anh chị Trần Văn Ngô, anh Lê Tài Điển, Mai
Lan, vợ chồng Xuân Sương, chúng tôi chờ Linh Quang (Cổ
Ngư) đưa nhân vật khách mời tới, nhưng chờ mãi chờ hoài.
Cuối cùng thì chàng Cổ Ngư xách máy hình đến một mình, lo
lắng cho biết sự tình vừa xảy ra hồi chiều: Cổ Ngư đưa
Nguyễn Xuân Hoàng đến trung tâm bán sách báo điện tử
FNAC để anh mua sách đọc, trong lúc cả hai đứng tìm sách,
bỗng nhiên anh bị xây xẩm mặt mày ngã xuống bất tỉnh. Cổ
Ngư vội vã nhờ cấp cứu, xe hụ còi đến chở vào bệnh viện

423

ngay. Ai nấy chẳng còn lòng dạ nào ăn uống vui vẻ. Ai cũng đoán anh bị bệnh này bệnh nọ. Riêng tôi thì tự hỏi một người trẻ trung hào hoa như thế sao lại bị bệnh được chứ ! Và hy vọng mọi thứ sẽ chóng cho thôi.

Mấy năm trước, anh đề nghị chúng tôi đám bạn ở Pháp viết bài in thành tập cho vui gồm có bạn Miêng (Xuân Sương), Quỳnh Dao, Mai Ninh, Trọng Tuyến, Hoàng Yến, Mai Lan, Mạch Nha, Cổ Ngư và chị Liễu Trương . Tập sách mỏng nhưng chứa bao kỷ niệm khó quên, nhờ những tấm hình của nhiếp ảnh gia Cổ Ngư nên tập sách này đặc biệt thêm, có người quen thất lạc sau 75 thấy tên và hình ảnh *nhà dzăn nữ diệu tâm* bèn tìm hỏi thăm, không ngờ chị ngày xưa không biết mô tê chi mà nay lại có tên là nhà văn, thật cũng là chuyện lạ lùng éo le gay cấn. Tôi cười trả lời đổi đời mà.

Dạo ấy nhờ chữ nghĩa mà đám bạn chúng tôi ở Paris lui tới liên lạc với nhau thường xuyên, vui chi lạ. Sau đó, tờ Văn Học nghỉ chơi, đến tờ Văn cũng xin bai bai. Rồi thì ai lo chuyện nấy. Mấy ai còn ưu tư nỗi niềm với chữ nghĩa.

Mới năm trước đây, chúng tôi qua Cali, hôm ấy gặp anh Đào Trung Đạo, sau khi ăn phở Thăng Long, rồi đi café với thân hữu, anh Đạo đưa chúng tôi đến thăm anh Nguyễn Mộng Giác đang ở trong ngôi chùa nhỏ cùng với nhiều người khác. Gặp Diệu Chi ở đấy. Bức hình anh Giác trông có duyên, giản dị hiền từ. Tất cả những người ở đây, trông ai cũng hiền lành, lại có vẻ bí ẩn. Hình như họ chưa thể nói hết vài điều thầm kín mà đã giã từ. Chúng tôi gặp Phạm Phú Minh và Nguyễn Xuân Hoàng. Cả hai, đều trông khỏe mạnh. Diệu Chi nhờ chụp hình *"với Giác"*, với hủ tro cốt. Tôi thấy nghẹn. *Chi* thường xưng tên khi nói chuyện, và khi nói về chồng thì thân mật, *Giác*. Đúng là Huế không hề nhạt phai. Huế *gọi mãi tên nhau* .Trưa hôm ấy, nắng chói chang ngày hè. Nắng rất nắng, trắng xóa không gian, nhưng lòng người thì âm u, chúng tôi lặng lẽ chào nhau. Trước cảnh huống đến thăm một người vừa ra đi, mỗi người đều không muốn nói năng chi. Làm sao ai biết được, làm sao biết trước ai là người ra đi tiếp theo. Chắc chắn không phải tôi đâu nhé.

Bây giờ chợt thấy hình Nguyễn Xuân Hoàng tóc trắng xóa trong bức hình bài viết của Phạm Phú Minh, anh chập chờn trong giấc ngủ tôi đêm qua, chờn vờn ẩn hiện đâu đó giữa khoảng trời mênh mông vô tận. Tôi xin Trời cao sẽ cho anh thành mây, anh có thể bay lên, bay đến nơi nào mà anh muốn. Anh sẽ đến Paris thăm chúng tôi một buổi sáng đầy nắng ấm. Chúng tôi mở toang cửa sổ chào đón anh, dòng sông Seine trước nhà sẽ lắng mình không gợn sóng, soi lấy bóng dáng anh, một chùm mây trắng.

Nơi anh chọn ở sau này, chắc hẳn là một ngọn núi. Có hình ảnh nào đẹp hơn, có chữ nghĩa nào diễn tả cho đủ vẻ thanh nhã của một đám mây bàng bạc trên đỉnh núi cao.

Paris, tiết Lập Thu/2013

Trần Thị NgH

Telecom

- Anh Hoàng. Em nè!

- A! Em lại là đà ở Bonneuil?

- *Mỗi năm đến hè...* A hèm, mừng sinh nhật anh.

- Sinh nhật gì, sắp là ngày giỗ của anh rồi.

- Anh sao? Anh khỏe không?

- SARCOMA.

- Là cái gì?

- Là đau ở cột sống, là phải uống thuốc giảm đau, là không ngủ được, là không còn lái xe đi cà-phê, là sắp chết – hiểu chưa? Là có thể anh sắp được chuyển đi Stanford để chemo thay vì xạ trị như hiện nay.

- Hmmm... cái bịnh quái quỷ sao nó ghé qua nhiều người quen của mình thế?

- Em chỉ nói được có vậy?

- Chứ nói sao nữa? Chỉ biết chúc anh... lì đòn. Hay là anh về Việt Nam một thời gian để em có dịp bày tỏ lòng thành. Dĩ nhiên em không thể chữa bệnh, nhưng chăm bệnh thì được. Nói càn vậy thôi. Đừng tin.

- Quỷ sứ! Sao 50 năm trước em không nói những lời tương tự?

- 50 năm trước em học lớp đệ tam, anh có vợ con; 40 năm trước em chín mùi, anh lại có thêm vợ con; 30 năm trước em trung niên có chồng con, anh lưu lạc cùng vợ con; 20 năm trước em thênh thang, anh vẫn đang trong qui trình sản xuất trẻ con; 10 năm trước anh 66 tuổi, 7 con; bố ai dám tỏ tình!

- Em vẫn không thay đổi, ít ra là giọng điệu của em.

- Có chứ! Bây giờ em lạt hơn, dễ ôi thiu khi mềm nếu không để tủ lạnh, dễ gẫy khi giòn nếu rán quá lửa, không còn học thuộc lòng thơ truyện của anh vì không còn thấy hay tí tẹo tèo teo.

- Em giỏi lắm. Anh thấy cái gì em làm cũng đến nơi đến chốn. Chỉ có anh là chẳng ra làm sao.

- Lại tự ti rồi, hay đang gây ảo tưởng cho kẻ nhẹ dạ sính lời tâng bốc? Đến nơi nào, chốn nào? Em chơi cho vui thôi. Cũng tại anh đưa em vào con đường sa ngã. Ngã vào văn chương là một cú rơi tự do, trước sau gì cũng sẽ chạm đáy. Bị lực ly tâm làm sao vươn đến đỉnh? Anh xem *Upside Down* của Juan Diego Solanas chưa? Có một thế giới ngược với lực ly tâm của riêng nó, nơi từ dưới này anh phải trang bị nam châm toàn thân mới leo được lên trên kia. Úi trời, phải có tình yêu mới làm nổi – như Jim Sturgess liều mạng cùi đi tìm Kirsten Dunst rồi hai người chui vào trong nhau giữa hai thế giới, bay lơ lửng trong gam màu xanh lè y hệt bức *Au-dessus de la ville*; chắc Solanas chôm ý tưởng của Marc Chagall rồi!

- Em vẫn bị mê hoặc, gần như mê muội bởi bọn làm phim Hollywood. Vẫn nhớ em của thuở ấy.

Lac de Créteil

- Thuở nào?

- Thuở hồng hoang. Thuở em mê Alain Delon, Anthony Perkins, Audrey Hepburn, Pier Angeli. Thuở em viết nhật ký. Thuở em còn ghiền ăn xí muội, ngồi thu lu dưới gầm bàn vừa chép thơ tình tán gái của các đại thi hào, vừa hóng chuyện đàm đạo văn chương giữa anh và chị Chi. Dạo đó không ngày nào anh không ăn cơm nhà em; má thương anh ghê!

- Vì anh tuổi Dần cùng tuổi với ông anh đã chết của em. Vì anh biết nịnh bà già, biết mét má khi bị vợ đánh đòn vì ghen, biết tán chị Chi bằng Alain Robbe Grillet, Nathalie Sarraute, Gunter Grass, Sartre, Beauvois. Vì anh biết dụ trẻ con bằng cách đều đặn đút dưới gầm bàn những tập bán nguyệt san có in hai chữ *Kính biếu* ở trang bìa; rồi **Thềm Hoang, Chim Hót Trong Lồng** của Nhật Tiến; sau nâng cấp với **Chị Em Hải, Con Đường** của Nguyễn Đình Toàn. Đến **Thérèse Desqueroux** của Mauriac và **Of Mice and Men** của Steinbeck thì em biết tự mua sách và biết yêu.

428

- Em sống tội nghiệp quá. Sau kỷ niệm không đẹp với nhà thơ lính, em bay chấp chới, vuột mất ngoài tầm nhìn. Anh chẳng còn thấy em nữa, chỉ nghe thôi.

- Sau kỷ niệm không đẹp, mọi thứ đều đẹp. Em đã có những tháng ngày lãng mạn nhưng hợp vệ sinh với nhà văn này nhà thơ nọ, luôn luôn cảnh giác giữ tư thế ngồi để tránh nhăn lưng áo. Chính anh đã đẩy em vào thế giới sáng tác nơi em không thể không cà-phê phin hoặc trà chanh đường với những văn nhân hàng ngày ngồi chơi xơi nước ở quán Cái Chùa hoặc Givral – khu vực...hmmm...văn hóa nhất của Sài Gòn ngày trước. Kẹt cái là họ đều có vợ, đỡ cái là em không chủ trương làm lẻ làm chẵn để làm chi. Mấy ông kẹ thấy táo hườm hườm thì muốn hái, nhưng đúng ra chỉ là trái cây chín dú.

- Vẫn không quên buổi trưa hai anh em nằm với nhau trong căn phòng 1 giường ở khách sạn Diplomat. Lần ấy thực tình anh chỉ muốn biết táo dú khí đá và chín cây thì khác nhau như thế nào, nhưng anh đã không cắn vì thấy em thực sự còn xanh. Mà hình như em cũng chỉ thích lắt lẻo trên cành thôi.

- À, buổi trưa đó hả? Mình đã giữ vệ sinh chung cho đến lúc nghe mưa ào xuống bên ngoài thì ngồi bật dậy xem đồng hồ rồi trả phòng, men theo hàng hiên tìm quán hủ tíu trên đường Tôn Thất Thiệp. Chỉ có lần đó, một ngày cuối năm, hai anh em mới có dịp nói chuyện nhiều trong cái phòng tránh nắng có máy điều hòa ở nhiệt độ 17. Cũng là lần đầu tiên anh đặt tay lên cái ngực lép của em, phía có trái tim, rồi phát giác ra nó không đập. Màu xanh của táo đi ra từ chỗ có màu đỏ của tim.

- Em đưa cái trí thông minh của em xuống dưới ấy, trái tim chết ngắc là phải rồi. Theo những gì anh biết sau này về em, anh thấy nó ngắc ngứ tùy cơn; có vẻ như em dị ứng với động vật; con nào nhúc nhích thì em đập cho lòi phèo hoặc phun thuốc trừ sâu cho giãy đành đạch.

- Đã nói là sau kỷ niệm không đẹp ở biển, mọi thứ đều đẹp nhờ em biết vô hiệu hóa bất cứ sinh vật nào ngo ngoe.

- Em lại sống tội nghiệp rồi. Sao em bạc đãi chính mình chi vậy?

- Đâu có! Em an nhiên tự tại mà. Không riêng anh, nhiều người nhìn em như một con bệnh. Bệnh của em, nếu có, nó không làm đau nhức hay chết người như sarcoma. Em lành mạnh và khỏe mạnh hơn anh chứ!

- Có lẽ em nói đúng. Anh đã hậu đãi mình bằng hai cuộc hôn nhân, nhưng thứ này, chậc, có sức tàn phá thật khốc liệt. Anh bị cuốn xiết trong con trốt tình cảm, nghĩa vụ, trách nhiệm, sinh kế, tương quan xã hội. Anh luôn phải đối phó; đến lúc thấm mệt anh nằm xuống nghỉ thì ngóc đầu lên hết nổi. Bây giờ anh đau từng phút từng giây từng cử động. Đêm của anh rất dài. Ngày của anh cũng vậy. Chỉ mới hai tháng nay thôi, nhưng đã dài lắm.

- Em gọi điện để chúc mừng sinh nhật anh, như mọi năm vẫn làm, không ngờ nhận tin xấu. Em thật sự lúng túng không biết hành xử như thế nào trong một trường hợp như vậy.

- Em đã chúc anh lì đòn. Anh không lì thì ai chịu đau giùm anh chứ! Tự nãy giờ em đã giúp anh quên đau, vì mình mải kể chuyện cổ tích. Vì sao khi người ta thất thập nằm chết dí một chỗ thì ký ức tuôn chảy dễ dàng làm dậy lên cơ man là trầm tích. Bấy lâu nay khỏe mạnh sao không có được những lúc như thế này nhỉ?

- Cặn lắng sâu dưới đáy trong khi dòng thủy lưu cứ thoăn thoắt.

430

- Em còn cuồn cuộn không?

- Á, không. Em lững lờ lâu rồi. Gần như lờ đờ, vì vậy êm ả.

- Bonneuil có nước không?

- Gần chỗ em ở có một cái hồ nhân tạo được đào từ đầu thập niên 70 của thế kỷ trước, Lac de Créteil, 40 ha. Loại ao tù đó mà, không chảy đi đâu được, nhưng có tí hơi nước với gió hiu hiu vào những ngày đẹp trời thì thiên hạ khoái chí đổ xô ra bờ hồ ngồi tàng tàng cũng đủ lãng quên đời.

- Có ví von gì không?

- Không. Chỉ là cái hồ ở gần nhà.

- Chỗ em ở ra sao?

- Vẫn cái ấp em thuê hàng năm. Một căn hộ 30 mét vuông gọn xinh dành cho người độc thân. Mặt trời phía đông phía tây đều hất nắng vào chỗ em đang ngồi đây. Có cái ban-công be bé có thể kê 5, 6 chậu nhỏ để trồng cây xanh. Em đang ươm ngò rí, tía tô, quế và ngò gai. Đã nảy lún phún rồi.

- Chi vậy? Nghỉ hè xong trả nhà quay về cố quận, bày đặt trồng trọt chi cho mất công?

- Do có tình yêu vô biên đối với thực vật.

- Hừ! Kể ra em có đời sống vương giả đáng thèm.

- Xa xỉ gì bọn rau nhiệt đới? Sao lúc nãy phê là em sống tội nghiệp, bạc đãi bản thân?

- Là ở khía cạnh tình cảm kìa!

- Cái khía đó hồn ai nấy giữ anh ơi! Ăn thua là an toàn lao động. Mà con người ta đâu chỉ sống nhờ một khía.

- Em nói làm anh nhớ con ba khía quá! Hồi đó má cho ăn hoài. Mắm ba khía xé phay trộn với chanh ớt tỏi đường ăn cay chảy nước mắt nhưng cứ xới thêm cơm, đặc biệt ngon với mưa lầm rầm trên mái tôn.

- Giờ sống văn minh ở Mỹ, ở nhà to, lái xe hơi vèo vèo trên đường cao tốc bày đặt nhớ chùm khế ngọt. Má thì qui tiên rồi. Ba khía dạo này ốm nhách không có thịt. Nhà mái tôn đã được sửa lại, có chỗ khang trang cho anh nằm dưỡng bệnh, có cây xanh từ trên xuống dưới từ trước ra sau cho anh ảo giác vườn quê, có cái bàn 50 tuổi vẫn còn ở vị trí cũ cho anh hồi tưởng những buổi đàm đạo văn chương với chị Chi. Nhưng mà thôi, sarcoma không phải là thứ để nhân danh.

- Em thử nhân danh một thứ khác đi!

- Đừng dạy đời em!

- Trước khi đi biển với nhà thơ lính em đã ngồi uống soda chanh với anh ở Givral để hỏi ý kiến; lần đó em rao là nhân danh tình yêu. Sau khi trở về em lại coi chuyến đi như một tai nạn. Anh đã hăm he trước: hạnh phúc như hòn lửa đỏ ngậm trong miệng, dù sao cũng phải bỏng; em đâu có nghe!

- Hay dạy đời vậy nên em mới cảm tác *Bài Đức Dục Của Lão Chăn Trâu*.

- Mới mười sáu tuổi đã làm thơ mặn như muối, giọng điệu du côn.

- Trời! Anh còn nhớ ư?

- Sẽ đọc cho nghe.

Chàng dạy tôi cười bằng đuôi con mắt
Và khóc bằng hai bàn tay bụm lấy mặt
Như một kẻ khốn cùng
Tôi chỉ gục gặc

Chàng dạy tôi yêu bằng chân không
Và tập đau bằng lục phủ ngũ tạng
Như một kẻ dốt nát
Tôi dạ vâng
Chàng dạy tôi nói bằng sự lặng im
Và lẩn trốn bằng sự phù phiếm
Như một kẻ vô vọng
Tôi ngậm câm
Lời chàng dạy tôi cho đi qua
Như con nước chảy ra biển cả
Chàng bèn đánh đập
Tôi rên la

- Chà, rõ ràng là em lì như trâu mà! Anh chăn em đâu có được. Còn một bài ***Cách Ngôn*** em tán anh nữa, nhớ không? Cái gì mà...

Chàng dạy dỗ tôi bằng những lời này
Tôi gục đầu nghe bằng hai lỗ tai
Giọng chàng hàm hồ giọng chàng đay nghiến
Môi chàng nhịp nhàng lưỡi chàng huyên thuyên
Chàng nói và nói chàng nói như hát
Chân chàng cày bừa tay cấy gặt
Môi chàng chích chòe lưỡi chàng chìa vôi
Tôi càng hỗn mang chàng càng gay gắt
Chàng đổ cát xốp cho dã tràng xe
Chàng nhịp chày cùn vồn vã trên đe
Huy chương mề đay chàng máng trước ngực
Tội nghiệp lời chàng tôi bưng tai nghe
Ngồi trong lòng chàng như ngồi giữa trời
Lần vải áo chàng rịn mồ hôi người
Mặn như muối hột tanh như nước biển
Biển thì mênh mông tôi chìm như chơi

- Ha ha! Sau đó thì anh viết **Niềm Yên Lặng Của Biển**. Mà có yên lặng gì đâu, dạo ấy sao anh ba hoa thế; lại chỉ nói về mình, khoe khoang với em hằng hà sa số chiến lợi phẩm tình ái.

- Ui, mắc cười quá! Mình đã là nguồn cảm hứng của nhau. Vậy sao mình không trở thành đại văn hào nhỉ?

- Có những người làm một bụm rất nhỏ những chuyện lớn, trong khi mình ôm một bụm lớn những chuyện nhỏ.

- Thời khắc này anh ngộ ra như thế cũng còn kịp lúc.

- Kịp cho cái gì? Cái chết hả?

- Không. Cái sự sống. Bằng cách này hay cách khác nó đã được kéo dài để mình kịp có thì giờ mà ngộ ra điều này điều kia.

- Anh còn ngộ ra một điều nữa: có những thứ nằm bên dưới và bên trong của bên trên và bên ngoài.

- Tưởng gì! Em cũng biết cái đó. Vậy nên em chui ngược trở vô để sống với nó.

- Khi nó tống em ra thì em gọi cho anh hả?

- Đâu có! Em tống nó ra.

- Anh lại nghĩ khác: em cứ nhào ra nhào vô theo các cơn bốc đồng của chính em thôi. Anh biết em quá mà! Chỉ khi bò ra khỏi cái hang ở cố quận, em mới đâm ra hào sảng, hiểu ở nhiều nghĩa.

- Ở trong hang thì làm gì có nhu cầu chi tiêu.

- Thảo nào thấy em toàn cảm tác lăng nhăng khi dạo chơi ở ngoài, và chỉ gọi anh khi đã an tọa đâu đó mà không phải căn nhà trong hẻm.

- Biết hết còn gì để nói nữa!

- Nói cho anh nghe về cái hang của em đi.

- Nó rộng hơn cái ấp này 9 lần, tính luôn không gian dành cho thực vật. Ít khi em chui ra khỏi hang trừ phi đi chợ. Hang không có lóng lánh thạch nhũ hay róc rách khe suối nhưng có điện nước đầy đủ, có lò điện lò gas, quạt máy bàn ủi. Đại khái, những tiện nghi tối thiểu, cho nên hang nhân không phải khắc khoải nhớ tiếc ánh sáng văn minh đô thị. Cái hang hùm của anh mới có nhiều chuyện đáng nói chứ!

- Ứ hự, bây giờ anh như cọp mắc thuốc, ngày ngày lại ngâm bài **Hổ Nhớ Rừng** của Thế Lữ.

Gặm một mối căm hờn trong cũi sắt,
Ta nằm dài nghe ngày tháng dần qua...

- Lại xạo rồi! Trong cuộc sống vật chất thặng dư, anh chợt

Nhớ cảnh sơn lâm, bóng cả cây già
Với tiếng gió gào ngàn, với giọng nguồn hét núi.

Trong số mấy triệu khúc ruột ngàn dặm, rất nhiều khúc thành đạt hưởng thụ đã đời xong về thăm quê hương chê dơ chê thúi chê lạc hậu, nhưng lại làm thơ viết văn rên rỉ

Ta sống mãi trong tình thương nỗi nhớ
Thuở tung hoành hống hách những ngày xưa.

Chịu, không hiểu nổi!

- Lại làm bộ rồi! Hiểu chứ sao không hiểu?

- Xạo gặp làm bộ, hèn chi vui quá trời.

- Nè, em gọi cho anh để chúc sinh nhật phải không? Giờ chọc tức cho anh lên huyết áp phải không?

- Không. Hai anh em mình khắc khẩu, gây với nhau nửa thế kỷ nay rồi. Tử tế được một lát thế nào cũng nháng lửa.

435

Thôi, em cúp máy đây. Khi nào ngọa hổ tàng long ở bệnh viện Stanford để làm chemo thì cho em biết để em chọc tiếp. Nhớ đấy, phải lì đòn, bất chấp thập diện mai phục!

- Quỷ sứ!

Trần Thị NgH

Bonneuil, 07.2013

Cuộc Trần Ai

ngày kế ngày trờ tới
khề khà một vài chai
ừ có gì để đấy
chẳng chết một thằng tây
cuộn chiếu. nằm một góc
khò khè nghe rất buồn
trăm năm. Còn, chiếc bóng
chênh chếch vừng trăng non
ngồi lâu. chắc cũng mỏi
mòn cả kiếp phù sinh
vai gầy đôi sợi tóc
bạc thếch tự ngàn sau

chiếc xe chiều đi qua
quán café. Một bóng
hoàng hôn tự bao giờ
đưa tay chàng úp mặt

góc chiều. và em nhỏ
sóng sánh giọt mưa rơi

ôm một vừng nhật nguyệt
trắng cả một đời nhau

vui chi một cõi tạm
buồn gì một đời trôi
trăng tròn hay trăng khuyết
đù ỏa cuộc trần ai

Trịnh Cung

Huyền Thoại Cây Sồi Già
Và Người Đàn Ông Duy Nhất

Trong những ngày lang thang ở thành phố Arcadia, California vừa qua, họa sĩ Trịnh Cung đã phát hiện những cây Sồi ở đây mang dáng dấp con người một cách kỳ bí. Chúng đã gây ám ảnh và xúc cảm mạnh khiến ông đã vẽ và viết về chúng. Một trong những bức vẽ bằng chì than ấy, có bức số 9, Trịnh Cung đã dành riêng tặng cho nhà văn Nguyễn Xuân Hoàng khi biết bạn mình đang lâm bệnh ngặt nghèo như một lời cầu nguyện tốt đẹp cho nhà văn. Và với "Huyền Thoại Cây Sồi Già và Người Đàn Ông Duy Nhất," dùng hình thức của chuyện cổ tích, Trịnh Cung mô tả cây Sồi như một biểu tượng của sự sinh tồn bất diệt, của tự do và yêu thương thủy chung dù trong bão tố, trong địa chấn hay trong khốn cùng. Với chúng ta, cây Sồi cũng là văn chương và nghệ thuật, luôn đưa chúng ta vượt thoát như cây Sồi già kia đã đưa gã đàn ông duy nhất sống sót đến một Arcadia khác. Nguyễn Xuân Hoàng chẳng phải là gã đàn ông đó hay sao?

Trịnh Cung, Cây sồi (bức #10)

Truyền thuyết rằng, thủa xa xưa, hằng ngàn năm, Arcadia là một địa đàng bên xứ Hy Lạp, đã trở nên hoang vắng khi chỉ sau một đêm, ngay lúc thức dậy, bọn đàn ông phát hiện những người đàn bà và trẻ con của họ đã đồng loạt biến đi đâu mất. Hoảng loạn, họ bỏ mọi công việc, túa ra khắp nơi đi tìm. Nhiều ngày sau, chỉ còn một ít trở về trong rách rưới tuyệt vọng. Ngôi làng xinh đẹp của họ cũng không còn lại gì kể cả ngọn núi San Gabriel luôn xanh mầu ngọc lục bảo với đỉnh nhọn quanh năm phủ tuyết, ngoại trừ vật duy nhất còn lại là một cây Sồi già trưởng lão giúp họ nhận ra chốn quê nhà trước kia.

Bọn họ thật hoang mang, không biết mình sẽ tiếp tục cuộc sống quanh gốc Sồi già này hay lại ra đi tìm nơi cư trú mới.

Chưa kịp định thần, bất ngờ, một trận cuồng phong ập đến, cây Sồi già run lên bần bật, lá bị tuốt sạch chỉ còn lại cành nhánh như hàng trăm cánh tay chơi vơi cầu cứu vô vọng. Tất nhiên, những gã đàn ông khốn khổ kia cũng bị chung số phận của những chiếc lá Sồi đáng thương ấy. Và may mắn thay, trên thân những cành nhánh ấy của cây Sồi còn sót lại một gã trai trẻ đang bị đu đưa như một con sóc, là kẻ sống sót duy nhất vì nhờ không chịu nổi cơn đói, hắn đã lặng lẽ leo lên để phỗng tay trên những quả Sồi ít ỏi trong lúc đồng bọn đang còn bùm xúm bàn tán tìm cách nào để sống cho những ngày mai rất mù mịt.

Nhưng, sau khi trận cuồng phong đi qua, hắn chưa kịp tuột xuống tới chân gốc Sồi, đất chung quanh bỗng nứt từng vệt dài và sâu, rồi lan đi thật nhanh khắp vùng. Chỉ ít phút sau, từ những khe đen hun hút sâu ấy, nước vụt bắn lên như hằng trăm vòi phun vừa kỳ ảo vừa hãi hùng. Hắn lại leo lên trở lại và leo lên thật cao vì nước đã dâng, càng lúc càng cao, tràn ngập mênh mông.

Cuối cùng cây Sồi già kia cũng đổ xuống như một con voi Mammoth đột quỵ vì kiệt sức. Nhưng lại không nằm chết một chỗ như con vật đến giờ tận số kia, cây Sồi lại nổi lên như một con tàu và trôi đi, trôi đi về phía biển xa mang theo chàng thanh niên sống sót duy nhất của địa đàng Arcadia.

Từ đó, hàng ngàn năm sau, ở nước Mỹ xa xôi, trước khi Christopher Columbus tìm đến miền đất tân thế giới này, cây Sồi đã xuất hiện bên dòng sông Mississippi vĩ đại, giữa những cánh đồng mênh mông vùng Iowa và trên những ngọn núi chạy dài như vô tận ở California... Cũng từ đầu năm 1863 là năm Tổng thống Lincoln của Mỹ ra lời tuyên bố Giải Phóng Nô Lệ, dưới gốc cây Sồi già 800 năm ở Virginia, cộng đồng người da đen đã quây quần hân hoan đón mừng số phận mới.

Rồi ngày nay ở đây, cây Sồi đã trở thành biểu tượng của Tự Do, của sự sinh tồn bất diệt giữa con người và thiên nhiên.

Và cũng từ đó, dưới bóng những cây Sồi kia, luôn là điểm hẹn của tình yêu nồng cháy, thủy chung và câu chuyện về người đàn ông trôi dạt cùng cây Sồi già năm xưa đi tìm lại người đàn bà của mình hay đi tìm một quê hương mới cũng đã được viết từ một trong những gốc Sồi ấy.

Arcadia, August 19, 2013

Trịnh Cung

Trịnh Thanh Thủy

Đốm Lửa, Cơn Gió, và Khóe Nhìn của Nguyễn Xuân Hoàng

Từ một cuộc điện đàm giọng anh Hoàng chập chùng, nhẹ và mỏng như mây, tôi đang nói chuyện với "Người đi trên mây" có mái tóc bồng trải cụm rừng trắng ra vũ trụ. Tôi nhắc nhở đến những sáng tác của anh, có lẽ tôi gợi anh trôi về lãng đãng đại dương ký ức. Những dòng chữ trong cuốn Văn, sổ tay mùa hè năm 2001 được lần lượt lật ra trước mắt tôi. Anh viết về những nhặt nhạnh quanh cuộc sống, của mình, của người, bạn thân cũ, nhận xét, tư duy và quan niệm sống. Sắc bén, nhân hậu, sáng suốt và thấm đẫm nhiều tư tưởng triết lý nhân sinh là những đặc thù trong dòng suy tưởng của anh. Anh đã viết *"Tôi là một người nhà quê. Cái thứ người tưởng là thành phố mà trời ơi sao nó cải lương đồng bóng [nói như thế là đã xâm phạm cải lương rồi!].... Tôi càng không phải và không bao giờ là một nhà trí thức.... Tôi có học đôi ba chữ để đọc để viết. Mẹ tôi không học chữ nhiều. Cha tôi chỉ học ở đời sống. Tôi học được lòng nhân của mẹ. Tôi cũng học được cái triết lý của cha: không có gì lớn mà không bị một cái lớn vượt qua, không có gì đẹp mà không bị cái đẹp khác lấn át. Cái mình biết bao giờ cũng rất nhỏ. Cái mình tưởng là chân lý, đôi khi chỉ là một hạt bụi thôi... Hiền lành không bao giờ*

443

đồng nghĩa với sự ngu dốt. Làm thinh không phải là không biết nói. Bất bạo động không phải là không có khả năng tấn công. Tôi biết thế nào là một đứa trẻ bụi đời. Tôi từng là một đứa trẻ như thế."

Mỗi con người sinh ra với một nhân sinh quan khác nhau, tiêu cực, tích cực, yếm thế hay nhập thế. Người lạc quan luôn nghĩ về mặt tốt của mọi việc, giữ cách nhìn lạc quan; người bi quan lại luôn nghĩ về mặt xấu của mọi việc, giữ cách nhìn bi quan. Nguyễn Xuân Hoàng thường trang trải những nhận xét về cuộc đời, con người và vũ trụ trong phần lớn những ghi chép, tùy bút hay tác phẩm của anh. Có lẽ anh mượn tiếng nói của nhân vật "Ông B." để phản ánh phần nào những bực bội, áp lực đời sống dấy lên đập vào anh.

Tôi đang có những ngày tháng không vui. Những ngày tháng mà bỗng dưng giữa đám bạn bè ai cũng nhìn tôi như một con quái vật mang hình dáng người. Một con quái vật trở mặt, thoắt một cái từ mặt người thành mặt thú, thoắt một cái từ cái dáng vẻ lương hảo thành tay lưu manh xảo quyệt, thoắt một cái từ sự thanh tao trở nên thô lỗ cục cằn... Con quái vật có đủ mọi thứ bề ngoài của một con người bình thường, nhưng khi nó há miệng ra cho người ta thấy những chiếc răng nanh nhọn hoắc đầy máu me của mình. Con quái vật có những ngón tay cầm bút nhưng khi nhìn kỹ đó chỉ là móng vuốt của một thứ Dracula đang bấu vào cổ người. Tôi vốn không tin có Dracula trong đời sống này. Chẳng qua đó chỉ là sản phẩm của trí tưởng tượng. Thật ra bây giờ tôi mới biết tôi đã có một ý nghĩ sai. Thế giới chúng ta quả thật có ma quỷ, có hồ ly, có Dracula. Dracula sống trà trộn giữa chúng ta. Chúng nói cười đi đứng sinh hoạt như chúng ta. Chúng luôn luôn than van thiếu thốn nghèo túng mặc dù chúng không hề túng thiếu. Chúng thích vơ vét, bốc hốt, thích dí mũi vào đời sống người khác may ra moi móc chút đời tư để kể lại bằng giọng hả hê.

Từ trái: Hoàng Đình Bình, Nguyễn Xuân Hoàng, Trịnh Thanh Thủy, Hoàng Ngọc-Tuấn, Đặng Thơ Thơ và Nguyễn Thị Thanh Bình — Hội thảo "Văn học Hải ngoại: Thành tựu và Tiềm năng" (California, 27.01.2007, Hội trường Việt Báo)

Chúng giống như con dòi ngúc ngoắc từ một đống phân. Chúng đóng vai một tên có chút kiến thức nhưng là một thứ kiến thức ăn đong cóp nhặt từ những trang báo, những cuốn sách chưa kịp tiêu. Những con quỷ Dracula không thể sống nếu không hút máu của người khác. Nhưng nó sẽ không hút được máu ai nếu trước hết nó không làm cho người khác tin nó là một con người tử tế. Người ta cứ tưởng nó mềm như một miếng bông gòn, nhưng thực ra nó là một cục chì, đất sét. Nó là một con vật thông minh chứa đầy nọc độc.(Trích "Ở quán cà phê Starbucks"-NXH)

Tôi thuộc một thế hệ của người đọc sau 1975 nên ít có cơ hội đọc các tác phẩm của anh được in trước đó. Mới được đọc anh gần đây (phần lớn những bài được dán lên trang mạng Da Màu), nên góc nhìn khuyết đi một nửa. Tôi có dịp đi sâu vào thế giới văn chương và tuỳ bút đằm thắm hương vị triết học của anh. Thấp thoáng đâu đó trong những tác phẩm, không cốt chuyện, những băn khoăn, kể lể, trăn trở dưới dạng tự sự nhân vật không đặt tên. Đó có phải là những mảnh triết lý sống tiềm ẩn trong con người anh không?

Tuổi trẻ của y đâu? Cái tuổi trẻ rồ dại đã cột chặt động cơ phản lực vào đời sống y, cái tuổi trẻ như con ngựa bất kham lồng lộn hất y tung lên ngã xuống. Y là chiếc chong chóng xoay mãi xoay mãi không ngừng. Điều buồn thảm là y không hề thấy chóng mặt. Y tỉnh táo trong sự quay cuồng và mệt mỏi trong sự bất động.... Y tham lam nhưng lòng tràn đầy bao dung....... Phải. Chính ở đỉnh chóp đỉnh của đời sống đó y đụng phải cái tận cùng của đáy huyệt, cùng lúc với vinh quang y khám phá nỗi nhục nhằn. Ánh sáng ấy chói chang quá làm y mù lòa....Ta khác nào con bò già ngồi gậm nhấm nhai lại ngọn cỏ quá khứ, những ngọn cỏ vốn đã úa héo và nghiền nát. Trên đầu ta là bóng tối của trời đất và trong ta chỉ là vết tích của một thời đã qua. Y tưởng nước mắt có thể chảy giàn giụa trên mặt mũi y. Dưng không, như thế thôi. Nhưng chẳng có gì hết. Những giọt nước mắt ấy cũng không còn nữa trong đời y. Phải có cái gì để khêu gợi y trở lại thời trẻ tuổi. Tế bào trên đời sống y đã chết cứng dày cộm để có thể có được một cảm giác. Y đã quá già để nhớ lại tuổi thanh xuân.....Ta đã quá bạc nhược để làm anh hùng thêm một lần nữa. Y là một thứ hoa lục bình đang trôi lênh đênh dưới gậm cầu quên lãng.(Trích Quá khứ một lần nữa-NXH).

Hay,

"Thói quen, tôi coi đời sống như một chuỗi những thói quen, những thói quen tốt và xấu đan kết vào nhau chằng chịt (....) Thói quen làm ta dửng dưng hết mọi sự vật, trí tưởng tượng khô cằn và cảm xúc cũng trở nên chai cứng" (trang 61). *"Đời sống bị bủa vây bởi những đều đặn nhàm chán, niềm tin cũng đã tàn rữa"* (trang 64).*(Trích Sinh Nhật-NXH)*

446

Trong cái nhân sinh quan tích cực thời trai trẻ, anh đã bước xuống đời, nhập thế, phả hết năng lực mình vào đời sống, lồng lộn như con ngựa bất kham, đi làm, đi dạy. Gót ngựa hồng chùng lại, mắt bị miếng che giáo dục, đạo đức bắt con ngựa phải đi thẳng một đường. Cương đã kìm, nhịp phải lỏng, anh lững thững qua các triền xanh đời sống như một gã lãng tử nhàn du. Đôi khi, tôi trộm nghĩ, đằng sau những trầm lắng khuôn phép của một nhà mô phạm ấy, thế nào anh chẳng có những lúc sôi nổi, lãng mạn, day dứt, bão tố trùng trùng? Tuy nhiên có lẽ các vai trò làm thầy, làm chồng, làm cha, làm chủ bút đã kềm gót phóng của một con ngựa rừng dại lại để nó chỉ còn gõ được những vết móng nhẹ nhàng thư thái trên mây.

Trò chơi văn chương đưa anh vào một sân chơi mới với nhiều bè bạn và những cuộc hành trình bất tận của ngòi viết. Làm chủ bút một tờ tạp chí văn học là tờ "Văn" cho anh cơ hội đọc nhiều hơn bao giờ hết. Khi nói chuyện với anh, tôi hay hỏi những kỷ niệm anh có với những bạn bè thời anh còn điều hành "Văn". Có thể tàng thức anh nắm giữ một kho tàng vô tận về những huyền thoại, kỷ niệm, những mẩu chuyện vui buồn của các văn nghệ sĩ trong các thập niên trước và sau 75 nhưng với một cá tính khiêm tốn, điềm đạm, chừng mực, anh ít tiết lộ điều gì.

......Sau những phút thăm hỏi bệnh tình, tôi muốn tìm những lời quan tâm an ủi sâu xa nói cho anh nghe nhưng bản tính vụng về làm tôi ngắc ngứ rồi chuyển qua chuyện văn chương. Tôi hỏi anh về phân đoạn anh viết trong *Sổ tay mùa hè 2001*, về cuốn *"Lấp lánh sao trời"* của Thích Nữ Trí Hải và những cảm nhận sâu xa khi đọc xong, vì nó trả lời được những câu hỏi của anh đã đi tìm về hạnh phúc và đời sống. *"Anh không nhớ rõ Thủy ơi"*. Anh bảo, anh vừa xong thủ tục Chemo lần đầu mà không thấy đau. Sarcoma và những cơn đau gầm lên như tiếng vỗ miên man đánh vào thính giác, xô ngã con người. Sinh, lão, bệnh, tử gom lại phiêu hốt quật vào không gian, dội xuống cõi người, nổ bùng khắp chốn một tiếng hải triều âm "khổ". Có lẽ đốm lửa trong bài thứ 27: *Sống Chết và Thời gian* bỗng rực sáng trong tâm thức và anh không còn cảm thấy đau nữa. Thượng đế ác hay công bằng khi người tạo ra những cơn đau và những dục lạc song song? Anh loay hoay lý giải, anh nhận thức qua bài viết của Ni Sư Trí Hải, cuộc đời như đốm lửa chợt lóe, chợt tắt. Biết được cái ngắn ngủi của đời sống và việc tận dụng để có sự vẹn toàn hạnh phúc. Xem nhẹ cái ta, trấn áp sự ham muốn, vật dục. Trong cơn bão tố hồng thủy đời anh đang phải chống đỡ này, tôi cầu mong anh được an lành, vững tay chèo chống, tràn đầy năng lực để vượt qua. Nhớ điều này nha anh Hoàng, như anh đã viết năm nào,

"Sau cái chết là gì? Là không gì hết. Có chăng là những ngọn gió. Ngọn gió thổi những lời bay đi. Ngọn gió thổi trả những lời trở lại."

448

Trịnh Y Thư

Nguyễn Xuân Hoàng: Kỉ Niệm và Bằng Hữu

"Anh bị chứng ung thư có tên gọi là Sarcoma." Anh bảo tôi vậy.

Hừmmmmm... Trong bộ từ vựng y học cực kì ít ỏi của tôi, tôi chưa bao giờ nghe đến cái thuật ngữ lạ lùng đó. "Sarcoma? Có nguy hiểm lắm không, anh?" Tôi lo lắng hỏi lại anh, hi vọng một câu trả lời nhẹ bẫng như câu chuyện đùa kèm theo tràng cười sảng khoái rất Nguyễn Xuân Hoàng. Nhưng anh đã không cười.

Tháng bảy tôi lên San José thăm anh. Hai anh em cùng hai người bạn khác rủ nhau ra ăn cơm trưa tại một tiệm ăn Ý gần nhà anh vùng Milpitas. Tháng bảy San José dịu ngọt êm ái, những ngọn đồi cỏ xanh hoa dại vàng chưa cháy nắng hè vẫn phơi phới giao hoà với màu xanh của nền trời, màu trắng của mây trong khúc giao hưởng màu sắc tuyệt đẹp của thiên nhiên. Chúng tôi vào lúc đã xế trưa nên quán không đông người. Câu chuyện xoay quanh kỉ niệm và văn chương. Bao giờ cũng là văn chương. Anh Hoàng rất vui, và có lẽ nhờ vui nên trưa hôm đó anh ăn được. Cái thuật ngữ y học đáng ghét Sarcoma hình như không ai buồn nhắc đến.

The rest of the story is now history.

Tôi gặp lại "thầy Hoàng" khi anh mới từ Virginia về định cư ở quận Cam. Tôi gọi là "thầy" vì năm lớp 12, anh là giáo sư dạy môn Triết trong lớp tôi học. Anh không nhớ tôi là học trò cũ của anh—làm sao thầy giáo nhớ mặt nhớ tên hết học trò của mình, nhất là anh học trò đó chẳng có gì đặc biệt, xuất sắc—anh bảo tôi đừng gọi anh bằng thầy nữa mà cứ anh em cho gọn.

Bọn học trò chúng tôi thuở ấy ngưỡng mộ anh lắm. Anh có dáng dấp một trí thức... Tây. Anh đã là nhà văn nổi tiếng trong văn giới và quần chúng, lại là một giáo sư Triết, đi dạy học chạy chiếc Lambretta màu trắng trông thật hào hoa, phong nhã. Trời, bọn tôi nghĩ chắc anh "đắt đào" lắm và thằng nào cũng mơ tưởng có ngày trở thành nhà văn kiêm giáo sư như anh. Chỉ để có nhiều đào. Chẳng cần biết trong bọn có thằng ma nào biết văn chương viết lách là cái gì, và những khuôn mặt ngố ngác như mán rừng ấy thì làm sao mà "đắt đào" cho được.

Bọn chúng tôi có bốn thằng nhất quỷ nhì ma. Mạnh là thằng ngổ ngáo nhất trong bọn. Một hôm nó bày ra một trò hư đốn nho nhỏ nhưng suýt nữa đã thay đổi vận mệnh đời tôi.

Buổi sáng hôm ấy, hai giờ đầu là lớp Triết của thầy Hoàng. Lớp học hình như có không khí khang khác mọi ngày. Gần đến giờ chuông báo hiệu vào lớp rồi mà chung quanh bàn giáo sư lũ học trò vẫn xúm xít bu quanh, hình như chúng nó đang tranh nhau đọc một tờ giấy hay một lá thư gì đó. Đứa nào đọc xong, đi xuống bàn miệng đều nở nụ cười bí mật, hai mắt tinh quái như đang ngấm ngầm dự mưu vào một biến cố ghê gớm trọng đại nào. Sau tiếng chuông reng báo hiệu, thầy Hoàng đi vào lớp, vẫn cái dáng cao cao lịch lãm, tướng đi hơi

450

điệu điệu. Chưa kịp ngồi vào bàn giáo sư mắt thầy chạm ngay lá thư nằm ngay ngắn trên mặt bàn. Thầy liếc mắt vào đọc sơ và chúng tôi không ai bảo ai tiếng cười bỗng vỡ òa như muốn giật sập cả ngôi trường Trung học. Chúng tôi cười như nắc nẻ, cười điên dại, cười lắc lư cả người trong lúc thầy vo tròn mảnh giấy đoạn ném vào sọt rác với nụ cười rất Nguyễn Xuân Hoàng:

"Tụi bay thiiiiiệt..."

Câu chuyện tưởng chỉ có thế nhưng không biết đứa xấu mồm xấu miệng nào trong lớp lén lên thưa văn phòng Tổng Giám thị và ngay trưa hôm đó cả bốn đứa chúng tôi bị ông giám thị già xuống điểm mặt rồi thất thểu đi theo ông lên nghe thầy Tổng Giám thị xỉ vả cho một trận nên thân.

Đó là một lá thư dài tả cảnh tả tình lâm li kì hận lắm viết bằng mực tím, nét chữ con gái mềm mại, do thằng Mạnh đạo biên đạo diễn với nội dung đại khái như: "Anh Hoàng ơi, em đã có thai được ba tháng, anh phải về gấp lo cho em, nếu không ba em sẽ làm lớn chuyện và sẽ đi thưa anh về tội dụ dỗ gái vị thành niên..."

Bốn thằng đều bị kỉ luật và học bạ thằng nào cũng có con dấu đỏ loét trông phát khiếp. Bố tôi đã phải vất vả chạy chọt hối lộ thầy Tổng Giám thị đôi ba phen mới thoát. Nếu không thì cuối năm đó làm sao tôi đi du học được và cuộc đời tôi chắc đã đi vào ngõ quành khác.

Tôi kể chuyện ấy cho anh Nguyễn Xuân Hoàng nghe lúc chúng tôi đã ăn xong và đang thưởng thức tách cà phê Ý. Anh cười ngất. Nhưng anh bảo lưng anh bắt đầu đau lại. Chúng tôi đứng lên, ra ngoài chụp vài bức ảnh đoạn tôi đưa anh về. Chia tay.

Tôi bảo anh tháng tám tôi lại lên thăm anh, mình lại đi cà phê, anh nhé, như cái hôm mùa đông ở Paris đó, anh nhớ không. Anh bảo anh nhớ chứ, và biết bao buổi cà phê khác. Kỉ niệm và bằng hữu. Ôi, sao dịu ngọt.

Anh dặn tôi lái xe cẩn thận. Khúc đường vào nhà anh có một ngã tư rất nguy hiểm, "lái xe dễ xảy ra tai nạn lắm, em cẩn thận." Tôi vâng dạ rồi quay đầu xe lái đi. Vâng, khi đến cái ngã tư đó em sẽ chậm xe lại, nhìn trái nhìn phải không thấy xe mới dám phóng đi. Chuyện đó tương đối dễ. Nhưng còn cuộc sống này thì sao hở anh? Cuộc sống là mong manh, đầy bất trắc, cẩn thận nhìn phải nhìn trái, nhìn trước nhìn sau, nhìn lên nhìn xuống, nhưng làm sao em biết được chuyện gì sẽ xảy ra ngày mai?

Trươnggia Vy

Thơ Tình Cuối Đời

Bảy tấu khúc
Mừng tuổi anh, tháng bảy

1

Anh dấu yêu, tháng bảy đến rồi, mừng anh thêm một tuổi.

Một tuổi đời, tuổi mới, anh vẫn hoài mới ở trong em.

Gởi đến anh sáng nay, nụ hôn mệt mỏi muộn màng, nhưng em nghĩ là anh biết,

Suốt đời này, mãi mãi em cũng chỉ có một người để mừng tuổi, chính là anh.

Thuở mới lớn, mắt biếc môi hồng tóc dài lộng gió, rong chơi khắp phố phường em chỉ thấy riêng anh.

Nụ cười, ánh mắt, tay cầm, môi hôn nóng bỏng cuốn mất hồn bé dại.

Chung đời tình, có hạnh phúc, có đớn đau, với em anh vẫn hoài là trái núi che mất mọi người, để em dù có những phút cuồng ngông vẫn không thấy được ai cả, ngoài anh.

Trời vào hè, nhớ không anh những ngày thơ mộng cũ, khi ta chỉ là một, rong chơi lãng bạt cùng với những chú ve sầu râm ran trên vòm tán lá xanh, trong khu vườn mùa hạ.

Tay trong tay, mắt trong mắt, ta có thấy ai đâu, ngoài anh và em.

Môi ngậm môi hôn, ta chẳng nghe gì cả, chỉ còn nhịp đập rộn ràng của tim yêu.

Tháng sinh nhật anh, bỏ qua tai những đàm tiếu chết người, biển xanh nước ấm, em và anh, và tình yêu bỏng cháy.

Em cùng anh, có nước mắt có nụ cười, có đắng cay có điều phải chọn, có bao giờ ta tiếc là đã chọn cùng nhau đi hết đường đời, có bao giờ ta ân hận là đã phải cùng nhau xẻ chia ngày tháng của anh, của em.

2

Mừng anh thêm một tuổi, anh thương yêu, bây giờ tháng bảy,

Hồn em, quà mừng sinh nhật, tay anh giữ đã từ lâu.

Nụ hôn dành cho anh, sáng nay, sáng đầu ngày cùng tiếng chim hót sau vườn nhỏ,

Nhắm mắt, vẫn là nụ hôn đầu bao năm tháng lòng mình tưởng chừng đã phôi pha.

Sinh nhật của anh lần đầu tiên tham dự, em vừa mười bảy, buổi tiệc vui, chốn đông người, em ngồi thu mình trong chiếc ghế bành nơi góc tối mắt nâu mở to nhìn anh, nhìn bè bạn vây quanh.

Sinh nhật của anh lần đầu tiên tay ta chạm bàn tay, anh hơn ba mươi, em cứ tự hỏi hoài, giữa biết bao nhiêu người sao ta lại cứ phải gai góc kiếm tìm, vượt trở bao gai chông để đến với nhau.

Trong em, vẫn còn hoài, ngày đó bạn bè và anh và chiếc bánh sinh nhật với không một ngọn nến nào được thắp được thổi.

Và trái tim anh, và đôi mắt có nỗi buồn nào nặng trong lòng lúc ấy, làm chao đảo hồn em, nhỏ của anh, trái tim vừa lớn, lòng đầy ấp thương yêu, trao hết cho anh, không ngại ngần so đo tính toán.

Ở anh, biết bao mệt mỏi, vậy mà anh vẫn còn giữ được riêng cho em nồng nàn say sưa như tuổi trai vừa lớn đã gởi vào em hết sức lực tuổi thanh xuân.

Ta chết ngợp trong nhau, tưởng không gì phân cách nổi ông bạn lớn và cô nhỏ, cả chia xa, cả cái chết, cả những dòm ngó khắc nghiệt của bạn lớn anh và bạn nhỏ em.

Thế mà ta vẫn vượt qua, anh và em và tình yêu của chúng mình.

3

Đầu tháng bảy, mừng tuổi anh, anh một thời, một kiếp,

Cả một đời em dành, riêng chỉ tặng cho mỗi mình anh.

Tạ ơn cha mẹ dưỡng sinh, cho anh và em, sau cùng chúng mình tìm thấy bóng.

Cám ơn đất trời dung chứa, em sanh sau anh mười sáu năm, chẳng hề thất lạc nhau.

Tháng bảy năm nào, trời cao nguyên lạnh, em sách vở bài thi cuốn hút không đặt được môi tươi lên nụ hôn khô nẻ của anh để mừng sinh nhật. Vật vờ nhớ ông bạn lớn, ngâm nga hoài câu hát núi cao.

Sân trường Đại Học buồn, tháng bảy mưa ngâu, anh lên thăm không báo trước, em mừng, cười.

Ngực áo anh ướt đẫm, nước mưa hay mắt mừng hội ngộ. Không khóc sao vẫn giọt ngắn giọt dài.

Bông hồng vàng, nơi xứ lạnh em gởi về cho anh mừng sinh nhật năm nào, nằm khô buồn trong chiếc bình cạn nước, vì không có em về để xẻ chia với anh.

Nhưng bông hồng vàng trong em chưa bao giờ tàn héo, mãi mãi tháng bảy vẫn là tháng nhớ nhất của em.

Mãi mãi em vẫn là chiếc bóng nhỏ, ngồi ở góc tối nhà, mắt nâu dõi theo bước anh đi.

Những con đường ta cùng rong chơi, quên mọi người, mọi thứ, quên tiếng cười, tiếng khóc, không còn nữa trong ta nhưng xin anh hãy nhớ.

Hồn em, tim óc nhỏ vẫn mãi còn với những ngày tháng cũ, những con đường lá me xanh non đan rợp trên đầu, trái lạc ngựa khô xoay tròn trên không theo gió, và tóc dài em bay quấn lấy hồn anh.

4

Mừng tuổi anh, yêu quý của em, bây giờ là tháng bảy,

Quà tặng anh, tuổi trẻ em, hiện tại với tương lai.

Nằm trên người anh, em, với trái tim cháy nồng dù tháng năm chưa sai nhịp đập,

Gối đầu tay anh, em, đêm ngắn ngày dài chẳng phút nào ngưng nhớ nghĩ về anh.

Cởi áo ra, xoay lưng lại, cho anh xem đòn roi em gánh.

Thịt xương thì của mẹ cha, sao em muốn thành Na-Tra kiếp trước, gởi thịt lại mẹ trả xương cho cha, tim và hồn em tặng hết anh.

Thì thầm cho em nghe, điếc tai anh là dư luận, xé tim anh là ánh mắt trẻ thơ.

Nghiến răng lại, ngước đầu cao, dẫm lên mọi thứ, dầu gì anh cũng không thế nào ngưng được tiếng yêu em.

Ngọn roi nào rát bỏng thịt da để vết hằn đỏ trên người, vẫn không cách chia được em và anh, chẳng làm được nhỏ lì lợm của anh rơi nước mắt.

Nhưng cơn gió chui qua áo anh, xoáy vào phổi lạnh những trận ho kéo dài, trên đường buổi sáng rét căm anh chở em ra bến xe, đưa em về mái trường trên vùng cao nguyên tít mù lại làm đau quặn ruột gan em.

Cơn cảm lạnh, cùng với ác độc của miệng đời và những tình thân làm nát tim anh, làm bạc đi vài chân tóc cũng không gục ngã được anh.

Sao roi đòn trên người em lại làm đau thân anh, uống nước mắt trên mặt thơ non em buổi sáng chia tay lại làm lòng anh mềm lại, và nước mắt anh và miệng cười nhưng mắt long lanh ướt của em lại làm anh nằm dài tắt tiếng, sau khi xe đò chuyển bến đi xa.

5

Anh dấu yêu, tháng bảy đến rồi, mừng anh thêm một tuổi,

Một tuổi đời, tuổi mới, anh vẫn hoài mới ở trong em.

Áo bà ba, chân guốc mộc, con nước lớn chiếc thuyền trôi vật vờ như chiếc lá,

Tháng bảy mưa hoài, em lặn lội thăm nuôi, sợ hãi nhìn ngầu đục nước phù sa.

Đường đi Mỹ Tho, đường sang Rạch giá, cùng về cả miền Tây, nhưng lại hai ngả rẽ.

Một mình em, non nớt giữa đời vẫn phải chọn cả hai.

Một giỏ nuôi chồng, một xách thăm cha, hai bên đều nặng gánh.

Mưa tháng bảy chắc cũng không nhiều bằng nước mắt em trong lúc vắng anh.

Buổi sáng, gió lạnh đón xe đò đi thăm cha nơi cửa Đại, tội cho anh biết bao nhiêu đang còng lưng đẩy xáng nơi Kinh làng thứ Bảy. Ngậm ngùi nhớ mãi câu ngâm:

"Sông dài, cá lội bặt tăm,

Phải duyên chồng vợ, ngàn năm em vẫn chờ..."

459

Đêm khuya, nằm phơi sương trước hàng hiên nhà người, chờ giờ nước lớn con xuồng lá nhỏ đưa đi gặp chồng, thương các con đang bơ vơ nằm nhà với bà mẹ vú, đầu quần quanh với câu mẹ ru ngủ thuở xưa:

"Con cò lặn lội bờ sông,

Gánh gạo nuôi chồng, tiếng khóc nỉ non..."

6

Mừng anh thêm một tuổi, anh thương yêu, bây giờ tháng bảy,

Hồn em, quà mừng sinh nhật, tay anh giữ đã từ lâu.

Thức giậy đi anh, nắng bình minh reo vui, sáng nay lòng em chừng như mở hội,

Nhìn ra sân, cây hồng vàng từng ngày em chăm sóc, khoe bao nụ thắm mừng anh.

Bao năm chung gối chăn, quen hơi quen tiếng, hồn anh chắc giờ đã mỏi mòn rung động. Nhưng sao em, tim vẫn hẫng một nhịp cần khi nghe giọng nói tiếng cười anh.

Đời sống dài, máu em không còn đủ để bơm lên tim những mộng mơ mới.

Với anh, em biết chắc là anh vẫn chưa hề mệt mỏi trong những dong chơi phiêu lưu cùng bờ bến xa xăm.

Bước xuống đi anh, cửa đời vẫn còn đẹp lắm.

Trời xanh tháng bảy, mây trắng, hương hoa, chim kêu trong vòm xanh lá.

Huyền diệu biết bao là đời sống, thay đổi hằng ngày từng sát na, tíc tắc, thì kể xá gì những lỗi nhịp nhỏ trong ân ái lứa đôi.

Em vẫn ngồi đây, chờ anh, ngôi nhà ngói đỏ, hương ngọc lan, bụi tử đinh hương tím, tiếng hoàng yến kêu buồn bã trong lồng.

Mạnh mẽ biết bao trận chiến giữa sống và chết, giữa tối đen và minh ảnh, để chỉ mình em nghe được tiếng kêu bỏ đời mà đi thống thiết từ những chú quạ đen của Edgar Poe.

7

Đầu tháng bảy, mừng tuổi anh, anh của một thời, một kiếp,

Cả một đời em dành, riêng tặng cho mỗi mình anh.

Tay em đây, hảy cầm lấy, nếu đời sống chung quanh đôi khi làm anh mỏi mệt,

Môi hồng em, ngậm đi anh, sợ đổi thay rượt đuổi làm anh chóng mặt hụt hơi.

Hơn ba mươi năm sống chung, bao nhiêu lần mình xẻ chia ngày tháng bảy.

Em không biết còn bao tháng ngày nữa, mình có dịp nói với nhau những nỗi ngọt bùi.

Tay anh đã mỏi cho em làm gối, ngày còn lại, em chỉ mong mang được đến anh cơn gió nhẹ buổi trưa, mùi trầm hương ban tối, vì đời sống đâu dài để em quay mặt với anh.

Tháng bảy, tuổi mới anh, gởi đến anh lời cám ơn em chưa từng ngỏ.

Tạ tình anh đã chịu với em những cơn chướng kỳ đồng bóng, ngược ngạo kiêu kỳ của tuổi vừa mới lớn, những dày vò trong lứa trung niên, và giọt nước mắt em giấu che trong đêm khi cơn đau quặn lên bất chợt cùng khủng hoảng cô đơn em chưa bao giờ từng chia xẻ cùng anh.

Tháng bảy, mừng tuổi anh, em như người phá sản, không còn gì để tặng cho anh.

Mái tóc sợi vắn sợi dài đã chen một vài sợi trắng, không đủ sức buộc chặt đời anh, thì tặng làm gì dù mùi hương tóc anh yêu từ năm em vừa mười bảy, vẫn còn theo em cho suốt một đời.

Bàn tay thon nhỏ, từng dạo trên piano những phím nhạc tình, nay đã cứng khô quên dần nốt nhạc, xa lạ với phím đàn, thì còn tiếc gì mà níu lấy hồn anh.

Tháng bảy, chào anh, buổi sáng.

Dậy đi anh, một ngày trời đẹp.

Hương tóc em vẫn là của anh khi anh cần mùi hương quen ru ngủ.

Và tay em, đưa sẵn, đợi anh, lúc anh mong được những xẻ chia.

Trươnggia Vy

Viên Linh

Nguyễn Xuân Hoàng,
Từ Thơ Đến "Văn"

Bài viết dưới đây: "Nguyễn Xuân Hoàng, từ Thơ đến "Văn" – chữ "Văn" trong ngoặc kép, vừa là văn chương, vừa là tên *Tạp chí Văn* mà Nguyễn Xuân Hoàng làm Thư ký Tòa soạn khi ở Việt Nam từ 1972 tới 1974, và làm chủ nhiệm khi tờ báo tục bản ở Hoa Kỳ. Bài này mở đầu chủ đề đặc biệt của Tạp chí Khởi Hành số đôi 187-188, tháng 5 và 6, năm 2012. Tạp chí Khởi Hành do nhà thơ Viên Linh làm chủ nhiệm kiêm chủ bút, xuất bản từ 1996 tại California, ra hàng tháng, hiện đã ra tới số 201, chủ đề Quang Dũng, tháng 7.2013. Hiện diện tại Hải ngoại 17 năm qua, Khởi Hành hiện nay là tờ tạp chí văn học ra hàng tháng duy nhất xuất bản từ Thế kỷ XX còn tồn tại và tới tháng 11.2013, sẽ bước qua năm thứ 18. Với chủ trương bảo tồn Văn hóa Văn học Truyền thống, đặc biệt là Văn học Miền Nam 1954-1975, Khởi Hành đã qui tự hầu hết những cây bút nổi tiếng của Miền Nam từ đó đến nay. Thư ký Tòa soạn của tờ báo là cây bút nữ Nguyễn Tà Cúc. Bài về Nguyễn Xuân Hoàng mở đầu cho loạt bài "Chân Dung Văn Học Việt Nam: mỗi nhà văn một tạp chí" của Khởi

Hành dự trù sẽ gồm 9 bài, nhưng do suy nghĩ thêm, và do độc giả đề nghị, sẽ phải thêm hai ba bài nữa. Loạt bài này chủ yếu viết về những nhà văn mà sự nghiệp gắn liền với một tờ báo, như đã loan tin từ lúc đầu:

1. NGUYỄN XUÂN HOÀNG (tạp chí Văn, từ 1972-hải ngoại),

2. NGUIỄN NGU Í (tạp chí Bách Khoa),

3. NGUYÊN SA (tạp chí Hiện Đại)

4. TUỆ SỸ (tạp chí Tư Tưởng-Vạn Hạnh)

5. NGUYỄN MẠNH CÔN (tạp chí Chỉ Đạo)

6. MAI THẢO (tạp chí Sáng Tạo)

7. NGUYỄN KHẮC HOẠCH (tạp chí Thế Kỷ 20)

8. MẶC ĐỖ (tạp chí Phổ Thông Hà Nội, Quan Điểm)

9. VIÊN LINH (tạp chí Thời Tập-Khởi Hành) [...]

(Sau này do suy nghĩ thêm, và do độc giả đề nghị, danh sách đã ghi thêm:)

10. NGUYỄN VỸ (tạp chí Phổ Thông)

11. TRẦN PHONG GIAO (tạp chí Văn, nguyên thủy 1964-1972, số 1-210)

12. THẾ NGUYÊN (tạp chí Trình bày –bày không viết hoa-, Đất Nước).

13. TAM ÍCH (tạp chí Nhân Loại, nhà văn Miền Nam)

Nhận định của nhà thơ Viên Linh là khác với những nước có tình thế ổn định lâu dài, nền văn học của họ trụ vào sách vở đã xuất bản; Việt Nam luôn luôn xáo trộn, phân ly, văn học trụ vào các tạp chí, nền văn học tạp chí đóng vai trò tiên phong và nòng cốt, sau mới đến xuất bản và sách vở. Ông nói rằng cứ nhìn vào các tạp chí ghi ở trên, người ta thấy được từng nhóm với các tên tuổi và khuynh hướng khác biệt. Điều này đã được ông viết ra nhiều lần, kể từ năm 1976, trong tập biên khảo được viết do học bổng The Ford Foundation tài trợ: "Những Khuynh Hướng Trong Văn Học Miền Nam, 1954-1975" (chưa xuất bản). Vì thế, viết về chân dung, hành trạng các nhà văn nói trên, cũng phải viết về những tạp chí do họ chủ trương, thực hiện. Tâm tư của họ ở trong các tạp chí họ làm, nhiều phần là đậm nét hơn trong các tác phẩm của họ, tác phẩm là viết lại, thêm bớt, vị nghệ thuật nhiều hơn là tạp chí, viết ngay, nói ý mình, bám sát sinh hoạt thời thế xung quanh. Bài dưới đây về Nguyễn Xuân Hoàng cho thấy vài nét về nhận định ấy.

1. Trong cuộc sống, đọc thơ văn sách báo của cổ nhân là điều tất phải có đối với kẻ từng có dịp ngồi trên ghế nhà trường; và chiêm nghiệm thanh sắc đương thời cũng là điều hẳn sẽ tới với kẻ biết nghe biết nhìn giữa cuộc hành trình. Chưa kể có kẻ đã kín đáo thổ lộ với bà tiên hiện ra trong giấc mộng ba điều ước của cuộc đời, mà không hề nghi ngờ rằng bà tiên đó đôi khi là một mụ phù thủy hóa trang, mụ sẽ nhân đó bày ra một lộ trình trắc trở cho kẻ mơ mòng. Không còn nhớ lúc niên thiếu kẻ viết bài này đã ước ao gì, nhưng cô bạn học lớp nhất trường làng – không phải là cô thôn nữ cùng quê, mà là dân Hà Nội tản cư về trú ngụ ở chùa Đồng Văn – trong lúc nghe sáo diều vi vu vẳng lại từ con đê cuối thôn, đã vạch ngực áo tôi ra, đập nhẹ bàn tay trắng muốt lên ngực tôi, và chỉ bảo cho tôi làm ngược lại trên ngực nàng, nói rằng "về thể chất, mình cũng xứng đôi lắm;" tôi đã ngây thơ hỏi lại: "thể chất" là gì?

Khi nàng đứng trên mặt bàn lớp học, ở trên ngọn đồi đình làng, nhún nhảy xòe chiếc váy hoa ra, hát và múa theo bài

"One Day" của Johanne Strauss [qua lời Việt của Phạm Duy], và dạy tôi hát theo; nàng nói: "Gia đình Xuân sẽ về Hà Nội. Sau này anh nhớ lên Hà Nội cho sớm. Em dạy mình hát, mình sẽ cùng nhau thành danh ca nức tiếng Hà thành;" tôi cho là không cần, nên nói rằng: "Chỉ cần Xuân hát cho anh nghe là được rồi."

Từ trái: Bùi Giáng, Thanh Tâm Tuyền, Mai Thảo, Nguyễn Xuân Hoàng trước tòa soạn Văn 38 Phạm Ngũ Lão Saigon 1972

Nàng tiên ấy còn dạy tôi một điều thứ ba nữa, sau hai điều về thể chất và danh vọng, ấy là tiền tài. Nay nhớ lại, dường như lần nào nàng cũng lừ mắt lộ vẻ gì đó như chán nản, khiến sau này nghĩ đến, có lẽ vì thế mà đến ngày nàng theo gia đình "dinh tê" [rentrer] về thủ đô, vào khoảng năm 1949, nàng không thèm từ biệt tôi chăng? Nhưng không hẳn thế, vì nàng vẫn nhét vào túi quần sóc của tôi một chiếc khăn mùi soa thêu thùa trắng tinh, và một bánh xà phòng "Dove" mãi khi đi Mỹ tôi mới thấy lại, hẳn là có điều gì đầy hứa hẹn chứ? Chị tôi

466

khi thấy hai kỷ vật "của cái con bé ranh Hà Nội tản cư," đã cười rằng: "Đó là quà của con ông Quan thuế bắt hàng lậu có khác, chứ ý tứ gì!" làm tôi tức lắm. Xuân đẹp và chân thành. Xuân không thể là người như chị tôi phán, hay như cái anh giáo sư Triết học nọ sau này phán: "Người ta nói sắc đẹp vốn là bạn đồng hành của dối trá và phản bội." (1)

2. Năm 1959, trong một lúc sa xảy với nghề báo, tôi theo bạn lên dạy học tư ở Ban Mê Thuột. Rời Sài Gòn tạm một thời gian, sách vở đồ đạc nặng gửi lại nhà một đồng nghiệp, thình lình một hôm nhà giáo dạy cùng trường Bạch Đằng đưa cho tôi xem tờ *Tạp chí Hiện Đại*. Trên cùng một trang báo có bài thơ Phượng Liên của tôi đăng dưới bài Mang Mang của Hoang Vu. Tôi không gửi thơ cho Hiện Đại, mà do người bạn nơi tôi để lại đồ đạc sách vở, đã lấy bài thơ tôi viết cho em Phượng Liên ở Huế, cũng là bạn chung, và là bạn thư từ với tôi, đưa cho Nguyên Sa. Như Võ Phiến nhớ đúng khi anh viết đã đọc thơ phiếm của Thần Đăng (Đinh Hùng) và thơ tôi trên nhật báo *Ngôn Luận* (giai đoạn 1954). (2) Tới năm 1960 tôi đã có vài chục bài thơ đăng trên các tạp chí *Văn Nghệ, Sáng Tạo, Thế Kỷ 20, Gió Mới*, nhưng Nguyên Sa viết như đây là những cây bút lần đầu xuất hiện, mặc dù anh có thòng một câu kiểu búa lớn: "Có phải nỗi buồn tập hợp trên mắt những người trẻ tuổi ấy phảng phất niềm đau của thế kỷ bây giờ?" (3) Tôi đã leo lên lầu cao ốc Mai Loan nơi đặt tòa soạn tạp chí Hiện Đại để chất vấn, vì không ai chọn thơ của người đã có thơ in từ sáu năm trước, với một anh in thơ lần đầu, nhưng chỉ gặp Thái Thủy, trị sự tòa soạn, trong khi tôi chỉ muốn gặp Nguyên Sa, chủ nhiệm.

Hoang Vu chính là Nguyễn Xuân Hoàng. Và thơ Nguyễn Xuân Hoàng hay không thua gì văn Nguyễn Xuân Hoàng; (khác với trường hợp Mai Thảo: thơ Mai Thảo hay hơn và thật hơn văn Mai Thảo.) (4)

467

Tôi sao lục bài thơ ấy nguyên văn như sau, chỉ chú thích thêm tên của thi sĩ:

MANG MANG
từ xa phố chợ đến giờ
chân quen bỏ lệ gõ bờ lộ quen
hoang vu chín đến độ thèm
lạnh tàn nhẫn rót vào đêm lên đường
mùa sương phố núi mù sương
nhịp buồn hút gió hồn nương sao rừng
chuyện linh hồn với bản thân
bàn tay thượng đế mộ phần chiêm bao
đồi thông xanh tóc nghẹn ngào
ngập ngừng lạnh xuống từ bao lâu rồi
còn tôi, còn chỉ mình tôi
mây bay đầu núi kéo trời lên xa
bàn tay thoáng nổi da gà
thẳm sâu lòng đất nhà ga luân hồi
HOANG VU (tức Nguyễn Xuân Hoàng)

Bài thơ không viết hoa ở đầu câu, không dấu chấm xuống dòng, từ ngữ hay thi ngữ, đậm đặc nét thơ của giai đoạn '60: "linh hồn, thượng đế, luân hồi, bản thân, mây kéo trời lên xa và mộ phần chiêm bao, lạnh tàn nhẫn...". Tiếc thay cái tên Hoang Vu không xuất hiện nữa, vì nếu Nguyễn Xuân Hoàng còn làm thơ, bàu trời thi ca Việt Nam sẽ thêm một vì sao sáng.

Bài này cũng như bài Phượng Liên của tôi nằm cùng một trang báo, mà hai tác giả của hai bài thơ trước sau có chung những khó khăn tương tự, những rắc rối tan tác thì đúng hơn, đều rất bi thương. Nguyên Sa vơ vào hai tên trên cùng một trang báo, như sự tình cờ run rủi hai toa tàu xuôi ngược ráp tạm nơi một sân ga xép. Hoàng đậu tú tài xong, thi tuyển thành công vào Quốc Gia Hành Chánh, song bỏ. Đang học Y khoa – vì bà mẹ muốn con trai thành bác sĩ — thì nhận lời thách đố của bạn học Hà Thúc Nhơn, — viên bác sĩ quân y ở Nha Trang sau này chống tham nhũng bằng súng đạn và chết vì súng đạn — chơi trò nghịch ngợm lỗ mãng của con trai thời mới lớn, nên một mặt thắng cuộc thách đố, (Hà Thúc Nhơn thua, sẽ phải trả tiền đãi bạn học ăn phở cả tháng), song Hoàng phải rời Y khoa vì trò dại dột. Cuối cùng anh đi học Sư Phạm, ra làm giáo sư Triết, một nghề anh từng xác định: *"Giáo dục không phải ngành thích hợp của tôi. Từ tiểu học, qua trung học, lên đại học, các ông thày bà cô nhìn tôi như một đối tượng để trút lên đó những bực dọc của cuộc đời khốn nạn của họ. Tôi là tấm bia để họ bắn vào đó những mũi tên mặc cảm."* (5)

Đây là lời nói thật của Nguyễn Xuân Hoàng, kẻ đã cùng tôi "Đi thật xa với..." trên báo *Văn.** Nhìn Hoàng tôi biết con người của bạn không phải con người của khuôn thước, vâng dạ, mòn sáo, lễ phép vì xã giao, vì một nghề nghiệp phải gương mẫu, có kẻ ra đường thấy ai cũng cúi đầu nhũn nhặn chào hỏi, mà miệng thì lầm bầm bài bác người ta. Tôi từng phải đi dạy học tư một thời gian, không phải giam thân vào nghề mô phạm như chàng thi sĩ Hoang Vu, nhưng tôi cũng không thích nghề dạy học, nghề nghiệp sau này của các bạn cùng lớp với tôi thời Trung học: các giáo sư Nguyễn Nhật Duật, Hà Mai Phương, và của hầu hết các bạn văn nghệ cùng thời: Huỳnh Phan Anh, Đặng Phùng Quân, Nguyễn Đông Ngạc, Nguyễn Văn Sâm, Cao Thoại Châu, Nguyễn Định, v.v... vì nhiều lý do.

Một trong những lý do "nhãn tiền" là thù lao quá ít ỏi. Không thể sống quá kham khổ, gò bó, hệ lụy: kham khổ về vật chất cũng như kham khổ về thời gian; gò bó hệ lụy về giao tế cũng như về phương cách sống. Người nghệ sĩ sáng tạo mà theo nghề dạy học thì khó thành công, dễ mang tiếng, vì cung cách nghệ sĩ là tự do diễn đạt, tự do phát biểu,... Tôi thật sự không nhìn thấy ở thi sĩ Hoang Vu, hay ở nhà văn Nguyễn Xuân Hoàng, một nhà giáo khuôn mẫu. Như tôi cũng thật sự không bao giờ nhìn thấy ở các bạn nhà giáo của tôi một phong cách duy nhiên tự do phóng khoáng cởi mở thành thật hồn hậu khôn ngoan thân hữu phục thiện giản dị tinh tế như ở Nguyễn Xuân Hoàng. Làm gì lại có một nhà giáo hiếm hoi như thế, mà chỉ có một nhà văn như thế đi làm nhà giáo mà thôi.

Thuở còn niên thiếu chắc hẳn Nguyễn Xuân Hoàng đã nói ra ba điều ước với một mụ phù thủy mà chàng ta ngỡ là nàng tiên, nên mụ liền thiết kế cho chàng một mê cung, một nẻo đường chông gai trắc trở, gài tác giả *Người Đi Trên Mây* vào đáy tầng địa đạo, *Bụi và Rác*, châm chọc Orphee đa tình và chất phác ngứa cổ quay lui, khiến cho Eurydice thân tâm hóa đá (+), tếch nẻo tây phương, hành hạ người cha thương con yêu dấu ngàn trùng xa cách, trừng phạt tấm lòng hồn hậu phải đeo mặt nạ vô tâm vô tình và bạc bẽo. Không, người đời cứ ngỡ Phan An Tống Ngọc khôi ngô kỳ vĩ thì hẳn đương nhiên hạnh phúc trong chốn tình trường, có biết đâu họ cũng tâm tư nhàu nát, mắt lệ nhiều khi, đêm đêm một mình một bóng chờ đợi người Bích Câu mái tóc bạch kim, hay xuân hạ thu đông cũng nhiều lần nương tai nghe tiếng mãn gào trên mái bỏng?

Bài thơ "Mang mang" của Hoang Vu mở đường văn chương cho họ Nguyễn năm 1960, thì bài "Phượng Liên" khiến trung niên thi sĩ Bùi Giáng lù lù hiện ra, ôm lấy tôi, ồn ào nói:

"Ông đừng làm thơ tự do nữa nhá, chỉ làm thơ lục bát thôi nhá! Lần đầu tiên thơ lục bát Việt Nam đem tên người yêu vào trong thơ một cách bề thế nghiêm trang số dách là ông đấy nhá. Huy Cận hắn đọc lục bát của ông là hắn sẽ đi tìm ông đấy."** Từ đó mà tôi có thêm một người bạn thơ, và không chỉ có một hành lang vây sầu, mà hành lang nào cũng vây sầu cả. Sau này một cô gái Huế cười như nắc nẻ, cho tôi biết Phượng Liên là ai... Dù thế nào, nàng cũng đã ở Chín Suối rồi.

3. Tháng trước *Khởi Hành* dọn tòa soạn, kéo dài nhiều ngày, mỗi ngày ít nhất là một chuyến xe pick up sách vở chở đi, mang về địa điểm mới, chở vào kho, và vất vào thùng rác. Ông già chở sách báo mỗi chiều sau phận sự, lại chở đi một xe giấy báo sách vở đã xé bìa, đem bán. Chúng tôi nói rằng ngoài thù lao nhất định mỗi ngày, sách vở giấy báo cũ đem bán cân ông được quyền giữ lấy. Ông cho biết đã bán 6 xu một pound giấy, và mỗi ngày kiếm được thêm 20 đồng, có ngày tệ nhất được 15 đồng. Tôi đã cho đi hầu hết ử các tập san lưu giữ mấy chục năm nay: *Văn Học, Văn, Hợp Lưu,* vì cuối cùng, không định viết gì về báo chí văn học hải ngoại nữa, mà sẽ chỉ viết về Văn học Miền Nam 1954-1975 mà thôi. Tôi cũng đã cho đi khoảng gần trăm số báo *Văn Học* và tuần báo *Văn nghệ* của Hà Nội, mà hồi đặt mua từ nhà phát hành ở New York, phải trả 5mk một tờ báo có gáy vuông (Văn Học, Nghiên Cứu Lịch Sử, Khảo Cổ Học), và 3mk cho một tờ báo đóng gáy yên ngựa: (Tuần báo Văn nghệ của Hội Nhà Văn,...)

Trong thị trường xuất bản hải ngoại, các tạp chí văn chương hữu ích hơn các thi phẩm, truyện dài truyện ngắn, vì chính ở đó là công trình tập thể của từng nhóm, tâm tư trao đổi của tuổi trẻ lưu vong, và dấu tích làm báo tập thể của tờ báo; — chẳng hạn tờ Văn Học sẽ cho thấy đó là tờ báo của nhiều ông chủ nhiệm kiêm chủ bút nhất; năm trước có ông chủ nhiệm Võ Phiến thì năm sau có ông chủ nhiệm Nguyễn Mộng Giác; ông nào có tiền in báo thì lên làm chủ nhiệm một thời gian, hết tiền thì đi ra và lại có ông C ông D lên làm chủ nhiệm kế tục. Thành ra Văn Học là tờ báo có tới 5, 6 chủ nhiệm, ông nào có gan thì làm chủ nhiệm lâu hơn, ông nào có con là bác sĩ luật sư thì tờ báo dày hơn là ông độc thân, v.v...

Tờ *Văn* thì khác, ở trong nước đầu tiên thì Trần Phong Giao làm Thư ký Tòa Soạn, tới giai đoạn sau thì trước là Nguyễn Xuân Hoàng làm Thư ký Tòa Soạn, sau chót lại là Mai Thảo; ra hải ngoại thì đổi lại, Mai Thảo ra đi, để tờ báo lại cho Nguyễn Xuân Hoàng tiếp tục, cả hai kiên thủ thành trì được tổng cộng trên 250 số, công lao khá lớn. Nguyễn Xuân Hoàng làm tờ *Văn* từ tháng 12.1996, vất vả hơn Mai Thảo hồi '80, vì người trước được đàn em hỗ trợ, lấy cho rất nhiều quảng cáo, nếu chỉ tính 100 mk một trang, tờ Văn của tác giả *"Cùng đi một đường"* lấy quảng cáo một số có thể in ba số báo cho ba tháng, còn tờ Văn của tác giả *"Người đi trên mây"* ít quảng cáo hơn nhiều, nên khó khăn gấp bội.

Cuối năm 1996 Mai Thảo không có ý định trao lại báo Văn cho Nguyễn Xuân Hoàng, mà đã ngỏ ý giao cho người khác, song người này vốn luôn luôn thất bại khi làm báo, nên ý định của Mai Thảo thay đổi vào phút chót. Mai Thảo nói với tôi như thế khi anh còn ở trong chung cư độc thân Christian Home trên đường Bolsa, khoảng tháng 9 năm 1996.

Đời làm báo của Nguyễn Xuân Hoàng không chỉ qua tờ Văn, mà còn trên 10 năm làm báo cho công ty Người Việt, và khoảng 5 năm làm tờ *Việt Mercury* ở San Jose. Và hiện nay còn đang làm tờ *Việt Tribune* cho bà Trương Gia Vy, cũng ở thành phố Bắc Cali đó. Trong khi đó hàng tuần anh còn viết bài cho cái blog do anh phụ trách trên diễn đàn của đài *Tiếng nói Hoa Kỳ*. Chủ nhiệm báo Văn là ông Nguyễn Đình Vượng rất ưu ái nhà văn Nguyễn Xuân Hoàng, song một hôm vì tôi tới báo Văn gạ chuyện mà ông gọi anh và tôi là hai gã *playboys*. Lúc ấy có mặt Mai Thảo, chắc Hoàng còn nhớ.

Vốn là cuối tháng 4 đầu tháng 5.1969, nơi trang 80 trong số Văn chủ đề tưởng niệm Y Uyên mới gục ngã trên trận địa gần đồi Nora Phan Thiết, Thư ký Tòa soạn Trần Phong Giao đã sơ ý phát biểu một lời xúc phạm tới phụ nữ Huế.

Trần Phong Giao đã – lạ thay, – quá tự tin ở sự phán đoán của mình khi khuyên một nhà văn trẻ đừng lấy gái Huế "...ái tình [...] thì được, còn cái mục xây dựng thì đừng, ấy là dựa theo kinh nghiệm bản thân cũng là đúc kết kinh nghiệm của một vài anh em có vợ Huế khác [...]..."(6) Hai nhà văn nữ gốc Huế là Túy Hồng, Nhã Ca đã gửi lá thư cho trang Văn học Nghệ thuật Nhật báo *Tiền Tuyến*, do Thanh Tâm Tuyền phụ trách, một lá thư ngỏ kể tội Trần Phong Giao khinh nhờn xứ Huế, "cào xước quê hương xứ Huế" và tuyên bố chấm dứt cộng tác với báo Văn.

Thời gian ấy tôi nhận lời mời của Đại tá Anh Việt Trần Văn Trọng, chủ tịch Hội Văn Nghệ Sĩ Quân Đội, làm Thư ký Tòa soạn *Tuần báo Khởi Hành* mới được 3 tuần, nhưng từ 1966 tới lúc ấy vẫn đang là Thư ký Tòa Soạn Nhật báo Tiền Tuyến của Tổng cục Chiến Tranh Chính trị. Khi kiểm soát bài vở tôi khựng lại ở trang Văn nghệ, rồi đề nghị với Thanh Tâm Tuyền: Để cho có hiệu quả, thư của các nữ sĩ này phải đăng lên Khởi Hành, là báo Văn học Nghệ thuật. Tôi trả nhuận bút lá thư 500 đồng, nhờ anh gửi cho hai bà ấy.

Từ Cục Tâm Lý Chiến trên đường Hồng Thập Tự, tôi chạy ra Khởi Hành trên đường Phạm Ngũ Lão, đục bỏ một bài đã đổ khuôn chì, cho xắp chữ thay thế bằng lá thư của hai nữ sĩ. Thư đề "Kính gửi Anh Trần Phong Giao, TKTS báo Văn" nhưng tôi đã đặt lại tựa, in chữ lớn ngoài bìa báo: *"Túy Hồng, Nhã Ca lên tiếng về một nhận định của báo Văn đối với gái Huế."*

473

Hôm sau báo phát hành, đó là Khởi Hành số 3, ra ngày 15.5.1969, và bài in nơi trang 2, chạy qua trang 3. Vào Tiền Tuyến Thanh Tâm Tuyền đưa trả tôi 500 và đòi lại lá thư, tôi đưa anh tờ Khởi Hành còn thơm mùi mực in, nói anh quên hôm nay là Thứ 5 rồi à? Báo đã phát hành sáng nay rồi. Thanh Tâm Tuyền có vẻ hối tiếc: "Tôi quên là tôi cũng viết báo Văn, ông Vượng (chủ nhiệm báo Văn) rất quí tôi, lẽ ra tôi không nên đưa cho bạn lá thư đó. Nhưng mà làm báo như bạn... mới là làm báo!"

Bài báo trên Khởi Hành gây chấn động dư luận cả nước, làn sóng phản đối báo Văn lan rộng, mấy ông bà dân biểu (trong có Kiều Mộng Thu địa hạt Huế) họp báo tại Quốc Hội kết tội và đòi báo Văn phải xin lỗi phụ nữ Huế.

Ít lâu sau từ Khởi Hành tôi qua báo Văn, cả hai tờ báo cùng tọa lạc trên đường Phạm Ngũ Lão, để xem phản ứng của anh em báo Văn ra sao. Không thấy Trần Phong Giao, chỉ thấy ông chủ nhiệm Nguyễn Đình Vượng, Mai Thảo và bạn Nguyễn Xuân Hoàng.

Thấy tôi, ông Vượng cà khịa ngay: "Thư người ta gửi cho Trần Phong Giao, phản đối hắn chứ có gửi cho báo Văn đâu mà anh viết là gửi cho báo Văn?" "Đành là thế, nhưng mà tội là của Trần Phong Giao, còn trách nhiệm là của báo Văn chứ?" "Mẹ, anh đánh anh em, anh đánh tôi. Chờ đó." Ông lầm bầm nói với Mai Thảo ngồi viết ở cái bàn bên cạnh, nhưng cũng có ý để tôi nghe thấy: "Tôi mà đi giày săng-đá, tôi đá nó rồi." Tôi nghe, trả lời: "Thì tôi vẫn ở đây mà."

Mai Thảo tuy vẫn cắm cúi viết, nhưng khuôn mặt tươi rói, rồi cười rung cả hai vai. Tôi biết ý nghĩa phản ứng ấy của Mai Thảo. Năm 1965 Mai Thảo là chủ nhiệm Tuần báo *Nghệ Thuật*, tôi là tthư ký tòa soạn, làm việc nhiều năm bên nhau. Chúng tôi vốn biết ông Nguyễn Đình Vượng xưa kia đi lính,

474

đeo lon Thượng sĩ trong Quân đội Liên hiệp Pháp, đương nhiên ông quen đi giày đinh. Nguyễn Xuân Hoàng và tôi nhìn nhau cười vui vẻ, coi như chuyện phải thế thôi. Ông Nguyễn Đình Vượng nói với Mai Thảo, mà như nói với cả Hoàng và tôi: "Mẹ, coi hai tên Thư ký Tòa Soạn hai tờ báo văn nghệ kìa! Trông như *playboys* với nhau. Thế thì văn nghệ khá làm sao được. Hừ..." Tôi nghe đúng như thế, dù mãi 1972 Hoàng mới chính thức làm Thư ký Tòa soạn báo Văn.

Chuyện văn nghệ xảy ra như thế là thường, sau này quan hệ giữa chúng tôi vẫn tốt đẹp. Trước đó ba năm ông Vượng đã xuất bản *Thị Trấn Miền Đông* cho tôi, các năm sau còn xuất bản ba cuốn nữa cho tôi: *Mã Lộ (1970), Một Mùa Mê Hoặc, Tình Nước Mặn 1973).* Trần Phong Giao còn kể với tôi nhà văn nào đã tới bảo ông Vượng sau khi số Văn "đặc biệt về Thơ" lại phỏng vấn tôi dài đến 17 trang, sao (vẫn nhà văn này, vừa ra mắt sách ở Quận Cam) nhà xuất bản Nguyễn Đình Vượng lại xuất bản *Một Mùa Mê Hoặc* cho tôi làm gì!

Sau đó ít lâu có xáo trộn trong báo Văn, Trần Phong Giao bị nghỉ việc, Nguyễn Xuân Hoàng thay thế. Rồi chẳng bao lâu Mai Thảo thay thế Nguyễn Xuân Hoàng. Báo Văn xuống dốc, có thể vì độc giả vẫn hâm mộ Trần Phong Giao, không chấp nhận việc anh bị sa thải một cách quá công khai, tàn nhẫn, sau hơn mười năm gây dựng tờ tạp chí từ chỗ bắt đầu, số không, tới khi nó trở thành tờ báo văn chương bán chạy nhất, thì người "có công hãn mã"phải bước ra đường.

Năm 1973 tôi mời Trần Phong Giao làm Tổng thư ký Tòa soạn cho tờ tạp chí *Thời Tập* của tôi, ngay lúc ra mắt đã rất đông đảo độc giả dài hạn. Chuyện rất giản dị là ngay số 1 bài vở của Thời Tập ký tên những người sau đây: Bình Nguyên Lộc, Sơn Nam, Nguyễn Hiến Lê, Mặc Đỗ, Nguyễn Sỹ Tế, Vũ

Thành An, Trần Tuấn Kiệt, Cung Trầm Tưởng, Võ Phiến, Túy Hồng, Nguyễn Đức Sơn, Thanh Tâm Tuyền.

Nhưng Trần Phong Giao từ chối, chỉ nhận cộng tác thường xuyên bằng cách giữ mục "Giải đáp Thắc mắc Văn học" (ký tên Thư Trung), là mục ăn khách nhất của báo Văn, và tiếp tục trên Thời Tập cho tới tháng Tư 1975. Anh còn viết một bài rất giá trị và cần thiết cho những ai muốn trở thành chủ nhiệm hay Thư ký Tòa soạn một tờ tạp chí văn chương. (7) Sau này tôi mới biết Trần Phong Giao đã vĩnh viễn rời báo Văn, xung quanh chuyện mua một ngôi nhà, anh gặp khó khăn về tài chánh mà ông chủ nhiệm lại không giúp. Nguyễn Xuân Hoàng chính thức làm Thư ký Tòa Soạn báo Văn từ 1972, nhưng chỉ khoảng một năm, Mai Thảo thay thế Hoàng, làm báo Văn cho tới 1975. Làm thơ, viết văn, làm báo, là làm tất cả những gì bấp bênh, vô định. Giai đoạn làm báo của nhà văn Nguyễn Xuân Hoàng vui ít buồn nhiều, nhất là thời kỳ làm báo ở Little Saigon, từ *Người Việt* tới *Thế Kỷ 21*. Chính anh viết:

"Tôi và con đường Moran của Quận Cam dính vào nhau gần 12 năm trước khi chia tay. Mười hai năm, tôi đã sống và thở với nó. Mùa nắng mùa mưa. mùa nước mắt và mùa hạnh phúc. Sống giữa những bản tin, sống giữa những ngày dài, sống giữa những đêm đen. Con đường Moran như con đường Phạm Ngũ Lão Sài gòn, nó là dòng sông chảy mãi trong tôi như ở quê tôi, con sông chảy dưới chân cầu Hà Ra ngó lên một đỉnh tháp..." (8)

"Những bản in phải bỏ dấu bằng tay trước khi lay-out [trình bày], và những buổi tối dán từng trang trên bản vỗ để mỗi đêm trên đường trở về trời đã mịt đen, đói và lạnh. Và sao mà cô đơn.

476

"Mười hai năm là thời gian dài gấp rưỡi thời gian tôi đã ở lại Việt Nam sau Tháng Tư 75, và gần gấp ba thời gian tôi ở San Jose làm việc cho một tờ báo mới.... Nó đã ghi vào nhật ký tôi những trang tràn ngập niềm vui sau ngày rời trại tị nạn Bataan, Phi Luật Tân, và không ít những trang ướt nhòe những vết mực đen. Hình như đời sống con người được đo bằng khốn khó hơn là đo bằng những phút giây hạnh phúc. Phải rồi, chiều dày của nhân cách nào mà chẳng tính bằng sự mất mát hơn là sự thu nhập...

"Nó nuôi tôi và hủy diệt tôi nó cho tôi tình bạn, tình yêu nhưng nó cũng cho tôi nỗi bất hạnh và sự phản bội....

"... và tôi khám phá ra cái ánh sáng của nó: con đường Phạm Ngũ Lão ngày xưa đang thở trong tôi." (9)

Những trang viết trên chỉ là sơ khởi cho một chương của cuốn Hồi Ký, tôi viết trước ra nhân lấy tiêu điểm từ một bài thơ ít ai biết của Nguyễn Xuân Hoàng. Tặng bạn.

[Những đoạn dự thảo trong Hồi ký *60 Năm Làm Thơ Viết Văn Làm Báo*, 5.2012.ª

CHÚ THÍCH

1. Nguyễn Xuân Hoàng, Người Đi Trên Mây, Người Việt 1987, trang 27.

2. Võ Phiến, Văn học Miền Nam, tổng quan, Văn Nghệ 1986, tr.180.

3. Nguyên Sa, tạp chí Hiện Đại số 2, 5.1960, tr.102. [Cảm ơn thi sĩ Thành Tôn đã cho mượn tờ Hiện Đại.]

4. Viên Linh, nói với Mai Thảo tại quán ăn của thân nhân thiếu tá Hùng Sùi ở San Jose, hôm ấy quanh bàn ăn có mặt nhiều văn nghệ sĩ, nếu tôi nhớ không lầm có Khánh Trường, Phan Thị Trọng Tuyến,...

5. Nguyễn Xuân Hoàng, Người Đi Trên Mây, 19.

*. Một mục của tờ L'Express Hoàng đã đề nghị với tôi, và chúng tôi đã đồng ý nói hết, nói thật, nói thẳng, trong bài "Đi thật xa với Viên Linh" của báo Văn chủ đề Thơ ở Việt Nam năm 1972.

+. Thần thoại Hy Lạp: Orpheus là một thi sĩ, con trai của Apollo và nữ thần Calliope, khi chàng hát thì không phải ai cũng mê say, mà muông thú cũng phải lắng nghe và cỏ cây, thậm chí mấy hòn đá, cũng phải rung động. Vợ chàng là Eurydice, chết vì nọc rắn. Orpheus đau khổ xuống âm phủ tìm vợ, lấy cây đàn lyre (đàn dây của Hy Lạp) gẩy cho Thần chết Hades nghe. Dĩ nhiên, đến sắt cũng phải nhỏ lệ vì thơ nhạc Orpheus, nên y bằng lòng cho Eurydice theo chồng trở về dương thế, với một điều kiện: trên đường ra cửa ngục, cấm quay đầu nhìn lại. Hai vợ chồng được thả ra, Orpheus đi trước. Khi sắp bước qua ngưỡng cửa Dương thế, như mọi thi sĩ ở đời, Orpheus hoài nghi quay đầu nhìn lại, xem quả thật có vợ đi theo sau không? Eurydice liền hóa đá.

** Bài Phượng Liên kết bằng hai câu:
Thôi còn giấc ngủ canh thâu
Một hành lang rộng vây sầu Phượng Liên.

6. Túy Hồng-Nhã Ca, "Lên tiếng về một nhận định của báo Văn đối với gái Huế," Khởi Hành số 3, 15.5.1969, tr.2-3 [Chúng tôi chỉ lược chữ lấy ý, không đăng nguyên văn có mấy chữ rất xúc phạm.]

7. Trần Phong Giao, "Độc giả và những người làm một tạp chí văn chương," Thời Tập xuân Ất mão, 18+19, 1+2.1975, trang 75-80.

8. Nguyễn Xuân Hoàng, "Con đường mang tên Moran," Viễn Đông, 2004.

9. Như trên.[a]

Võ Phiến

Nguyễn Xuân Hoàng:
"Kiểu Cách Mà Hững Hờ"

Truyện Nguyễn Xuân Hoàng, trước hết hãy xin cử ra lấy vài truyện, để xem qua cái dáng dấp đặc biệt của nó.

Truyện "Một người ngồi trong ghế bành" chẳng hạn. Một thiếu phụ – Diệp – đêm ấy nhờ "tôi" đưa tới một quán nước để gặp một người đàn ông chưa từng biết mặt. Là ai vậy? Để làm gì vậy? Tôi tò mò hỏi: "...hình như có một người đàn ông nào đó yêu em và em muốn biết mặt người đàn ông đó. Phải vậy không?" Diệp bảo,"Cứ cho là gần như vậy đi." Người chưa từng biết mặt hẹn trước: Trong tiệm có chiếc ghế bành bằng da màu đỏ; đến, ông ta sẽ ngồi vào ghế ấy. Diệp và tôi vào, gọi nước, gọi món ăn. Chợt Diệp hướng mắt về phía chiếc ghế bành, ngạc nhiên: Một người đàn ông đã ngồi trong ấy. Thức ăn mang lên, tôi ăn bữa tối một mình.

Xong một truyện. Đây là một truyện nữa: "Đường mòn." "Tôi" – Bích –là một cô giáo dạy ở một trường quận hẻo lánh, bất an. Nghỉ hè, tôi thu dọn đồ đạc, làm va-li, chờ chuyến xe về thành phố. Ở thành phố tôi có một người tình chờ đợi; ở đây – chỗ quận lỵ – tôi có một người đàn ông quen thuộc "theo cái nghĩa rất đàn bà." Chuyến xe chưa đến, có tiếng gõ

479

cửa, gọi "Bích! Bích!" Vạn tươi cười bước vào. "Anh cao lớn, khỏe mạnh, đen đúa. Bộ đồ tác chiến làm người anh như to và dày hơn." Vạn và tôi không nói gì nhiều. Tôi pha hai ly cà-phê. Hai người ngồi đối diện nhau. Vạn hỏi: "Bích à? Sao em không nói gì với anh hết vậy? Tôi: "Anh muốn em nói với anh cái gì bây giờ? Em sẽ biên thư cho anh mà!" Vạn cúi xuống tháo dây giày. Vạn choàng tay ra sau rịt đầu tôi xuống. Tôi nghe nước miếng mình ứa ra. Rồi Vạn đề nghị: "Anh đóng cửa sổ, nghe em?" Tôi biết Vạn muốn gì ở tôi, và tôi nữa, tôi biết tôi sẽ phải từ giã Vạn như thế nào (...) Tôi nghe những tế bào trong tôi cửa quậy,nghe ngóng, chờ đợi nhức nhối...

Xong một truyện nữa.

Vừa rồi có nói đến cái dáng dấp đặc biệt của truyện Nguyễn Xuân Hoàng. Xem qua, thấy ngay quả là đặc biệt. Hồi tiền chiến chắc không ai nghĩ có thể viết truyện như thế. Viết như thế, viết làm gì? Viết mà không cốt nói lên cái gì, không nhằm làm sáng tỏ cái gì, không nhắn nhủ điều gì, không gởi gắm gì ráo, không đưa ra nhận thức nào, phát giác nào cả... Viết chi vậy?

Không những thời trước không ai viết thế, mà đời nay, bây giờ, viết thế cũng chẳng mấy ai. Viết thế, cũng thậm chí cũng không phải là viết mua vui. Vui vẻ gì đâu những câu chuyện như vậy mà vui?

Viết như vậy có vẻ là một cái viết thật hững hờ. Như thế bắt gặp cái gì đó, tiện tay ghi phác qua, có sao ghi vậy thôi. Ngay trong truyện "Một người ngồi trong ghế bành" trên đây cô Diệp nói về anh bạn của cô ta: "Anh không thực tế chút nào hết, anh lơ lơ lửng lửng, anh bấp bênh và không dứt khoát. Anh gần gũi một cách xa lạ, nồng nàn một cách lãnh đạm, em không yêu anh vì thế." Nếu Diệp là người "thực tế," nếu cô hiểu yêu đương đưa tới hôn nhân, tới cuộc sống chung với nhau, thì không yêu "anh" là phải thôi. Anh lơ lơ lửng lửng, ở đời với anh thế nào được!

Gái thực tế không lấy làm chồng một anh như thế. Độc giả thực tế e cũng không đọc những truyện của một tác giả như thế. E như thế, cho nên nghĩ chẳng mấy ai viết vậy. Nhưng nghĩ thế không hẳn đúng. Trước không có ai, nhưng về sau thì có. Chiều hướng rõ dần: viết vậy có cái hay, viết vậy cũng đưa tới thành công. Trong nước, gần đây có Phan thị Vàng Anh là một.

Trong nước Nguyễn Khải chẳng hạn là người thực tế; Phan thị Vàng Anh thì lơ lơ. Ngoài nước, Doãn Quốc Sỹ, Nguyễn Ngọc Ngạn chẳng hạn là người viết thực tế; Nguyễn Xuân Hoàng thì lửng lửng. Cái viết nào cũng đẹp. Mỗi người có nét riêng: cô Vàng Anh thì tinh quái, hóm hỉnh; ông Nguyễn, không.

Bảo truyện của Nguyễn Xuân Hoàng hững hờ, ấy là nói về cái vẻ, cái dáng dấp. Còn về công phu xây dựng, về kỹ thuật, thì dựng nên một dáng hững hờ vị tất kém vất vả hơn dựng một dáng nghiêm túc. Ông Nguyễn là người viết đắn đo.

Hãy lấy một ví dụ. Lấy ngay cái truyện "Một người ngồi trong ghế bành" đã nói trên đây. Truyện ấy xuất hiện trong cuốn *Sinh nhật* do Nguyệt san Văn Uyển ấn hành năm 1968, có nhiều chỗ khác với bản in ở *Những Truyện Ngắn Hay Nhất của Quê Hương Chúng Ta* ra đời sáu năm sau. Khác là do sự sửa chữa của tác giả: đọc lại thiên truyện chính mình đã viết, đã cho in, ông không bằng lòng. So sánh bản trước với bản sau, theo dõi cách sửa chữa, thì thấy cái ông không bằng lòng nhất ở bản trước là nó dài, nó thừa lời. Bản trước dài 12 trang sách, mỗi trang độ 280 chữ; bản sau còn lại 7 trang, mỗi trang chừng 400 chữ. Như thế sau khi sửa sang cái truyện co lại mất khoảng 1/8: cứ tám dòng chữ có một dòng bị cắt bỏ.

481

Thử xem một vài trường hợp cắt xén. Trong bản trước, khi truyện kể tới chỗ "tôi" ngồi trên ghế dựa ở nhà Diệp, tréo chân, trông thấy một mảng bùn dính nơi đầu mũi giày, thì "tôi" nghĩ đến con đường lầy lội cạnh nhà mình, nghĩ có lúc mình lỡ ngã xuống có thể bị xe nhà binh cán chết, rồi lại nghĩ luôn tới cái tật của mình là hay nghĩ ngợi về chết chóc mặc dù đang khỏe mạnh v.v… Trong bản sau, những suy tưởng lan man ấy bị loại bỏ.

Trong bản trước, khi truyện kể tới chỗ hai người (Diệp và "tôi") cùng đi với nhau giữa đường phố, cùng nói cười với nhau, Diệp bảo: "Lâu nay em không biết cười, cười được kể cũng khó ghê. Đừng anh, đừng làm đau em, Diệp kêu lên khi tôi nắm chặt tay nàng kéo ùa về một sạp báo còn chong đèn." Trong bản sau, đoạn ấy không còn: Diệp không nói cười khó, cũng không kêu đau tay.

Đại khái sửa chữa là thế. Tôi nghĩ lan man: Cắt! Diệp nói lẻo bẻo: Cắt!

Truyện Nguyễn Xuân Hoàng vốn không hề là truyện rườm rà lòng thòng. Trái lại. Đối thoại trong truyện ông thường vắn tắt, ỡm ờ, thông minh, có lúc đến khó hiểu. Ấy thế mà duyệt lại truyện mình, ông cũng chỉ rặt cắt với tỉa với xén. Bỏ bớt chỗ này, loại bớt đoạn kia lia lịa. Rõ ràng có một ý định chỉ giữ lại cái cốt tủy.

"Cốt tủy" trong thiên truyện chúng ta đang nói đây là cái gì vậy? Là cái người ngồi trong ghế bành đó chăng? Trời đất! Một người không tính danh, không hình dạng, không có tiếng nói, không có một cử chỉ nào hết trơn. "Một người đàn ông đã ngồi trong ấy," chỉ có vậy thôi, không thêm được một lời. Người như vậy mà "cốt tủy" nỗi gì?

Là "tôi" chăng? – "Tôi" tha hồ làm cái rốn của vũ trụ ở đâu khác, chứ ở đây thì không. Ở đây, tôi bị gọi tới gặp Diệp không biết vì lý do gì, được cô ta dẫn đi, dọc đường mua cho gói thuốc, mưa cho tờ báo, trao đổi những câu vẫn vơ, tới nơi cô ta gọi cho một bữa ăn, tôi ngồi ăn một mình. Tôi như vậy, "cồt tủy" chỗ nào.?

Vậy chuyến đi là "cốt tủy" chăng? Một người đàn bà đi gặp một người đàn ông, đi đến một cuộc hẹn hò có thể quyết định tương lai mình: việc như thế quan trọng chứ gì nữa? Chính vì e độc giả nghĩ vậy, tác giả hình như cố gắng đánh bạt ý nghĩ ấy. Trong ấn bản trước, vừa gặp mặt "tôi," Diệp rối rít, "Anh chờ em có lâu không? Em sắp khóc vì sợ đến trễ hẹn. Em mắc bận quá. Thiệt là kỳ, bữa nay là ngày xui nhất trong năm của em...." Trong ấn bản sau, đã sửa chữa, Diệp trả tiền taxi tắc-xi xong, "nàng bước xuống xe, cầm tay tôi kéo đi, không nói thêm nột lời nào khác." Những chuyện Diệp sắp khóc, Diệp than xui xẻo, làm nổi bật tầm quan trọng của chuyến đi. Ông Nguyễn phất tay gạt bỏ tuốt.

Trong ấn bản trước, ở một đoạn khác, đoạn Diệp và "tôi" trò chuyện dọc đường, :tôi" có câu: "Em chẳng quên thứ gì hết, vậy mà không hiểu tại sao chồng em lại có thể bỏ em được." Nói như thế tức cho biết em là một thiếu phụ đang thiếu chồng. Ở bản sau tác giả xóa bỏ câu nói ấy. Thành thử hoàn ảnh đổi khác hẳn: Em là một thiếu phụ, chấm hết. Đừng nghĩ tới chuyện em thiếu gì, cần gì. Tầm quan trọng của chuyến đi, của cuộc hẹn hò bị đánh trụt xuống ngay.

Thế trong thiên truyện còn gì nữa để làm cái "cốt tủy"? Là Diệp chăng? Có thể lắm. Tại sao không? Đưa ra được một nhân vật linh động như thế, sống như thế, thực như thế, cũng đủ là một thành công đáng xem là chủ đích của thiên truyện. Hà tất nhân vật phải đánh giặc giỏi, phải đủ ba đảm đang, mới

483

là nhân vật xuất sắc? Chỗ đáng tiếc là chính tác giả cản trở chúng ta: ông không nhận vai trò của Diệp, ông đánh lạc định hướng của truyện bằng cái nhan đề; nhan đề không đả động đến Diệp, tác giả truất phế Diệp. Tác giả là chúa tể, thân phận mỗi nhân vật là do ông định chứ còn ai nữa? Vì thế, dù cho chúng ta – độc giả – có chọn Diệp làm cái cốt tủy của thiên truyện thì ở đây ta không hề gặp sự đồng tình sốt sắng của tác giả. Mà gặp một thái độ cơ hồ miễn cưỡng, gần như muốn chối bỏ. Hững hờ là thế.

Hãy lấy thêm một thí dụ khác, truyện kế tiếp trong cuốn sách, tức "Giả mù sa mưa." Câu chuyện dài dòng hơn: "Tôi" và Thư có một đứa con với nhau, nhưng chưa bao giờ Thư nhìn tôi bằng cái nhìn dịu dàng, nói gì đến chuyện yêu đương. Tôi ở với anh Đàm và chị Trang là chị dâu tôi. Anh Đàm đi lính mất biệt. "Chị Trang đứng đắn đầy sinh lực và đầy dục vọng, anh Đàm mạnh dạn một cách yếu đuối, và tôi?.... Tôi gọi chị Trang bằng chị khi có người khác, và khi chị Trang nằm trong cánh tay tôi, khuy áo mở hết, da thịt trắng trẻo, tôi cũng gọi chị Trang bằng chị. Nhà vắng vẻ, chị Trang gọi: "Chú Mạnh ơi, chú Mạnh! Chú có còn thức đó không?" Có, có, có. Tôi luôn luôn thức tỉnh, mãi mãi thức tỉnh, trong lời kêu gọi của chị. Anh Đàm chợt về rồi chợt đi. Chị Trang gọi kêu, tôi luôn thức tỉnh. Sự việc tiếp tục diễn tiến, không có gì quan trọng. Hững hờ là thế. Vân vân và vân vân.

Vừa rồi có bảo Diệp là một nhân vật sống động, xứng đáng làm cốt tủy của truyện. Nàng hối hả, bẻo lẻo, như cạn cợt mà không cạn cợt, nói năng đùa giễu tưởng như dễ dãi mà không dễ dãi, mà chu tất, mà ý nhị, mà tinh tế, "anh làm gì, đi đâu, ở đâu, em biết hết...," và biết đúng phóc, biết cả tính nết anh, biết từng thói quen của anh (tới nỗi anh phát sợ). Thế Diệp với "tôi" quan hệ thế nào? Diệp sống ra sao? – Tác giả bỏ lửng. Diệp là một phong cách thấp thoáng thôi, là cái thấp thoáng của một phong cách độc đáo thôi, là một gợi ý nhẹ nhàng thôi. Ở Nguyễn Xuân Hoàng thường không có những trang phân tích tỉ mỉ, những biện bạch dông dài.

Hoặc gợi ý về bóng dáng đáng yêu của em Diệp ở đây, hoặc gợi ý về cuộc sống nhẹ thênh của cô giáo Bích ở truyện "Đường mòn" đã dẫn ở đoạn trên. Bích sắp đi, Vạn vào phòng. "Nếu Vạn không mở đầu, tôi (tức Bích) tin chắc rằng sẽ không có gì xảy ra, nhưng Vạn đã mở đầu tôi tin chắc rằng mọi sự đều được phép xảy ra hết." Tất nhiên là Vạn mở đầu chứ. Và mọi sự đã xảy ra. Dễ dàng thôi. Không tính trước, không đắn đo. Ngẫu nhiên. Như cuộc đụng độ tình cờ giữa hai toán quân đôi bên trên đường di chuyển. Như một cuộc tao ngộ chiến, không phải một cuộc phục kích, không có bố trí, điều nghiên, kế hoạch gì ráo. Chuyện có thể có, có thể không. Ngoài dự định. Cũng không có hậu quả đáng kể. Xảy ra cách hững hờ.

Không phải mọi thiên truyện của Nguyễn Xuân Hoàng đều một kiểu, tất nhiên. Làm gì có một người nhạt nhẽo, có một sự nghiệp trước tác đơn điệu đến thế! Nhưng cái cốt cách chung là thế. Vả lại cuối một thời kỳ sáng tác, "Một người ngồi trong ghế bành" được ông chọn và chữa: cái ông chọn và cách ông sửa chữa nó hẳn đã tiết lộ xu hướng của ông chứ.

Nguyễn Xuân Hoàng cẩn thận kết cấu nên những công trình hững hờ mà kiểu cách. Một tác giả không có chủ tâm, cặm cụi tạo nên những tác phẩm không có chủ đích (không có chủ đích nào ngoài nghệ thuật).

Vậy ông Nguyễn muốn... vượt không gian và thời gian chăng? – Rất có thể. Có thể ông không hề muốn bắt vào thời thế, không có ý phát biểu gì về các vấn đề xã hội, chính trị.... Thế nhưng có dễ đâu. Lũ cỏ lan mặt đất, mớ rêu xanh dưới đế giày, mấy con éng liệng ngược liệng xuôi trong tòa nhà vắng..., những thứ lăng nhăng ấy nào có định phát biểu cái gì?

Nào có ý nói lên cái gì? Chẳng qua tự chúng nó, bản thân chúng nó, bày ra cái hoang sơ tiêu điều thôi.

Đám nhân vật của Nguyễn Xuân Hoàng – đa số là những người trẻ – không hẹn mà họ cùng nhau bày ra một vẻ chung, khiến những ai có chút quan tâm đến thế cuộc lúc bấy giờ hẳn phải chú ý....

Trước hết là thái độ chung chạ của họ. Giữa người trẻ với nhau, tất có xảy ra một cái gì. Trong đám nam nữ nhân vật của ông Nguyễn cũng xảy ra lắm điều, trừ tình yêu. Nhiều nhất là sự chung chạ.

Diệp thân mật với "tôi" đến nỗi có lần "tôi" hỏi "Sao em còn đợi gì mà chẳng lấy quách tôi đi có hơn không." Lấy "tôi" à? Còn khuya. Diệp vừa nói rõ: "Ai mà yêu nổi ông." ("Một người ngồi trong ghế bành.")

Còn Vạn với Bích? Còn giữa hai người khác phái mà "mọi sự đều được phép xảy ra" và đã từng xảy ra ngay trong truyện? Đối với Bích, Vạn chỉ là một người đàn ông "quen thuộc, theo cái nghĩa rất đàn bà," thế thôi. ("Đường mòn.")

Thế giữa Thư với Mạnh? Giữa hai người đã có một đứa con, đứa "con của chúng ta" thì sao? Mạnh suy nghĩ, "Chúng tôi có là gì nhau đâu (....) Chúng tôi chỉ là bạn, bạn, ngắn ngủi có từng ấy thôi. "Chưa bao giờ Thư nhìn tôi bằng cái nhìn dịu dàng, nói gì đến chuyện yêu đương." Mạnh còn nghĩ xa hơn: "Tôi thì tôi rất ghét những con vật làm ra vẻ cao siêu đó lắm." (Thư là một trong số những "con vật" ấy.) Thư cũng nghĩ ngợi về Mạnh: "Tôi chưa bao giờ yêu anh. Tuy nhiên tôi có một trí nhớ tốt: anh là vật xúc tác kỳ diệu nhất mà tôi được biết." Thư được "biết" điều ấy vào cái hôm Mạnh say khướt rồi ở lại một mình chung phòng với Thư suốt ngày. ("Giả mù sa mưa.")

Mạnh với Thư "có là gì nhau đâu;" Lữ với Hà cũng là một cặp nữa, và cũng tự kiểm điểm, "chúng tôi chẳng là gì nhau." Hà tự hỏi: "Làm sao tôi có thể yêu được Lữ?" Thế thì tại sao lại gần nhau?" Hà bảo: "Có lẽ rồi tôi đến ghiền anh mất." ("Sinh nhật trên sân thượng.")

Một vật xúc tác tốt, một thói quen trở nên cái ghiền. Ngoài ra, trong cuốn *Sinh nhật*, về mối liên hệ nam nữ còn có nhiều lối nói khác: Bóng tối, hơi thở dục tình, những mơn trớn làm rởn da gà (trang 29), những rạo rực của một thân xác ham muốn (trang 64), thích chiều cao và bề dầy của thân thể anh, thèm khát được ôm ấp, chịu đựng và chế ngự sức nặng của thân thể đó, muốn bị bẹp dí, rã rời, tan biến như mây khói khi gần gũi (trang 67), con sâu dục vọng đang bò lẩn quẩn (trang 73), thân thể tôi đây anh cứ mở cửa đi vào, bởi làm đàn bà chỉ có ý nghĩa khi có sự hiện diện của một người đàn ông (trang 78), nghe nước miếng mình ứa ra thèm khát, nghe những tế bào trong tôi cựa quậy, nghe ngóng, chờ đợi nhức nhối (trang 88) v.v....

Toàn những thân xác rạo rực. Còn "trái tim," chỗ phát xuất của tình yêu xưa nay? – "Trong đời sống chúng ta thiếu thốn hết đủ thứ nhưng trong trái tim chúng ta lại quá thừa sự dửng dưng (....) Không, chẳng còn thứ tình yêu nào dành cho chúng tôi hết" (trang 66).

Những nhân vật dửng dưng, không có tình yêu, những nhân vật ấy cũng không buồn nghĩ về cuộc sống: "Chưa bao giờ nàng trả lời tôi một câu nào khác ngoài câu: Không, tôi chẳng nghĩ gì hết" (trang 56). "Thói quen, tôi coi đời sống như một chuỗi những thói quen, những thói quen tốt và xấu đan kết vào nhau chẳng chịt (....) Thói quen làm ta dửng dưng hết mọi sự vật, trí tưởng tượng khô cằn và cảm xúc cũng trở nên chai cứng" (trang 61). "Đời sống bị bủa vây bởi những đều đặn nhàm chán, niềm tin cũng đã tàn rữa" (trang 64).

Cả cuộc sống đã thế, huống hồ cái chiến tranh đang diễn ra quanh đây. Đáng gì mà phải suy nghĩ, phải tìm hiểu. Bất quá, đó là "một cuộc chiến kỳ lạ đến khó hiểu" (trang 75). Rối lắm. Kỳ lạ lắm. Không hiểu được. Đuổi nó đi chỗ khác chơi. Đừng lý đến nó.

Những nhân vật như thế không riêng của Nguyễn Xuân Hoàng. Nhân vật bực dọc với cuộc chiến kỳ lạ, phi lý v.v..., nhan nhản trong truyện các ông Dương Nghiễm Mậu, Nguyễn Đình Toàn, Thế Uyên, trong thơ Nguyễn Bắc Sơn v.v.... Kẻ trót dính vào truyện thời cuộc, không khỏi tưởng tượng ra cái cảnh đạo quân hùng hổ của Miền Bắc xông vào, xéo lên đám nhân vật nọ như lên một khối nhão nhoẹt, ngơ ngác, vô lực, vô thức, không một chút đề kháng: cảnh tượng thảm hại quá chừng.

Các tác giả sẽ nhún vai: Cái đó không thuộc về nghệ thuật.

Võ   Phiến
12-97

488

Vũ Trọng Quang

Chỗ Ngồi Hoang Vu

(Với anh Nguyễn Xuân Hoàng)

Bù đầu với Văn loay hoay tưởng niệm Thanh Tâm Tuyền
từ Cali email anh bay đến Sài Gòn hẹn tưởng tượng
sáng mai café Năm Dưỡng[*] nghe
Petrus Ký sau buổi dạy anh qua cũng gần
Đại học Khoa học tôi qua cũng gần
Giờ xứ người xa xôi
nhâm nhi đắng ngọt qua thông tin điện tử
Giờ anh nằm gường xa xôi
ghế bành tầm tay với
thèm hương vị chỗ ngồi qua hơi thở
hơi thở còn chút xíu
cũng phải níu
bạn đời con cái níu
văn chương chữ nghĩa níu
xương tủy níu —>
        đau đớn
Năm Dưỡng mọc lên biệt thự
không cần nuôi dưỡng đám đông vỉa hè

một chỗ đi không đến
anh không về
Anh không về thật rồi
không tìm café bụi đời khác
chỗ ngồi đó
quê hương đó
đã hoang vu

Vũ Trọng Quang
*(*) Café Năm Dưỡng nằm trong hẻm Nguyễn Thiện Thuật,
quận 3*

Xuân Vũ

Nguyễn-Xuân Hoàng Cho Tôi....

Đọc
Căn Nhà Ngói Đỏ – Nxb Văn Nghệ
Người Đi Trên Mây – Nxb Người Việt
Sa Mạc – Nxb Xuân Thu
Và Nghĩa Địa Của Người Sống trên Thế Kỷ 21

Rất thú vị đọc Nguyễn-Xuân Hoàng, cái thú vị của một người thợ lặn đáy biển được mùa ngọc trai, cái thú vị của một người xem trận đấu của hai đội bóng nhà nghề tranh đoạt giải thưởng. Tôi là người mê bóng đá nhất thế gian. Khi đọc Nguyễn-Xuân Hoàng nửa chừng tôi nghỉ xả hơi để xem đội Tây Ban Nha đấu với đội Hungari để đi Ý dự giải quốc tế 1990, tôi nghĩ như vậy. Hàng tiền đạo đội Tây Ban Nha như một bầy mãnh hổ. Những làn bóng cắt ngắn rất chẹt, rất gắn bó và rất thần tốc đã tung lưới Hungari hai lần trong hiệp đầu.

Văn của Nguyễn-Xuân Hoàng cũng vậy. Ngắn, gắn bó và cuồn cuộn bắp thịt. Nguyễn-Xuân Hoàng viết rất ít câu dài. Chương cũng ngắn, gọn gãy. Chương trước mang thai, báo

491

hiệu để chương sau. Đọc xong một chương thấy như leo một đoạn trường sơn gai góc. Khó khăn nhưng vẫn hăm hở leo tiếp chặng tới. Văn của Nguyễn-Xuân Hoàng mới lạ, đầy sức lực và suy nghĩ. Chữ của Nguyễn-Xuân Hoàng không cầu kỳ nhưng nặng vì dùng rất kỹ và đúng.

Văn chương hay, theo tôi là một văn chương lôi cuốn bằng nghệ thuật. Tôi đọc một lúc ba cuốn sách và một truyện rời của Nguyễn-Xuân Hoàng. Với mục đích học hỏi một nhà văn. Với tôi, nghệ thuật là công việc khó khăn hơn bất cứ công việc gì. Người nghệ sĩ, do đó, với tôi là người khó có trên đời. Có những nhà nghệ sĩ trở thành nghệ sĩ một cách dường như trời cho. Viết một cuốn sách, làm vài ba bài thơ, bài hát rồi thôi, không thấy xuất hiện nữa, ấy vậy mà đó là những tác phẩm bất hủ. Ngược lại, có những người làm rất nhiều mà không đạt. Trong lúc đó có những người đạt được bằng công lao khó nhọc qua những cố gắng phi thường và những năm tháng không ngừng nghỉ lao động nghệ thuật.

Nguyễn-Xuân Hoàng, qua những quyển sách kể trên, cho ta thấy loại nghệ sĩ nằm trong trường hợp sau cùng này. "Nghệ sĩ phải làm việc như một người Thợ", như Picasso nói... "khác hơn thì đó là buôn lậu." Pavlenko, một nhà văn cổ điển Nga cũng dậy vậy. Hai câu trên đây luôn luôn là thánh ngôn trong tôi.

Đọc Nguyễn-Xuân Hoàng, tôi học được rất nhiều về bố cục về nhân vật, về chi tiết, về chữ. Tôi thử nêu lên một số điều tôi thu thập được, thử xem. Một là để luyện thêm ngòi bút của mình, hai là để giúp các bạn trẻ (nếu có thể) đã có nhiều sách in ra, yêu cầu tôi "đừng ngần ngại góp cho ý kiến". Điều này, cố nhiên tôi sẽ làm khi điều kiện cho phép. Nhưng tôi nghĩ là trong nghề văn này không ai có khả năng chỉ vẽ cho người khác mà không học ở chính những người khác đó, hoặc ít, hoặc nhiều. Trong văn học, người viết nên mãi mãi làm học trò là hay nhất.

Với hai mục đích kể trên, tôi viết bài này.

Phải nói trước nhất, một điều tôi thích nói nhất, sau khi đọc một quyển sách là nói nó hay – hay – dở. Tôi rất ghét cái thói quen của văn học Hànội mà tôi không bao giờ nhiễm, là nói chung chung, làm cho người viết truyện không biết truyện của mình là loại gỉ, hay-hay-dở? Họ thường nói sách *tốt*, đáng khuyến khích. Sách nào mà chẳng tốt. Sách, – từ viết cho đến in ra là một việc tốt rồi. Người viết nổi một cuốn sách để in ra là phải tốt rồi. Nhất là ở Hànội, in được một quyển sách phải sói đầu vì phải chui lọt 5, 7 tầng cửa tò vò, phải chạy vài ba cái cổng hậu....

Người Đi Trên Mây, Sa Mạc, là hai quyển sách hay.

Trong *Căn Nhà Ngói Đỏ* có ba truyện hay cả ba.

Truyện *Nghĩa Địa Của Người Sống* là một truyện hay.

Vì sao tôi nói nó hay? Là vì tôi đọc hết trơn, không bỏ dở, không nhảy cũng không đọc lướt. Tôi mê truyện Tàu kịch liệt. Bây giờ vẫn còn mê. Tại sao mê?

Năm 1962-63 chi đó, khi từ Hànội về Miền Nam tôi có mở lớp dạy viết mẩu chuyện cho cán bộ báo chí MTGPMN. Không có bài vở gì cả mà cũng không biết phải bắt đầu bằng cái gì. Tôi bèn đem truyện Tam Quốc ra để dạy. Và bấy giờ tôi mới "tổng kết" được rằng sở dĩ người ta mê Tam Quốc hay những truyện Tàu khác là vì những nhân vật của nó: Quan Công, Trương Phi, Tào Tháo.....

Nhân vật là tác giả, nếu văn là người. Thì nhân vật lại là người (hiểu theo nghĩa tác giả) hơn. Nguyễn-Xuân Hoàng cho ta nhiều sinh hoạt qua một mảnh của xã hội Việt Nam. Đọc

Nguyễn-Xuân Hoàng tôi thấy được Sàigòn mà tôi không thấy trước kia và tôi còn thấy lại Hanôi mà tôi từng thấy hằng ngày trong 10 năm. Đọc Nguyễn-Xuân Hoàng tôi thấy người Việt mình, những người mà tôi gặp bất cứ ở nơi nào trong chiến tranh, ngày nay vẫn còn mang vết thương chiến tranh trên da thịt, trong tim – và *"vừa đi vừa liếm vết thương mình"*.

Pouchkine, nhà thơ cổ điển số một của Nga, sau khi đọc *Những Linh Hồn Chết* của Gogol đã phải kêu lên: *"Nước Nga ta bây giờ buồn đến thế sao?"* Đó là câu phê bình trung thực nhất, toàn vẹn nhất và sâu sắc nhất, theo tôi, không một nhà phê bình nào viết về Gogol vượt qua nổi. Mặc dù đó chỉ là một lời than, không có tính chất của một câu phê bình.

Tôi không bắt chước Pouchkine, Nguyễn-Xuân Hoàng cũng không phải là Gogol, nhưng tôi cũng thấy rất buồn khi đọc hết sách của Nguyễn-Xuân Hoàng. "Buồn quá buồn!" Phải không, những bạn đã đọc Nguyễn-Xuân Hoàng? Một cái buồn thấm thía, day dứt, mênh mông, một thứ buồn chết được: cái buồn đất nước nát tan, cái buồn đất nước chông chênh rồi cái buồn mất nước! Chỉ có thế mà ông Pouchkine đã kêu om lên rồi.

Ông Gogol và ông Pouchkine ơi, cái buồn của các ông có ăn thua mẹ gì đối với cái buồn của chúng tôi ngày nay. Cái buồn của các ông là cái buồn của một bầy linh hồn chết được "đi trên mây" của quê hương mình, còn cái buồn của chúng tôi là cái buồn của những người sống mà đi trên đất KHÔNG PHẢI quê hương mình, đi trên SA MẠC NGAY GIỮA CUỘC ĐỜI nhộn nhịp tưng bừng, trong lúc đó thì đồng bào mình, đang còn sống mà đã phải vào nghĩa địa, NGHĨA ĐỊA CỦA NHỮNG NGƯỜI SỐNG lại chính là quê hương mình, làm dân lưu vong ngay trên tổ quốc mình.

Nhân vật của Nguyễn-Xuân Hoàng rất sống. Đọc xong, trong vài chục ông, anh, chị, cô, tôi còn nhớ được đến cả chục. Đó là một thành công. *"Phải không?"* Tôi cũng bị Nguyễn-Xuân Hoàng "lây" cho cái tiếng "phải không" có rất nhiều trong *Sa Mạc* này. Một thứ câu hỏi vừa "hỏi" lại vừa "xác nhận" (interrogative và affirmative) cùng một lúc.

Phải không cũng có nghĩa là "Vâng, chính thế!" Nhân vật ông Phan đã bắt tôi phải giật mình khi "tôi bắt tay ông" hai lần, cái "bàn tay mập và mềm, mấy ngón tay ú nhão". Chốc sau (trang sau) thì cũng bàn tay đó nhưng nó *"rịn mồ hôi, làm tôi ghê sợ. Tôi muốn rút tay ra, nhưng…"* Đó là nét tả vẻ ngoài lẫn trong lòng một bàn tay.

Từ đó trở đi, mỗi lần tôi "gặp" ông Phan thì tôi cứ nghe bàn tay tôi rờn rợn như còn dính mồ hôi của bàn tay mập mềm đó – cái bàn tay *mân mê những chân tóc trắng như đang lựa đếm những suy nghĩ trong đầu"*… cũng là cái bàn tay thường bắt tay người này người khác mà *"Ít ai đoán được ông Phan sẽ làm gì sau cái bắt tay thân mật và nồng nhiệt của ông"*.....

Theo tôi mấy nét đó đủ làm cho con người có tên Phan trở thành nhân vật rồi. Cũng như nhân vật Lương Nhuận Phát, chủ hãng phim Lulafilm: *"Có thể nói về bất cứ nhà văn nào trên thế giới, nhưng điều đặc biệt là ông chưa bao giờ đọc một tác phẩm nào của họ. Cũng có thể ông chỉ đọc phớt qua hoặc nghe người phụ tá tóm lược cốt truyện và thêm thắt lời phê phán. Điều đặc biệt nữa là ông lôi kéo được hầu hết nhà văn lưu vong…"* Ông Phát có tướng một "nhà giàu vất vả". Ông Phát xuất hiện giữa đám văn nghệ sĩ – có cả một cô đào xinê ở Hồng Kông mới sang – với "cái lọ màu trứng gà ung" và kể một cái lý lịch dài dòng về nó không kém cái lý lịch của đám công an VC đòi hỏi ở mỗi người dân dưới chế độ xã nghĩa bây giờ. Cái lọ này chính là DA THỊT của ông chủ hãng Lulafilm như cái bàn tay của ông Phan trên kia, Cả hai ông Phan và Phát đều có cái tên mang chữ Ph. Như trong "Phốt pháp, phập phều". "Tôi tên là Phát mà!" Phát tài, phát tướng.

Những nhân vật chính khác của Nguyễn-Xuân Hoàng: Thăng, Uyên, Quỳnh trong *Người Đi Trên Mây*; như Kha, Kim, Ron trong *Sa Mạc*; như bố, mẹ, anh chị (Thảo) trong *Tự Truyện Một Người Vô Tích Sự* đều đậm và sắc nét, khi đọc qua khó quên. Một anh giáo sư Triết học "bơ vơ" như người đi trên mây giữa mặt đất, một anh làm báo viết văn bất thường bỏ cả sở làm và hơn nữa, bỏ một người đàn bà đẹp mà nhiều người thèm khát.

Cái anh giáo sư Triết Tây kia có một cái quê hương bấp bênh giữa những cuộn chì gai và tiếng còi giới nghiêm kia, một người đàn ông "ba mươi ba" tuổi đầu hai con, vợ bỏ hay bỏ vợ (thì cũng thế trong trường hợp này), được một cô gái đài các yêu và một người khác – cũng là con gái – yêu, mà lại từ chối trước người con gái đài các và "lắc lư" trước người con gái kia, – một người nếu muốn làm Phò Mã thì sẽ được làm Phò Mã chắc chắn – một con người sống trong một thực tế như vậy mà vẫn cứ sống không thực tế, có thực hay không? Cái con người ấy nếu đốt đuốc mà tìm ở Sàigòn thì sẽ không gặp, vì nó sẽ không có thật. Ấy vậy mà trong văn chương nó *thực vô cùng, nó có thật*, Có thật với tên (Thăng), với tuổi (33), với chức nghiệp (nghề bán cháo phổi), với các thứ tình (tình yêu, tình yêu nước, tình phụ tử, tình mẫu tử, tình bằng hữu) và với những hành động bình thường như mọi người bình thường khác.

Tôi bị cái anh "Tôi" này lôi cuốn đi theo cuộc sống anh ta với những nỗi vui buồn giận ghét và phập phồng lo sợ cho anh ta, và thở phào khi anh ta thoát bẫy, cái bẫy mà khi một người "khi đã bị sụp thì khó mà ngóc dậy được."

Nhân vật Đặng Hồng Kha, người viết báo, viết văn trong *Sa Mạc* cũng lại là một người "đi trên mây" nhưng lại cũng rất thực. Ở đâu bên Cali hay một nơi nào có đông người Việt tị nạn, nếu ai có muốn tìm một ông Kha "bất thường, mất trí" như vậy chắc sẽ không được như ý bởi vì làm gì có một cái con ngợm như thế trên một mảnh đất bon chen và coi vật chất là lẽ sống này? Nhưng cũng như cái ông giáo sư đi trên mây kia, ông Kha này là một con người rất "thực", vì nó sống, nó có cả một cuộc đời. Nó thực vì tất cả mọi người tị nạn ta đều ít nhiều có phần của nó trong mình và vì có một dĩ vãng giống nhau: chiến tranh; một tình trạng giống nhau: lưu đày biệt xứ; có một tình cảm giống nhau: nỗi sầu ly quốc.

Nguyễn-Xuân Hoàng đã làm hơn cái người ta tưởng. Dựng một *cái không ra cái có* và làm người ta – tôi – say mê nó.

Tôi đọc xong mấy quyển sách của Nguyễn-Xuân Hoàng, tôi gọi phone, nói ngay: "Sách hay lắm. Tôi đọc hết rồi!" Và nói tiếp luôn "tôi sẽ viết một bài". Tôi còn cao hứng nói luôn: *"Văn học nghệ thuật tự nó chính là một sự cường điệu rồi. Phải không?"* Nhà văn nào không cường điệu? Tại sao một hiệp sĩ đấu kiếm bị thương, sắp chết, còn ôm vết thương ca 6 câu rất mùi, rất ăn đòn? Có chuyện như thế xảy ra trên cuộc đời tự cổ chí kim này không? Chắc là không rồi. Nhưng tại sao khi xem cái màn ấy trên sân khấu hay ở video khán giả vẫn mê tít và vỗ tay bể rạp?

Bệnh tưởng của Balzac là một sự bịa đặt hoàn toàn. Nhân vật hoàng thân Mitchkine trong *Thằng Ngốc* (Nguyễn Tuân dịch là *Chàng Ngốc*) là một người không có. Việc ném tiền vào lò lửa của Philippona và anh chàng Vania bò mọp xuống giật ra cũng là chuyện bịa đặt. *Những Linh Hồn Chết* cũng là một chuyện hoàn toàn bịa. Thế nhưng nó sống vô cùng, hơn thế, nó còn bất hủ. Và còn nhiều tác phẩm khác, cũng thế nữa. Viết đến đây, tôi nhớ tác giả *Bước Đường Cùng*, bậc thầy của truyện Việt Nam. Ông nói với tôi khi tôi hỏi "làm thế nào cụ viết nhanh như thế được?" ông đáp ngay một cách hóm hỉnh: *"Truyện là một sự bịa đặt y như thật. Trong nghề viết, anh nào bịa giỏi anh ấy ăn."* Câu đó, với tôi, thành chân lý bất di bất dịch. Đúng vậy, anh nào bịa giỏi anh ấy ăn.

Thế nhưng ở miền Bắc trước đây và ở Việt Nam ngày nay, mặc dù là nơi sinh sản ra những bậc thiên tài trong văn chương lại không cho những lời như thế là vàng ngọc, mà họ bắt nhà văn làm ngược lại: *"Anh nào lập trường vững, anh đó ăn."* Chẳng trách gì văn chương miền Bắc trước đây đã bị văn chương Sài gòn tràn ngập. Còn bây giờ, càng tràn ngập hơn.

Truyện của Nguyễn-Xuân Hoàng có rất nhiều cái hay mà không biết tôi có nói hết ra được trong bài này không?

Nhân vật, dù là rất phụ, cũng rất có nét làm cho người đọc nhớ lâu. Một trong những cái hay của một truyện hay là khi đọc xong người đọc nhớ "người". Nhớ người tức là nhớ cá tính của người đó. Do đó kéo dây theo việc nhớ cốt chuyện. Việc độc giả nhớ người ít hay nhiều đánh dấu thành công của tác giả. Bởi vì chuyện này chuyện nọ chỉ là hành động của nhân vật mà thôi. Có phải người ta thường nói: *"Cái ông đó tánh rất Trương Phi."* – hoặc – *"Thôi đừng có tin cái thằng Tào Tháo đó!"* trước khi người ta kể chuyện về Trương Phi và Tào Tháo? Trương Phi: nóng nảy. Tào Tháo: gian xảo.

Cái cô Uyên đài các khác với Quỳnh CAL không những về dáng dấp và khác hẳn tâm tính. Và tình cảm đối với giáo sư Thăng cũng khác Quỳnh.

498

Uyên thì yêu nhưng nén giấu kỹ, đến phút chót mới "tuyên chiến" công khai và lý luận về tình yêu như nhà triết học. Một nét độc đáo khác của Uyên: uống bia như nước ngọt.

Còn Quỳnh thì say đắm ông thầy giáo một cách nồng nhiệt nhưng dằn vặt ghen hờn. *"Em chỉ muốn có với anh một đứa con rồi thôi, em không cần anh nữa! Em muốn sống với anh mà không cần hôn thú!"*

Uyên thì nhỏ nhắn, trán bướng bỉnh. Quỳnh thì khoẻ mạnh và có núm đồng tiền. Uyên có hàm răng nhỏ và trắng, còn Quỳnh thì có cái răng khểnh....

Nhân vật chính của *Sa Mạc* là Kha và Kim. Kha thì như đã nói ở trên kia, còn Kim là một học sinh trung học bụi đời vì bị ảnh hưởng đời sống tự do của Mỹ, đi ở chung với bồ Mỹ có con, bỏ con đi làm người mẫu, ham danh vọng và tiền nhưng cuối cùng vẫn không đạt được nguyện vọng. Cô định làm minh tinh, đã bị ông chủ hãng phim Lulafilm "mua" với một giá nào đó nhưng rồi vai trò mà cô ước mong lại bị ông chủ giao cho một cô đào Hồng Kông. So với Uyên và Quỳnh thì Kim còn lãng mạn kỳ tình hơn một mức. Kim gan cóc tía dám mời một ông "viết văn làm báo" – là thứ chuá lãng mạn – đến chia phòng với mình. Để làm gì? Có lẽ để cái ông này giao cho, hoặc đề nghị ông chủ hãng phim giao cho vai chính của kịch bản. Nhưng Kim chỉ nhận lấy một kết quả độc nhất là "ông ta đến rồi đi, đi rồi lại đến và lại đi" và Kim đều dửng dưng lạnh lẽo trước những đi đó của Kha.

Nguyễn-Xuân Hoàng định nói gì qua truyện này?

"Mất nước rồi, ta không còn gì cả." Phải không? (Ông Kha có người đẹp trong tay. Bỏ! Có job đủ sống. Bỏ luôn!). Tuy tác giả không nói trắng ra như thế, nhưng đọc xong quyển sách, tôi hiểu như thế.

Mất nước đủ làm cho ta điên rồi. Trong lịch sử có nhiều dân tộc mất nước như dân miền Nam ta không? Có giống dã man nào tự khoe là giải phóng nhân dân mà khi nó tới nhân dân chạy thấy mẹ hay không? Có dân tộc nào bị đồng minh phản bội trói tay cho kẻ thù giết hay không? Mất hết, bỏ hết, đi, chết, tới hay không tới cũng mặc. Đi!

Bấy nhiêu đó không đủ làm cho ta điên hay sao? Mỗi một người chúng ta hoặc đã điên hoặc chưa điên hoặc đang điên mà không biết đó thôi.

Một anh Kha nếu không có trên mặt đất thì nó vẫn có trong chúng ta ít, nhiều hay trọn vẹn, một anh Kha còn mãnh liệt hơn cả chúng ta tưởng, chính ngay trong mỗi chúng ta cơ. Cô người mẫu tên là Kim và cái job ở toà báo chỉ là hai mệnh đề phụ để tác giả làm bật cái mệnh đề chính kia mà thôi! Mất nước rồi, lòng ta, loài người và cả thế giới này là SA MẠC.

Cách đây chừng 30 năm (trời đất!) tôi có đọc một tiểu thuyết viết bằng tiếng Pháp của một nhà văn Hungari, Joland Fordes, tên là *La Rue Du Chat Qui Pêche* (Con Đường Mèo Câu Cá) nói về gia đình một người Hung tị nạn ở Pháp cư ngụ trên con đường này. Quyển tiểu thuyết đã được giải Quốc tế về Tiểu thuyết (Prix International du Roman). Quyển sách mỏng thôi. Sự việc mô tả trong sách cũng bình thường, chỉ có nỗi ai hoài nhớ đất tổ Quê Cha là trượng nhất. Ngoài ra thì họ cũng có công việc làm, kiếm sống được. Có những đoạn mô tả những thanh niên lưu vong lúc rảnh rỗi không làm gì ngồi ở Quán cà phê thi nhau nhắc lại tên những con đường và những bến tàu điện cùng là đặc điểm của nó, hoặc là ăn cuộc với nhau đánh bật những chiếc thìa cho rơi vào ly cà phê đã uống cạn.

Hôm nay, ngày 3 tháng 11, năm 1989, tại nước Mỹ, tôi, một người tị nạn ngồi viết một bài về nhân vật-nhà văn Đặng

Hồng Kha tị nạn, trong lúc sau lưng tôi, trên TV, dân Đông Đức đang ào ào bỏ nước ra đi, trong vòng 10 ngày qua, như tin cho biết, có đến 33 ngàn dân từ phía Đông "đi" sang Tây của nước họ bằng ô tô, mô tô, xe bus, xe ca đủ thứ xe, trừ xe đạp (đang chờ thuê với gía hời ở anh em Hànội) KHÔNG CẦN GIẤY PHÉP và sang đến nơi họ thành công dân của nước Đức ngay.

Xin hỏi toàn thế giới: Có dân nào tị nạn thảm khốc, đăng đẳng 15 năm, không ngừng một ngày nào và liều thân một sống mười chết, bị đuổi bắn, bị hải tặc, đến bờ rồi bị đẩy trở ra khơi, lên trại ở 8 năm liền chờ người nhận, không ai nhận, và cuối cùng bị "hồi hương", và khi về đến quê hương thì bị đưa đi mất tích như dân Việt Nam không? Có chuyến đi của dân tộc nào mà trẻ thơ lọt lòng trên thuyền sắp đắm giữa trùng dương hoặc thuyền dạt vào hoang đảo người phải ăn thịt người để sống. Có chuyến đi của dân tộc nào ghe sắp đắm mà bị từ chối vớt lên tàu không?

Dân tộc Việt Nam, chỉ có dân tộc Việt Nam thôi. Cổ kim lịch sử chỉ có dân tộc Việt Nam đi tị nạn trong hãi hùng nhất. Và như thế đó.

Dân Hung, dân Đức đi tị nạn dễ dàng, khoẻ ru. Riêng dân Đức thì tị nạn chẳng qua là một sự đổi chỗ ở xa xa một tí.

Vậy mà đối với dân vượt biển Việt Nam hiện giờ người ta còn đang mưu toan lắm điều ác độc... Như thế chưa đủ làm cho cái nhà văn nhà báo tên Kha kia điên ư?

Đó là chưa kể những chuỗi ngày lao tù trải qua hàng chục trại, sự tan nát gia đình, sự mất mát bè bạn, một cuộc động đất kinh hoàng, một trận cướp lạnh gáy...v.v... Những biến cố đó đủ làm cho một người bình thường trở thành một người có "trái tim nguội lạnh từ bao giờ, trái tim hình như đã chai lì

501

và tha thiết một cách lãnh cảm với những gì thân yêu nhất, một con người thấy: tình bạn đã nhạt mà tình yêu còn nhạt nhẽo hơn; một con người "đi đến cơ quan mà tưởng mình đã về nhà"; một con người có một quan niệm sống "hiểu chi cho mệt, sống không cần hiểu khoẻ hơn là sống mà lúc nào cũng cố gắng hiểu"; một con người vừa yêu một người đàn bà như điên "lại nói như đồng thiếp: "Em chỉ là hiện tại của tôi thôi"; một con người "bị ám ảnh có người luôn luôn rình theo mình"…Tuy nhiên, cái con người ấy vẫn "còn thèm báo Việt Nam, bởi vì nhờ nó tôi biết mình vẫn luôn luôn còn là người Việt Nam"… Cái con người ấy trong mơ vẫn còn "nghe vang động tiếng trống dồn dập của một buổi lễ ở quê nhà ngày nào".

Nếu như Kha quên được chính mình để sống một cuộc đời khác như Ron thì có lẽ Kha sẽ hạnh phúc hơn. Đằng này Kha không thể quên được, từ hang động Nhatrang đến cây bã đậu quân trường Quang Trung, từ Yvette đến quán nhậu, từ Point des Blâgeurs đến cô gái di cư Trại Hầm, từ các trại tù trong đó có một người tử tội mà Kha lén cho thuốc hút đến ông chủ ghe vượt biên cho Kha một ân huệ bất ngờ. Một trong những niềm vui của con người là "vọng cổ" nghĩa là nhớ lại thời xưa của mình, nhưng "vọng cổ" đối với người Việt tị nạn ta trở thành đau khổ. Dù có trở nên triệu phú hay là kẻ ăn phút-tem ở xứ người, tất cả đều giống nhau trên điểm đau khổ này. Do đó ít nhiều giống Kha.

Tại sao nhiều tướng lãnh tự vận trong lúc có phương tiện vượt thoát? Tại sao nhiều người đã đến đất hứa, hái ra tiền rồi mà vẫn tỉnh táo bắn súng vào đầu? Tôi rời Sài gòn ba tuần lễ trước khi Sài gòn chết. Gia đình tôi là những người đầu tiên được bốc lên tàu lớn ở Phú Quốc. Khi tàu "ăn khách" xong, nhổ neo, một vạn người ồ khóc vang lên. Tôi lặng câm không một giọt nước mắt, rồi sang Mỹ bằng máy bay. Sau một tháng không làm gì cả, tự nhiên tôi phát đau, Sponsor cho tôi vô nhà thương. Năm ông bác sĩ tìm bệnh, từ chiếu quang tuyến X, thử máu, lấy xương mỡ ác để soi kiến hiển vi, thử đờm tìm vi trùng lao, cho uống thuốc sốt rét v.v... 17 ngày liền các ông đều tuyên bố: Không tìm thấy nguyên nhân! Đúng 20 ngày họ cho tôi về nhà. Rồi tôi khoẻ lại. Họ kết luận: Tâm bệnh. Tôi chưa thành người "mất trí" như Kha, nhưng tôi rất gần với Kha. Tôi hiểu Kha. Do đó, tôi cho một con người Việt Nam như KHA là rất THỰC.

Truyện của Nguyễn-Xuân Hoàng viết rất chặt chẽ và nhiều kịch tính. Cái kịch tính thường làm ngạc nhiên người đọc có rất nhiều. Ví dụ chuyện Preed Chomanan con trai tên hải tặc cưới cô gái Việt nam, nạn nhân của bố chú rể. Chỉ sau một cái chấm xuống dòng, – đầu chú rể bị cắt lìa khỏi cổ. Chính cô gái đã gọi cảnh sát đến bắt mình. Chuyện David Gliatto, chuyện Nguyễn Quốc Hùng với một con dao thuỷ thủ đã khử mấy tên VC, chuyện Ngô Văn Phước bắt cóc "tôi" và ơn đền nghĩa trả, chuyện anh tôi trả thù cho chị Thảo, chuyện "tôi" bỏ bữa tiệc sinh nhật cô Uyên để đi với Quỳnh giữa sự ngơ ngác của Uyên v.v....

Ngoài cái kịch tính bằng hành động đó ra, còn cái kịch tính trong những ý nghĩ và đối thoại giữa các nhân vật mà tôi bắt gặp hầu như thường xuyên, cái mà tôi gọi là bắp thịt trong câu văn của Nguyễn-Xuân Hoàng.

Hãy đọc một đoạn đối thoại giữa Kim và Kha:

- Anh đi đâu suốt tuần nay?

- Chiều nào ở toà báo ra tôi cũng về ngay mà!

- Rồi anh đi với mấy ông bạn nhậu phải không?

- Tại sao tôi phải ở nhà khi không có Kim?

- *Mà tại sao có Kim anh mới ở nhà?*

- *Ít nhất tôi cũng phải biết là tôi ở đâu, với ai chớ?*

- *Nhưng anh đâu có cần Kim?*

- *Ngu!*

- *Ôm Kim đi!*

(Xin chú ý 5 cái dấu hỏi đi liền.)

Yêu nhau một đêm kỳ thú, đến sáng "nhìn rõ thân thể của nhau" rồi:

-*Tại sao mình không lấy nhau?*

-*Tại sao mình phải lấy nhau?*

-*Người ta không thể sống mãi với nhau như tôi và Kim mà không phải là của nhau.*

-*Như vậy bây giờ chúng ta chưa phải là của nhau sao?*

-*Bây giờ chúng ta là của nhau? Và ngày mai thì sao?*

-*Ngày mai. Kim thích nói chuyện bữa nay.*

-*Như vậy là tôi cổ hủ lắm sao?*

-*Anh không cổ hủ nhưng anh không hiểu đời sống Mỹ.*

-*Phải hiểu đời sống Mỹ sao cho đúng?*

-*Má Kim nói mày phải lấy chồng đàng hoàng để có một nơi nương tựa. Tại sao người đàn bà phải nương tựa vào đàn ông?*

-*Sống không phải nương tựa vào nhau sao?*

-*Phải, sống là nương tựa vào nhau, chứ đâu phải chỉ có người đàn ông mới là tấm vách để cho người đàn bà tựa vào mới đứng được?*

504

- Nhưng còn con cái thì sao?

Xin chú ý: 12 cái dấu hỏi đi liền một lúc và cũng ngần ấy dấu hỏi theo sau trong đối thoại. Kế tiếp những dấu hỏi chứng tỏ sự xung khắc dữ dội choảng giữa hai luồng ý nghĩ về một vấn đề: "tình yêu" của một người làm báo viết văn và một người đàn bà làm mẫu muốn vươn lên địa vị đào hát bóng bằng kịch bản của ông nhà văn này.

Và đây nữa:

-Hôm nay anh làm sao vậy?

-Tôi tự hỏi là tôi có yêu Kim không?

-Anh nên tự hỏi là Kim có yêu anh không?

-Ừ, câu đó tôi tự hỏi rồi, từ hôm đầu gặp Kim kia.

-Mà anh đã có câu trả lời chưa?

-Hình như chưa.

-Thì anh cứ nói là chưa đi cho nó tiện. Phải không?

Cái ông Kha này lại cũng là một sự tiếp nối hoặc biến thể, hoặc hậu duệ của ông giáo sư Thăng kia. Cả hai đều "đi trên mây". Loại người này có không ít trong bất cứ xã hội nào.

"Chuyến xe đêm" của Pautovski (bố của Sonia Pautovski lưu vong?) cho ta một chàng. Cửa hạnh phúc mở chờ đón ta thế mà ta lại quay lưng đi. (Vì cái gì khác không rõ. Còn cái cửa hạnh phúc thì quá rõ: người đàn bà yêu chàng). Lermontov cũng cho ta một chàng tương tự trong Công chúa Mary: *"Chàng nhất định yêu Vera và suýt chết trong một cuộc đấu súng vì nàng, trong khi công chúa Mary yêu chàng thì chàng lại dửng dưng."* Truyện này Liên Xô đã làm thành phim chiếu ở Hànội, bị bể rạp và bị cấm luôn vì sợ nó làm cho thanh niên Hanội "đi trên mây"...

505

Xin đọc vài đoạn nữa để ta cùng đi trên mây cho nó khoẻ chút chơi. Rồi hãy trở về làm báo viết văn cũng không muộn phải không ông Kha, ông Thăng, ông Hoàng?

-Anh có thoải mái không?

-Không!

-Anh đã tìm kiến được chưa?

-Tìm kiếm gì?

-Hạnh phúc!

-Có hạnh phúc thật sao?

-Có chứ. Hạnh phúc có thật!

-Em đã gặp nó chưa?

-Đã!

-Theo em thì tôi đã gặp nó chưa?

-Sao chưa! Anh đã gặp nhưng anh có nhìn thấy nó đâu!

-Cái gì? Ở đâu?

-Em. Ở đây!

Nguyễn-Xuân Hoàng chan chát như trong kịch. Nó luôn luôn làm bật lên cái ý mà một đoạn văn không phải là đối thoại không làm bật lên được. Do đó đối thoại của Nguyễn-Xuân Hoàng là loại văn nhất thiết phải có chứ không "khả hữu khả vô".

Xin mời bạn đọc chương cuối *Người Đi Trên Mây*... Hay thật hay. Tôi thích lắm!

Về sự gân guốc của câu văn thì có nhiều. Ở truyện nào cũng có nhiều. Sự diễn đạt ý tứ của Nguyễn-Xuân Hoàng như một đường gây luộc dừa xứ Bến Tre của tôi, do đó, khi nó kéo qua da thì nghe nhám, buốt hoặc trầy xước da, nó không trơn chuồi láng mướt như giây điện kéo qua da thì chỉ nghe êm ái, trơn tuột, nhờn nhợt.

-*Người của anh thơ hơn thơ của anh.*

-*Tôi bỏ Việt Nam vào cái tuổi chưa kịp xây những chấn song để giam giữ kỷ niệm.*

-*Người ta nói không có cánh cửa nào của chính quyền còn được coi là kiên cố dưới sức gõ của bàn tay ông Lý.*

-*Sắc đẹp là đồng hành của dối trá và phản bội.*

-*Làm thế nào tôi có thể đốt hết cánh đồng cỏ hoang của thời gian đăng đẳng này, v.v.. và v.v...*

-*Ngọn lửa TÁP, gió lạnh ĐUỔI, nhà cửa xe cộ NUỐT hết, CẮN một hớp rượu, rượu SAY tao...*

-(cùng ngồi trên một chiếc ghế, nhưng) *bà Phan thì CHÌM còn cô Quỳnh thì TRẦM MÌNH,...*

Đọc mấy câu ở trên, ta thấy sức lao động của người viết. Và cây cọ của hoạ sĩ trường phái tả chân.

-Đẹp trai một cách HUNG BẠO, sắc như DAO cau, mây trắng XỐP, ..

-MIẾT những ngón tay trên trán, gió MIỆT MÀI,....

Nguyễn-Xuân Hoàng đã đi quá lên một bước của một nét tả cụ thể, "CỤ THỂ TỐI ĐA" như Leon Tolstoi dạy.

Ngoài ra Nguyễn-Xuân Hoàng cũng là hoạ sĩ siêu thực hay ấn tượng chăng?

"*Mắt mũi này là tôi ư? Tôi có cái mặt như vậy ư?*"

Trong lúc yêu Quỳnh mà lại *nghe hai chân tay tôi trĩu xuống và Uyên đu đưa trên đó. Tôi nghe mưa rơi ào ạt, tôi*

chạm tay lên đồi núi và khe suối... và mây và mưa – một cõi đá
vàng đã hết, v.v...

-*Đêm chôn chúng tôi trong chiếc quan tài hạnh phúc.*

-*Cuộc chiến tranh không lối thoát luôn luôn chen vào giữa*
hai làn môi chúng tôi.

-*Tôi kéo các thứ triết học xuống mặt đường Dalat.*

-*Kha thấy mình thình lình ngã xuống một vực sâu thăm*
thẳm, tay chân quờ quạng không biết bám vào đâu... kỳ lạ thay
càng thấy hun hút hơn. v.v...

Và... trên tất cả các nét siêu thực ấn tượng đó là "chân
dung" người đi trên mây.

Đọc Nguyễn-Xuân Hoàng tôi còn có cái thú vị khác nữa là
trong một truyện chứa đựng nhiều chuyện – hoặc nhiều
truyện nén chặc vào có một truyện. Ba truyện trong *Căn Nhà*
Ngói Đỏ rất khác nhau. Đây là tôi muốn nói cái CÁCH chứ
không phải nói cái CỐT. Bạn thử đọc xem. Như có một phân
thân của tác giả. *Tự truyện của một người vô tích sự*, nếu tác
giả muốn thì có thể viết thành một tiểu thuyết bao trùm cả
một quãng dài chiến tranh Việt Nam, trong đó là sự tan nát
của một gia đình Việt nam. Một truyện dài mà viết có 27
trang 3 dòng chữ. Thấy cả cái bộ mặt chiến tranh. Có đoạn
đáng lẽ viết thành một chương, Nguyễn-Xuân Hoàng đi có
dăm hàng. Khoảng giấy trắng còn "sót" lại dưới ba dòng cuối
cùng như một cái biển làm tôi rơi tỏm xuống đó, chới với. Tôi
không dự tưởng nó kết thúc ở cái chữ "đó". Vậy mà nó kết
thúc ở cái chữ đó.

Nguyễn-Xuân Hoàng lạ thật! Cũng như khi tôi "đụng" vào
cái đầu anh chàng con trai tên hải tặc, tôi dội ngửa vì nó cách
cái phòng tân hôn có một cái chấm xuống dòng. Tôi vội vả lật

508

cái bìa sau sách coi mặt cái *ông Đặng Hồng Kha-Nguyễn-Xuân Hoàng* xem nó ra mần răng mà "mần" một cú ác như vậy?

Truyện *Barbara* cũng là một truyện hay. Nếu chỉ đọc một truyện này thôi cũng biết đây là một cây bút đầy bản lĩnh. Truyện viết rất lạ. Tôi chưa từng đọc một truyện như thế ở một nhà văn Việt nam nào. Không đầu không đuôi, một thứ truyện không có truyện, có cả tuỳ bút hồi ký lẫn lộn nhau như một cái cốc mixed drink tuyệt diệu.

Ở đoạn trên tôi đã viết hoặc là tôi đã gọi điện cho Nguyễn-Xuân Hoàng, nói: "Anh viết hay lắm!. Văn mới lắm. Mới." – Khi đọc vừa xong, tôi có cái cảm giác đó, bây giờ đọc lại thấy nó mới ở chỗ cách diễn đạt triết học. Nói theo kiểu nôm na của tôi là: Nếu tôi chưa ngó cái mái tóc bồng cặp môi son nên hơi ngại, nhưng ngó vài lần thì quen rồi thích.

"Đêm chôn chúng tôi trong quan tài hạnh phúc."

"Tình yêu không phải là hiến dâng mà là chiếm đoạt..." (Sa Mạc)

"Tình yêu là một hình phạt. Nó bắt hai người hành hạ nhau." (Sa Mạc)

"Barbara, nơi trú ngụ sau cùng của anh là em, nhưng sau khi anh bay qua đại lộ kinh hoàng của một cuộc chiến tàn bạo, con thuyền trú ngụ ấy đã nhổ neo."

"Có một nơi chứa đầy mâu thuẫn, đó là trái tim ta."

Tôi rất thích những câu như vậy. Cũng như tôi rất thích *Barbara*. Một truyện không có chuyện gì cả, thế mà Nguyễn-Xuân Hoàng viết thành truyện, mà là truyện hay, đọc rất rung động. Nghe xốn xang, ngậm ngùi, thương, nhớ và sụt sùi cho ai, cho mình.... *Khi chiếc xe màu xanh chạy vụt qua, cán nát quả cà chua trên mặt đường, anh cảm thấy hạnh phúc mình cũng đa tan nát, dập vỡ.* Trái cà đó đâu phải là trái cà, đó là trái tim Barbara!

Philippona, trong *L'Idiot* đã nói: *"Tôi lấy Rogogine là để tự cho mình một hình phạt. Tôi chết mòn với anh ta!"* Phải không?

Vài năm trước, tình cờ tôi có đọc trên báo một nhà văn khen đại ý một nhà văn nổi danh rằng ông ta đã đem một nhân tố mới vào văn Việt Nam bằng cách kể lại một câu: *"Từ bên ngoài bước vào phòng, một người đội mũ phớt..."* Ý nói là cách đặt câu động từ trước chủ từ. Văn chương ta sẽ tiếp thu mọi cái mới của văn học thế giới. Tôi chưa đọc hết những nhà văn đương thời nên không dám quả quyết một điều gì tổng quát nhưng có thể thấy Nguyễn-Xuân Hoàng đã đem sự mới mẻ vào văn chương hiện nay.

Căn Nhà Ngói Đỏ được kể một mạch cho một mình mình nghe. Cũng là một chuyện không có chuyện, nhưng lại do một Nguyễn-Xuân Hoàng giản dị kể, không phải Nguyễn-Xuân Hoàng tân kỳ trong *Barbara*. Nguyễn-Xuân Hoàng bao giờ cũng có những tình tiết rất thú vị. Ở đây có chú bé chơi trò gắn điếu thuốc vào con mồng thả cho nó bay trong đêm tối, cũng chú bé ấy câu được một ngón tay và một chiếc nhẫn vàng. Nguyễn-Xuân Hoàng định nói cho ta điều gì với căn nhà ngói đỏ này? Sự gắn bó với quê nhà? Hay gì hơn nữa, khác nữa? Một sự nghèo đói dưới mái nhà đỏ? Đỏ có nghĩa là nghèo đói?

Nếu một truyện ngắn nói rõ được một vấn đề gì được gọi là một truyện ngắn hay thì một truyện ngắn – như truyện này – không nói rõ vấn đề gì cả, cũng vẫn là một truyện hay, bởi vì văn học không nhất thiết phải chứng minh như hình học, nó nói cái đó mà không nói cái đó, người đọc tự tìm lấy cái đó, và "cái đó" của hai người đọc chẳng bao giờ giống nhau. Văn học không bao giờ có tác động giống nhau trong hai người, ngay cả trong một người ở hai lần đọc khác nhau. Không có cái gì, bất cứ cái gì, "chung" được cả ngoại trừ cái "chung" giả của "cộng" sản.

Truyện *Nghĩa Địa Của Người Sống* hàm ba truyện. Hai truyện khác trong cái nghĩa địa đó là: "Anh công an bắt cặp tình nhân cởi truồng đi giữa phố" và một anh công an khác chận xe cặp vợ chồng vì "ông có vẻ nguỵ quá". Hai chi tiết này đủ để viết hai truyện ngắn khác. Cũng hay như truyện nghĩa địa kia, hoặc truyện nghĩa địa kia chia làm ba chương mà cái ý nghĩa địa vẫn không bị loãng. Trong *Sa Mạc*, có cái kịch bản phim của ông Kha. Kịch bản này nếu lấy riêng ra viết thành truyện thì cũng hay lắm chứ? Viết rồi đưa cho báo mình in có lẽ tốt hơn bán cho ông chủ Lulafilm chưa biết ngày nào phim ra mắt khán giả. Phải không? Còn như cái chi tiết của anh thanh niên được ông bố Lê Dương nuôi rồi khi ông này ra lệnh cho anh ta đốt ruộng mía trong đó có dân lành chui trốn, anh ta đã bắn vào đầu bố nuôi – nếu không phải là truyện ngắn thì là cái gì?

Còn đây nữa, một người nông dân hiền lành vô lính nghĩa quân bị ăn chặn tiền lương bèn bỏ đi theo cộng sản trong chiến khu, rồi trở về hồi chánh, bị bắt đưa ra toà án binh có phải chăng là quyển tiểu thuyết "thời đại bi tráng, phức tạp và oái ăm" của chúng ta?

Nếu bạn đọc Nguyễn-Xuân Hoàng để tìm "những nhân vật yêu nhau dữ dội và nguyền rủa nhau không tiếc lời", để tìm những nhân vật "rất ít tình ái và nhiều tình dục, lãng mạn có phần lép vế trước xác thịt, một vài nhân vật tự vẫn vì không lấy được nhau, một vài nhân vật lấy được nhau nhưng bắt đầu chán nản và cả hai cùng ngoại tình,... một linh mục, một tín đồ, một cô giáo, một nam sinh, một mối tình tay ba, v.v... –

thì bạn đọc sẽ hoàn toàn thất vọng. Cũng như, ngược lại, đối với nhiều người khác nếu họ tìm thấy những cái nói trên ở Nguyễn-Xuân Hoàng thì chắc họ sẽ thất vọng hoàn toàn. Vì: Nguyễn-Xuân Hoàng là nhà tiểu thuyết cho tôi những ý tưởng triết học dầy đặc trên các trang sách và những nét điêu khắc nội tâm chứ không làm phóng sự. Cố nhiên là – cũng như mọi nhà văn – Nguyễn-Xuân Hoàng có chỗ MẠNH và cũng có chỗ YẾU. Nhưng tôi thấy không cần phải mách to mách nhỏ gì cho Nguyễn-Xuân Hoàng cả. Bởi vì, đến như Achilles cũng còn có chỗ yếu nữa là người phàm. Bởi vì hoa hậu cũng còn có người chê xấu nữa là....

Viết đến đây tôi sực nhớ các bạn tôi ở quê nhà. Tôi biết những nhà văn rất tài, nhưng họ không viết được! Họ không viết được cái họ ôm ấp, quyết viết. Họ phải lao lách, tránh né. "Nếu lỡ có viết một câu 'trung' phải biết giật mình viết một câu 'nịnh'!" (¡) Nghe nó còn thê thảm hơn cả người đàn ông đến thăm con đang ở với người đàn bà trước đây là vợ của mình. Rõ không? Trả lời!

Ở miền Bắc trước kia và ở Việt Nam ngày nay, không có truyện **hay** mà chỉ có truyện **tốt**, bởi vì người viết, khi ngồi viết, phải cài vào tim mình cái búa đóng đinh như một thứ trứng dái đồng hồ cổ lỗ làm cho cái máy đồng hồ bị trĩu xuống, giây thiều không bung được đúng mức, thành thử cây kim chỉ giờ không chậm thì sớm, không bao giờ đúng. Mười năm trước tôi có đọc một bài của Vũ Đức Phúc, phụ tá của Hoài Thanh, kêu gọi nhà văn Việt Nam hãy viết theo Phương Tây. Nghĩa là thương bạn – những người Việt Nam – hơn nữa những nhà văn – lưu vong ngay trên quê hương mình! Trời ơi, dân Việt Nam, văn chương Việt Nam xã nghĩa, nát và cùn đến thế sao? Chỉ viết theo kiểu suy nghĩ của Ai-ma-tốp trong *"Chuyện Thảo Nguyên"* thì cũng bị coi là "có vấn đề" rồi nữa là cóp Phương Tây. Trong truyện có câu: *"Đứng trước họng*

súng kẻ thù, tôi rất hiên ngang, nhưng đứng trước sai lầm của
tôi, tôi lại đầu hàng."

Tôi đã đi trên mây với Nguyễn-Xuân Hoàng, tôi đã qua Sa Mạc, sống ở căn nhà ngói đỏ, viếng nghĩa địa người sống cùng Nguyễn-Xuân Hoàng. Tôi cũng đã yêu Quỳnh, Uyên, Kim, Yvette, ông chệt bán sách xôn, tôi cũng đã bắt tay ông Phan, và nghe ông chủ Lulafilm kể chuyện cái hủ Tà lên[?], tôi vẫn nhớ Ron, cái anh đi BMW mà lại mượn một xín của thằng bạn nghèo kiết xác, tôi thích Vinh bị ra toà vì một câu văn: "Dẹp được Mặt Trận Saigon, quân lực ta sẽ thắng ở Cao nguyên" (cũng như bây giờ ta quen nghĩ dẹp được mặt trận hải ngoại ta sẽ có mặt trận quốc nội vậy), tôi vẫn thương "ba tôi" "rượu say tao" và hiểu ra đó là một ông già thất chí, không phải chỉ say rượu, vẫn đau buốt khi thấy pho tượng bà mẹ đau khổ trong bóng hoàng hôn câm…

Và gì nữa. Còn gì nữa…. Còn nhiều! Cuộc sống ngồn ngộn, phập phồng rung động của một cái nhân gian trải ra trên mây, dưới sa mạc, trong nghĩa địa, toàn là những nơi khó sống quá! Vậy mà ta phải sống, phải đi, phải rơi vào một cái Thục Đạo Nan rồi vẫn phải bằng một cách nào đó, sống.

Mệt quá! Thôi ta hãy đi tới đường Lê Lợi ăn bánh mì khuya và đi uống bia cho nó khoẻ! "Tìm hiểu thêm làm gì cho nó mệt." Để rồi còn tiếp tục làm rồng trong cuộc Vạn Lý Vân Trình, làm lạc đà đi qua Sahara, hoặc là… ai biết được. Phải không? Hay là mình mở TV coi biểu tình bên Đông Đức? Riêng tôi chắc là phải coi tiếp trận bóng Tây Ban Nha-Hungari! Hungari đã thắng Anh 6-1 tại Anh, nhưng họ đã mất đến 6 cầu thủ quốc tế hồi Nga xâm lăng 56, lớp bị treo cổ, lớp lưu vong.

Hoa Kỳ tháng 11/89

513

Xuân Vũ

(1) Trong tập này tôi chỉ đề cập tới những truyện ngắn.

Kết

Với nhiều đóng góp đặc sắc và phong phú từ các thân hữu và độc giả, văn chương và sự nghiệp của nhà văn Nguyễn Xuân Hoàng, như những hình ảnh diễn hành quanh khung đèn lồng của ký ức, đã biểu lộ phần nào chân dung đa diện của ông: tiểu thuyết gia, giáo sư triết, tổng thư ký tòa soạn/chủ bút tạp chí *Văn* qua nhiều thời kỳ, tổng thư ký nhật báo *Người Việt* ở hải ngoại, người viết sổ tay và "blogger" đài Tiếng Nói Hoa kỳ (VOA) — một gã *vô tích sự*, thích *lang thang trên mây* hay ở café Starbucks, băng qua *những ý nghĩ trên cỏ*, không ngại ngùng *kẻ tà đạo*, những *khu rừng hực lửa, bụi và rác*, bất cứ lúc nào, bất cứ ở đâu.

Tuy chuyên đề được thực hiện trong thời gian tương đối cấp bách, vào lúc nhà văn Nguyễn Xuân Hoàng đang chiến đấu từng ngày với căn bệnh hiểm nghèo *sarcoma*, những các tác phẩm trong chuyên đề, bên cạnh những khích lệ ân cần và lời chúc tốt đẹp nhất đến ông, cũng bao gồm nhiều nhận định sắc bén, công phu, thâm thúy, những hồi ức sinh động, về văn chương Nguyễn Xuân Hoàng nói riêng và Văn Chương Miền Nam, Văn Chương Hải Ngoại Nói Chung. Với những đóng góp văn học đáng kể trong gần nửa thế kỷ, nhà văn Nguyễn Xuân Hoàng là một gạch nối dài qua nhiều mốc thời gian của nền văn học Việt Nam hiện đại. Ông đã và vẫn gây ảnh hưởng sâu đậm đến giới độc giả Việt bốn phương, từ già đến trẻ. Trong số những đóng góp văn chương cho chuyên đề, "Nguyễn Xuân Hoàng: những bước đi trần gian/những nhịp đập thời gian" của Bùi Vĩnh Phúc cho ta một cái nhìn tổng quát và cũng tỉ mỉ về văn phong và sự nghiệp của nhà văn; Nguyễn Xuân Hoàng cho tôi...." của Xuân Vũ, viết năm 1989, là một nhận định vẫn còn nguyên nét táo bạo và sắc bén, so sánh văn chương đa diện của Nguyễn Xuân Hoàng với nền văn chương tự kiểm duyệt và tẻ nhạt của chế độ Cộng sản. "Tôi Không Còn Thời Gian" của Nguyễn thị Minh Ngọc và "Telecom" của Trần thị Ngh cho ta một hình ảnh hào hoa, sống động và phức tạp trong đời sống văn chương, tình cảm Nguyễn Xuân Hoàng; "Một Chặng Đường Văn Chương" của Ngô Nguyên Dũng và "Ngay Lúc Này, Ngay Ở Đây" của Đinh Từ Bích Thúy là những hồi ức, nhận định ngậm ngùi từ cái nhìn độc giả về *metaphysics* của Nguyễn Xuân Hoàng qua những tác phẩm như *Khu Rừng Hực Lửa, Kẻ Tà Đạo, Bất Cứ Lúc Nào, Bất Cứ ở Đâu*; "Vài 'Ý Nghĩ Trên Cỏ'" của Nguyễn Tà Cúc cho ta thấy những nỗ lực khảo cứu và duy trì văn học miền Nam của Nguyễn Xuân Hoàng; "Kiểu Cách mà Hững Hờ" của Võ Phiến và "Mỹ học của cái Phù Phiếm" của Nguyễn Hưng Quốc diễn tả nghệ thuật văn chương của Nguyễn Xuân Hoàng qua những khoảng trống và chủ tâm cắt xén, đánh lạc hướng của tác giả; "Nửa Đường" của Phùng Nguyễn, với cách sử dụng kỳ thú của ngôi thứ hai "mày" có thể được coi như một *rebuttal* nhẹ nhàng nhưng hữu hiệu trước lời bình phẩm có phần bảo thủ và không công bằng của Võ Phiến về văn phong "kiểu cách" Nguyễn Xuân Hoàng; "Huyền thoại cây Sồi già" của Trịnh Cung mô tả cây sồi như biểu tượng của tự do, tình yêu, và cũng là cứu cánh của Nguyễn Xuân Hoàng; "một cái gì rất nguyễn xuân hoàng: sổ tay" của Trần Doãn Nho đề cập đến một điểm mạnh, sổ tay, của nhân chứng ngày thường Nguyễn Xuân Hoàng; Vy Lực" của Lưu Diệu Vân và "Nơi Đâu, Bao Giờ" của Hồ Như thể hiện hai khuynh hướng "feminist" tương phản qua hình ảnh *muse, người tình, xúc tác chính* của nhà văn; "Như Cây cối" của Thường Quán nêu lên tinh túy "giả hiện thực đánh gãy hư cấu" trong văn chương Nguyễn Xuân Hoàng. Ngoài ra, cũng có rất nhiều đóng góp linh động, đầy ấn tượng của các bạn văn Nguyễn Xuân Hoàng cho chuyên đề.

Với những giới hạn nhất định về mặt thời gian cũng như nhân sự trong khi thực hiện chuyên đề, tạp chí *Da Màu* rất cảm kích lòng nhiệt thành từ các nhà văn, bạn hữu Nguyễn Xuân Hoàng, đã, đang, và sẽ cho độc giả một chân dung "ba chiều" (3-D) tương đối trung thực của nhà văn Nguyễn Xuân Hoàng. Tiện đây, BBT Da Màu cũng xin quý bạn thứ lỗi cho những sơ suất không tránh được trong thời gian thực hiện chuyên đề.

Trân trọng,

Ban Biên Tập Da Màu

Nguyễn Xuân Hoàng
Trong và Ngoài Văn Chương

Từ chuyên đề Nguyễn Xuân Hoàng
do tạp chí điện tử Da Màu thực hiện

www.ingramcontent.com/pod-product-compliance
Lightning Source LLC
Chambersburg PA
CBHW031024030726

47497CB00004B/991